ಫೌಝಿಯ ಸಲೀಂ

ಅರ್ಥಶಾಸ್ತ್ರದಲ್ಲಿ ಸ್ನಾತಕೋತ್ತರ ಪದವಿ ಗಳಿಸಿರುವ ಫೌಝಿಯಾ ಸಲೀಂರವರ ಹುಟ್ಟೂರು ಮಂಗಳೂರು. ಅರ್ಥಶಾಸ್ತ್ರದಲ್ಲಿ ಹೆಚ್ಚಿನ ಆಸಕ್ತಿ ಹೊಂದಿರುವ ಇವರು, ಮಂಗಳೂರಿನ ಕಾಲೇಜು ಒಂದರಲ್ಲಿ ನಾಲ್ಕು ವರ್ಷಗಳ ಕಾಲ ಅರ್ಥಶಾಸ್ತ್ರದ ಉಪನ್ಯಾಸಕಿಯಾಗಿ ಸೇವೆ ಸಲ್ಲಿಸಿದ್ದರು. ಪ್ರಸ್ತುತ ಇವರು ದುಬೈನಲ್ಲಿ ವಾಸಿಸುತ್ತಿದ್ದು, ದುಬೈಯಲ್ಲಿರುವ ಕಂಪನಿಯೊಂದರ ಮ್ಯಾನೇಜರ್ ಆಗಿ ಕಾರ್ಯ ನಿರ್ವಹಿಸುತ್ತಿದ್ದಾರೆ.

ಯುವ ಓದುಗರಿಗೆ ಇಷ್ಟವಾಗಬಹುದಾದ ಬರಹಗಳನ್ನು ಬರೆಯುವ ಫೌಝಿಯರವರು, "ಮನಸ್ಸಾರೆ" ಹಾಗು "ನಿನ್ನನ್ನೇ ಪ್ರೀತಿಸುವೆ" ಎರಡು ಕಿರುಕಾದಂಬರಿಗಳ ಮೂಲಕ ಸಾಹಿತ್ಯ ಲೋಕಕ್ಕೆ ಕಾಲಿಟ್ಟರು.

2022ರಲ್ಲಿ ಪ್ರಕಟವಾದ ಇವರ "ಬಾಳ ಪಯಣ" ಕಾದಂಬರಿಯು, ಜಾಗತಿಕ ಮಟ್ಟದಲ್ಲಿರುವ ಅಂತಾರಾಷ್ಟ್ರೀಯ ಬೃಹತ್ ಗ್ರಂಥಾಲಯವಾದ ದುಬೈಯ ಮುಹಮ್ಮದ್ ಬಿನ್ ರಾಶಿದ್ ಲೈಬ್ರರಿಯಲ್ಲಿ ಸ್ಥಾನ ಪಡೆದಿದೆ.

ತನ್ನ ಬಿಡುವಿನ ಸಮಯದಲ್ಲಿ ಸಣ್ಣ ಕಥೆಗಳು, ಕವನಗಳು, ನುಡಿಮುತ್ತುಗಳನ್ನು ಬರೆಯುವ ಹವ್ಯಾಸವನ್ನು ರೂಢಿಸಿಕೊಂಡಿದ್ದಾರೆ. ಇವರು 'ಅರೇಬಿಯನ್ ಮೀಲ್ಸ್' ಮಲಯಾಳಂ ಯುಟ್ಯೂಬ್ ಚಾನೆಲ್ ಒಂದರಲ್ಲಿ ಸಹಾಯಕಿಯಾಗಿ ಕೆಲಸ ಮಾಡುತ್ತಿದ್ದಾರೆ.

ಕಾದಂಬರಿ

ನೀ ದೂರ ಹೋದಾಗ...

ಫೌಝಿಯ ಸಲೀಂ

ವೀರಲೋಕ

ವೀರಲೋಕ ಬುಕ್ಸ್ ಪ್ರೈ.ಲಿ.
207, 2ನೇ ಮಹಡಿ, 3ನೇ ಮೇನ್, ಚಾಮರಾಜಪೇಟೆ
ಬೆಂಗಳೂರು–560018. ಮೊಬೈಲ್: 70221 22121
ಇಮೇಲ್: veeralokabooks@gmail.com
ವೆಬ್‌ಸೈಟ್: www.veeralokabooks.com

NEE DOORA HODAAGA...
Novel written by **Fouzia Saleem**

Published by:
VEERALOKA BOOKS PVT. LTD.
207, 2nd Floor, 3rd Main
Chamarajpet, Bengaluru - 560018

Mobile : +91 7022122121
E-mail : veeralokabooks@gmail.com
Website: www.veeralokabooks.com

Price : Rs. 220/-
Pages : 184
First Impression : 2023

Paper used : 70 GSM NS Maplitho
Book size : 1/8th Demy

ISBN : 978-93-94942-36-3

Cover page illustration by : Prashanth Vitla
Inner pages illustration by : Vijaya Vikram

ಅರ್ಪಣೆ

ನನ್ನ ತಾಯಿಗೆ,
ನನ್ನ ಪ್ರೀತಿಸುವ
ಹಾಗೂ
ದ್ವೇಷಿಸುವ
ಪ್ರತಿಯೊಬ್ಬರಿಗೂ

ಮುನ್ನುಡಿ

ಫೌಝಿಯಾ ಸಲೀಂ(ದುಬೈ)ರವರ ನಾಲ್ಕನೆಯ ಕಾದಂಬರಿ 'ನೀ ದೂರ ಹೋದಾಗ...' ಇದು ಹೆಣ್ಣೊಬ್ಬಳು ಸ್ವಾತಂತ್ರ್ಯಕ್ಕಾಗಿ ಹೋರಾಡುವ ಜೀವನದ ಕಥನ ಎಂದರೆ ತಪ್ಪಾಗಲಾರದು.

ತನಗಾಗಿ ತನ್ನತನಕ್ಕಾಗಿ ಪ್ರತಿಕ್ಷಣವೂ ಹೋರಾಡುತ್ತ ಬದುಕುತ್ತಾಳೆ. ಅವಳಿಗೆ ಅವಳದೇ ಆದ ಕೆಲವೊಂದು ಕಟ್ಟುಪಾಡುಗಳಿವೆ. ಬದುಕಿಗೆ ಹಾಕಿಕೊಂಡ ರೀತಿ ನಿಯಮಗಳಿವೆ. ಅವಳೆಷ್ಟೆ ಮುಂದುವರಿದಿದ್ದರೂ ತನ್ನೊಳಗಿನ ಚೌಕಟ್ಟು ಮೀರಲಾರಳು. ತಾನು ಅಂದುಕೊಂಡ ರೇಖೆಯನ್ನು ಬದಲಿಸಲಾರಳು. ಇದು ಪ್ರತಿಯೊಬ್ಬ ಹೆಣ್ಣಿನೊಳಗಿರುವ ಸ್ವಭಾವ. ಒಮ್ಮೆ ಬಿರುಗಾಳಿಯಾದರೆ ಮತ್ತೊಮ್ಮೆ ಶಾಂತಮೂರ್ತಿಯಾಗಿ ಸಂತೈಸುವವಳೇ ಈ ಹೆಣ್ಣು. ಹೆಣ್ಣೆಂದರೆ ಜೀವ ಚೈತನ್ಯವಿದ್ದಂತೆ. ನೋವಲ್ಲೂ ನಗುವನ್ನ ಕಲಿತವಳು. ಸೋತಾಗ ಸಂತೈಸಿ ಮೈದಡವುವ ಕರುಣಾಮಯಿ. ಅತ್ತಾಗ ಮಡಿಲಲ್ಲಿ ಸಾಂತ್ವನಿಸುವ ಮಮತಾಮಯಿ. ಅದಕ್ಕೆ ಹೆಣ್ಣೆಂದರೆ ಶಕ್ತಿ.

ಮಹಿಳಾ ಸಾಹಿತ್ಯವೆಂಬ ಹೆಸರಿನಲ್ಲಿ ಗುರುತಿಸಬಹುದಾದಂಥದ್ದು ಹೆಚ್ಚು ಕಂಡುಬರುವುದಿಲ್ಲ. ಸ್ತ್ರೀಯರು ವಿದ್ಯೆಯಿಂದ ವಂಚಿತರಾದದ್ದು, ಪುರುಷ ಪ್ರಧಾನ ಸಾಮಾಜಿಕ ವ್ಯವಸ್ಥೆಯಲ್ಲಿ ಸಾರ್ವಜನಿಕ ಜೀವನದಲ್ಲಿ ಭಾಗಿಯಾಗುವ ಹೆಚ್ಚಿನ ಅವಕಾಶಗಳು ಸೃಷ್ಟಿಯಾಗದೇ ಹೋದದ್ದು, ಸ್ವಾತಂತ್ರ್ಯವಿರದ ಅವಲಂಬನೆಯ ಜೀವನವೇ ಪ್ರಧಾನವಾದದ್ದು–ಇಂಥ ಅನೇಕ ಕಾರಣಗಳಿಂದಾಗಿ ಮಹಿಳೆ ಕನ್ನಡ ಸಾಹಿತ್ಯದ ಮುಖ್ಯವಾಹಿನಿಯಲ್ಲಿ ಬಹುಕಾಲದವರೆಗೆ ಅನನ್ಯತೆಯನ್ನು ಕಂಡುಕೊಳ್ಳಲು ಸಾಧ್ಯವಾಗಲಿಲ್ಲ.

'ನೀ ದೂರ ಹೋದಾಗ...' ಎಂಬ ಕಾದಂಬರಿಯು ಫೌಝಿಯಾ ಸಲೀಂರವರ 33 ಬಾಳ ಪಯಣ ಕಾದಂಬರಿಗಿಂತ ರೋಚಕತೆಯಿಂದ ಮೈ ನವಿರೇಳಿಸುವ ಕಾದಂಬರಿ. 33 ಬಾಳ ಪಯಣ ಕಾದಂಬರಿ ದುಬೈನಲ್ಲೂ ಕೂಡ ಬಿಡುಗಡೆಗೊಂಡಿದೆ. 'ನೀ ದೂರ ಹೋದಾಗ...' ಕಾದಂಬರಿಯು ಒಂದು ಚಿಕ್ಕ ಹಳ್ಳಿಯಲ್ಲಿ ಬೆಳೆದ ಹೆಣ್ಣು ಮಗಳು ಒಬ್ಬಳು ವಿದೇಶದಲ್ಲಿ ಯಾವ ರೀತಿ ಬದುಕುತ್ತಿದ್ದಾಳೆ ಎಂಬುದರ ಸತ್ಯ ಘಟನೆ ಆಧಾರಿತವಾದ ಕಾದಂಬರಿ.

ಸ್ತ್ರೀಸಂವೇದನೆಯ ನೆಲೆಗಳು ಮುಟ್ಟುತ್ತಿರುವ ಹಾದಿಗಳನ್ನು ಗುರುತಿಸುವ ಪುಟ್ಟ ಪ್ರಯತ್ನ ಇದು ಎನ್ನಬಹುದು. ಹಾಗೆಯೇ ಇಲ್ಲಿ ವಿಶ್ಲೇಷಣೆಗೆ ಹೆಚ್ಚು ಗಮನಹರಿಸಿ ಉದಾಹರಣೆಗಳನ್ನು ಕ್ವಚಿತ್ತಾಗಿ ಬಳಸಿಕೊಳ್ಳಲಾಗಿದೆ. ಸದ್ಯದ ವರ್ತಮಾನದಲ್ಲಿ ಬರೆಯುತ್ತಿರುವ ಸ್ತ್ರೀಲೇಖಕಿಯರ ಬರವಣಿಗೆಗಳ ಬಗ್ಗೆಯೇ ನಾನು ಹೆಚ್ಚು ಕುತೂಹಲಿ ಎಂದರೆ ತಪ್ಪಾಗಲಾರದು.

ನಮ್ಮ ಕಥಾ ನಾಯಕಿಯು ಪಿಯುಸಿ ಎಕ್ಸಾಮ್ ಮುಗಿಸಿ ರಜೆಯಲ್ಲಿ ಇರಬೇಕಾದರೆ ತಂದೆಯ ಸೋದರಿಯ ಮದುವೆಗೆ ಹೋಗುತ್ತಾಳೆ. ಅಲ್ಲಿ ನಡೆಯುವ ಕೆಲವು ಘಟನೆಗಳನ್ನು ಮನ ಮಿಡಿಯುವ ರೀತಿ ವಿವರಣಾತ್ಮಕವಾಗಿ ಪ್ರತಿಯೊಂದು ಎಳೆ ಎಳೆಯಾಗಿ ಕಾದಂಬರಿಗಾರ್ತಿಯು ತಿಳಿಸಿಕೊಟ್ಟಿದ್ದಾರೆ. ಮದುವೆ ಸಮಾರಂಭದಲ್ಲಿ ಕೆಲವೊಂದು ಶಾಸ್ತ್ರ ಸಂಪ್ರದಾಯಗಳನ್ನು, ಹೆಣ್ಣು ಮಕ್ಕಳು ಯಾವ ರೀತಿ ಇರಬೇಕು, ಹೆಣ್ಣು ಮಕ್ಕಳನ್ನು ಅವರ ಸಂಬಂಧಿಕರು ಯಾವ ರೀತಿ ನೋಡುತ್ತಾರೆ ಎಂಬುದನ್ನು ಇಲ್ಲಿ ತಿಳಿಸಿದ್ದಾರೆ.

ಕುಟುಂಬದಲ್ಲಿ ನಡೆಯುವ ಕೆಲವು ಸಂಸಾರದ ಸಾಂಗತ್ಯಗಳನ್ನು ಹಾಗೂ ಅಜ್ಜ ಅಜ್ಜಿಯರು ಕುಟುಂಬ ವರ್ಗದವರು ಅವರ ಜೊತೆ ಯಾವ ರೀತಿ ಒಬ್ಬ ಹೆಣ್ಣು ಮಗಳು ಬದುಕುತ್ತಾಳೆ ಎಂಬುದನ್ನು ತಿಳಿಸಿದ್ದಾರೆ. ಇಲ್ಲಿ ಬರುವ ಪ್ರಮುಖ ಅಂಶಗಳು ಎಂದರೆ, ತವರು ಮನೆ ಬೆಳಕಾದಾಗ, ಮಿಡಿದ ಹೃದಯ, ಕಾಯಿನ್ ಬಾಕ್ಸ್ ಟೆಲಿಫೋನ್, ಹೃದಯ ಬಡಿತ ನಿಂತಾಗ, ಮರೆಯದ ನೆನಪು, ಇತ್ಯಾದಿ. ಪ್ರತಿಯೊಬ್ಬರ ಜೀವನದಲ್ಲೂ ನಡೆದಿರುವ ಅಂಶಗಳನ್ನು ಹಾಗೂ ಹೆಣ್ಣು ಮಕ್ಕಳು ಸಮಾಜದಲ್ಲಿ ಯಾರದೇ ಸಹಾಯವಿಲ್ಲದೆ ಯಾವ ರೀತಿ ಬದುಕಬೇಕೆಂಬುದನ್ನು ತೋರಿಸಿಕೊಟ್ಟ ಮಹಿಳಾ ಪ್ರಧಾನ ಕಾದಂಬರಿಯೇ 'ನೀ ದೂರ ಹೋದಾಗ...'

ಹೆಣ್ಣು ಮಗಳೊಬ್ಬಳು ಯಾರ ಸಹಾಯವೂ ಇಲ್ಲದೆ ಯಾರಿಂದಲೂ ಹಣವನ್ನು ಪಡೆಯದೆ, ತಾನು ದುಡಿದ ಹಣದಲ್ಲೇ ಸ್ವಲ್ಪವನ್ನು ಶೇಖರಣೆ ಮಾಡಿ ಇಟ್ಟುಕೊಂಡು ದುಬೈಗೆ ಹಾರುವ ರೀತಿ ಅವಳು ಪಡುವ ಕಷ್ಟಗಳನ್ನು ಇಂಚಿಂಚಾಗಿ ಪ್ರತಿಯೊಂದು ವಿವರಣಾತ್ಮಕವಾಗಿ ತಿಳಿಸಿಕೊಟ್ಟಿದ್ದಾರೆ.

ಕಥೆಯ ಕೊನೆಯಲ್ಲಿ ಆ ಹೆಣ್ಣು ಮಗಳು ದುಬೈಗೆ ಹೋದಾಗ ಅವಳು ಅನುಭವಿಸುವ ಕಷ್ಟಗಳು, ಉದ್ಯೋಗ ಸಿಗದೇ ಯಾವ ರೀತಿ ಜೀವನ ನಡೆಸುತ್ತಿದ್ದಳು ಎಂಬುದನ್ನು ನೀವು ಈ ಕಾದಂಬರಿಯಲ್ಲಿ ತಿಳಿಯಬೇಕಾದ ಮುಖ್ಯ ಅಂಶ. ಕೊನೆಗೆ ಅವಳಿಗೆ ಕೆಲಸ ಸಿಕ್ಕಿತೆ...! ಕೊನೆಗೆ ಆ ಹೆಣ್ಣು ಮಗಳು ಭಾರತಕ್ಕೆ ಬರುವಳೇ...! ಎಂಬುದನ್ನು ನೀವು ಕಾದಂಬರಿಯನ್ನು ಓದಿ ತಿಳಿದುಕೊಳ್ಳಬೇಕಾಗಿ ವಿನಂತಿ. ಇದು ಸ್ತ್ರೀವಾದಿ ದೃಷ್ಟಿಯಿಂದ ಮಹತ್ವದ ಕೃತಿಯಾಗಿದೆ.

ಈ ಪುಸ್ತಕದಲ್ಲಿ ನನಗೆ ಇಷ್ಟವಾದ ಸಾಲುಗಳು ಎಂದರೇ, 'ನನಗೆ ಯಾಕೋ ನಿನ್ನ ಮೇಲೆ ಬೇಸರ? ನಾನು ಈ ಒಂದು ಹಂತಕ್ಕೆ ಬರಲು ಕಾರಣನೇ ನೀನು. ಯಾವ ಜನರ ಚುಚ್ಚು ಮಾತುಗಳಿಲ್ಲದೆ ನೆಮ್ಮದಿಯಿಂದ ಇದ್ದೇನೆ ಕಣೋ. ತಂದೆ ದೂರ ಹೋದಾಗ ಬಡತನ ಏನೆಂದು ಅರಿತೆ. ಅಣ್ಣ ದೂರ ಹೋದಾಗ ಜವಾಬ್ದಾರಿ ಏನೆಂದು ಅರಿತೆ. ಪ್ರೀತಿ ದೂರ ಹೋದಾಗ ಒಂಟಿತನ ಏನೆಂದು ಅರಿತೆ. ಈಗ ನಾನೇ ಎಲ್ಲರಿಂದ ದೂರ ಬಂದಾಗ ಬದುಕುವುದನ್ನು ಕಲಿತೆ' ಈ ಸಾಲುಗಳು ತುಂಬಾ ಅರ್ಥಗರ್ಭಿತವಾಗಿದ್ದು ಎಲ್ಲರ ಮನಸ್ಸಿನಲ್ಲಿಯೂ ಉಳಿಯುವಂತೆ ಮಾಡುತ್ತದೆ.

ಏಕೆಂದರೆ ಇದು ನೊಂದು-ಬೆಂದು ಹೋದ ದಿಟ್ಟ ಹೆಣ್ಣೊಬ್ಬಳ ಜೀವನದ ಹೋರಾಟದ ನೈಜ ಕಥೆ...! ಒಂದು ಮುಸ್ಲಿಂ ಸಮುದಾಯದ ಹೆಣ್ಣು ಹಾಗೂ ಕೋಮು ಸೂಕ್ಷ್ಮ ಪ್ರದೇಶವಾಗಿರುವ ಕರಾವಳಿ ಪ್ರದೇಶದ ಕಥೆ.

ಜಾತಿ, ವರ್ಗ, ವರ್ಣ ವೈವಿಧ್ಯಗಳು ಸೃಷ್ಟಿಸುವ ಸಾಂಸ್ಕೃತಿಕ ಹಿನ್ನೆಲೆ ಭಾಷೆಗಿದ್ದೇ ಇರುತ್ತದೆ. ಅನುಭವ ಕಥಾನಕಗಳಲ್ಲಿ ಹೊಮ್ಮುವ ವಿವರಗಳು, ಚಿತ್ರಗಳು ಸಾಂಸ್ಕೃತಿಕ ನಿಶ್ಚಿತತೆಯನ್ನು ಬಿಟ್ಟುಬಿಡಲು ಸಾಧ್ಯವಿಲ್ಲ. ಹಾಗಾಗಿ ಕಾರಂತರ ಕಾದಂಬರಿಗಳಲ್ಲಿ ಕಾಣುವ ತುಳುನಾಡಿನ ವಿವರಗಳನ್ನು ವಿಭಿನ್ನವಾಗಿ ಪ್ರಕಟಗೊಳ್ಳಬಹುದಾದ ಸಾಧ್ಯತೆಗಳನ್ನು ಗಮನಿಸಬೇಕು.

ಚಳುವಳಿಗಳ ಬೆಂಬಲದ ನುಡಿಗಳಿಂದ ಹೊರಬಂದು, ಅನುಭವಗಳಿಂದ ಬಿಚ್ಚಿಕೊಳ್ಳುತ್ತಿರುವ ಇಂದಿನ ಮಹಿಳಾ ಸಂವೇದನೆಯ ಸ್ವರೂಪವು, ಸಾಹಿತ್ಯದಲ್ಲಿ ಸೃಷ್ಟಿಸಿಕೊಳ್ಳುತ್ತಿದೆ. ಅಂದರೆ, ಒಂದು ಓದಿಗೆ ಮುಗಿದು ಹೋಗುವಂತಿರದೆ, ಅದನ್ನು ಮತ್ತೆ ಮತ್ತೆ ಓದಿಸಿಕೊಳ್ಳುವ ಸಾಧ್ಯತೆಗಳನ್ನು ಸಾಹಿತ್ಯದಲ್ಲಿ ಸೃಷ್ಟಿಸುವುದು. ಇದು ಹೆಚ್ಚು ಸಂಕೀರ್ಣವೂ, ಕ್ರಿಯಾಶೀಲವೂ ಆದ ಸವಾಲು. ಇದನ್ನು ಬರಹಗಾರ್ತಿಯಾದ ಫೌಝಿಯಾ ಸಲೀಂ ಬರಹಗಳಲ್ಲಿ ಬಹುಪಾಲು ಕಾಣುತ್ತಿರುವುದು ಒಂದು ಒಳ್ಳೆಯ ಸೂಚನೆಯೇ ಆಗಿದೆ. ವಿಶಿಷ್ಟ ಕತೆಗಾರ್ತಿ ಫೌಝಿಯಾ ಸಲೀಂರವರಿಗೆ ನನ್ನ ಹೃದಯಪೂರ್ವಕ ಧನ್ಯವಾದಗಳು. ನೀವು ಹೀಗೆ ನೂರಕ್ಕೂ ಹೆಚ್ಚು ಕಾದಂಬರಿಗಳನ್ನು ಬರೆಯಲಿ ಎಂದು ಆಶಯಿಸುತ್ತೇನೆ.

-ಮೋಹನ್ ಕುಮಾರ್ ಟಿ.

ಅರ್ಥಶಾಸ್ತ್ರ ಸಹಾಯಕ ಪ್ರಾಧ್ಯಾಪಕರು

ಲೇಖಕಿಯ ಮಾತು

ದೇವರು ನಮಗೆ ಕೊಟ್ಟಿರುವಷ್ಟು ಕಷ್ಟ ಇನ್ನು ಯಾರಿಗೂ ಕೊಟ್ಟಿರಲಿಲ್ಲವೇನೋ? ಎಂದು ಕೆಲವೊಂದು ಬಾರಿ ನಮಗೆ ಅನಿಸುತ್ತದೆ. ಇನ್ನು ಕೆಲವರನ್ನು ನೋಡಿದಾಗ ಅವರ ಜೀವನ ಎಷ್ಟೊಂದು ಸುಂದರವಾಗಿದೆ, ಯಾವುದೇ ರೀತಿಯ ಕಷ್ಟ ನೋವು ಅವರಿಗಿಲ್ಲ ಎಂದು ಅನಿಸುತ್ತದೆ. ಆದರೆ ಅದು ಯಾವುದು ಸತ್ಯವಾಗಿರಲ್ಲ.

ಕನಸು ಕಾಣದ ಕಣ್ಣುಗಳಿಲ್ಲ, ಪ್ರೀತಿಸದ ಹೃದಯಗಳಿಲ್ಲ, ಯೋಚಿಸದ ಮನಸ್ಸುಗಳಿಲ್ಲ, ಮರಣವಿಲ್ಲದ ಜೀವಿ ಇಲ್ಲ. ಹಾಗೆ ಕಷ್ಟ, ಕಾರ್ಪಣ್ಯ, ಹತಾಶೆ, ಬೇಸರ, ನೋವು, ಕಹಿ ಘಟನೆಗಳಿಲ್ಲದ ಮನುಷ್ಯನ ಜೀವನವಿಲ್ಲ. ಪ್ರತಿಯೊಂದನ್ನು ಅನುಭವಿಸಿದಾಗಲೇ ಅದಕ್ಕೊಂದು ತೂಕ ಬರುವುದು, ಬೆಲೆ ಸಿಗುವುದು.

ಜೀವನದಲ್ಲಿ ನಾವಂದುಕೊಂಡದ್ದು ಯಾವುದು ನಡೆಯಲಿಲ್ಲ, ಬಡತನ ಅದು ನಮ್ಮಿಂದ ದೂರವಾಗಲ್ಲ, ನಮ್ಮನ್ನು ಅರ್ಥಮಾಡಿಕೊಳ್ಳುವವರು ನಮಗೆ ಯಾರು ಸಿಗಲ್ಲ. ಹತಾಶೆ, ನಿರಾಶೆ, ಅನುಮಾನ, ಅವಮಾನ, ನೋವು ನಮ್ಮನ್ನು ಬಿಟ್ಟು ಹೋಗಲ್ಲ ಎಂದು ಯೋಚಿಸುವವರು ಒಂದು ಬಾರಿ ಈ ಕೃತಿಯನ್ನೊಮ್ಮೆ ಓದಿ ನೋಡಿ. ನಿಮ್ಮ ಮನಸ್ಸಿನ ಅಂತರಾಳದಲ್ಲಿ ಬೇಸರದ ಜೊತೆಗೆ ನಗುವೊಂದು ಮೂಡಿದರೆ ನನಗೂ ಖುಷಿ.

ನನ್ನ ಈ ಬರಹಕ್ಕೆ ಸ್ಫೂರ್ತಿ ಹಾಸ್ಯ ಲೇಖಕರಾದ ಗೋಪಾಲ ಭಟ್ಟರವರು. ನನ್ನ ಚೊಚ್ಚಲ ಕಿರು ಕಾದಂಬರಿಗಳಿಂದ ಹಿಡಿದು ಇಲ್ಲಿಯವರೆಗೆ ನನ್ನನ್ನು ಪ್ರೋತ್ಸಾಹಿಸಿಕೊಂಡು ಬಂದ ಕು. ಗೋ.ರವರಿಗೆ ನನ್ನ ಹೃದಯದಿಂದ ಧನ್ಯವಾದಗಳು.

ನನ್ನ ಎಲ್ಲಾ ಪ್ರಶ್ನೆಗಳಿಗೆ ಉತ್ತರ ಹುಡುಕಿಕೊಟ್ಟು, ನನಗರಿಯದ ಕನ್ನಡ ಪದಗಳನ್ನು ಹುಡುಕಿ ಕೊಟ್ಟು, ನಾನು ಬೈದರೂ ಬೈಸಿಕೊಂಡು, ನನ್ನ ಕೋಪವನ್ನು ಸಹಿಸಿಕೊಂಡು, ನನ್ನನ್ನು ಪ್ರೋತ್ಸಾಹಿಸುತ್ತಾ, ನನಗೆ ಸಹಾಯ ಮಾಡಿದ ನನ್ನ ಆತ್ಮೀಯ ಸ್ನೇಹಿತರಾದ ವಿದ್ಯಾ, ಶಿಲ್ಪ, ಪ್ರಣೀತಾ, ದಿನಪ್ರಭ ಹಾಗೂ ಪ್ರಶಾಂತ್ ಇವರಿಗೆ ನನ್ನ ಕೃತಜ್ಞತೆಗಳು.

ಈ ಕಥೆಗೆ ಸಂಬಂಧಿಸಿದಂತೆ ಪುಸ್ತಕದ ಮುಖಪುಟ ವಿನ್ಯಾಸಗೊಳಿಸಿದ ಪ್ರಶಾಂತ್ ವಿಟ್ಲ ಹಾಗೂ ಒಳಪುಟ ವಿನ್ಯಾಸಗೊಳಿಸಿದ ವಿಜಯ ವಿಕ್ರಮ್ ಅಡಿಗ ಅವರಿಗೆ ನನ್ನ ಪ್ರೀತಿ ಪೂರ್ವಕ ಧನ್ಯವಾದಗಳು.

ಪ್ರೀತಿಯಿಂದ ಆಶೀರ್ವದಿಸಿ ಮುನ್ನುಡಿ ಬರೆದುಕೊಟ್ಟ ಮೋಹನ್ ಕುಮಾರ್ ಹಾಗು 'ಈ ಕಥೆ ತುಂಬಾ ಇಷ್ಟವಾಯಿತು. ಹ್ಯಾಟ್ಸ್ ಆಫ್ ಟು ಯು' ಎಂದು ಹೇಳಿ, ಈ ಕೃತಿಗೆ ಬೆನ್ನುಡಿ ಬರೆದುಕೊಟ್ಟ ಡಾ. ಕುಸುಮಾ ತಾಂಟ್ರೀ, ಇವರಿಬ್ಬರಿಗೂ ನಾನು ಆಭಾರಿ.

ನನ್ನ ಈ ಕೃತಿಯನ್ನು ಆಯ್ಕೆ ಮಾಡಿಕೊಂಡ ವೀರಲೋಕ ಬುಕ್ಸ್ ಪ್ರೈ.ಲಿ.ನ ಆಯ್ಕೆ ಸಮಿತಿಯವರಿಗೆ ಹಾಗೂ ನನ್ನಂತಹ ಹೊಸ ಲೇಖಕ/ಲೇಖಕಿಯರು ಬೆಳೆಯಬೇಕೆಂದು ತುಂಬು ಹೃದಯದಿಂದ ಪ್ರೋತ್ಸಾಹಿಸಿದ ವೀರಕಪುತ್ರ ಶ್ರೀನಿವಾಸ ಸರ್ ಅವರಿಗೂ ಹೃದಯಾಳದಿಂದ ಧನ್ಯವಾದಗಳು.

ಉತ್ಸಾಹದಿಂದ ಈ ನನ್ನ ಕಾದಂಬರಿಯನ್ನು ಪ್ರಕಟಿಸುವ ವೀರಲೋಕ ಬುಕ್ಸ್ ಪ್ರೈ.ಲಿ.ನ ಎಲ್ಲಾ ಮುದ್ರಕ ವರ್ಗದವರಿಗೂ ನನ್ನ ಕೋಟಿ ನಮನಗಳು.

ನಿಮ್ಮ ಮೊಬೈಲನ್ನು ಬದಿಗಿಟ್ಟು, ನನ್ನ ಪುಸ್ತಕವನ್ನು ಕೈಗೆತ್ತಿಕೊಂಡು ಓದುವ, ಪ್ರತಿಯೊಬ್ಬ ಓದುಗರಿಗೂ ಹಾಗೂ ನನ್ನ ಮಿತ್ರರಿಗೂ ಚಿರಋಣಿ.

ಆಸಕ್ತಿಯಿಂದ ಓದುವ ಸಹೃದಯರಾದ ನಿಮ್ಮೆಲ್ಲರ ಪ್ರೀತಿ, ವಿಶ್ವಾಸ, ಸ್ನೇಹ, ಹಾರೈಕೆ, ವಾತ್ಸಲ್ಯ ಎಂದೆಂದಿಗೂ ನನ್ನ ಮೇಲಿರಲಿ. ಈ ಕೃತಿಯ ಬಗ್ಗೆ ನಿಮ್ಮಲ್ಲಿರುವ ಅಭಿಪ್ರಾಯಗಳಿಗೆ ಸ್ವಾಗತ. ನಿಮ್ಮಿಂದ ಸಾಧ್ಯವಾಗುವುದಾದರೆ, ನಿಮ್ಮ ಅಭಿಪ್ರಾಯವನ್ನು ಇನ್‌ಸ್ಟಾದಲ್ಲಿ ಬರೆದು ನನ್ನನ್ನು (fouzia_writer) ಟ್ಯಾಗ್ ಮಾಡಿ.

ಪ್ರೀತಿಯಿಂದ,

–ಫೌಝಿಯ ಸಲೀಂ

971581361404

fouziamanglur@gmail.com

ಪ್ರಕಾಶಕರ ಮಾತು

ಅಕ್ಷರದ ಬೆಳದಿಂಗಳ ಮುಂದೆ ಕೂತು ಬೆರಗುಗೊಂಡಿದ್ದೇನೆ. ನನ್ನಿಂದ ಇದು ಸಾಧ್ಯವಾ ಎಂದು ಪ್ರಕಾಶನ ಲೋಕಕ್ಕೆ ಬಂದವನಿಗೆ, ಇದು ಸಾಧ್ಯ ಎಂದು ಬೆನ್ನುತಟ್ಟಿದ ತಮಗೆಲ್ಲ ಮೊದಲಿಗೆ ಧನ್ಯವಾದಗಳು.

ಕನಸುಗಳು ಬರೀ ಕನವರಿಕೆಗಳಾಗಬಾರದು, ಕಸುವು ಆಗಬೇಕು ಎನ್ನುವುದರ ಮೇಲೆ ನಂಬಿಕೆ ಇಟ್ಟವನು ನಾನು. ಹಾಗಾಗಿ ಕೇವಲ ಸಾಹಿತ್ಯ ಓದುಗನಾಗಿದ್ದವನು, ಇದೀಗ ಅದೇ ಕ್ಷೇತ್ರದ ಹಲವು ಹೊಸತನಗಳಿಗೆ ಮುಖಾಮುಖಿ ಆಗುತ್ತಿದ್ದೇನೆ. ನನ್ನ ಕನಸುಗಳು ನಿಮ್ಮವೂ ಆಗಿದ್ದರಿಂದ ಕಡಿಮೆ ಅವಧಿಯಲ್ಲೇ 'ವೀರಲೋಕ ಬುಕ್ಸ್' ಮನೆಮಾತಾಗಿದೆ.

ಓದುಗ ಇರುವ ಕಡೆಯೇ ಕನ್ನಡ ಪುಸ್ತಕಗಳು ಸಿಗುವಂತಾಗಬೇಕೆಂಬ ಮಹತ್ವಾಕಾಂಕ್ಷೆಯಿಂದ ಶುರುವಾದ ವೀರಲೋಕ ಪ್ರಕಾಶನ ಕೇವಲ ಒಂದೇ ವರ್ಷದಲ್ಲಿ ಹಲವು ಹೊಸತನಗಳ ಮೂಲಕ ಕನ್ನಡಿಗರ ಮೆಚ್ಚಿನ ಸಂಸ್ಥೆಯಾಗಿ ರೂಪುಗೊಂಡಿದೆ. ಮೆಡಿಕಲ್ ಶಾಪ್, ದಿನಸಿ ಅಂಗಡಿ, ಹೋಟೆಲ್, ಮಾಲ್, ಥಿಯೇಟರ್ ಹೀಗೆ ಎಲ್ಲೆಲ್ಲಿ ಸಾಧ್ಯವೋ ಅಲ್ಲೆಲ್ಲಾ ಪುಸ್ತಕದ ಸ್ಟ್ಯಾಂಡ್‌ಗಳನ್ನಿಟ್ಟು ಕಟ್ಟ ಕಡೆಯ ಓದುಗನಿಗೂ ಪುಸ್ತಕಗಳು ಸುಲಭವಾಗಿ ಸಿಗುವಂತೆ ಮಾಡಲಾಗುತ್ತಿದೆ. ಜೊತೆಗೆ ಕನ್ನಡ ಪುಸ್ತಕಗಳಿಗಾಗಿ ಕಾಲ್ ಸೆಂಟರ್, ಮಧ್ಯರಾತ್ರಿಯಲ್ಲಿ ಪುಸ್ತಕ ಬಿಡುಗಡೆ ರೀತಿಯ ಕಾರ್ಯಕ್ರಮಗಳ ಮೂಲಕ ಓದಿನ ಕಡೆ ಯುವ ಸಮೂಹವನ್ನು ಸೆಳೆಯುವ ಪ್ರಯತ್ನ ಜಾರಿಯಲ್ಲಿಟ್ಟಿದ್ದೇವೆ. ಇವುಗಳ ಜೊತೆ ವೀರಲೋಕ ಸಂಸ್ಥೆಯು ಮುಂದಿನ ಹೆಜ್ಜೆಯಾಗಿ 'ದೇಸೀ ಜಗುಲಿ' ಎಂಬ ಅರ್ಥಪೂರ್ಣ ಸಾಹಸಕ್ಕೆ ಕೈಹಾಕಿದೆ. ಈ ಯೋಜನೆ ಮೂಲಕ ನಾಡಿನ ಪ್ರತಿ ಜಿಲ್ಲೆ, ತಾಲೂಕಿನಲ್ಲಿ ಕಥಾಕಮ್ಮಟ, ಕಾವ್ಯ ಕಮ್ಮಟಗಳನ್ನು ಏರ್ಪಡಿಸುವ ಗುರಿ ಹೊಂದಿದ್ದೇವೆ. ಯಾರಿಗೆ ಗೊತ್ತು? ಅಲ್ಲೂ ಒಬ್ಬ ಬೇಂದ್ರೆ, ಕುವೆಂಪು, ತೇಜಸ್ವಿ, ಸಿದ್ದಲಿಂಗಯ್ಯನವರಂತಹ ಪ್ರತಿಭೆಗಳು ಒಂದು ಅವಕಾಶಕ್ಕಾಗಿ ಕಾದು ಕೂತಿರಬಹುದು.

ದೇಸೀ ಜಗುಲಿ ಕೇವಲ ಕಮ್ಮಟಗಳನ್ನು ಮಾಡಿ ಸುಮ್ಮನೆ ಕೂರುವುದಿಲ್ಲ. ಈ ಕಮ್ಮಟಗಳಲ್ಲಿ ಪ್ರತಿಭಾವಂತ ಬರಹಗಾರರು ಸಿಕ್ಕರೆ ಅವರ ಪುಸ್ತಕಗಳನ್ನು ವೀರಲೋಕ ಪ್ರಕಟಿಸಲಿದೆ ಮತ್ತು ಅವರನ್ನು ಮುಖ್ಯವಾಹಿನಿ ಜೊತೆ

ಮುಖಾಮುಖಿಯಾಗಿಸಲಿದೆ. ಈ ದೇಸೀ ಜಗುಲಿ ಜೊತೆಗೆ ವೀರಲೋಕದ ಮತ್ತೊಂದು ಮಹತ್ತರ ಕೆಲಸವೆಂದರೆ 'ಬುಕ್ಸ್ ಬರ್ಗರ್ ಕಾಫಿ' (BBC). ಯಾವುದು ಹೆಚ್ಚಾಗಿ ಕಣ್ಣಿಗೆ ಕಾಣುವುದೋ ಅದೇ ಹೆಚ್ಚು ಚಾಲ್ತಿಯಲ್ಲಿರುತ್ತದೆ ಎಂಬ ಕಾರಣಕ್ಕೆ ಬರ್ಗರ್ ಮತ್ತು ಕಾಫಿ ಜೊತೆಗೆ ಪುಸ್ತಕಗಳನ್ನು ಇರಿಸಿದ್ದೇವೆ. ಈ ಪ್ರಯತ್ನವನ್ನು ಕನ್ನಡ ಸಾರಸ್ವತಲೋಕ ತುಂಬು ಮನಸಿನಿಂದ ಒಪ್ಪಿ, ಅಪ್ಪಿರುವುದು ನಮ್ಮನ್ನು ಮತ್ತಷ್ಟು ಉತ್ಸಾಹಿಗಳನ್ನಾಗಿಸಿದೆ. ಅದೇ ಉತ್ಸಾಹದಲ್ಲಿ ಈ ಜೂನ್ ತಿಂಗಳಿನಿಂದ ಸ್ವಿಗ್ಗಿ, ಜೊಮಾಟೋದ ಫುಡ್ ಡೆಲಿವರಿಯ ಮಾದರಿಯಲ್ಲೇ, ವೀರಲೋಕದಿಂದ ಪುಸ್ತಕ ಡೆಲಿವರಿಯನ್ನೂ ಮಾಡಲಾರಂಭಿಸಿದ್ದೇವೆ ಎಂಬುದು ಹೆಮ್ಮೆಯ ಸಂಗತಿ. ಎಲ್ಲಾ ಕನ್ನಡ ಪುಸ್ತಕಗಳು ಒಂದೇ ಸೂರಿನಡಿ ಸಿಗುವಂತಾಗಬೇಕೆಂಬ ಕಾರಣಕ್ಕೆ ವೀರಲೋಕ.ಕಾಮ್ ಎಂಬ ವೆಬ್‌ಸೈಟ್ ಮಾಡಿದ್ದೇವೆ. ಈ ಮೂಲಕ ಒಂದು ಲಕ್ಷ ಪುಸ್ತಕಗಳನ್ನು ಕನ್ನಡಿಗರಿಗೆ ಒಂದೇ ಕಡೆ ದೊರಕುವಂತೆ ಮಾಡುವ ಯೋಜನೆ ನಮ್ಮದು. ಈಗಾಗಲೇ ಹಲವಾರು ಪ್ರಕಾಶನಗಳ ಎರಡು ಸಾವಿರ ಪುಸ್ತಕಗಳನ್ನು ವೆಬ್‌ಸೈಟ್‌ಗೆ ಸೇರಿಸಿದ್ದೇವೆ. ಇದು ಖಂಡಿತವಾಗಿಯೂ ಕನ್ನಡ ಪುಸ್ತಕಗಳ ಪಾಲಿನ ಫ್ಲಿಪ್‌ಕಾರ್ಟ್, ಅಮೇಜಾನ್ ಆಗಲಿದೆ ಎಂಬ ನಂಬಿಕೆ ನಮ್ಮದು.

ವೀರಲೋಕದ ಇಷ್ಟೆಲ್ಲಾ ಪ್ರಯತ್ನಗಳನ್ನು ಮಾಡುತ್ತಿರುವಾಗ ಓದುಗ ದೊರೆಗಳ ಜೊತೆ ಅದನ್ನು ಹಂಚಿಕೊಳ್ಳದೆ ಇರುವುದಾದರೂ ಹೇಗೆ? ಹಾಗಾಗಿ ವಿವರಿಸಬೇಕಾಯಿತು. ಇಲ್ಲಿಂದಾಚೆ, ಫೌಝೀಯ ಸಲೀಂ ಅವರ 'ನೀ ದೂರ ಹೋದಾಗ' ಕೃತಿಯು 'ವೀರಲೋಕದ ಮೊದಲನೇ ವಾರ್ಷಿಕೋತ್ಸವ'ದಲ್ಲಿ ಬಿಡುಗಡೆಗೊಳ್ಳುತ್ತಿರುವುದು ಸಂತಸದ ಸಂಗತಿಯಾಗಿದೆ. ನೀ ದೂರ ಹೋದಾಗ ಹೆಸರು ಕೇಳಿದಾಕ್ಷಣ ನಾವಂದುಕೊಳ್ಳುವುದು ಬಹುಶಃ ಪ್ರೀತಿಸಿದ ಪ್ರೇಮಿಗಳು ದೂರವಾದಾಗ ಉಂಟಾದ ಸನ್ನಿವೇಶಗಳು ಹಾಗು ಪರಿಸ್ಥಿತಿಯ ಬಗ್ಗೆ ಈ ಕೃತಿಯು ಚಿತ್ರಿಸುತ್ತದೆ ಎಂದು. ಆದರೆ ಇದು ಅದಲ್ಲ! ಇದು ಅವೆಲ್ಲಕ್ಕಿಂತಲೂ ಮಿಗಿಲಾದ ಒಂದು ಸತ್ಯ ಆಧಾರಿತ ಘಟನೆಯಾಗಿದೆ. ಸಂಸಾರವೆಂಬ ದೋಣಿಯಲ್ಲಿ, ಅಪ್ಪನೆಂಬ ಅಂಬಿಗನು ಅಕಾಲಿಕ ಮರಣ ಹೊಂದಿದ್ದಾಗ, ಆ ಸುಂದರ ಸಂಸಾರ ಎದುರಿಸುವ ಕಷ್ಟ, ನೋವು ಬಡತನಗಳನ್ನು ಈ ಕೃತಿಯು ಬಿಚ್ಚಿಡುತ್ತದೆ. ಜೀವನದಲ್ಲಿ ನೊಂದು ಬೆಂದು ಹೋಗಿರುವವರಿಗೆ ಈ ಕಥೆಯು ಸ್ಫೂರ್ತಿದಾಯಕವಾಗಿರುತ್ತದೆ ಎಂಬುದರಲ್ಲಿ ಸಂಶಯವಿಲ್ಲ.

ಓದುಗ ಯಜಮಾನರಿಗೆ ಋಣಿ.

ನಿಮ್ಮ

–ವೀರಕಪುತ್ರ ಶ್ರೀನಿವಾಸ

ಪರಿವಿಡಿ

ದೀಪ ಆರಿದಾಗ

ಬಾವಿಯ ಸುತ್ತಲೂ ಕಿಕ್ಕಿರಿದ ಜನರು, ಒಬ್ಬರನ್ನೊಬ್ಬರು ದೂಡಿಕೊಂಡು ಬಾವಿಯ ಒಳಗಡೆ ನೋಡಲು ಹಾತೊರೆಯುತ್ತಿದ್ದರು. ಕೆಲವರ ಆಕ್ರಂದನ ಮುಗಿಲು ಮುಟ್ಟಿತು. ಇನ್ನೂ ಕೆಲವರು ಬಾವಿಯಿಂದ ದೇಹವನ್ನು ಹೊರತೆಗೆಯುವ ಪ್ರಯತ್ನವನ್ನು ಮಾಡುತ್ತಿದ್ದರು. ಆಳವಾದ ಪುರಾತನವಾದ ಬಾವಿ. ಮಂಗಳೂರಿನಿಂದ ಸುಮಾರು ಎಂಟು ಕಿಲೋಮೀಟರ್ ದೂರದಲ್ಲಿರುವ ಕೋಡಿಕಲ್ ಒಂದು ಸಣ್ಣದಾದ ಸ್ಥಳ. ಈ ಸ್ಥಳದ ಆರಂಭದಿಂದ ಕೊನೆಯವರೆಗೂ ಸುದ್ದಿ ಕಾಳ್ಗಿಚ್ಚಿನಂತೆ ಹಬ್ಬಿತು. ಸುತ್ತಮುತ್ತಲಿನ ಜನರು ಬಾವಿಯ ಕಡೆಗೆ ದೌಡಾಯಿಸುತ್ತಿದ್ದರು. ಮೂವತ್ತು ಅಡಿಗಿಂತಲೂ ಆಳವಿರುವ ಬಾವಿಯೊಳಗೆ ಇಳಿದು ಮೂವತ್ತೆರಡು ವರ್ಷದ ಗಂಡಸಿನ ಶರೀರ ತೆಗೆಯುವುದು ಸುಲಭವಾದ ಮಾತಾಗಿರಲಿಲ್ಲ. ಎರಡು ಮೂರು ಕಡೆಯಿಂದ ಹಗ್ಗ ಹಾಕಿ ಒಂದಿಬ್ಬರು ಇಳಿದರಾದರೂ ಆಕ್ಸಿಜನ್ ಸಿಗದೆ ಮೇಲೆ ಬರುವಂತೆ ಆಯಿತು. ರಸ್ತೆಯುದ್ದಕ್ಕೂ ವಾಹನಗಳ ಸಾಲು. ಪೊಲೀಸ್ ಜೀಪು, ಆಂಬುಲೆನ್ಸ್ ಶಬ್ದ ಇಡೀ ಪ್ರದೇಶದ ಜನರನ್ನು ಬಾಯಿಗೆ ಕೈಡುವಂತೆ ಮಾಡಿತು.

'ಏನಾಯಿತು?' ಬಂದಿರುವ ಜನರು ಒಬ್ಬರನ್ನೊಬ್ಬರು ಕೇಳಿಕೊಂಡರು.

'ಬೆಳಗ್ಗೆ ಅವನ ರಿಕ್ಷಾದಲ್ಲಿ ಜಂಕ್ಷನ್‌ನಿಂದ ಮನೆಯವರೆಗೆ ಹೋಗಿದ್ದೆ' ಕಣ್ಣು ದೊಡ್ಡದಾಗಿಸಿ ಹಣೆಯ ಮೇಲೆ ಕೈಯಿಡುತ್ತ ಅದರಲ್ಲೊಬ್ಬ ಹೇಳಿದ.

ನೆಂಟರು ಸ್ನೇಹಿತರು ಸಂಬಂಧಿಕರು ನೆರೆಕರೆಯವರು ಸಾಲುಸಾಲಾಗಿ ಬರುತ್ತಿದ್ದರು. ಮಹಿಳೆಯರು ಮಕ್ಕಳು ನೇರವಾಗಿ ಮನೆಯೊಳಗಡೆ ಕಾಲಿಡುತ್ತಿದ್ದರೆ, ಯುವಕರ-ಗಂಡಸರ ಗುಂಪು ಬಾವಿಯ ಸುತ್ತ, ಮನೆ ಆವರಣ, ರಸ್ತೆಬದಿಗಳಲ್ಲಿ ನಿಂತು ಪಿಸುಪಿಸು ಮಾತನಾಡುತ್ತಿದ್ದರು. ಮನೆಯೊಳಗಡೆ ಮಹಿಳೆಯರ ಕೂಗು, ರೋದನೆ, ನರಳಾಟ, ಕಿರುಚಾಟ ಎಂಥವರ ಕಣ್ಣನ್ನು ತೇವಗೊಳಿಸುತ್ತಿದ್ದವು.

ಮಂಗಳೂರಿನಿಂದ ಸುರತ್ಕಲ್ ಹೆದ್ದಾರಿಯ ರಸ್ತೆ ಮಾರ್ಗವಾಗಿ ಚಲಿಸುವ ವಾಹನಗಳ ಎಡಭಾಗದಲ್ಲಿ ಹಾದು ಹೋಗಿರುವ ರಸ್ತೆಯೇ ಕೋಡಿಕಲ್. ಇದು ಮಂಗಳೂರಿನಿಂದ ಸುಮಾರು ಎಂಟು ಕಿಲೋಮೀಟರು ದೂರದಲ್ಲಿದ್ದು ಈ ಪ್ರದೇಶಕ್ಕೆ 1A ನಂಬರಿನ ಖಾಸಗಿ ಬಸ್ಸುಗಳ ಸಂಚಾರವಿದೆ. ಕೋಡಿಕಲ್‌ನ ಮೊದಲನೇ ಬಸ್ ನಿಲ್ದಾಣದ ಎಡಬದಿಯಲ್ಲಿಯೇ ಕಾಣಸಿಗುವ ದೊಡ್ಡದಾದ ಮನೆ. ಬಸ್ ನಿಲ್ದಾಣದಿಂದ ನಾಲ್ಕೈದು ಹೆಜ್ಜೆಗಳನಿಟ್ಟ ನಂತರ ಐನೂರು ಮೀಟರ್‌ವರೆಗೂ ಹಬ್ಬಿರುವ ತೆಂಗಿನ ಮರದ ತೋಟ. ಸುತ್ತಲೂ ಕಾಂಪೌಂಡ್ ಕಟ್ಟಿರುವುದರಿಂದ ಒಳರಸ್ತೆಯಲ್ಲಿ ಹತ್ತಿಪ್ಪತ್ತು ಹೆಜ್ಜೆಗಳನ್ನು ಇಟ್ಟ ನಂತರವೇ ಮನೆಯ ಗೇಟ್ ಕಾಣಲು ಸಾಧ್ಯ.

ಮನೆಯ ಮುಂದೆ ಇರುವ ವಿಶಾಲವಾದ ಅಂಗಳದ ಕೊನೆಯ ಮೂಲೆಯಲ್ಲಿ ದೊಡ್ಡದಾದ ಆಳವಾದ ಬಾವಿ. ಅದರ ಸಮೀಪದಲ್ಲಿಯೇ ದೊಡ್ಡದಾದ ದೀವಿ ಹಲಸು ಮರ. ಕತ್ತು ಮೇಲಕ್ಕೆತ್ತಿ ನೋಡಿದರೆ ಕಾಣಸಿಗುವುದು ಆ ಮರದಲ್ಲಿ ತುಂಬಿರುವ ದೀವಿಹಲಸು. ಹಲವು ಕಾಯಿಗಳು ಅಲ್ಲಲ್ಲಿ ಬಿದ್ದಿದ್ದರೆ, ಕೆಲವೊಂದು ಕಾಯಿಗಳು ಬಾವಿಯೊಳಗೆ ಬಿದ್ದಿದ್ದವು. ಬಾವಿಯ ಬಲಬದಿಯಲ್ಲಿ ಸ್ನಾನಗೃಹ. ಬಾವಿಯ ಮುಂಭಾಗದಲ್ಲಿ ಬೆಳೆದು ನಿಂತ ಹಲಸಿನ ಹಣ್ಣು, ಮಾವಿನ ಹಣ್ಣು, ದಾಳಿಂಬೆ, ಸೀತಾಫಲ, ಕರಿಬೇವಿನ ಮರಗಳು.

ಮನೆಯ ಬಲಬದಿಯಲ್ಲಿ ಅಜ್ಜಿ ಮಾಡಿದಂತಹ ಹೂದೋಟಗಳು. ಸೀಬೆ ಹಣ್ಣಿನ ಮರ, ಮಲ್ಲಿಗೆಯ ತೋಟಗಳು, ಗುಲಾಬಿ ಗಿಡ. ಮನೆಯ ಇನ್ನೊಂದು ಬದಿಯಲ್ಲಿ ಕಾಂಪೌಂಡ್ ಸಮೀಪಕ್ಕೆ ಸಾಲಾಗಿರುವ ನಾಲ್ಕೈದು ತೆಂಗಿನ ಮರಗಳು. ಒಂದೊಂದು ತೆಂಗಿನ ಮರದಡಿಯಲ್ಲಿ ಹಾಕಿರುವ ಬಟ್ಟೆ ಒಗೆಯುವ ಕಲ್ಲುಗಳು, ಮನೆಯ ನೀಳವಾದ ಕಾಂಪೌಂಡಿನ ಸಮೀಪದಲ್ಲಿಯೇ ಇದೆ. ಮನೆಯ ಹಿಂದುಗಡೆ ಅಡುಗೆ ಕೋಣೆಯ ಬಾಗಿಲ ಬಳಿ ನಿಂತು ನೋಡಿದರೆ ಬಸ್ಸಿಗೆ ಹತ್ತುವ ಹಾಗು ಇಳಿಯುವ ಜನರನ್ನು ನೋಡಬಹುದು.

ಇಂದು ಅದೆಲ್ಲಾ ಜಾಗವು ಜನರಿಂದ ತುಂಬಿ ತುಳುಕುತ್ತಿದ್ದವು. ಬೆಡ್ ತಯಾರು ಮಾಡುವ ಸಾಹುಲ್ ಹಮೀದ್‌ನ ಮನೆ ಯಾರಿಗೆ ತಾನೇ ಗೊತ್ತಿಲ್ಲ. ಹತ್ತರಿಂದ ಹದಿನಾಲ್ಕು ಭಾಷೆಗಳನ್ನು ಸರಾಗವಾಗಿ ಮಾತನಾಡುವ

ಬೆಡ್ ಮೇಕರ್ ಸಾಹುಲ್ ಹಮೀದ್ ಎಂದರೆ ಸುತ್ತಮುತ್ತಲಿನ ಜನರಿಗೂ ಚಿರಪರಿಚಿತ. ಮಲಗಲು ತಯಾರುಮಾಡುವ ಹಾಸಿಗೆಯನ್ನು ಕೊಂಡುಕೊಳ್ಳಲು ಜನರು ಆ ಮನೆಗೆ ಕಾಲಿಡುತ್ತಿದ್ದರು. ಇಂದು ಆ ಮನೆಯ ಮಗನು ಚಿರನಿದ್ರೆಗೆ ಜಾರಿರುವುದನ್ನು ಕೇಳಿ ಅದನ್ನು ನೋಡಲು ನೂಕು ನುಗ್ಗಲು. ಹೌದು ಕೋಡಿಕಲ್ ಬೆಡ್ ಮೇಕರ್ ಸಾಹುಲ್ ಹಮೀದ್‌ನ ಎರಡನೇ ಮಗ ಸಲೀಮ್ ಬಾವಿಗೆ ಬಿದ್ದು ಮರಣ ಹೊಂದಿದ್ದಾನೆ. ಮೂರು ತಿಂಗಳ ಹೆಣ್ಣುಮಗುವನ್ನು ಹಿಡಿದು, ಕೋಣೆಯ ಒಂದು ಮೂಲೆಯಲ್ಲಿ ಕುಳಿತು ರೋದಿಸುತ್ತಿರುವ ಸಲೀಮ್‌ನ ಪತ್ನಿ ಆಮಿನಾ. ತಾಯಿ ಯಾಕೆ ಅಳುತ್ತಿರುವುದು ಎಂಬ ಅರಿವು ಇಲ್ಲದಿರುವ ಎರಡು ಸಣ್ಣ ಹೆಣ್ಣು ಮಕ್ಕಳು ಹಾಗು ಒಂದು ಗಂಡು ಮಗು, ಆ ತಾಯಿಯ ಸುತ್ತ ಕುಳಿತು ತಾಯಿಯ ಅಳುವನ್ನು ಕಂಡು ಅಳುತ್ತಿವೆ. ಎದೆಹಾಲಿಗಾಗಿ ರೋದಿಸುತ್ತಿರುವ ಮೂರು ತಿಂಗಳ ಪುಟ್ಟ ಕಂದಮ್ಮನ ಅಳುವಿನ ಜೊತೆ, ಕುಳಿತಿರುವ ಮೂರು ಮಕ್ಕಳ ಕೂಗು ಕಲ್ಲು ಮನಸ್ಸನ್ನೂ ಹಿಂಡುವಂತೆ ಇತ್ತು.

'ಇಷ್ಟು ಚಿಕ್ಕ ವಯಸ್ಸಿನಲ್ಲಿಯೇ ಇದೆಂತಹಾ ಪರಿಸ್ಥಿತಿ. ಅಯ್ಯೋ ದೇವರೇ ನಿನಗೆ ಕರುಣೆ ಎಂಬುದೇ ಇಲ್ಲವೇ?' ಬಂದವರು, ನೋಡಿದವರು ದೇವರಿಗೆ ಒಂದಿಷ್ಟು ಹಿಡಿ ಶಾಪವನ್ನು ಹಾಕುವಂತಹ ಪರಿಸ್ಥಿತಿ ಅದಾಗಿತ್ತು. ಮಗನನ್ನು ಕಳೆದುಕೊಂಡ ದುಃಖದಲ್ಲಿ ಹೆತ್ತ ತಂದೆ-ತಾಯಿಯ ಆಕ್ರಂದನ ಮತ್ತೊಂದೆಡೆ.

'ಸ್ವಲ್ಪ ಹೊತ್ತಿನ ಮುಂಚೆ ನಮ್ಮ ಮಧ್ಯದಲ್ಲಿಯೇ ಕುಳಿತು ಮಾತನಾಡುತ್ತಿದ್ದ ಮಗ, ಯಾ ಅಲ್ಲಾ ಆ ನಾಲ್ಕು ಮಕ್ಕಳಿಗಾದರೂ ನನ್ನ ಮಗ ಬದುಕಿರಲಿ.' ಮರಣ ಹೊಂದಿರುವ ಮಗನಿಗಾಗಿ ತಾಯಿಯ ರೋದನೆ ನೋಡುತ್ತಿರುವವರ ಕರುಳನ್ನು ಹಿಂಡುವಂತಿತ್ತು.

ಇನ್ನೊಂದೆಡೆ ಆರು ಸಹೋದರಿಯರ ಕಿರುಚಾಟ-'ಅಯ್ಯೋ ಅಣ್ಣ... ಇದೆಂತಹ ಕೆಲಸ ಮಾಡಿದೆ ನೀನು. ಯಾ ಅಲ್ಲಾ ಆ ಪುಟ್ಟ ಮಕ್ಕಳನ್ನು ಯತೀಮ್ ಮಾಡಿಬಿಟ್ಟೆಯಲ್ಲ.' ಒಬ್ಬೊಬ್ಬರ ಒಂದೊಂದು ಮಾತು ಗೋಳಾಟ, ನೋವು, ಸಂಕಟ ಎಲ್ಲರ ಕಣ್ಣನ್ನು ಒದ್ದೆಯಾಗಿಸಿತು.

'ಲಾ ಹಿ ಲಾಹಾ ಇಲ್ಲಲ್ಲಾಹ್, ಲಾ ಹಿ ಲಾಹಾ ಇಲ್ಲಲ್ಲಾಹ್' ಮಂತ್ರದ ಧ್ವನಿ ಹೆಚ್ಚಾಗುತ್ತಿದ್ದಂತೆ ಬಾವಿಯಿಂದ ಶರೀರವನ್ನು ಹೊರ ತೆಗೆಯಲಾಯಿತು. ಪೋಸ್ಟ್‌ಮಾರ್ಟಮ್ ಮಾಡಲು ಎಲ್ಲವೂ ಸಿದ್ಧವಾಗಿತ್ತು. ಎಲ್ಲರೊಡನೆ ಪ್ರೀತಿಯ ಒಡನಾಟ ಇಟ್ಟುಕೊಂಡು, ಊರಿಡೀ ರಿಕ್ಷಾ ಓಡಿಸಿಕೊಂಡು, ಯಾವ ಅನಾರೋಗ್ಯವಿಲ್ಲದೆ, ಕುಟುಂಬ ಸದಸ್ಯರೊಡನೆ ಸಂತೋಷವಾಗಿದ್ದ, ಗಟ್ಟಿ ಮುಟ್ಟು ಶರೀರದ ಸಲೀಮ್ ಮಯ್ಯತ್ ಆಗಿ ಮಲಗಿರುವುದನ್ನು ಕಂಡು ಜನರು ದುಃಖದ ಕಡಲಲ್ಲಿ ಮುಳುಗಿದರು.

‘ಎಲ್ಲಾ ಪುಟ್ಟ ಪುಟ್ಟ ಮಕ್ಕಳು, ದೊಡ್ಡ ಮಗನಿಗೀಗ ಆರು ವರ್ಷ.’

‘ಯಾ ಅಲ್ಲಾ ಇದೆಂತಹಾ ಮರಣ.’

‘ಏನಾಯಿತು? ಬಾವಿಗೆ ಹೇಗೆ ಬಿದ್ದ?’

‘ತಂದೆ–ಮಗ ಏನಾದರು ಜಗಳವಾಡಿದರೇನು?’

ಸಲೀಮ್ ಸಾವಿಗೆ ಕಾರಣ ಏನೆಂಬುದನ್ನು ಅರಿಯದ ಜನರು ಒಂದೊಂದು ರೀತಿಯಲ್ಲಿ ಮಾತನಾಡತೊಡಗಿದರು.

‘ಸಾಹುಲ್ಲಾಕ, ದೊಡ್ಡ ಮಗ ಲತೀಫ್ ಹೆಣ ತೆಗಿಯುವ ಮುಂಚೆ ಬರಬಹುದೇ?’ ತಲೆಯ ಮೇಲೆ ಕೈ ಇಟ್ಟು ಅಳುತ್ತಾ ಕುಳಿತಿರುವ ಸಾಹುಲ್ಲಾಕನೊಡನೆ ಸಂಬಂಧಿಕರೊಬ್ಬರು ಕೇಳಿದರು.

ಹೇಳಿಕೊಳ್ಳಲು ಮೂರು ಗಂಡು ಮಕ್ಕಳಿದ್ದರೂ ತಂದೆಗೆ ಹೆಗಲಾಗಿ ನಿಂತವ ಸಲೀಮ್. ದೊಡ್ಡ ಮಗ ಲತೀಫ್ ಕಳ್ಳತನ ಮಾಡಿ ಮನೆ ಬಿಟ್ಟು ಹೋದವ, ಈಗ ಮದುವೆಯಾಗಿ ಮಡಿಕೇರಿಯಲ್ಲಿ ಎಲ್ಲೋ ವಾಸವಿದ್ದಾನೆ ಎಂಬುದನ್ನು ಯಾವಾಗಲಾದರೂ ಒಮ್ಮೆ ಫೋನ್ ಮಾಡೋ ಲತೀಫ್‌ನ ಬಾಯಿಂದಲೇ ವಿಷಯವನ್ನು ಅರಿತರು. ಕೊನೆಯ ಮಗನಿಗೆ ಇನ್ನೂ ಸಣ್ಣ ಪ್ರಾಯ. ವಯಸ್ಸು ಪೂರ್ತಿಯಾಗದಿದ್ದರೂ ಸಲೀಮ್‌ಗಿರುವ ಕೋಪ ಕಡಿಮೆ ಮಾಡಲು, ಸಾಹುಲ್ಲಾಕ ಕಂಡುಹಿಡಿದ ದಾರಿ ಮಗನಿಗೊಂದು ಮದುವೆ. ವಯಸ್ಸು ಕೇವಲ ಮೂವತ್ತು ದಾಟಿದರೂ ನಾಲ್ಕು ಮಕ್ಕಳ ತಂದೆಯಾಗಿರುವ ಸಲೀಮ್‌ಗೆ ಕೋಪವೇನು ಕಮ್ಮಿಯಾಗಿರಲಿಲ್ಲ. ಅದೇ ಸಿಟ್ಟು ಇಂದು ಅವನನ್ನು ಬಾವಿಗೆ ಜಿಗಿಯುವಂತೆ ಮಾಡಿ ಅವನ ಜೀವವನ್ನೇ ಬಲಿ ತೆಗೆದುಕೊಂಡಿದೆ.

‘ಮಯ್ಯತ್ ಸ್ನಾನ ಮಾಡಿಸಲು ಸಿದ್ಧತೆ ಮಾಡಿಕೊಳ್ಳಿ.’ ಒಡೆದು ಹೋದ ಮನಸ್ಸು, ನೋವು ತುಂಬಿದ ಹೃದಯದಿಂದ ಸಾಹುಲ್ಲಾಕ ಹೇಳಿದರು.

ತವರು ಮನೆ ಬೆಳಕಾದಾಗ

ಸಲೀಮ್‌ನ ಮರಣದ ನಂತರ ನಾಲ್ಕು ಪುಟ್ಟಮಕ್ಕಳನ್ನು ಹಿಡಿದು ಆಮಿನಾ ತವರು ಮನೆ ಸೇರಿದಳು. ನೂರಾರು ಎಕರೆ ಕೃಷಿ ಜಮೀನಿನ ಒಡೆಯನಾಗಿರುವ ಆಮಿನಾಳ ತಂದೆ ಸೀಮಾಬ್ಯಾರಿಗೆ ಮಗಳು ಮತ್ತು ಮೊಮ್ಮಕ್ಕಳು ಭಾರವೇನೂ ಆಗಿರಲಿಲ್ಲ. ಆದರೆ ಅತೀ ಸಣ್ಣ ವಯಸ್ಸಿನಲ್ಲೇ, ಮಗಳ ಬಾಳಿನಲ್ಲಿ ಎದ್ದಿರುವ ಬಿರುಗಾಳಿ ತಂದೆ ಸೀಮಾಕಗೆ ಭಾರವೆನಿಸಿತು. ಐದು ಗಂಡು ಹಾಗೂ ನಾಲ್ಕು ಹೆಣ್ಣುಮಕ್ಕಳಿರುವ ಸೀಮಾಕಗೆ ಆಮಿನಾ ಆರನೆಯವಳು. ಯಾವ ಕಷ್ಟವನ್ನು ಅರಿಯದೆ ಬದುಕಿದವಳು. ಎಲ್ಲವನ್ನೂ ಕಳೆದುಕೊಂಡು, ಇಂದು ನಾಲ್ಕು ಪುಟ್ಟಮಕ್ಕಳನ್ನು ಹಿಡಿದು ತವರು ಮನೆ ಸೇರಿದ್ದಾಳೆ.

'ಸರಿಯಾಗಿ ಅಡುಗೆ ಮಾಡಲು ಅರಿಯದ ಮಗಳು, ನಾಲ್ಕು ಮಕ್ಕಳನ್ನು ಹೇಗೆ ಸಾಕುತ್ತಾಳೆ. ಇಲ್ಲ, ನನ್ನ ಮಗಳ ಬಾಳು ಕತ್ತಲಾಗುವುದು ಸರಿಯಲ್ಲ, ಮಗಳಿಗೊಂದು ಬೇರೆ ಮದುವೆ ಮಾಡುವುದು ಒಳಿತು.' ಸೀಮಾಕ ಮಗಳಿಗೆ ಬೇರೊಂದು ಮದುವೆ ಮಾಡುವ ಯೋಚನೆ ಮಾಡಿದರು.

ಭವಿಷ್ಯದ ಬಗ್ಗೆ ಯಾವ ಅರಿವು ಇಲ್ಲದ ಆ ನಾಲ್ಕು ಮಕ್ಕಳು, ಆಮಿನಾಳ ಅಣ್ಣಂದಿರ ಮಕ್ಕಳೊಡನೆ ಆಟವಾಡುತ್ತಾ ಮಾವಂದಿರು ತಂದು ಕೊಟ್ಟ ಬಟ್ಟೆ, ತಿಂಡಿ–ತಿನಿಸುಗಳನ್ನು ತಿನ್ನುತ್ತಾ ಇರುತ್ತಿದ್ದವು. ಆದರೆ ಆಮಿನಾಳ ಬದುಕು ಹಾಗಲ್ಲ, ಇನ್ನು ಸಣ್ಣ ಪ್ರಾಯ, ಜೀವನ ಇನ್ನೂ ಇದೆ. ಮದುವೆಯಾದ ಎಲ್ಲರೂ

ಸಂಸಾರ ಕಟ್ಟಿ ಸುಖಜೀವನವನ್ನು ಸಾಗಿಸುತ್ತಿದ್ದಾಗ ಸಹೋದರಿಯ ಜೀವನ ಮಾತ್ರ ಕತ್ತಲು ಆವರಿಸಿರುವುದು ಯಾರಿಂದಲೂ ಅರಗಿಸಿಕೊಳ್ಳಲು ಆಗಲಿಲ್ಲ. ಬೇರೆ ಮದುವೆ ಮಾಡಿಕೊಡುವ ತಂದೆಯ ನಿರ್ಧಾರಕ್ಕೆ ಮಕ್ಕಳೆಲ್ಲರೂ ಸಮ್ಮತಿ ಸೂಚಿಸಿದರು.

ಆದರೆ ಆಮಿನಾ ಮಾತ್ರ ಇದಕ್ಕೆ ಒಪ್ಪಲಿಲ್ಲ. 'ನಾನು ಮದುವೆಯಾದರೆ ನನ್ನ ಮಕ್ಕಳನ್ನು ನೋಡಿಕೊಳ್ಳುವವರು ಯಾರು? ನನಗೆ ನನ್ನ ಮಕ್ಕಳೇ ಸರ್ವಸ್ವ. ನನ್ನ ಮಗ ದೊಡ್ಡವನಾದರೆ ನಮ್ಮೆಲ್ಲರನ್ನು ನೋಡಿಕೊಳ್ಳುತ್ತಾನೆ. ಅಲ್ಲಿವರೆಗೆ ನನ್ನ ಮಕ್ಕಳನ್ನು ನಾನು ಬೆಳೆಸುತ್ತೇನೆ.' ಮಗಳ ಮಾತು ತಂದೆಯನ್ನು ಕಟ್ಟಿಹಾಕಿತು.

ಅಣ್ಣಂದಿರು, ಸಂಬಂಧಿಕರು, ನೆರೆಕರೆಯವರು ಆಮಿನಾಳನ್ನು ಬೇರೆ ಮದುವೆಯಾಗಲು ಎಷ್ಟು ಮನವೊಲಿಸಿದರೂ ಎಲ್ಲವೂ ವ್ಯರ್ಥವಾಯಿತು. ಕೊನೆಗೂ ಮಗಳಿಗೆ ಬೇರೆ ಮದುವೆ ಮಾಡಿಕೊಡುವ ನಿರ್ಧಾರವನ್ನು ಸೀಮಾಕ ತನ್ನ ಮಕ್ಕಳೊಂದಿಗೆ ಸೇರಿ ಕೈಬಿಟ್ಟರು. ತಂದೆಯಿಲ್ಲದ ಆಮಿನಾಳ ಮಕ್ಕಳೆಂದರೆ, ಆಮಿನಾಳ ಸಹೋದರರಿಗೆ ಮಾತ್ರವಲ್ಲದೆ, ನೆರೆಕರೆಯವರಿಗೂ ಬಲುಪ್ರೀತಿ. ಧರ್ಮಭೇದವಿಲ್ಲದೆ ಅಕ್ಕಪಕ್ಕದ ಮನೆಯವರು ಕೊಡುವ ತಿಂಡಿ ತಿನಿಸುಗಳನ್ನು ತಿನ್ನುತ್ತಾ ಆಮಿನಾಳ ಮಕ್ಕಳು ಬೆಳೆಯತೊಡಗಿದರು.

ಬಾಲ್ಯದ ನೆನಪು

ಎಂಟರಿಂದ–ಒಂಭತ್ತು ಕೋಣೆಗಳಿರುವ ದೊಡ್ಡದಾದ ಮನೆ. ಪ್ರತಿಯೊಂದು ಕೋಣೆಗೂ ಮೂರು–ನಾಲ್ಕು ಬಾಗಿಲುಗಳು. ಈ ಮನೆ ಇರುವುದಕ್ಕಿಂತಲೂ ಹೆಚ್ಚಿನ ಜಾಗ ಮನೆಯ ಮುಂದಿನ ವರಾಂಡ. ಕಾಂಪೌಂಡ್ ಇಲ್ಲದ ಈ ಮನೆಗೆ, ಸುತ್ತಲೂ ಬೆಳೆದು ನಿಂತಿರುವ ತೆಂಗಿನ ಮರ, ಮಾವಿನ ಮರ, ಹಲಸಿನ ಮರಗಳು. ಮನೆಯ ಅಂಗಳದ ಒಳ ಬರಲು ಹಾಗು ಹೊರ ನಡೆಯಲು ನೈಸರ್ಗಿಕವಾಗಿದ್ದ ಕಲ್ಲುಗಳನ್ನೇ ಮೆಟ್ಟಿಲುಗಳನ್ನಾಗಿ ಮಾಡಲಾಗಿದೆ. ಮನೆಯ ಮುಂದಿನ ಅಂಗಳ ಮಾತ್ರವಲ್ಲದೆ ಇನ್ನೂರು ಮೀಟರ್ ಎತ್ತರಕ್ಕೆ ಇರುವ ಕಿರಿದಾದ ಹಾಗು ನೀಳವಾದ ಅಂಗಳ. ಆ ಜಾಗದಲ್ಲಿ ಭತ್ತವನ್ನು ತೆಗೆದ ಒಣ ಹುಲ್ಲನ್ನು ಸಾಲಾಗಿ ಎರಡರಿಂದ ಮೂರು ಗೋಪುರದಂತೆ ಜೋಡಿಸಿ ಇಡುತ್ತಿದ್ದರು. ಭತ್ತ ಮಾಡಲು ಅಂಗಳಕ್ಕೆ ಯಾವಾಗಲೂ ಸೆಗಣಿ ಸಾರಿಸುತ್ತಿದ್ದರು.

ಮನೆಯ ಹಿಂದುಗಡೆ ಸಣ್ಣದಾದ ಅಂಗಳವಿದ್ದರೂ, ಅದರ ನೇರಕ್ಕೆ ಮಣ್ಣಿನಿಂದ ಕಟ್ಟಿದ ದನದ ಕೊಟ್ಟಿಗೆ ಹಾಗು ಕೋಳಿಯ ಗೂಡು. ದನದ ಕೊಟ್ಟಿಗೆಯ ನೇರಕ್ಕೆ ಬಾವಿ ಕಟ್ಟೆ. ಅದರ ಸುತ್ತಲೂ ತೆಂಗಿನ ಹಾಗು ಅಡಿಕೆಯ ಮರಗಳು. ಒಂದು ಜೋಡಿ ಎಮ್ಮೆ, ನಾಲ್ಕೈದು ಹಸುಗಳು ಹಾಗು ಅದರ ಕರುಗಳು. ಅವುಗಳ ಸೆಗಣಿಯನ್ನು ತೆಂಗಿನ ಮರದ ಬುಡಕ್ಕೆ ಹಾಕುತ್ತಿದ್ದರಿಂದ

ಪ್ರತಿಯೊಂದು ಮರದಲ್ಲಿಯೂ ತೆಂಗಿನ ಕಾಯಿಗಳು ಹೇರಳವಾಗಿದ್ದವು. ಮಳೆಗಾಲದಲ್ಲಿ, ತುಂಬಿದ ಬಾವಿಯ ನೀರು ಹರಿದು ಹೋಗಲು ಕಲ್ಲುಗಳ ಮಧ್ಯೆ ಮಾಡಿದ ಕಾಲುವೆಯಲ್ಲಿ, ಸೀಮಾಕನ ಮೊಮ್ಮಕ್ಕಳು ಪೇಪರಿನ ದೋಣಿ ಬಿಟ್ಟು ಆಟವಾಡುತ್ತಿದ್ದರು.

ಮರದಿಂದ ಕೊಯ್ಯುತ್ತಿದ್ದ ಹುಣಸೆ ಹುಳಿಯನ್ನು ಹೆಕ್ಕಲು, ಮರದಿಂದ ಕೀಳುವಾಗ ಕೆಳಗೆ ಬಿದ್ದ ಮಾವಿನ ಕಾಯಿಯನ್ನು ಬೇರೆ ಇಡಲು ಸೀಮಾಕ ತನ್ನ ಮೊಮ್ಮಕ್ಕಳನ್ನು ಕರೆದುಕೊಂಡು ಹೋಗುತ್ತಿದ್ದರು. ಅದಕ್ಕಾಗಿ ತನ್ನ ಮೊಮ್ಮಕ್ಕಳಿಗೆ ಐದು, ಹತ್ತು, ಇಪ್ಪತ್ತು ಪೈಸೆಗಳನ್ನು ನೀಡುತ್ತಿದ್ದರು. ಕೊಯ್ದು ತಂದ ಮಾವಿನ ಕಾಯಿಯನ್ನು ಮಾರಾಟ ಮಾಡಲು, ಸೀಮಕಾಗೆ ಪೇಟೆಯಲ್ಲೊಂದು ಅಂಗಡಿಯೇ ಇತ್ತು. ಹುಣಸೆ ಹುಳಿಯ ಬೀಜಗಳನ್ನು ತೆಗೆದು ಮನೆಯ ಉಪಯೋಗಕ್ಕೆ ಬೇಕಾಗುವಷ್ಟು ಇಟ್ಟು, ಉಳಿದವುಗಳೆಲ್ಲವನ್ನೂ ಮಾರಾಟ ಮಾಡುತ್ತಿದ್ದರು. ಸೀಮಕಾಗೆ ಮೊಮ್ಮಕ್ಕಳೆಂದರೆ ಪಂಚ ಪ್ರಾಣ. ಅದರಲ್ಲೂ ಆಮಿನಾಳ ದೊಡ್ಡ ಮಗಳು ಫೌಝಿಯಾ ಅಂದರೆ ಅಜ್ಜನಿಗೆ ಅಚ್ಚುಮೆಚ್ಚು.

ಯಾವಾಗಲೂ ನನ್ನನ್ನು 'ಜಕ್ಕಲಿಕ ಫೌಜಿ' ಎಂದೇ ಕರೆಯುವುದು. ತಂದೆಯ ಮುಖವೇ ನೆನಪಿಲ್ಲದ ನನಗೆ, ಈಗಲೂ ಅಜ್ಜನ ಪ್ರತಿ ನಡತೆ, ಅಜ್ಜ ಕುಳಿತು ಕೊಳ್ಳುತ್ತಿದ್ದ ಮರದ ಕುರ್ಚಿ, ಹುಣಸೆ ಹುಳಿಯ ಬೀಜವನ್ನು ತೆಗೆಯುತ್ತಿದ್ದ ರೀತಿ, ಎಲೆ ಅಡಕೆಯನ್ನು ಜಜ್ಜಿ ತಿನ್ನುತ್ತಿದ್ದ ಕ್ರಮ, ಅದನ್ನು ಉಗುಳುವ ತಾಮ್ರದ ಪೀಕದಾನಿ, ಅಜ್ಜ ನಡೆಯಲು ಉಪಯೋಗಿಸುತ್ತಿದ್ದ ಕೋಲು, ಮಲಗಲು ಉಪಯೋಗಿಸುತ್ತಿದ್ದ ಹಾಸಿಗೆ, ನಾಲ್ಕನೇ ತರಗತಿಯಲ್ಲಿ ಕಲಿಯುತ್ತಿದ್ದ ನನಗೆ, ಅಜ್ಜ ತಂದು ಕೊಟ್ಟ ಕಂಪಾಸ್ ಬಾಕ್ಸ್ ಯಾವ ಕೊರತೆಯೂ ಬಾರದಂತೆ ಅಜ್ಜ ನೋಡಿಕೊಳ್ಳುತ್ತಿದ್ದ ರೀತಿಗೆ, ಬಾಲ್ಯದಲ್ಲೇ ತಂದೆಯ ನೆನಪೇ ಇಲ್ಲದಂತಾಯಿತು.

ಮಿಡಿದ ಹೃದಯ

ಪ್ರಥಮ ಪಿ.ಯು.ಸಿ. ಎಕ್ಸಾಮ್ ಮುಗಿಸಿ, ಇರುವ ಒಂದು ತಿಂಗಳಿನ ರಜೆಗೆ ನಾನು ಕೋಡಿಕಲ್‌ಗೆ ಹೋದೆ. ಅಲ್ಲಿ ನನ್ನ ತಂದೆಯ ಕೊನೆಯ ತಂಗಿ ಜೈನುಗೆ ಮದುವೆ ನಿಶ್ಚಯವಾಗಿತ್ತು. ಹುಡುಗ ಸಾಗರದವನು. ಮಂಗಳೂರು ಟು ಸಾಗರ ನೂರಾರು ಕಿಲೋಮೀಟರು ದೂರವಿದ್ದರೂ ದೂರದ ಸಂಬಂಧಿಕರ ಪರಿಚಯದವರಾಗಿದ್ದರಿಂದ ಯಾವುದೇ ಭಯವಿಲ್ಲದೆ ಸಂಬಂಧವನ್ನು ಒಪ್ಪಿಕೊಂಡರು.

ಮದುವೆ ಸಮೀಪಿಸುತ್ತಿದ್ದಂತೆಯೇ ತಂದೆಯ ಎಲ್ಲಾ ಸಹೋದರಿಯರ ಕುಟುಂಬಗಳು ಅಲ್ಲಿ ಸೇರಿದ್ದವು. ಮದುಮಗಳ ಜೊತೆ ಉಳಿದ ಮಹಿಳೆಯರು ಮದುವೆ ಶಾಪಿಂಗ್ ಎಂದು ಸುರತ್ಕಲ್ ಹಾಗು ಮಂಗಳೂರಿನ ಬಟ್ಟೆ ಅಂಗಡಿಗೆ ತೆರಳಿ ಒಂದೊಂದು ದಿನದ ಮುಕ್ಕಾಲು ಭಾಗ ಅಲ್ಲೇ ಕಳೆಯುವುದರಿಂದ ಪ್ರತಿಯೊಂದೂ ಅಂಗಡಿಯ ಪರಿಚಯ ಇವರಿಗಾಯಿತು.

ಮನೆಯಲ್ಲಿರುವ ಹೆಣ್ಣು ಮಕ್ಕಳಾದ ನಮ್ಮನ್ನು ಹದ್ದುಬಸ್ತಿನಲ್ಲಿ ಇಟ್ಟು, ಗಂಡನ ಮನೆಗೆ ಹೋಗುವ ನಾವುಗಳು ತಗ್ಗಿಬಗ್ಗಿ ನಡೆಯಬೇಕು ಎಂದು ಹೇಳಿಕೊಡುತ್ತಿದ್ದ ಇವರು ಮನೆಯ ಗಂಡಸರಿಗಿಂತಲೂ ಮೇಲುಗೈ ತೋರಿಸುತ್ತಿದ್ದರು. ಕೊನೆಗೂ ಮದುವೆಗೆ ಮೂರು ನಾಲ್ಕು ದಿವಸಗಳ ಮುಂಚೆ ಮದುಮಗಳ ಜೊತೆ, ಮನೆಯಲ್ಲಿರುವ ಎಲ್ಲಾ ಸದಸ್ಯರುಗಳಿಗೂ ಮದುವೆಗೆ

ಹೊಸಬಟ್ಟೆ ಸಿದ್ಧವಾಗಿತ್ತು. ಮದುಮಗಳಿಗೆ ಕೆಲವೊಂದು ಚಿನ್ನಾಭರಣಗಳ ಜೊತೆ, ಮದುಮಗನಿಗೆ ನಿಕಾಹ ಸಂದರ್ಭದಲ್ಲಿ ಕೊಡಲು ವಾಚು ರೆಡಿಯಾಗಿದ್ದವು.

ನನ್ನ ದುರಾದೃಷ್ಟಕ್ಕೆ ಬಂದ ನೆರೆಕರೆಯವರಿಗೆ ಹೊಸ ಬಟ್ಟೆಗಳನ್ನು ತೋರಿಸಿ ಅಚ್ಚುಕಟ್ಟಾಗಿ ಮಡಚಿ ಇಟ್ಟ ನನಗೆ, ನಂತರದ ದಿನಗಳಲ್ಲಿ ಬಂದವರಿಗೆ, ಬರುವವರಿಗೆ, ಸಂಬಂಧಿಕರಿಗೆ, ನೆರೆಕರೆಯವರಿಗೆ, ಸ್ನೇಹಿತರಿಗೆ ಮತ್ತು ಎಲ್ಲಾ ಅತಿಥಿಗಳಿಗೆ ಮದುಮಗಳ ಸಾರಿ, ಬಟ್ಟೆಗಳನ್ನು ತೋರಿಸಿ ಹಾಗೆಯೇ ಮಡಚಿ ಸೂಟ್‌ಕೇಸ್‌ನಲ್ಲಿಡುವ ಕೆಲಸ ನನ್ನದಾಗಿತ್ತು. ನಿಕಾಹದ ಸಮಯದಲ್ಲಿ ಉಪಯೋಗಿಸುವ ಮದುಮಗಳ ಬಿಳಿಬಟ್ಟೆ, ಮದುವೆಯ ಸೀರೆ, ಏಳೆಂಟು ಸಲ್ವಾರ್‌ಗಳು, ಮದರಂಗಿಯ ಬಟ್ಟೆ, ನೈಟ್‌ವೇರ್, ಒಳಉಡುಪುಗಳು, ಮದುಮಗನ ಲುಂಗಿ ಯಾವುದನ್ನೂ ಬಿಡದೆ ನೋಡುವ ಕೆಲವು ಮಹಿಳೆಯರ ಹುಚ್ಚುತನಕ್ಕೆ ಮನಸಲ್ಲೇ ಬೈಯುತ್ತಾ, ಮುಖದಲ್ಲೊಂದು ಕಳ್ಳ ನಗೆಯನ್ನು ಬೀರುತ್ತಿದ್ದೆ.

ಮದುವೆಯನ್ನು ಸಾಗರದಲ್ಲಿ ಮಾಡುವ ತೀರ್ಮಾನವನ್ನು ಗುರುಹಿರಿಯರು ಮಾಡಿದ್ದರಿಂದ ಅದಕ್ಕಾಗಿ ಎರಡು ಬಸ್ಸುಗಳನ್ನು ಬುಕ್ಕು ಮಾಡಿದರು. ಮದುವೆ ಮನೆಯಲ್ಲಿ ನೆಂಟರುಗಳು ತುಂಬಿಹೋಗಿದ್ದರೂ, ನಾನು ಮತ್ತು ಶಹನಾಝ್ ಇಬ್ಬರು ಒಟ್ಟೊಟ್ಟಿಗೆ ಇರುತ್ತಿದ್ದೆವು. ಶಹನಾಜ್, ನನ್ನ ತಂದೆಯ ಎರಡನೇ ತಂಗಿ, ತಾಯಿರ ಅತ್ತೆಯ ಮಗಳು. ಏನು ಕೆಲಸ ಹೇಳಿದರೂ ಇಬ್ಬರು ಒಟ್ಟಿಗೆ ಸೇರಿ ಮಾಡುತ್ತಿದ್ದೆವು. ಪಿಸುಪಿಸು ಗುಸುಗುಸು ಮಾತನಾಡುತ್ತಾ ನಾವು ಮಾಡುತ್ತಿದ್ದ ಕೆಲಸದ ಮಧ್ಯೆ ಯಾರಾದರೂ ಮಧ್ಯ ಪ್ರವೇಶಿಸಿದರೆ ನಾವು ಮಾತನಾಡುತ್ತಿದ್ದ ವಿಷಯ ಬದಲಾಗುತ್ತಿದ್ದವು. ಇದನ್ನರಿತ ಮನೆಯ ಕೆಲವು ಮಹಿಳೆಯರು, ಶಹನಾಜ್ ಯಾರನ್ನೋ ಪ್ರೀತಿಸುತ್ತಿದ್ದು ಅದನ್ನು ನಾವು ಮರೆಮಾಚಿ ಅದರ ಬಗ್ಗೆ ಮಾತನಾಡುತ್ತಿರುವುದು ಎಂಬುವುದು ಅವರ ಅನುಮಾನ.

ಗುಂಡಗಿನ ಮುಖ, ಹೊಳೆಯುವ ಕಣ್ಣುಗಳು, ನುಣುಪಾದ ಮೂಗು, ಓರೆ ಕೋರೆ ಹಲ್ಲು ಇದ್ದರೂ ಆ ತುಟಿಯಲ್ಲಿರುವ ನಿಷ್ಕಲ್ಮಶ ನಗು, ಗುಂಗುರು ತಲೆಕೂದಲು, ಬಿಳಿಯಾದ ಮೈಬಣ್ಣ, ಸರಿಯಾದ ಮೈಕಟ್ಟು ಯಾರೂ ಕಂಡರೂ ತಿರಸ್ಕರಿಸುವಂತಿರಲಿಲ್ಲ. ದೇವರು ಎಲ್ಲರಿಗೂ ಎಲ್ಲವನ್ನೂ ನೀಡದ ಕಾರಣ ಕಲಿಕೆಯಲ್ಲಿ ದಡ್ಡಿಯಾಗಿದ್ದು ಹತ್ತನೇ ತರಗತಿಯಲ್ಲಿ ಶಾಲೆ ಮೊಟಕುಗೊಳಿಸಿದಳು. ಇನ್ನು ಅವಳ ಸೌಂದರ್ಯಕ್ಕೆ ವಿರುದ್ಧವಾಗಿರುವ ನನ್ನನ್ನು ಯಾರೂ ಪ್ರೀತಿಸುವುದಿಲ್ಲ ಎನ್ನುವ ಬಲವಾದ ನಂಬಿಕೆ ನನ್ನ ಮೇಲೆ ಇದ್ದು, ಅನುಮಾನ ಮಾತ್ರ ಶಹನಾಜ್ ಮೇಲೆ. ಅದಕ್ಕಾಗಿ ಮನೆಯವರಿಗೆಲ್ಲ ಅವಳ ಮೇಲೆ ಹದ್ದಿನಕಣ್ಣು.

ಹೋದವರ ಬಂದವರ ಬಗ್ಗೆ ಮಾತನಾಡುವುದು ಹೆಣ್ತನಕ್ಕೆ ದೇವರು ಕೊಟ್ಟ ವರ. ಸಿಕ್ಕಿದ ವರವನ್ನು, ಸಿಕ್ಕ ಸಮಯದಲ್ಲೆಲ್ಲಾ ಉಪಯೋಗಿಸುವುದೇ ನಮ್ಮ ಕೆಲಸವಾಗಿತ್ತು.

'ಮೊಸರಲ್ಲಿ ಕಲ್ಲು ಹುಡುಕುವ ನಿಮಗೆ, ಅವಳು ಏನು ಮಾಡಿದರೂ ತಪ್ಪು.' ಶಹನಾಜ್ ಬಗ್ಗೆ ದೂರುತ್ತಿದ್ದವರಿಗೆ ನಾನು ತಿರುಗಿಸಿ ಹೇಳುತ್ತಿದ್ದೆ.

ಆಳವಾದ ಬಾವಿಯಿಂದ ನೀರು ಎಳೆಯಲು ಕಷ್ಟವಾಗುತ್ತಿದ್ದರಿಂದ ಕುಡಿಯಲು ಮಾತ್ರ ಉಪಯೋಗಿಸಲು ಒಂದೆರಡು ಬಿಂದಿಗೆ ನೀರು ಸೇದುತ್ತಿದ್ದೆವೇ ಹೊರತು ಇನ್ನಿತರ ಉಪಯೋಗಕ್ಕೆ ರಸ್ತೆ ಬದಿಯಲ್ಲಿರುವ ಟಾಪಿನಿಂದ ನೀರು ತರುತ್ತಿದ್ದೆವು. ಇಪ್ಪತ್ತನಾಲ್ಕು ಗಂಟೆಯೂ ರಸ್ತೆ ಬದಿಯ ಪ್ರತಿ ಟಾಪ್ ನಲ್ಲಿಯಲ್ಲಿಯೂ ನೀರು ಬರುವುದು ಕೋಡಿಕಲ್ ಪ್ರದೇಶದ ಒಂದು ವಿಶೇಷತೆಯಾಗಿತ್ತು. ಆ ನಲ್ಲಿಯ ಎದುರುಗಡೆ ಗುಲ್ಜರ್ ಆಂಟಿಯ ಮನೆ. ಅವರೇನಾದರೂ ನಮ್ಮನ್ನು ನೋಡಿ ಹೊರ ಬಂದರೆ ಅರ್ಧ ಗಂಟೆಗಿಂತ ಜಾಸ್ತಿ ಹರಟೆ ಹೊಡೆದು ಅಲ್ಲಿ ನಿಲ್ಲುತ್ತಿದ್ದೆವು.

'ರಸ್ತೆಬದಿಯಲ್ಲಿ ಹರಟೆ ಹೊಡೆಯುತ್ತಾ ನಿಂತಿದ್ದೀರಾ?' ಗಾಳಿ ತುಂಬಿಸಿದ ಬಲೂನಿನಂತೆ ಮುಖ ಮಾಡಿಕೊಂಡು, ಅಜ್ಜಿ ಬಂದು ಸಿಟ್ಟಿನಲ್ಲಿ ಹೇಳಿದರು.

ತುಂಬಿಸಿಟ್ಟ ನೀರನ್ನು ಸೊಂಟದ ಮೇಲೆ ಇಟ್ಟು ಮನೆಕಡೆ ನಡೆದಾಗ ದೂರದಲ್ಲೇ ಶಹನಾಜ್ ತಾಯಿ ತಾಯಿರ ಕೋಲನ್ನು ಹಿಡಿದುಕೊಂಡು ಮನೆಯ ಹತ್ತಿರ ನಿಂತಿದ್ದರು.

'ಇಬ್ಬರು ಬೆನ್ನಿಗೆ ಅಡಿಕೆ ಹಾಳೆಯನ್ನು ಕಟ್ಟಿಕೊಂಡು ಹೋಗಿ.' ಮನೆಯಂಗಳದಲ್ಲಿ ಕ್ರಿಕೆಟ್ ಆಡುತ್ತಿದ್ದ ಶಹನಾಜ್ ತಮ್ಮ ಕಲಂದರ್ ಹೇಳಿದ.

'ಹಾಳೆ ಕಟ್ಟಿಕೊಂಡು ಹೋಗಲು ನಾವೇನು ರಸ್ತೆಬದಿಯಲ್ಲಿ ಬಟ್ಟೆ ಬಿಚ್ಚಿಕೊಂಡು ಕುಣಿಯುತ್ತಿರಲಿಲ್ಲ' ಜೋರು ಧ್ವನಿಯಿರುವ ನಾನು ಮತ್ತಷ್ಟು ಜೋರಾಗಿ ಹೇಳಿದೆ.

'ಇವಳು ಬಂದಮೇಲೆ ಶಹನಾಜ್ ಮಾತು ಜಾಸ್ತಿಯಾಗಿದೆ' ಎಂದು ನನ್ನ ನಾಲ್ಕನೇ ಅತ್ತೆ ಮುಂತ ನನ್ನ ನೋಡುತ್ತಾ ಹೇಳಿದರು.

'ನಿನ್ನಿಂದಾಗಿ ನನಗೆ ಸುಖವಿಲ್ಲ, ಎಲ್ಲರ ಬಾಯಿಂದಲೂ ನಾನು ಕೇಳಬೇಕು' ಎಂದು ಅವಳ ಮೊಣಕಾಲಿನ ಭಾಗಕ್ಕೆ ಒಂದೆರಡು ಪೆಟ್ಟು ಕೊಟ್ಟರು ಅವಳ ತಾಯಿ.

'ಅದರಲ್ಲೇ ಫೌಝಿಯನಿಗೂ ಒಂದೆರಡು ಕೊಡು ಚೆರುದಾದಾ.' ಮುಂತ ಬಿಚ್ಚಿದ ತಲೆ ಕೂದಲಿಗೆ ಸೂಡಿಯನ್ನು ಹಾಕುತ್ತಾ ಹೇಳಿದರು.

‘ನನಗೆ ಪೆಟ್ಟುಕೊಡಲು ನೀವು ಯಾರು ನನ್ನನ್ನು ಸಾಕಿಲ್ಲ.’ ಸೊಂಟದಲ್ಲಿದ್ದ ಬಿಂದಿಗೆಯನ್ನು ಸಿಟ್ಟಿನಿಂದ ತೆಗೆದು ಕೆಳಗೆ ಇಟ್ಟೆ.

‘ನೀನು ನನ್ನ ಮಗನ ಮಗಳು, ನಿನಗೆ ಹೊಡೆಯುವ ಬಯ್ಯುವ ಅಧಿಕಾರ ನಮಗಿದೆ’ ಅಜ್ಜಿ ತನ್ನ ಹೆಣ್ಣುಮಕ್ಕಳ ಪರವಾಗಿ ನಿಂತು ಮಾತನಾಡಿದರು.

‘ಆ ಹಕ್ಕು ಇರುವ ನಿಮಗೆ, ನಮ್ಮನ್ನು ಸಾಕಲು ಆಗಿಲ್ಲ ಇನ್ನು ಹೊಡೆಯಲು ಆಗುತ್ತಾ?’ ಬರುವ ಕೋಪಕ್ಕೆ ಯಾರ ಮುಂದೆ ನಿಂತು ಮಾತನಾಡುತ್ತಿದ್ದೇನೆ ಎಂದು ಯೋಚನೆ ಮಾಡದೆ ಹೇಳಿದೆ.

‘ಇವಳಿಗೆ ಜೋರು ಇರುವ ಗಂಡ ಸಿಗಬೇಕು ಎಲ್ಲಾ ಅಹಂಕಾರ ನಿಲ್ಲುತ್ತೆ’ ಎಂದು ಮುಂತ ಹಲ್ಲು ಕಚ್ಚಿಕೊಂಡರು.

‘ಸರಿ ನೀವು ದುವಾ ಮಾಡಿಕೊಳ್ಳಿ, ಇಲ್ಲಿ ಎಲ್ಲರಿಗೂ ಹೆಣ್ಣುಮಕ್ಕಳಿದ್ದಾರೆ ಅಲ್ವಾ?’ ಎಂದು ಕೋಪದಲ್ಲಿ ಉತ್ತರಿಸಿದೆ.

‘ಇವಳನ್ನು ಮದುವೆಯಾದವನು ಎರಡು ದಿವಸದಲ್ಲಿ ಓಡಿ ಹೋಗಬಹುದು.’ ಕ್ರಿಕೆಟ್ ಬ್ಯಾಟ್ ಬೀಸುತ್ತಾ ಕಲಂದರ್ ಹೇಳಿದ.

‘ನಾವು ವಯಸ್ಸಿಗೆ ಬಂದ ಹುಡುಗಿಯರು ತಾನೇ, ರಸ್ತೆ ಬದಿಗೆ ಹೋಗುವುದು ತಪ್ಪು. ಅದಕ್ಕೆ ನೀವೇ ಹೋಗಿ ನೀರು ತಂದು ಸುರಿಯಿರಿ.’ ಇಟ್ಟ ಬಿಂದಿಗೆಯನ್ನು ಅಲ್ಲೇ ಬಿಟ್ಟು ಮನೆಯ ಹಿತ್ತಲಿನ ಪೇರಳೆ ಮರದಡಿಯಲ್ಲಿ ಹೋಗಿ ಕುಳಿತೆ.

ಒಂದೆರಡು ಪೆಟ್ಟುತಿಂದ ಶಹನಾಜ್ ನನ್ನ ಹಿಂದೆನೇ ಬಂದಳು. ಕೋಪದಲ್ಲಿ ಕಿರುಚಿ ಮಾತನಾಡಿದ ನನ್ನ ಕಣ್ಣಲ್ಲಿ ಎರಡು ತೊಟ್ಟು ನೀರು ಕಂಡು ‘ಯಾಕೆ ಅಳುತ್ತಿದ್ದೀಯ?’ ನನ್ನ ಭುಜದ ಮೇಲೆ ಕೈಇಟ್ಟು ಕೇಳಿದಳು.

‘ಕೆಲವೊಂದು ಸಲ ಯಾಕೆ ಹೆಣ್ಣಾಗಿ ಹುಟ್ಟಿದೆ ನಾನು ಅನಿಸುತ್ತೆ.’ ಕಣ್ಣ ನೀರನ್ನು ಒರೆಸಿದೆ.

‘ಅವರಿಗೆ ಇವತ್ತು ಜಗಳವಾಡಲು ಬೇರೆ ಯಾರೂ ಸಿಗಲಿಲ್ಲ ಅನಿಸುತ್ತೆ’ ಮುಖ ಸಿಂಡರಿಸಿಕೊಂಡು ಪೆಟ್ಟು ಬಿದ್ದ ಕಾಲನ್ನು ಉಜ್ಜುತ್ತಾ ಹೇಳಿದಳು.

ಅವರೆಲ್ಲರೂ ಹಾಗೆ ಪ್ರತಿದಿನ ನಾಯಿ ಬೆಕ್ಕಿನಂತೆ ಜಗಳ ಮಾಡುತ್ತಾರೆ. ಮರುಕ್ಷಣದಲ್ಲಿ ಒಂದಾಗುತ್ತಾರೆ. ಅವರು ಮಾಡುವ ಜಗಳವನ್ನು ನೋಡಿದರೆ ಜೀವನದಲ್ಲಿ ಇನ್ನೆಂದೂ ಒಂದಾಗಲ್ಲ ಅನಿಸಬೇಕು ನೋಡುವವರಿಗೆ. ಭಂಡ ಧೈರ್ಯ ತೋರಿಸಿ ಪೆಟ್ಟಿನಿಂದ ಬಚಾವಾದೆ ಅಂದುಕೊಂಡೆ.

ಆದರೆ ಮನಸ್ಸು ‘ಮಾಡದ ತಪ್ಪಿಗೆ ಯಾವತ್ತೂ ಅಂಜದಿರು ಫೌಝಿ’ ಎಂದು ಹೇಳಿತು.

***

ಮೆಹಂದಿಯ ರಾತ್ರಿಯಂದು ಹೊರಡಬೇಕಾಗಿರುವುದರಿಂದ ಮದುಮಗಳು ಜೈನುಗೆ ಮೆಹಂದಿಯನ್ನು ಹಿಂದಿನ ದಿನವೇ ಬ್ಯೂಟಿ ಪಾರ್ಲರ್‌ನ ಒಂದಿಬ್ಬರನ್ನು ಕರೆದು ಎರಡು ಕೈಕಾಲುಗಳಿಗೂ ಪೂರ್ತಿಯಾಗಿ ಮೆಹಂದಿ ತುಂಬಿಸಿದರು.

ಉಳಿದ ನೆಂಟರು ಅವರುಗಳ ಮುಂದೆ ಕೈಚಾಚಿ ನಿಂತರೂ ನಾನು ಮತ್ತು ಶಹನಾಜ್ ನಮಗೆ ತೋಚಿದಂತೆ ಗೆರೆ ಎಳೆದು ಮೆಹಂದಿಯಿಂದ ಕೈ ತುಂಬಿಸಿಕೊಂಡೆವು. ಮೆಹಂದಿಯ ರಾತ್ರಿಯಂದು ಎಲ್ಲರೂ ಸಾಗರಕ್ಕೆ ಹೊರಡಲು ಸಿದ್ಧರಾದೆವು. ಎಲ್ಲರೂ ರಾತ್ರಿಯ ಊಟ ಮುಗಿಸಿ ಅದಾಗಲೇ ಬಂದು ನಿಂತ ಬಸ್ಸನ್ನು ಹತ್ತಿ ಬೇಕಾದವರು, ಬೇಕಾದ ಸೀಟಲ್ಲಿ ಕುಳಿತುಕೊಂಡರು. ಇಷ್ಟವಾದ ಸೀಟನ್ನು ಪಡೆಯುವ ಉದ್ದೇಶದಿಂದ ಎಲ್ಲರೂ ಸಮಯಕ್ಕಿಂತ ಮುಂಚೆನೇ ಮದುವೆ ಮನೆ ಖಾಲಿ ಮಾಡಿದರು.

ನಾನು ಶಹನಾಜ್ ಮದುಮಗಳ ಎಲ್ಲಾ ಬಟ್ಟೆಬರೆಗಳನ್ನು ಹಿಡಿದು ಮದುವೆಗೆ ಬೇಕಾದ ಪ್ರತಿಯೊಂದು ವಸ್ತುವನ್ನು ಮದುಮಗಳ ಕಾರಿಗೆ ತುಂಬಿಸಿದೆವು. ಕೆಲಸ ಮಾಡಲು ಮಾತ್ರ ಮೀಸಲಾಗಿದ್ದ ನಮಗೆ ಮದುಮಗಳ ಕಾರಿನಲ್ಲಿ ಹೋಗುವ ಮೀಸಲಾತಿ ದೊರೆಯಲಿಲ್ಲ. ವಯಸ್ಸಿಗೆ ಬಂದ ಯುವತಿಯರು ತುಂಬಿದ ಬಸ್ಸಿನಲ್ಲಿ ಪರಿಚಯವಿಲ್ಲದ ನೆಂಟರು, ರಕ್ತ ಸಂಬಂಧಿಗಳ ಜೊತೆ ರಾತ್ರಿ ಪ್ರಯಾಣ ಮಾಡುವುದು ತಪ್ಪಿಲ್ಲ ಎಂದು ಅವರಿಗೆ ಅನಿಸಿರಬಹುದು. ಅಲ್ಲದಿದ್ದರೂ ಮನೆಯ ದೊಡ್ಡವರಿಗೆ ಬೇಕಾದ ಸಮಯದಲ್ಲಿ ನಮ್ಮನ್ನು ವಯಸ್ಸಿಗೆ ಬಂದ ಯುವತಿಯರು ಎಂದು ಕರೆಯುವುದು ಅವರಿಗೇನು ಹೊಸತಲ್ಲ.

ಮತ್ತೊಂದು ಬಾರಿ ಮನೆಯ ಎಲ್ಲಾ ಕೋಣೆಗಳಿಗೆ ಹೋಗಿ ಫ್ಯಾನ್ ಲೈಟ್‌ಗಳ ಸ್ವಿಚ್‌ಗಳನ್ನು ಆಫ್ ಮಾಡಿ, ಮದುವೆಯ ಯಾವುದಾದರೂ ವಸ್ತುಗಳನ್ನು ಬಿಟ್ಟು ಹೋಗಿದೆಯಾ ಎಂಬುದನ್ನು ಖಚಿತಪಡಿಸಿಕೊಂಡು, ಮನೆಯಲ್ಲಿರುವ ಕೋಡ್ಲೆಸ್ ಡೊಕೊಮೊ ಫೋನನ್ನು ಎತ್ತಿಕೊಂಡು ಬಸ್ಸು ನಿಂತ ಜಾಗಕ್ಕೆ ತಲುಪಿದೆವು. ಗಂಡಸರು ಯಾರು ಯಾರು, ಯಾವ ಯಾವ ಬಸ್ಸಿನಲ್ಲಿ ಹೋಗಬೇಕು ಎಂಬುದರ ಬಗ್ಗೆ ಸ್ವಲ್ಪ ಹೊತ್ತು ಚರ್ಚೆಯೂ ನಡೆಯಿತು.

'ಈ ಫೋನನ್ನು ಯಾಕೆ ಹಿಡಿದುಕೊಂಡಿದ್ದೀಯಾ?' ಕೈಯಲ್ಲಿ ಇರುವ ವಸ್ತುಗಳ ಮಧ್ಯೆ ಇದೊಂದು ಬೇರೆ ಮನಸ್ಸಿನಲ್ಲಿ ಅಂದುಕೊಳ್ಳುತ್ತಾ ಕೇಳಿದೆ.

'ವಯರ್ಲೆಸ್ ಆಗಿರುವುದರಿಂದ ಎಲ್ಲಿ ಹೋದರೂ ಫೋನು ಬರುತ್ತೆ' ಎಂದು ಹೇಳಿ ರಿಸೀವರನ್ನು ಒಮ್ಮೆ ಕಿವಿಗೆ ಇಟ್ಟಳು.

'ನೀವಿಲ್ಲಿ ನಿಂತುಕೊಂಡು ಏನು ಮಾಡುತ್ತಿದ್ದೀರಾ? ಹೋಗಿ ಬಸ್ಸು ಹತ್ತಿ' ಎಂದು ಯಾವುದೋ ಒಂದು ಪರಿಚಯವಿಲ್ಲದ ಗಂಡಸು ಹೇಳಿತು.

'ನಾವೇನು ಇವರ ಎದೆ ಮೇಲೆ ನಿಂತಿದ್ದೇವಾ?' ಎಂದು ಬಾಯೊಳಗೆ ಹೇಳಿ ಏನೋ ಮಣಮಣ ಮಾತಾಡಿಕೊಂಡು ನನ್ನ ಕೈಹಿಡಿದು ಹತ್ತಿರದಲ್ಲಿದ್ದ ಬಸ್ಸನ್ನು ಹತ್ತಿದಳು.

ಅವಳ ಹಿಂದಿನಿಂದ ವೇಗವಾಗಿ ಹತ್ತಿದ ನಾನು ಅಷ್ಟೇ ವೇಗವಾಗಿ ಬಸ್ಸಿನಿಂದ ಕೆಳಗೆ ಇಳಿದೆ. ಮಕ್ಕಳು ಹಾಗು ಮಹಿಳೆಯರಿಂದ ಆ ಬಸ್ಸಿನ ಎಲ್ಲಾ ಸೀಟುಗಳು ಭರ್ತಿಯಾಗಿದ್ದವು. ಮತ್ತೊಂದು ಬಸ್ಸಿನಲ್ಲಿ ಜಮಾತಿನ ನಾಲ್ಕೈದು ಗುರುಗಳು ಇದ್ದಿದ್ದರಿಂದ ಕೆಲವು ಸೀಟುಗಳು ಖಾಲಿಯಾಗಿದ್ದವು. ಮೌನವಾಗಿ ಕುಳಿತುಕೊಂಡ ಕೆಲವು ಮಹಿಳೆಯರನ್ನು ಬಿಟ್ಟರೆ ಪಟಪಟ ಮಾತನಾಡುವ ಮಹಿಳೆಯರು ಯಾರೂ ಕಾಣಲಿಲ್ಲ.

ಯಾವುದೋ ಜಾತ್ರೆಗೆ ಹೋಗುವಂತೆ ಭಾಸವಾಗುವ ಆ ಬಸ್ಸಿಗೂ ಎನ್.ಸಿ.ಸಿ. ಕ್ಯಾಂಪಿಗೆ ಹೋಗುವಂತೆ ಇರುವ ಈ ಬಸ್ಸಿಗೂ ಅಜಗಜಾಂತರ ವ್ಯತ್ಯಾಸವಿತ್ತು. ಬಸ್ಸಿನ ಮಧ್ಯದ ಸೀಟಿನಲ್ಲಿ ಕುಳಿತ ಗುರುಗಳ ಸೀಟಿನ ಹಿಂದಿನ ಮತ್ತು ಮುಂದಿನ ಸೀಟಿನಲ್ಲಿ ಕುಳಿತುಕೊಳ್ಳಲು ನಮ್ಮಿಬ್ಬರ ಮನಸ್ಸು ಒಪ್ಪಲಿಲ್ಲ. ಮತ್ತೊಂದು ಬಸ್ಸಿಗೆ ಹೋಗೋಣವೆಂದರೆ ಅದು ಫುಲ್ ಪ್ಯಾಕ್. ಬೇರೆ ದಾರಿ ಕಾಣದೆ ಡ್ರೈವರ್‌ನ ಎಡಬದಿಯಲ್ಲಿರುವ ಅಡ್ಡ ಸೀಟಿನಲ್ಲಿ ಕುಳಿತು ಆಟವಾಡುತ್ತಿದ್ದ ಮೂರು-ನಾಲ್ಕು ಮಕ್ಕಳ ಜೊತೆ ಕುಳಿತೆವು. ಕೈಯಲ್ಲಿದ್ದ ಒಂದೆರಡು ಪ್ಲಾಸ್ಟಿಕ್ ಕವರ್‌ಗಳನ್ನು ಎಲ್ಲಿಡಬೇಕೆಂದು ಯೋಚಿಸುತ್ತಿರುವಾಗಲೇ ಬಸ್ಸಿನ ಹಿಂಬದಿಯಿಂದ ಒಂದು ಸಿಂಹಘರ್ಜನೆ ಕೇಳಿಬಂತು.

'ನಿಮಗಿಬ್ಬರಿಗೆ ಕುಳಿತುಕೊಳ್ಳಲು ಬೇರೆ ಜಾಗ ಸಿಗಲಿಲ್ಲವೇನೋ? ವಯಸ್ಸಿಗೆ ಬಂದ ಹೆಣ್ಣು ಮಕ್ಕಳು ಶೇಲೆ ಕಟ್ಟಿಕೊಂಡು ಕುಳಿತ ಸ್ಥಳ. ಎದ್ದು ಹೋಗುತ್ತಿರೋ ಇಲ್ಲವೋ?' ಹಿಂಬದಿಯಿಂದ ಮುಂದಿನ ಭಾಗಕ್ಕೆ ಬೊಬ್ಬೆ ಹೊಡೆಯುತ್ತಾ ಒಂದು ಗಂಡಸು ನಮ್ಮ ಹತ್ತಿರಕ್ಕೆ ಬಂತು.

ಪರಿಚಯವಿಲ್ಲದ ಈ ಗಂಡಸು ಯಾರೆಂದು ಕಕ್ಕಾಬಿಕ್ಕಿಯಾಗಿ ನಾನು ನೋಡುತ್ತಿದ್ದರೂ ಶಹನಾಜ್ ಹೆದರಿ ಅದಾಗಲೇ ಕೆಳಗಿಳಿದಾಗಿತ್ತು. ನಾನು ಅವರನ್ನೇ ದಿಟ್ಟಿಸುತ್ತಾ ಬಸ್ಸಿನಿಂದ ಕೆಳಗೆ ಇಳಿದೆ. ನನ್ನ ಹಿಂದಿನಿಂದ ಆ ಗಂಡಸು ಇಳಿತು.

'ಯಾರೇ ಈ ಗಂಡಸು?' ಬಸ್ಸಿನಿಂದ ಇಳಿದವಳೇ ಆಶ್ಚರ್ಯದಿಂದ ಕೇಳಿದೆ.

'ನನ್ನ ದೊಡ್ಡಪ್ಪ ಕಣೆ, ತಂದೆಯ ಅಣ್ಣ.' ಭಯದಲ್ಲಿಯೇ ಮೆಲ್ಲನೆ ತಿಳಿಸಿದಳು.

'ಈ ದೊಡ್ಡಪ್ಪ ಅನ್ನುವವರೆಲ್ಲಾ ಹೀಗೇನಾ' ಎಂದು ಮನಸ್ಸಿನಲ್ಲಿ ಅಂದು ಕೊಳ್ಳುವಷ್ಟರಲ್ಲಿ ಮತ್ತೆ ಆ ಗಂಡಸು ಏನನ್ನೋ ಹೇಳಲು ಬಾಯಿ ತೆರೆಯಿತು.

'ನಾವಲ್ಲಿ ಕುಳಿತುಕೊಂಡದ್ದು ನಿಮಗೆ ಇಷ್ಟವಾಗಿಲ್ಲವೆಂದರೆ, ಅದನ್ನು ಬಂದು ನಮ್ಮ ಬಳಿ ಹೇಳಿ. ಅದು ಬಿಟ್ಟು ಇಡೀ ಬಸ್ಸಿಗೆ ಕೇಳುವಂತೆ ಕಿರುಚುವುದು ಯಾಕೆ?' ನನಗೆ ಭಯವಿದ್ದರೂ ಧೈರ್ಯದಲ್ಲಿ ಕೇಳಿದೆ.

'ಏನು ನಿಮ್ಮ ಮರ್ಯಾದೆ ಹೋಯಿತಾ?' ಎಂದು ಮತ್ತಷ್ಟು ಜೋರು ಧ್ವನಿಯಲ್ಲಿ ಆ ಗಂಡಸು ಹೇಳಿತು.

'ನಾವಲ್ಲಿ ಕುಳಿತಿರುವುದು ನಿಮ್ಮ ಮರ್ಯಾದೆಗೆ ಧಕ್ಕೆ ಆಯಿತು ಅಂದರೆ ಒಂದು ಕೆಲಸ ಮಾಡಿ. ಮದುಮಗಳ ಕಾರಿನಲ್ಲಿ ನಮ್ಮನ್ನು ಕಳಿಸಿ.' ಆ ಗಂಡಸು ಯಾರೆಂದು ಗೊತ್ತಿಲ್ಲದಿದ್ದರೂ ನಾನು ವಾದಕ್ಕೆ ನಿಂತೆ.

'ಕಾರಿನಲ್ಲಿ ಹೋಗುವಷ್ಟು ದೊಡ್ಡ ಜನ ಆಗಿಲ್ಲ ನೀನು. ಗುರುಗಳು ಹೋಗುವ ಬಸ್ಸು ಬಿಟ್ಟರೆ ನಿಮಗೆ ಬೇರೆ ಬಸ್ಸು ಇಲ್ಲವಾ ಅಲ್ಲಿ' ತುಂಬಿದ ಬಸ್ಸನ್ನು ಕೈಯೆತ್ತಿ ತೋರಿಸಿತು.

'ಗುರುಗಳೇನು ಮನುಷ್ಯರಲ್ಲವೇ? ಸುಮ್ಮನೆ ಇಲ್ಲಿ ನಿಂತು ಬೊಬ್ಬೆ ಹೊಡೆಯಬೇಡಿ. ಅಲ್ಲಿಹೋಗಿ ಸೀಟು ಇದೆಯಾ ಎಂದು ನೋಡಿ.' ನನ್ನ ಕೈಗಳೆರಡು ನಡುಗುತ್ತಿದ್ದರೂ, ಗಂಟಲಿಗೆ ಏನು ನಡುಕವಿರಲಿಲ್ಲ.

'ಹೀಗೆನಾ ಹೆಣ್ಣು ಮಕ್ಕಳು ಮಾತನಾಡುವುದು. ಯಾರ ಮಗಳು ಇವಳು?' ದೂರದಲ್ಲಿ ನಿಂತ ಇಸ್ಮಾಯಿಲ್ ಮಾವ ಹಾಗೂ ಅವರ ಜೊತೆ ನಿಂತು ಮಾತನಾಡುತ್ತಿದ್ದ ಇನ್ನಿಬ್ಬರನ್ನು ಕರೆದರು.

'ಏನು ವಿಷಯ ಏನಾಯಿತು? ಸಲೀಮ್‌ನ ದೊಡ್ಡ ಮಗಳು ಅವಳು' ಲುಂಗಿಯ ಒಂದು ತುದಿಯನ್ನು ಹಿಡಿಯುತ್ತಾ ಸಮೀಪಕ್ಕೆ ಬಂದರು. ಇಸ್ಮಾಯಿಲ್ ಮಾವ ನನ್ನ ದೊಡ್ಡ ಅತ್ತೆ ಮೈಮುನನ ಗಂಡ. ಅವರಿಗೂ ಇಬ್ಬರು ವಯಸ್ಸಿಗೆ ಬಂದ ಹೆಣ್ಣು ಮಕ್ಕಳು ಇದ್ದರು. ಯಾವತ್ತೂ ಹೆಣ್ಣು ಮಕ್ಕಳು ಎಂದು ಹೀಯಾಳಿಸಿ ಮಾತನಾಡಿದವರಲ್ಲ.

ಸಲೀಮ್‌ನ ಮಗಳು ಹೇಳಿದ ತಕ್ಷಣ 'ತಂದೆಯಿಲ್ಲದ ಮಗಳು ಅನ್ನುವ ಕನಿಕರನೋ ಅಥವಾ ತಂದೆಯ ಭಯವಿಲ್ಲದೆ ಹೀಗೆ ಆಗಿ ಹೋಗಿದ್ದಾಳೋ ಅನ್ನುವ ಗುಮಾನಿಯೋ' ಆ ಗಂಡಸು ಒಂದಕ್ಷರವೂ ಮಾತನಾಡಲಿಲ್ಲ.

ನಾನು ಇರುವ ವಿಷಯವನ್ನು ಮಾವನಿಗೆ ತಿಳಿಸಿದೆ. ಮಾವ ನಮ್ಮಿಬ್ಬರನ್ನೂ ಕರೆದುಕೊಂಡು ಹೋಗಿ, ತುಂಬಿದ ಬಸ್ಸಿನಲ್ಲಿ ಯಾರಿಗೋ ಏನೋ

ಹೇಳಿ ಎರಡು ಸೀಟು ಖಾಲಿ ಮಾಡಿಸಿಕೊಟ್ಟರು. ಶಹನಾಜ್ ನೆಮ್ಮದಿಯ ಉಸಿರೊಂದನ್ನು ತೆಗೆದು ಕುಳಿತಳು. ನನ್ನ ಕಣ್ಣಿನಿಂದ ಎರಡು ತೊಟ್ಟು ಕಣ್ಣಹನಿ ಜಾರಿತು.

'ನಿಂದೇನೆ ಯಾವಾಗಲೂ, ಭಂಡ ಧೈರ್ಯವನ್ನು ಇಟ್ಟುಕೊಂಡು ಮಾತನಾಡುತ್ತೀಯಾ, ಈಗ ಅಳುತ್ತಿದ್ದೀಯಾ?' ನನ್ನ ಕಡೆ ಮುಖ ಮಾಡಿ ಕೇಳಿದಳು.

'ಮತ್ತೇನೆ ಆ ಗಂಡಸಿದು, ಎಲ್ಲರ ಎದುರು ಬಯ್ಯುವುದು. ಅದಕ್ಕೆ ಎರಡು ಸರಿಯಾಗಿ ಕೊಟ್ಟೆ. ಹೆಣ್ಣು ಅಂತ ಹೇಳಿ ಇವರಿಗೆ ಅಂಜಿ, ಹೆದರಿ ಭಯಪಟ್ಟು ಕುಳಿತುಕೊಳ್ಳಬೇಕಾ? ಇವರಿಗೇನು ಹೆಣ್ಣುಮಕ್ಕಳು ಇಲ್ವಾ? ಲೋಕಕ್ಕೆ ಕೇಳುವ ಹಾಗೆ ಬೊಬ್ಬೆಹೊಡೆಯುತ್ತಾರೆ. ಅವರ ಮನೆಯ ಹೆಣ್ಣುಮಕ್ಕಳು ಯಾರೂ ಮಾತೇ ಆಡಲ್ವಾ?' ಆ ಗಂಡಸಿನ ಇತಿಹಾಸ ಗೊತ್ತಿಲ್ಲದಿದ್ದರೂ, ನನ್ನ ಭಯ ನಡುಕ ಕೋಪ ಅಳುವನ್ನೆಲ್ಲ ನಿಯಂತ್ರಿಸಿಕೊಂಡು ಹೇಳಿದೆ.

'ಅದಕ್ಕೆ ಎಲ್ಲಿದೆ ಹೆಣ್ಣುಮಕ್ಕಳು. ನನ್ನ ತಂದೆಯ ಫ್ಯಾಮಿಲಿಯಲ್ಲಿ ಈ ಗಂಡಸು ತುಂಬಾ ಜೋರು. ನಾಲ್ಕು ಗಂಡು ಮಕ್ಕಳು ಹೆಣ್ಣುಮಕ್ಕಳು ಇಲ್ಲದಿದ್ದಕ್ಕೆ ದತ್ತು ತೆಗೆದುಕೊಂಡಿದ್ದಾರೆ. ತುಂಬಾ ಸಣ್ಣವಳು. ಈಗಲೇ ಅದಕ್ಕೆ ದೀನ್ ಕಲಿಸಿಕೊಡುತ್ತಿದ್ದಾರೆ. ತಲೆಯ ಮುಡಿ ಮರೆಚಿ, ಮೈತುಂಬ ಬಟ್ಟೆ, ಅರ್ಧ ಮೊಣಕೈ ವರೆಗಿನ ಬಟ್ಟೆಯನ್ನು ಕೂಡ ಹಾಕೋಕೆ ಬಿಡೋಲ್ಲ. ಇನ್ನು ಮನೆಯಿಂದ ಹೊರಗಡೆ ಅಂದರೆ ತೀರಾ ಹತ್ತಿರದ ಸಂಬಂಧಿಕರ ಮನೆಗೆ ಬಿಟ್ಟರೆ ಬೇರೆ ಏನೂ ಇಲ್ಲ. ತುಂಬಾ ಹದ್ದುಬಸ್ತಿನಲ್ಲಿ ಇಟ್ಟು ಸಾಕುತ್ತಿದ್ದಾರೆ' ಶಹನಾಜ್ ವಿವರವಾಗಿ ಹೇಳಿದಳು.

'ಕೊನೆಪಕ್ಷ ಹೆಣ್ಣುಮಕ್ಕಳನ್ನು ಮೈನರೆಯುವವರೆಗಾದರೂ ಅವರನ್ನು ಅವರ ಪಾಡಿಗೆ ಬಿಟ್ಟುಬಿಡಬಾರದೆ. ಯಾಕೆ ಹೆಣ್ಣುಮಕ್ಕಳೆಂದು ಅವರ ಸುಂದರ ಬಾಲ್ಯವನ್ನು ಈ ದೊಡ್ಡವರು ಹಾಳು ಮಾಡುತ್ತಾರೆ.' ಮಡಿಕೇರಿಯಲ್ಲಿ ಕಳೆದ ನನ್ನ ಬಾಲ್ಯದ ಜೀವನವನ್ನು ನೆನೆಯುವಾಗಲೇ 'ಏನಾಯಿತು?' ನನ್ನ ಕೈ ಹಿಡಿದು ಕೇಳಿದಳು.

'ಹೋಗ್ಲಿಬಿಡೆ, ಗಂಡುಮಕ್ಕಳು ಹೇಗಿದ್ದರೂ ಪರವಾಗಿಲ್ಲ. ಹೆಣ್ಣುಮಕ್ಕಳು ಮಾತ್ರ ಇವರ ನಿಯಂತ್ರಣದಲ್ಲಿ ಇರಬೇಕು ಎಂಬ ಇಂತಹ ತಂದೆಯರು ಇರುವಾಗಲೇ ಮದುವೆಯಾಗುತ್ತಿದ್ದಂತೆ ಗಂಡು ಮಕ್ಕಳು ತಂದೆ-ತಾಯಿಗೆ ಬೆಲೆಕೊಡದೆ ಮನೆಯಿಂದ ಹೊರ ಹಾಕುವುದು.' ಏನೋ ಯೋಚಿಸುತ್ತ ಬಸ್ಸಿನ ಕಿಟಕಿಯಿಂದ ತಲೆ ಹೊರಗೆ ಹಾಕಿ ತಣ್ಣನೆ ಬೀಸುವ ತಂಗಾಳಿಗೆ ಮುಖವೊಡ್ಡಿದೆ.

ಕೋಪದಲ್ಲಿ ಉರಿಯುತ್ತಿದ್ದ ನನ್ನ ಮುಖಕ್ಕೆ ತಂಗಾಳಿಯ ಸ್ಪರ್ಶ 'ಹೆಣ್ಣಾಗಿದ್ದೇನೆಂದು ಯಾವತ್ತೂ ಅಂಜದಿರು ಫೌಝಿ' ಎಂದು ಹೇಳುತ್ತಾ ನನ್ನನ್ನು ಸಮಾಧಾನ ಪಡಿಸುವಂತೆ ಭಾಸವಾಯಿತು.

ಸುಮಾರು ಸಮಯದ ನಂತರ ಒಂದಿಬ್ಬರು ಡ್ರೈವರ್ ನಾವಿರುವ ಬಸ್ಸಿಗೆ ಹತ್ತಿದರು. ರಾತ್ರಿಯ ಸಮಯವಾಗಿದ್ದರಿಂದ ಎರಡು ಬಸ್ಸಿಗೂ ನಾಲ್ಕು ಡ್ರೈವರ್‌ಗಳಾಗಿದ್ದರು.

'ರೂಟ್ ಗೊತ್ತಿದ್ದವರು ಮುಂದೆ ಬಂದು ಕುಳಿತುಕೊಳ್ಳಿ.' ನಾವಿದ್ದ ಬಸ್ಸಿಗೆ ಹತ್ತಿದ ಒಂದು ಗುಂಪು ಗಂಡಸರನ್ನು ನೋಡಿ ಡ್ರೈವರ್ ಹೇಳಿದ.

'ಆ ಗಂಡಸೇನಾದರೂ ಈ ಬಸ್ಸಿಗೆ ಹತ್ತಿದಾ' ಎಂದು ನನ್ನ ಕುತ್ತಿಗೆಯನ್ನು ಜಿರಾಫೆಯ ಕುತ್ತಿಗೆಯಷ್ಟು ಉದ್ದ ಮಾಡಿ ಒಂದೆರಡು ಬಾರಿ ಇಣುಕಿ ನೋಡಿದೆ.

ನಾಲ್ಕು-ಐದು ಯುವಕರು ಹಿಂದಿನಿಂದ ಮುಂದುಗಡೆ ನಡೆದರು. ಅದರಲ್ಲಿದ್ದ ಇಬ್ಬರು ಯುವಕರನ್ನು ತೋರಿಸಿ 'ಇವರಿಬ್ಬರು ಅವರ ಮಕ್ಕಳು' ಎಂದು ಹೇಳಿದಳು.

ನಾನು ಅವರಿಬ್ಬರನ್ನು ತೀಕ್ಷ್ಣವಾಗಿ ನೋಡಿದೆ. ಒಬ್ಬ ಸಾಧಾರಣ ಕಪ್ಪಾಗಿದ್ದರೆ, ಇನ್ನೊಬ್ಬ ಹಾಲಿನಷ್ಟು ಬಿಳುಪಾಗಿದ್ದ. ಇಬ್ಬರೂ ಒಂದೇ ರೀತಿಯ ಎತ್ತರವಿದ್ದೂ, ಮೈಕಟ್ಟು ಒಂದೇ ರೀತಿಯಾಗಿದ್ದವು.

'ಜೈನು ಆಂಟಿಯ ಮದುವೆಯಾಗುವವ, ಇವರಿಗೆ ದೂರದ ಸಂಬಂಧಿಯೋ, ಪರಿಚಯವೊ ಆಗಿರಬೇಕು. ಆ ಕಡೆ ಇವರ ನೆಂಟರು ಇರುವುದರಿಂದ ಇವರಿಗೆ ಸರಿಯಾದ ದಾರಿ ಗೊತ್ತಿದೆ. ಅದಲ್ಲದೆ ಮದುಮಗಳು ಹೋದ ಕಾರು ಇವರದ್ದೇ. ಅಂದರೆ ನನ್ನ ತಂದೆಯ ಕುಟುಂಬದವರದ್ದೇ' ಸಂಬಂಧದ ಬಗ್ಗೆ ಹೆಚ್ಚು ಅರಿಯದ ನನಗೆ, ಅರ್ಥವಾಗುವಾಗುವಂತೆ ಅವಳದೇ ರೀತಿಯಲ್ಲಿ ಹೇಳಿದಳು.

'ಅದಕ್ಕಾಗಿ ಇರಬಹುದು ಆ ಗಂಡಸು ಕಾರಿನಲ್ಲಿ ಹೋಗುವಷ್ಟು ದೊಡ್ಡ ಜನ ಆಗಿದ್ಯ ಅಂತ ಕೇಳಿದ್ದು' ಅಂದುಕೊಂಡು ಸುಮ್ಮನಾದೆ.

ಬಸ್ಸಲ್ಲಿ ಅಗಿಯಲೆಂದು ತಂದ ಸೆಂಟರ್ ಫ್ರೆಶ್ ಚೂಯಿಂಗ್ ಗಮ್ ಒಂದನ್ನು ಶಹನಾಜ್ ಕೈಗಿಟ್ಟು ನಾನು ಒಂದು ಚೂಯಿಂಗ್ ಗಮ್ ಅನ್ನು ಬಾಯಿಗೆ ಹಾಕಿಕೊಂಡೆ. ಬಸ್ಸು ಹೊರಟು ಒಂದೆರಡು ಗಂಟೆಗಳವರೆಗೆ ಮಕ್ಕಳು, ಹೆಂಗಸರು, ಗಂಡಸರ ಮಾತುಗಳಿಂದ ಗಜಿಬಿಜಿ ಗಜಿಬಿಜಿ ಕೇಳುತ್ತಿದ್ದರೂ ನಂತರ ಒಬ್ಬೊಬ್ಬರಾಗಿ ಮಲಗಿದರು. ನಾವಿಬ್ಬರೂ ನಾಳೆಯ ಮದುವೆಯ ಬಗ್ಗೆ ಸ್ವಲ್ಪ ಹೊತ್ತು ಮಾತನಾಡಿ ನಿದ್ದೆಗೆ ಜಾರಿದೆವು.

***

ಮುಂಜಾನೆಯ ಹೊತ್ತಿಗೆ ಬಸ್ಸು ಸಾಗರದ ಯಾವುದೋ ಒಂದು ಮದುವೆಯ ಮಂಟಪದ ಮುಂದೆ ನಿಂತಿತ್ತು. ಎಲ್ಲರೂ ತಾವು ತಂದ ಚಿಕ್ಕಪುಟ್ಟ ಬ್ಯಾಗುಗಳನ್ನು ಹಿಡಿದು ಇಳಿದರು. ಮದುಮಗಳನ್ನು ಅದಾಗಲೇ ನೆಂಟರ ಮನೆಗೆ ತಲುಪಿಸಲಾಗಿತ್ತು. ಮದುವೆ ಸಭಾಂಗಣದ ಸಮೀಪವೇ ನಾಲ್ಕೈದು ದೊಡ್ಡದಾದ ಹಾಲ್‌ಗಳು. ಅದರ ಪಕ್ಕದಲ್ಲೇ ಮಹಿಳೆಯರ ಹಾಗೂ ಗಂಡಸರ ಟಾಯ್ಲೆಟ್ ಹಾಗೂ ಬಾತ್ ರೂಮ್‌ನ ವ್ಯವಸ್ಥೆ ಇದ್ದುದರಿಂದ ಒಬ್ಬೊಬ್ಬರಾಗಿ ಬೆಳಗಿನ ಕಾರ್ಯಗಳನ್ನು ಮುಗಿಸಿ ಹಾಗೂ ಸ್ನಾನವನ್ನು ಮಾಡಿ ಹೊಸಬಟ್ಟೆಗಳನ್ನು ಧರಿಸಿದರು.

ನಿಕಾಹದ ನಂತರ ಮದುಮಗಳನ್ನು ಹೊರಡಿಸಿ, ಮದುವೆ ಹಾಲಿನ ಮಧ್ಯೆ ಕುರ್ಚಿ ಹಾಕಿ ಕೂರಿಸಿದರು. ಹಾರ ಹಾಕುವ ಕಾರ್ಯಕ್ರಮವಿದ್ದುದರಿಂದ ನಾವು ಮದುಮಗಳ ಪಕ್ಕದಲ್ಲಿ ಕುಳಿತು ಮದುಮಗನ ಬರುವಿಕೆಗಾಗಿ ಕಾಯುತ್ತಾ ಕುಳಿತೆವು.

'ಊಟ ಮಾಡದವರು ಊಟಕ್ಕೆ ಬನ್ನಿ. ಕೊಯಿ ಬಾಕಿ ಹೇ ಖಾನ ಖಾನೆ ಕೆಲಿಯೆ, ವನಸ್ ಮಲ್ಪಂದಿನಕುಲು ವನಸ್ ಪೋಲೆ, ಚೋರು ಉಣ್ಣೋ ಬಾಕಿ ಉಲ್ಲೋ ಆಳುಮರ್ ಚೋರು ಉಣ್ಣೋ ಬರು' ಎಂದು ಕೂಗಿ ಕೂಗಿ ಕರೆಯುತ್ತಿದ್ದರು.

ನಾವು ಮಾತ್ರ ಜಾಗ ಬಿಟ್ಟು ಕದಲಲಿಲ್ಲ. ನೆರೆಕರೆಯವರು ಸ್ನೇಹಿತರು ಎಂದು ಹಲವು ಭಾಷೆಯ ಜನರು ಮದುವೆಗೆ ಹಾಜರಿದ್ದರು. ನಮ್ಮ ಕಡೆಯಿಂದ ಬ್ಯಾರಿ ಹಾಗು ತುಳು ಜನರು, ಮದುಮಗನ ಕಡೆಯವರು ಹಿಂದಿ-ಉರ್ದು ಮಾತನಾಡುತ್ತಿದ್ದುದರಿಂದ ಹಾಗೂ ಸಾಮಾನ್ಯವಾಗಿ ಎಲ್ಲರಿಗೂ ಕನ್ನಡ ಭಾಷೆ ಅರಿತಿರುವುದರಿಂದ ಎಲ್ಲಾ ಭಾಷೆಗಳಲ್ಲೂ ಕೂಗಿ ಕೂಗಿ ಕರೆಯುತ್ತಿದ್ದರು.

ಅಷ್ಟೊತ್ತಿಗಾಗಲೇ 'ಮದುಮಗ ಹಾರ ಹಾಕಲು ಬರುತ್ತಿದ್ದಾನೆ, ಹುಡುಗಿ ರೆಡಿಯಾಗಿದ್ದಾಳೆ ತಾನೇ?' ಎಂದು ಯಾರೋ ದೊಡ್ಡವರು ಕೂಗಿ ಕೇಳಿದರು.

'ಹ್ಞಾ ರೆಡಿ.' ಬೇರೆ ಮಹಿಳೆಯರ ಜೊತೆ ಶಹನಾಜ್ ಕೂಡ ಕಿರುಚಿದಳು.

ನನ್ನ ಕಾಲಿನಿಂದ ಅವಳ ಕಾಲಿಗೆ ತುಳಿಯುತ್ತಾ 'ನೀನು ಸುಮ್ಮನಿರು, ಇನ್ನು ಕಿರುಚಿದೆವು ಅಂತ ಅದಕ್ಕೂ ಜಗಳ ಮಾಡೋಕೆ ಯಾರಾದರೂ ಬರಬಹುದು' ಎಂದು ಅವಳ ಬಾಯಿ ಮುಚ್ಚಿಸಿದೆ.

ನಮ್ಮ ಕಡೆಯವರನ್ನೇ ಹೆಚ್ಚಾಗಿ ಪರಿಚಯವಿಲ್ಲದ ನಮಗೆ, ಅವರಲ್ಲಿದ್ದ ಮಹಿಳೆಯರು ಯಾರು ಯಾರು ಯಾವ ಕಡೆಯವರು ಎಂದು ಗುರುತಿಸುವುದೇ ಕಷ್ಟವಾಗಿ ಹೋಗಿತ್ತು. ಕೊನೆಗೂ ಮೂಗುತಿ ಇದ್ದು ಜಿಗಿ ಜಿಗಿ ಹೊಳೆಯುವ ಬಟ್ಟೆ ಧರಿಸಿ ಹಿಂದಿ ಮಾತನಾಡುವ ಜನಗಳ ಮುಂದೆ ಹಲ್ಲು ಬಿಟ್ಟು ನಿಂತೆವು.

ಸುಂದರವಾದ ಯುವಕ, ಎತ್ತರವಾದ ಮೈಕಟ್ಟು, ಕ್ಲೀನ್ ಶೇವ್ ಮಾಡಿದ ನೀಳವಾದ ಮುಖದಲ್ಲಿ ಎಂಥವರನ್ನೂ ಆಕರ್ಷಿಸುವ ನಗು, ಯಾರು ಯಾವ ಕೊರತೆಯನ್ನು ಕಂಡು ಹಿಡಿಯದಂತಹ ಶರೀರ, ಸುಂದರ ತರುಣ. ಜೈನಾಂಟಿಗೆ ಗಂಡನಾಗಿ ಸಿಕ್ಕಿದ್ದು ಭಾಗ್ಯವೇ ಸರಿ ಎಂದೆನಿಸಿತು.

ಯಾವಾಗಲೂ ಕದ್ದುಮುಚ್ಚಿ ಸಿಹಿ ಗುಟ್ಕ ಅಗಿಯುತ್ತಾ, ಕಂಡವರ ಸರಿ–ತಪ್ಪು ಮಾತನಾಡುವ ಈ ಜೈನಾಂಟಿಗೆ, ಮುಗ್ಧತೆಗೆ ಕನ್ನಡಿಯಂತಿರುವ ಮದುಮಗ ಇಂತಿಯಾಜ್‌ನ ಕಂಡರೆ ಯಾರಾದರೂ ಒಂದು ಕ್ಷಣಕ್ಕೆ ಬಾಯಿಬಿಟ್ಟು ನೋಡಿದರೆ ಆಶ್ಚರ್ಯವೇನೂ ಇರಲಿಲ್ಲ. ಅಂತೂ ಮದುಮಗ ಸಮೀಪಿಸುತ್ತಿದ್ದಂತೆ ನೂಕುನುಗ್ಗಲು ಜೋರಾಯಿತು. ಅದೇಗೋ ಮಂತ್ರ ಪೂರ್ತಿ ಆಗುತ್ತಿದ್ದಂತೆ ಮದುಮಗ ತನ್ನ ಕುತ್ತಿಗೆಯಲ್ಲಿದ್ದ ಹಾರವನ್ನು ವಧುವಿನ ಕುತ್ತಿಗೆಗೆ ಹಾಕಿದ. ಮದುಮಗಳ ಪಕ್ಕದಲ್ಲಿ ಮೀಸಲಿಟ್ಟ ಚೇರಿನಲ್ಲಿ ಕುಳಿತು, ಕೊಟ್ಟ ಒಂದು ಗ್ಲಾಸ್ ಹಾಲನ್ನು ತಾನು ಸ್ವಲ್ಪ ಕುಡಿದು, ಸ್ವಲ್ಪ ಮದುಮಗಳಿಗೂ ಕುಡಿಸಿದ. ಸುತ್ತಲೂ ನೆರೆದಿರುವ ಜನರ ಸಂತೋಷದ ಕೂಗು, ಬೊಬ್ಬೆಯ ನಡುವಿನಲ್ಲಿಯು ಹಲವಾರು ಕ್ಯಾಮೆರಾಗಳಿಂದ ಫೋಟೋವನ್ನು ಕ್ಲಿಕ್ಕಿಸಿದರು. ನವ ಜೋಡಿಯನ್ನು ಬಂಧು–ಮಿತ್ರರು, ಸ್ನೇಹಿತರು, ಕುಟುಂಬದವರು, ನೆರೆಕರೆಯವರು ಪ್ರತಿಯೊಬ್ಬರು ಹರಸಿ ಹಾರೈಸಿದರು.

‘ಮದುಮಗಳನ್ನು ಊಟಕ್ಕೆ ಕರೆದುಕೊಂಡು ಬನ್ನಿ’ ಎಂದು ಹೇಳಿದಾಗ ಕೆಲವು ಮಹಿಳೆಯರ ಜೊತೆ ನಾವು ಹೊರಟು ನಿಂತೆವು.

ಘೀ ರೈಸ್ ಜೊತೆ ಚಿಕ್ಕನ್ ಪದಾರ್ಥ ಹಾಗೂ ಬೇಳೆ ಸಾರನ್ನು ಬಡಿಸಿದರು. ಊಟದ ನಂತರ ಪಾಯಸ ಕೊಡುವುದು ನಮ್ಮ ಕಡೆಯಲ್ಲಿ ಇಲ್ಲದಿದ್ದರೂ, ಅವರ ಕಡೆಯಲ್ಲಿ ಇದ್ದರಿಂದ ಊಟದ ತಟ್ಟೆಗೇನೇ ಪಾಯಸ ಬಡಿಸಿದರು.

ಎಲ್ಲವನ್ನೂ ಮುಗಿಸಿ ಶುದ್ಧಗಾಳಿ ತೆಗೆಯಲು ಸಭಾಂಗಣದ ಹೊರಭಾಗದಲ್ಲಿ ನಿಂತೆವು. ಒಂದಿಬ್ಬರು ಯುವಕರು ಶಹನಾಝ್‌ನ ಅಂದಚೆಂದವನ್ನು ನೋಡಿ ಅವಳ ಹಿಂದೆಯೇ ಗಿರಿಗಿಟ್ ಹೊಡೆಯುತ್ತಿರುವುದನ್ನು ಮೇಲಿನ ಮಹಡಿಯಿಂದ ಕಲಂದರ್ ಗಮನಿಸುತ್ತಲೇ ಇದ್ದ.

‘ಶಹನಾಜ್ ಅವರನ್ನು ನೋಡಿ ಹಲ್ಲು ಕಿಸಿ ಬೇಡ. ಸಿಸಿ ಕ್ಯಾಮೆರಾದಂತಿರುವ ನಿನ್ನ ತಮ್ಮ ಕಲಂದರ್‌ನ ಕಣ್ಣು ನಿನ್ನ ಮೇಲಿದೆ’ ಅವನನ್ನು ನೋಡಿಯೂ ನೋಡದಂತೆ ಮಾಡಿ ಬೇರೆ ಕಡೆ ತಿರುಗಿ ಹೇಳಿದೆ.

‘ಬಾ ಇಲ್ಲಿಂದ ಹೋಗೋಣ.’ ನನ್ನ ಕೈ ಹಿಡಿದು ಸ್ವಲ್ಪ ದೂರಕ್ಕೆ ಕರೆದುಕೊಂಡು ಹೋದಳು.

ಮದುಮಗನ ಕಡೆಯ ನಾಲ್ಕೈದು ಹೆಣ್ಣು ಮಕ್ಕಳು ನಮ್ಮನ್ನು ಕಂಡು ಬಂದು ಮಾತನಾಡಲು ಪ್ರಾರಂಭಿಸಿದರು. ಕುಂ ಕುಂ, ಕುಸುಮ್ ಹಿಂದಿ ಧಾರಾವಾಹಿಗಳನ್ನು ನೋಡಿ ಅಲ್ಪ ಸ್ವಲ್ಪ ಹಿಂದಿ ಗೊತ್ತಿರುವ ಶಹನಾಜ್ ಅವರೊಡನೆ ಹರಟೆ ಹೊಡೆಯಲು ಪ್ರಾರಂಭಿಸಿದಾಗ ನಾನು ಸುತ್ತಮುತ್ತ ನೋಡುತ್ತಾ ನಿಂತೆ.

ಒಂದು ಡೈಲಾಗ್ ಹೇಳಿ ಹತ್ತು ಬಾರಿ ನಿಂತವರ ಮುಖವನ್ನು ರೀಲ್ ಎಳೆದು ತೋರಿಸುವ ಹಿಂದಿ ಧಾರಾವಾಹಿಗಳನ್ನು ನೋಡುವ ಕುತೂಹಲ ನನಗಿಲ್ಲ. ಶಹನಾಜ್ ಮಾಡುವ ತಪ್ಪುಗಳನ್ನು ಕಂಡು ಹಿಡಿದು ತನ್ನ ತಾಯಿಯ ಕಿವಿಗೆ ಊದುವ ಕಲಂದರ್ ಮದುವೆ ಮನೆಯೆಂದು ನೋಡದೆ ದೂರದಲ್ಲಿಯೇ ಅವಳನ್ನು ಗಮನಿಸುವುದು ನಾನು ಕಂಡೆ. ಅವನ ಜೊತೆಯಲ್ಲೇ ಇದ್ದ ಇನ್ನೊಬ್ಬ ಹುಡುಗ ನನ್ನನ್ನೇ ದುರುಗುಟ್ಟಿ ನೋಡುವುದನ್ನು ಲೇಟಾಗಿ ಗಮನಿಸಿದೆ. ನಾನು ಈ ಹುಡುಗನನ್ನು ಇದಕ್ಕಿಂತ ಮುಂಚೆ ಎಲ್ಲೋ ನೋಡಿದ್ದೇನೆ ಅನ್ನೋ ಅನುಮಾನ ನನಗೆ.

'ಹೇ ಮೇರಾ ಕಝಿನ್.' ನನ್ನ ತೋರಿಸಿ ಅವರಿಗೆ ಪರಿಚಯ ಮಾಡಿಸಿದಳು ಶಹನಾಜ್.

'ಆಪ್ಕ ನಾಮ್ ಕ್ಯಾ ಹೇ?' ಅದರಲೊಬ್ಬಳು ಕೇಳಿದಳು.

'ಫೌಝಿಯಾ, ಸೋರಿ ಮೇರಿಕೋ ಹಿಂದಿ ಗೊತ್ತಿಲ್ಲ.' ಕನ್ನಡ ಸೇರಿಸಿ ಅದೇನೋ ಬಾಯಿಗೆ ಬಂದದ್ದು ಸ್ವಲ್ಪ ಹೊತ್ತು ಮಾತನಾಡಿದೆ.

ನೀವೆಲ್ಲರೂ ಮಂಗಳೂರಿಗೆ ಬರಬೇಕೆಂದು ಶಹನಾಜ್ ಹೇಳಿದಾಗ, ನಾನು ಧ್ವನಿಗೂಡಿಸಿ ಬರಲೇಬೇಕೆಂದು ಹೇಳಿದೆ. ಅವರೆಲ್ಲಾ ಹೋದ ನಂತರ ಮಗದೊಮ್ಮೆ ದೂರದಲ್ಲಿ ಕುಳಿತ ಕಲಂದರ್‌ನನ್ನು ನೋಡಿದೆ. ಅವನೊಡನೆ ಇದ್ದ ಹುಡುಗ ನನ್ನ ಗಮನಿಸುತ್ತಿದ್ದಾನೆ ಎಂಬುದು ನನಗೆ ಬಲವಾದ ನಂತರ 'ಕಲಂದರ್ ಜೊತೆ ನಿಂತ ಹುಡುಗ ಯಾರೇ ಅವನು?' ಶಹನಾಜ್‌ನೊಡನೆ ಕೇಳಿದೆ.

'ಎಲ್ಲೇ? ಕಂದು ಎಲ್ಲಿ? ನಿಲ್ಲು ಅವನಿಗೆ ತಾಯಿ ಜೊತೆ ಹೇಳಿ ಸರಿಯಾಗಿ ಮಾಡಿಸುತ್ತೇನೆ.' ಸುತ್ತಮುತ್ತಲು ಕತ್ತು ತಿರುಗಿಸಿ ನೋಡಲು ಪ್ರಾರಂಭಿಸಿದಳು.

'ನೀನು ಇದಕ್ಕಿಂತ ಮುಂಚೆ, ಮಾಡಿ ಗುಡ್ಡೆ ಹಾಕಿದ್ದು ನೋಡಿದ್ದೇನೆ. ಅವನ ದೋಷ ಹೇಳೋಕೆ ಹೋಗಿ ಅದೆಷ್ಟು ಬಾರಿ, ನಿನ್ನ ತಾಯಿಯ ಕೈಯಿಂದ ಪೆಟ್ಟು ತಿಂದಿದ್ದೀಯಾ ಅನ್ನುವುದು ನನಗೆ ಗೊತ್ತಿದೆ. ಸುಮ್ಮನೆ ದೊಣ್ಣೆ ಕೊಟ್ಟು ಪೆಟ್ಟು ತಿನ್ನಬೇಡ, ಜಸ್ಟ್ ಆ ಹುಡುಗ ಯಾರೆಂದು ಹೇಳಿದರೆ ಸಾಕು, ಈ ಕಡೆ ಶಾಮಿಯಾನ ಬದಿ ನೋಡು.' ನನ್ನ ಬಲಬದಿಯಿಂದ ಎಡಬದಿಗೆ ಬರುವಂತೆ ತಿಳಿಸಿದೆ.

'ಕಂದು ಜೊತೆ ಇರುವವ ರಿಫಾಯಿ ಕಣೆ, ನಾನು ಊರಿಂದ ಬಸ್ಸು ಹೊರಡುವಾಗ ತೋರಿಸಿದೆ ಅಲ್ವಾ ಇಬ್ಬರನ್ನು, ಅದರಲ್ಲಿ ಒಬ್ಬ ಅವನ ತಮ್ಮ. ನನಗೂ ತಮ್ಮನೇ. ಯಾಕೆ ಏನಾಯಿತು?' ನನ್ನ ನೋಡಿ ಕೇಳಿದಳು.

'ಅಂದರೆ ಆ ಗಂಡಸಿನ ಮಗನಾ ಇವನು?' ಆಶ್ಚರ್ಯದಲ್ಲಿ ಕೇಳಿದೆ.

'ಹ್ಞಾ ಹೌದು ಕಣೆ, ಆದರೆ ಇವನು ಪಾಪ ದೊಡ್ಡಪ್ಪನ ಹಾಗೇನು ಇಲ್ಲ.'

'ಅದೇನು ಗ್ರಹಚಾರ ನನಗೆ ಕಾದಿದೆಯೋ, ಇವನ ತಂದೆ ಜೊತೆ ಜಗಳವಾಡಿದ್ದು ಇವನಿಗೆ ಏನಾದರೂ ಗೊತ್ತಾಯ್ತಾ!!!! ಅದಕ್ಕಾಗಿ ನನ್ನನ್ನು ಹೀಗೆ ದುರುಗುಟ್ಟಿ ನೋಡುತ್ತಿರಬಹುದೆ?' ಅಂದುಕೊಂಡು, ಶಹನಾಜ್‌ನ ಕೈಯನ್ನು ಹಿಡಿದು ದರದರನೆ ಸಭಾಂಗಣದ ಒಳಗೆ ಅವರಿಗೆ ಕಾಣದಂತಹ ಜಾಗಕ್ಕೆ ಹೋಗಿ ಕುರ್ಚಿ ಹಾಕಿ ಕುಳಿತೆವು.

***

ಸಂಜೆ ಐದು ಗಂಟೆ ಆಗುತ್ತಿದ್ದಂತೆ ಸಭಾಂಗಣ ಬಿಟ್ಟು ಕೊಡಬೇಕಾಗಿರುವುದರಿಂದ ನಮ್ಮ ನಮ್ಮ ಬ್ಯಾಗುಗಳನ್ನು ಹಿಡಿದು ಬಸ್ಸು ಹತ್ತಿದೆವು. ಬಸ್ಸು ನೇರವಾಗಿ ಮದುಮಗನ ಮನೆಯ ಕಡೆ ಹೊರಟಿತು. ಎಲ್ಲರೂ ಮದುಮಗನ ಮನೆಯನ್ನು ನೋಡಲು ಬಸ್ಸಿನಿಂದ ಇಳಿದರು. ನಾವು ಕೂಡ ಬಸ್ಸಿನಿಂದ ಇಳಿದು ಮನೆಯ ಸುತ್ತಮುತ್ತ ವಾತಾವರಣವನ್ನು ನೋಡುತ್ತಾ ಅಕ್ಕಪಕ್ಕದ ಹೆಣ್ಣು ಮಕ್ಕಳ ಜೊತೆ ಹರಟೆ ಹೊಡೆದು ನಂತರ ಬಸ್ಸು ಹತ್ತಿ ಕುಳಿತೆವು. ಗುರುಗಳು ಇದ್ದ ಬಸ್ಸಿನಲ್ಲಿದ್ದ ಕೆಲವು ಮಕ್ಕಳೆಲ್ಲಾ ನಾವು ಇದ್ದ ಬಸ್ಸಿಗೆ ಹತ್ತಿ ಕುಳಿತರು.

'ಗುರುಗಳು ಇರುವ ಕಾರಣ ದೊಡ್ಡವರು ಯಾರು ನಮ್ಮನ್ನು ಬಸ್ಸಿನಲ್ಲಿ ಆಟ ಆಡೋಕೆ, ಹಾಡು ಹೇಳೋಕೆ ಬಿಡುವುದಿಲ್ಲ' ಎಂಬುದು ಅವರ ವಾದವಾಗಿತ್ತು.

'ನಾವು ಬರುವಾಗ ಇದೇ ಸೀಟಿನಲ್ಲಿ ಕುಳಿತುಕೊಂಡು ಬಂದದ್ದು. ನೀವೆಲ್ಲರೂ ನಿಮ್ಮ ನಿಮ್ಮ ಸೀಟಿಗೆ ಹೋಗಿ.' ಆ ಬಸ್ಸಿನಿಂದ ಈ ಬಸ್ಸಿಗೆ ಹಾರಿದ ಕೆಲವು ಮಕ್ಕಳನ್ನು ರೇಗಿಸಿ, ದೊಡ್ಡವರು ಊರಿನಿಂದ ಬಂದಾಗ ಹಿಡಿದ ಸೀಟನ್ನು ಹಿಡಿದು ಕುಳಿತುಕೊಂಡರು.

ಯಾವ ಸೀಟೂ ಸಿಗದ ಕಾರಣ ಎಲ್ಲಾ ಮಕ್ಕಳು ನಾವಿದ್ದ ಬಸ್ಸಿನ ಕೊನೆಯ ಲಾಂಗ್ ಸೀಟಿನಲ್ಲಿ ಕುಳಿತರು. ಕೊನೆಯ ಸೀಟು ಯಾರಿಗೂ ಬೇಡವಾಗಿದ್ದರಿಂದ ಮಕ್ಕಳಿಗೆ ಯಾರೂ ಏನೂ ಹೇಳದೆ ಸುಮ್ಮನಾದರು. ಕಲಂದರ್ ಮತ್ತು ಆ ಹುಡುಗ ನಮ್ಮ ಬಸ್ಸನ್ನೇ ಹತ್ತಿದರು.

ಕೈಯಲ್ಲಿದ್ದ ಸೆಂಟರ್ ಫ್ರೆಶ್ ಮುಗಿದಿರುವುದರಿಂದ ನಾನು ಹಿಂದುಗಡೆ ಕುಳಿತ ಕಲಂದರ್‌ನ ಬಳಿ ಹೋಗಿ 'ನೀನು ಮದುವೆಗೆ ಬಂದಿದ್ದೋ ಅಥವಾ ನಮ್ಮ ಸೆಕ್ಯುರಿಟಿ ಗಾರ್ಡ್ ಆಗಿ ಬಂದಿದ್ದೀಯೋ? ಆವಾಗಿನಿಂದ ಜಗಿತಾ ಇದ್ದೀಯಲ್ಲ, ನಮಗಿಬ್ಬರಿಗೆ ಸೆಂಟರ್ ಫ್ರೆಶ್ ಇದ್ದರೆ ಕೊಡು.' ಇಬ್ಬರಿಗೂ ನಾಟುವಂತೆ ಹೇಳಿದೆ.

ಮರ್ಯಾದೆಯಲ್ಲಿ ಸೆಂಟರ್ ಫ್ರೆಶ್ ಕೇಳಿದರೆ ಕೊಡುತ್ತಿದ್ದನೋ ಏನೋ, 'ಕೊಡಲ್ಲ ಹೋಗೆ' ಹೇಳಿಬಿಟ್ಟ.

ರಾತ್ರಿಯಾಗುತ್ತಿದ್ದಂತೆ ಬಸ್ಸು ಹೊರಟಿತು. ಊರು ತುಂಬಾ ಮದುವೆ ಸಂಭ್ರಮ ಇದ್ದರಿಂದ ಆ ಊರು ದಾಟುವವರೆಗೂ ಬಸ್ಸಿನಲ್ಲಿದ್ದ ಮಕ್ಕಳ ಕಿರುಚಾಟ ರಂಪಾಟಕ್ಕೆ ಏನು ಕಮ್ಮಿ ಇರಲಿಲ್ಲ. ಬಸ್ಸಿನಲ್ಲಿ ಕುಳಿತು ಸಿಕ್ಕಸಿಕ್ಕವರಿಗೆ ಟಾಟಾ ಮಾಡುತ್ತಾ, ದಾರಿಯುದ್ದಕ್ಕೂ ಹಾಡುತ್ತಾ ಕುಣಿಯುತ್ತಾ, ಮತ್ತೊಂದು ಬಸ್ಸಿನಲ್ಲಿ ಮೌನವಾಗಿ ಕುಳಿತು ಬರುವವರಿಗೂ ಹೊಟ್ಟೆಕಿಚ್ಚು ಆಗುವಷ್ಟು ಸಂತೋಷ ಸಂಭ್ರಮದಲ್ಲಿ ಹೊರಟೆವು. ಮಧ್ಯರಾತ್ರಿ ಆಗುತ್ತಿದ್ದಂತೆ ಎಲ್ಲರೂ ನಿದ್ದೆಗೆ ಜಾರಿದರು. ಸ್ವಲ್ಪ ಹೊತ್ತಿನ ನಂತರ ಕಲಂದರ್ ನಮ್ಮ ಸಮೀಪಕ್ಕೆ ಬಂದು ಇಬ್ಬರನ್ನೂ ಕರೆದು ಎಬ್ಬಿಸಿದ.

'ಏನೋ ನಿಂದು' ಶಹನಾಜ್ ನಿದ್ದೆ ಕಣ್ಣಿನಲ್ಲಿ ಕೇಳಿದಳು.

'ಅಲ್ಲಿ ಘಾಮಿದ ವಾಂತಿ ಮಾಡುತ್ತಿದ್ದಾಳೆ.' ಅರ್ಧ ನಿದ್ದೆಯಲ್ಲಿದ್ದ ನನಗೂ ಕೇಳಿಸಿತು.

'ನಿಮ್ಮ ಜೊತೆ ತಾನೆ ಕುಳಿತಿರುವುದು. ನೀನೆ ನೋಡಿಕೋ.' ಶಹನಾಜ್ ತಮಾಷೆಗೆ ಹೇಳಿದರೂ ನನ್ನ ತಂಗಿ ಅನ್ನೋ ಭಯದಿಂದ ನಾನು ಎದ್ದು ಹಿಂದಕ್ಕೆ ಓಡಿದೆ.

ವಾಂತಿ ಮಾಡಿ ಮಾಡಿ ಸುಸ್ತಾಗಿದ್ದ ಅವಳ ಮುಖ ಕಂಡು 'ನಿನ್ನೊಡನೆ ಹಿಂದಿನ ಸೀಟಿನಲ್ಲಿ ಕುಳಿತುಕೊಳ್ಳಲು ಹೇಳಿದೋರು ಯಾರೂ?' ಬಯ್ಯುತ್ತಲೇ ಕುಡಿಯಲು ನೀರು ಕೊಟ್ಟು, ಸ್ವಲ್ಪ ನನ್ನ ಕೈಗೆ ನೀರು ಹಾಕಿ ಅವಳ ಮುಖವಿಡಿ ಒರೆಸಿದೆ. ಶಹನಾಜ್ ಕೈಯಲ್ಲಿದ್ದ ಲಿಂಬೆಹಣ್ಣನ್ನು ಅವಳಿಗೆ ಕೊಟ್ಟು ನನ್ನ ಸೀಟಿನಲ್ಲಿ ಕೂರಿಸಿದೆ.

ಯಾವುದೋ ಒಂದು ಮಗು ಎದ್ದು ಅವಳನ್ನು ನೋಡಿ 'ನನಗೂ ವಾಂತಿ ಬಂದ ಹಾಗೆ ಆಗುತ್ತಿದೆ' ಹೇಳಿತು. ಅವಳನ್ನು ಶಹನಾಜ್ ಸೀಟಿನಲ್ಲಿ ಕೂರಿಸಿ ಕೈಯಲ್ಲಿ ಒಂದೊಂದು ಪ್ಲಾಸ್ಟಿಕ್ ಕವರನ್ನು ಕೊಟ್ಟು ನಾವು ಲಾಂಗ್ ಸೀಟಿನಲ್ಲಿ ಕುಳಿತೆವು. ಚಿಂತೆಯಿಲ್ಲದವನಿಗೆ ಸಂತೆಯಲ್ಲೂ ನಿದ್ದೆ ಅನ್ನೋಹಾಗೆ ಕೊನೆಯ ಸೀಟಿನಲ್ಲಿ ಕುಳಿತ ನಾವಿಬ್ಬರು ನಿದ್ದೆಗೆ ಜಾರಿದೆವು. ಹತ್ತಿರದಲ್ಲಿ

ಕುಳಿತಿರುವುದು ಶಹನಾಜ್ ಎಂಬ ಧೈರ್ಯದಲ್ಲಿಯೇ ಒರಗಿ ಕುಳಿತು ನಿದ್ದೆ ಮಾಡಿದೆ.

ಬಸ್ಸು ಊರು ತಲುಪುತ್ತಿದ್ದಂತೆ ಕಲಂದರ್ ನನ್ನನ್ನು ಕರೆಯುವಂತೆ ಕೇಳಿತು. ಶಹನಾಜ್ ನನ್ನ ಭುಜದ ಮೇಲೆ ಕೈಯಿಟ್ಟು ಅಲುಗಾಡಿಸುತ್ತಿದ್ದಂತೆ ನಾನು ಕಣ್ಣುಬಿಟ್ಟೆ. ಇವಳು ಯಾವಾಗ ಜೀನ್ಸ್ ಪ್ಯಾಂಟ್ ಹಾಕಿದಳು. ಜೀನ್ಸ್ ಪ್ಯಾಂಟ್ ಹಾಕಿದ ತೊಡೆಯ ಮೇಲೆ ತಲೆ ಇಟ್ಟು ಮಲಗಿದ ನಾನು, ತೊಡೆಯ ಓನರ್ ಯಾರೆಂದು ಖಚಿತಪಡಿಸಿಕೊಳ್ಳಲು ತಲೆಯನ್ನು ಮೆಲ್ಲಗೆ ತಿರುಗಿಸಿ ನೋಡಿದಾಗ ನಾನೇ ಬೆಚ್ಚಿಬಿದ್ದೆ. ಮಲಗಿರೋದು ಅದೇ ಹುಡುಗನ ತೊಡೆಯ ಮೇಲೆ. ಪೊಲೀಸರು ಗನ್ ತೋರಿಸಿ ಹ್ಯಾಂಡ್ಸ್ ಅಪ್ ಹೇಳುವ ಹಾಗೆ ಅವನ ಎರಡು ಕೈಗಳು ಇದ್ದವು.

'ನೀನು ಯಾವಾಗಲೆ ಜಾಗ ಬದಲಾಯಿಸಿದೆ?' ತಲೆಯ ಕೂದಲನ್ನು ಹಿಂದಕ್ಕೆ ಸರಿಸಿ ಕೇಳಿದೆ.

'ನಿದ್ದೆ ಕಣ್ಣಿನಲ್ಲಿ ಒಂದೆರಡು ಬಾರಿ ಬಿದ್ದಾಗ, ಅವನು ಕುಳಿತಿರುವ ಸೈಡ್ ಸೀಟ್ ನನಗೆ ಬಿಟ್ಟುಕೊಟ್ಟ. ನೀನು ಯಾಕೆ ಅವನ ತೊಡೆಯ ಮೇಲೆ ಮಲಗಿದೆ?' ಅವಳ ಪ್ರಶ್ನೆ ನನಗೆ ಮುಜುಗರ ತರಿಸಿತು.

'ನನ್ನ ಗ್ರಹಚಾರಕ್ಕೆ. ಅವನಿಗೆ ನನ್ನ ಎಬ್ಬಿಸಬಹುದಿತ್ತು ತಾನೇ? ಅವನದು ಏನು ಡ್ರಾಮಾ ನಿಮ್ಮೆಲ್ಲರನ್ನು ಕರೆದು?' ನಾಚಿಕೆ ಇದ್ದರೂ ತುಸು ಕೋಪದಲ್ಲಿ ಕೇಳಿದೆ.

'ಅವನು ಯಾವ ಹುಡುಗಿಯನ್ನು ಮುಟ್ಟಲ್ಲ, ಅದಕ್ಕೆ ನಿನ್ನ ಎಬ್ಬಿಸಲು ನನ್ನ ಕರೆದ' ನನ್ನ ಕಿವಿಯಲ್ಲಿ ಪಿಸುಗುಟ್ಟಿದಳು.

'ವಾಟ್? ಮತ್ತೆ ಅವನು ನನ್ನ ಪಕ್ಕದಲ್ಲಿ ಹೇಗೆ ಕೂತ?' ಎದ್ದುಹೋಗಿ ಬಾಗಿಲ ಬಳಿ ನೇತಾಡುತ್ತಿದ್ದವನ ನೋಡಿದೆ.

***

ಬಂದ ನೆಂಟರು ಎಲ್ಲರೂ ಒಂದೆರಡು ದಿವಸಗಳಲ್ಲಿ ಹಿಂದಿರುಗಿ ಹೋದರು. ಮದುಮಗ ಇಂತಿಯಾಜ್‌ನೊಡನೆ ಹಿಂದಿಯಲ್ಲಿ ಮಾತನಾಡಲು ಅಜ್ಜ-ಅಜ್ಜಿ ಬಿಟ್ಟರೆ ಬೇರೆ ಯಾರೂ ಇರಲಿಲ್ಲ. ಕೊನೆಯದಾಗಿ ಒಂದಿಬ್ಬರು ಯುವಕರು ಅವನೊಡನೆ ಇದ್ದರೆ ಅವನಿಗೂ ಮನಸ್ಸಿಗೆ ಸಂತೋಷವಾಗಬಹುದು ಎಂದು ಇದ್ದ ನೆಂಟರ ಗಂಡುಮಕ್ಕಳೊಡನೆ ನಾಲ್ಕೈದು ದಿವಸಗಳ ಕಾಲ ಮನೆಯಲ್ಲಿರುವಂತೆ ಅಜ್ಜಿ ಕೇಳಿಕೊಂಡರೂ ಹಿಂದಿ ಗೊತ್ತಿಲ್ಲದ ಕಾರಣ ಯಾರೂ ಇರಲು ರೆಡಿಯಾಗಿರಲಿಲ್ಲ.

‘ನೀನು ಆ ಹುಡುಗನ ಹೆಸರು ಏನೆಂದು ಹೇಳಿದೆ?’ ಬಟ್ಟೆ ತೊಳೆಯುತ್ತಿದ್ದ ಶಹನಾಜ್‌ನೊಡನೆ ಕೇಳಿದೆ.

‘ಯಾರು ನೀನು ತೊಡೆಯಮೇಲೆ ಮಲಗಿದವನ ಹೆಸರಾ?’ ನನ್ನ ನೋಡದೆ ಬಟ್ಟೆಗೆ ಸೋಪ್ ಹಾಕುತ್ತಾ ಕೇಳಿದಳು.

‘ಹೌದು ಅವನೇ, ಮೊದಲು ಅವನ ಹೆಸರು ಹೇಳು. ಮತ್ತೆ ಯಾವತ್ತೂ ತೊಡೆಯ ಮೇಲೆ ಮಲಗಿದ್ದು ಅಂತ ಹೇಳಬೇಡ.’ ಅವಳು ತೊಳೆದು ಕೊಟ್ಟ ಬಟ್ಟೆಯನ್ನು ಬೇರೆ ಎರಡು ಬಕೆಟ್ ನೀರಿನಲ್ಲಿ ಮುಳುಗಿಸಿ ಹಿಂಡಿ ತೆಗೆಯುವ ಕೆಲಸ ನನ್ನದಾಗಿದ್ದರಿಂದ ಯಾವುದೋ ಒಂದು ಬಟ್ಟೆಯನ್ನು ಜೋರಾಗಿ ಹಿಂಡಿ ಕೋಪವನ್ನು ತೀರಿಸಿದೆ.

‘ಹೆಸರು ರಿಫಾಯಿ, ಮೊನ್ನೆ ಒಂದು ಸಲ ನಾನೇ ಹೇಳಿದ್ದೆ, ನೀನು ಮರೆತಿದ್ದೀಯಾ ಕಾಣಬೇಕು. ಇವಾಗ ಅವನ ಹೆಸರು ಯಾಕೆ ನಿಂಗೆ?’ ನನ್ನನ್ನು ಗೇಲಿ ಮಾಡುವಂತಹ ನಗುವಿನಲ್ಲಿ ಹೇಳಿದಳು.

‘ನನ್ನ ಜೀವನದಲ್ಲಿ ಮೊದಲಬಾರಿ ನಾನು ಆ ಹೆಸರನ್ನು ಕೇಳುತ್ತಿರುವುದು.’ ಮನದಲ್ಲಿ ಹೇಳಿಕೊಂಡೆ.

‘ಯಾಕಿಲ್ಲ, ಅಜ್ಜಿ ಅವನೊಡನೆ ನಾಲ್ಕೈದು ದಿವಸ ಈ ಮನೆಯಲ್ಲಿ ಇರು ಎಂದು ಹೇಳುತ್ತಿದ್ದರು.’ ಹಿಂಡಿ ತೆಗೆದ ಬಟ್ಟೆಯನ್ನು ಬೇರೆಯೊಂದು ಬಕೆಟಿಗೆ ಹಾಕುತ್ತಾ ಹೇಳಿದೆ.

‘ಅವನು ಹಾಗೆ ಯಾರ ಮಾತನ್ನು ಕೇಳುವುದಿಲ್ಲ. ಅವನ ತಾಯಿ ಹೇಳಿದರೆ ಕೇಳಬಹುದೇನೋ?’

‘ಸದ್ಯಕ್ಕೆ ಅವನ ತಾಯಿ ಒಪ್ಪದಿದ್ದರೆ ಸಾಕು. ಅವನ ತಂದೆಗೆ ಬೈದಿದ್ದು ಅಲ್ಲದೆ, ಇವನ ತೊಡೆಯ ಮೇಲೆ ಮಲಗಿ ಇನ್ನೊಂದು ಎಡವಟ್ಟನ್ನು ಮಾಡಿಕೊಂಡಿದ್ದೇನೆ.’

‘ಹಾ...!!!! ನೀನು ತೊಡೆಮೇಲೆ ಮಲಗಿರುವುದು ಕೃಷ್ಣಾಪುರ ಊರಿಡಿ ಹರಡಿದೆ.’

‘ಏನು? ಕೃಷ್ಣಾಪುರನ ಅದು ಎಲ್ಲಿ?’ ಹಿಂಡಿ ತೆಗೆದ ಬಟ್ಟೆ ನನ್ನ ಕೈಯಿಂದ ಜಾರಿ ನೀರಿನ ಬಕೆಟಿಗೆ ಬಿತ್ತು.

‘ಅವನ ಮನೆ ಇರುವುದು ಅಲ್ಲೇ. ಸುರತ್ಕಲ್‌ನ ಸ್ವಲ್ಪ ಆಚೆ. ಅಷ್ಟೇ ಅಲ್ಲ ಅವನ ಎಲ್ಲಾ ಕುಟುಂಬದವರಿಗೆ ಹಾಗು ಸಂಬಂಧಿಕರಿಗೆ ಕೂಡ ಈ ವಿಷಯ ಗೊತ್ತಾಗಿದೆ. ಅವನ ಕಸಿನ್ ಒಬ್ಬಳು ನಿನಗೆ ಬೈದಿದ್ದಾಳೆ ಅಂತೆ. ಇವನ ತೊಡೆ ಮೇಲೆ ಮಲಗಲು ಅವಳಿಗೇನು ನಾಚಿಕೆ ಇಲ್ವಾ? ಎಂದು ಕೇಳಿದ್ದಾಳಂತೆ.’

ಶಹನಾಜ್‌ನ ಮಾತು ಕೇಳಿ ಹಿಂಡುತ್ತಿದ್ದ ಬಟ್ಟೆಯನ್ನು ಅಲ್ಲೇ ಬಿಟ್ಟು ಕಾಂಪೌಂಡ್‌ಗೆ ಒರಗಿ ನಿಂತೆ. ಮೌನವಾಗಿ ನಿಂತ ನನ್ನನ್ನು ನೋಡಿ ಅದೇನೋ

ಒಂದೆರಡು ಮಾತುಗಳು ಹೇಳಿದರೂ ನನ್ನ ಕಿವಿಗೆ ಅದು ಯಾವುದು ಬೀಳಲಿಲ್ಲ. ಅವಳ ಮಾತಿಗೆ ಉತ್ತರ ಸಿಗದಿದ್ದಾಗ ಒಗೆಯುತ್ತಿದ್ದ ಬಟ್ಟೆಗಳನ್ನು ಬಿಟ್ಟು ನನ್ನ ಸಮೀಪ ಬಂದಳು.

'ಹೇ ಹುಚ್ಚಿ ಯಾಕೆ ಅಳುತ್ತಿದ್ದೀಯಾ? ನೀನೇನೋ ಅವಳಿಗೆ ಬಯ್ಯಬಹುದು ಅಂದುಕೊಂಡೆ. ಆದರೆ ನೀನು ಇಲ್ಲಿ ಬಂದು ಅಳುತ್ತಿದ್ದೀಯ?' ರಸ್ತೆಯ ಭಾಗಕ್ಕೆ ಮುಖಮಾಡಿದ ನನ್ನ ಮುಖವನ್ನು ಅವಳ ಕಡೆ ತಿರುಗಿಸಿ ಕೇಳಿದಳು.

'ಹೇಗೆ ಬಯ್ಯಲಿ. ತಪ್ಪು ನಂದೇ ತಾನೇ? ಆಡಿಕೊಳ್ಳುವವರ ಬಾಯಿಗೆ ಸೀರುಂಡೆ ತರ ಸಿಕ್ಕಿದೆ ನಾನು.' ನನ್ನ ಗಂಟಲು ಗದ್ಗದಿತವಾಯಿತು.

'ಯಾರು ಹೇಳಿದ್ದು ತಪ್ಪು ನಿಂದು ಅಂತ. ಹಾಗಿದ್ದರೆ ಅಮ್ಮ ಮತ್ತು ಅಜ್ಜಿ ಯಾವಾಗಲೋ ನಿನ್ನ ಹತ್ತಿರ ಕೇಳೋಕೆ ಬರಬೇಕಿತ್ತು, ವಿಷಯ ಎಲ್ಲರಿಗೂ ಗೊತ್ತಿದೆ. ಅವನ ತಾಯಿ ಏನು ಹೇಳಲಿಲ್ಲ. ಅವಳು ಯಾವಳೋ ಏನೋ ಹೇಳಿದಳು ಅಂತ ನೀನು ಅಳಬೇಡ. ಬಾ ಕೆಲಸ ಪೂರ್ತಿ ಮಾಡಿ ಸಿಪ್ ಅಪ್ ತಿನ್ನೋಕೆ ಹೋಗೋಣ. ಅಜ್ಜ ದುಡ್ಡು ಕೊಟ್ಟಿದ್ದಾರೆ.' ಶಹನಾಜ್ ನನ್ನನ್ನು ಸಮಾಧಾನಪಡಿಸಲು ನೋಡಿದಳು.

'ಇವರ ಇವತ್ತು ಬಟ್ಟೆ ಒಗೆದು ಆಗಬಹುದೇ?' ಅಲ್ಲೇ ಅಂಗಳ ಗುಡಿಸುತ್ತಿದ್ದ ರುಕಿಯಾ ನಮ್ಮನ್ನು ನೋಡಿ ಹಿಡಿಸೂಡಿಯನ್ನು ಅಂಗೈಯಲ್ಲಿ ಬಡಿಯುತ್ತಾ ಕೇಳಿದರು. ರುಕಿಯಾ ನನ್ನ ಮೂರನೇ ಅತ್ತೆ.

'ಮದುವೆ ಮನೆ ಬಟ್ಟೆ ಒಗಿಯೋ ಕಾಂಟ್ರಾಕ್ಟ್ ನಾವೇನು ತೆಗೆದುಕೊಂಡಿಲ್ಲ. ನೀವು ಹೇಳಿದ ಸಮಯಕ್ಕೆ ಕೆಲಸ ಮುಗಿಸಲು' ಸಡಿಲವಾಗಿದ್ದ ಸಲ್ವಾರ್ ಸಾಲನ್ನು ಎದೆಯ ಭಾಗಕ್ಕೆ ಬಿಡಿಸಿ, ಸೊಂಟಕ್ಕೆ ಒಂದು ಸುತ್ತು ಹಾಕಿ, ಗಟ್ಟಿಯಾಗಿ ಕಟ್ಟಿ ಬಗ್ಗಿ ಬಟ್ಟೆ ಹಿಂಡಿದೆ.

ಅಡುಗೆ ಮನೆ ಕಡೆಯಿಂದ ನನ್ನ ತಾಯಿಯ ಧ್ವನಿ 'ಫೌಜಿ... ಫೌಜಿ. ಬಂದು ತಿಂಡಿ ತಿಂದು ಹೋಗಿ.' ದೊಡ್ಡ ಮನೆಯಲ್ಲಿ ಒಂದು ಕೆಲಸನೂ ಮಾಡಿಸದ ನನ್ನ ತಾಯಿಗೆ ನಾನಿಲ್ಲಿ ಕೆಲಸ ಮಾಡುವುದು ಕಂಡರೆ ಸಂಕಟ.

ಗಂಡನ ಮನೆಯವರು ಏನು ಹೇಳಿದರೂ, ಒಂದು ಮಾತು ಅದಕ್ಕೆ ವಿರುದ್ಧ ಮಾತನಾಡದ ನನ್ನ ತಾಯಿಗೆ, ನಾನು ತದ್ವಿರುದ್ಧ. ದೊಡ್ಮನೆಯಲ್ಲಿ ಊಟ ಮಾಡಿದ ತಟ್ಟೆಯನ್ನು ನಾವು ತೊಳೆದು ಇಟ್ಟರೂ, ಮತ್ತೆ ಅದನ್ನು ಚೆನ್ನಾಗಿ ತೊಳೆದು ಇಡುವ ನನ್ನ ತಾಯಿಗೆ, ನಾವುಗಳು ಕೆಲಸ ಮಾಡಿದರೆ ಅದು ಸರಿಯಾಗಿಲ್ಲ ಅನ್ನುವ ಭಾವನೆ.

ಮರದಿಂದ ಮರಕ್ಕೆ ಕೋತಿ ಜಿಗಿಯುವ ಹಾಗೆ, ಒಂದು ಮಾವನ ಮನೆಯಿಂದ ಇನ್ನೊಂದು ಮಾವನ ಮನೆಗೆ ಹೋಗಿ, ಕೊಟ್ಟದ್ದನ್ನು ತಿಂದು, ಗುಡ್ಡೆ

ಕಾಡಿಗೆ ಹೋಗಿ ಕರಂಡೆ ಹುಳಿ, ಕುಂಟಲ್ ಕಾಯಿ ತಿನ್ನುತ್ತಾ, ಆಟವಾಡುತ್ತಾ, ಇದ್ದವರ ಮಾವಿನ ಮರಕ್ಕೆ ಕಲ್ಲು ಬಿಸಾಡುತ್ತಾ, ಕಾಲಕಳೆಯುವ ನಾವು ಇಲ್ಲಿ ಮೈಬಗ್ಗಿಸಿ ದುಡಿಯುವುದನ್ನು ಕಂಡರೆ ತಾಯಿಯ ಮುಖದಲ್ಲಿ ಯಾಕೋ ಬೇಸರ. ಎಲ್ಲರ ಮುಂದೆ ಸುಮ್ಮನಿದ್ದರೂ ಒಳಗೊಳಗೆ ನೊಂದುಕೊಳ್ಳುವ ತಾಯಿಯ ಮನಸ್ಸು.

ಕರೆದು ಸ್ವಲ್ಪ ಹೊತ್ತಾದರೂ ಹೋಗದೇ ಇದ್ದಾಗ, ಅರ್ಧದಾರಿಯವರೆಗೆ ಬಂದು 'ಬನ್ನಿ, ತಿಂಡಿ ತಿಂದು ಹೋಗಿ ಉಳಿದದ್ದು ತೊಳೆಯಿರಿ, ಬಾ ಶಹನಾಜ್.' ಉಟ್ಟ ಸೀರೆಯ ತುದಿಯನ್ನು ಸೊಂಟಕ್ಕೆ ಸಿಕ್ಕಿಸುತ್ತಾ ಕರೆದರು.

'ಉಳಿದದ್ದು' ಅನ್ನುವ ತಾಯಿಯ ಮಾತಿಗೆ ತೊಳೆಯಲು ತಂದು ಹಾಕಿದ ಬಟ್ಟೆಯ ರಾಶಿಯನ್ನು ಒಮ್ಮೆ ನೋಡಿದೆ. ಬಟ್ಟೆಯ ನೀರು ಹರಿದು ಹೋಗಲು ಸಾಲಾಗಿ ಕಾಂಪೌಂಡಿನ ಮೇಲೆ ಇಟ್ಟ ಬಟ್ಟೆಗಿಂತಲೂ ಅಧಿಕ ಬಟ್ಟೆ ಇನ್ನು ಬಾಕಿ ಇದೆ. ಕಣ್ಣ ರೆಪ್ಪೆಯನ್ನು ನಿಧಾನವಾಗಿ ಮುಚ್ಚಿ ತೆರೆದು, ಸ್ವಲ್ಪ ಬಾಯಿ ತೆರೆದು, ಸುಸ್ತಾದ ಒಂದು ಏದುಸಿರು ಬಿಡುತ್ತಾ, ಬೆಂಡಾಗಿ ನಿಲ್ಲುವ ನಾನು ಮತ್ತಷ್ಟು ಬೆಂಡಾಗಿ ಹೋದೆ.

'ನೀವು ಮೊದಲು ತಿಂಡಿ ತಿನ್ನಿ, ಆಮೇಲೆ ನಾನು ಬರುತ್ತೇನೆ. ಬೇಗ ತೊಳೆದು ತೆಗೆಯಬಹುದು.' ನನ್ನ ಮುಖವನ್ನು ಕಂಡು ತಾಯಿ ಹೇಳಿದರು.

'ಬೇಡ ಮಾಮಿ, ನಮಗೆ ಕೊಟ್ಟ ಕೆಲಸ ನಾವೇ ಮಾಡುತ್ತೇವೆ.' ಕೈಯನ್ನು ಬಿಂದಿಗೆಯಲ್ಲಿದ್ದ ನೀರಿನಿಂದ ತೊಳೆದಳು. ಅವಳು ಕೈಕಾಲು ಮುಖವನ್ನು ತೊಳೆಯುವುದನ್ನು ನೋಡಿದ ನನ್ನ ತಾಯಿಗೆ ತಿಂಡಿ ತಿನ್ನಲು ಬರುತ್ತಿದ್ದಾರೆಂಬ ವಿಶ್ವಾಸ ಸಿಕ್ಕಿದ ಮೇಲೆ, ಬೆನ್ನು ತಿರುಗಿಸಿ ಅಡುಗೆ ಮನೆ ಬಾಗಿಲ ಕಡೆ ನಡೆದರು.

ಮಾವಿನ ಮರದಡಿ ಪ್ಲಾಸ್ಟಿಕ್ ಟೇಬಲ್ ಹಾಕಿ, ಸುತ್ತಲೂ ನಾಲ್ಕೈದು ಕುರ್ಚಿಗಳನ್ನಿಟ್ಟು ಮನೆಯ ಗಂಡಸರು ಬೆಳಗಿನ ತಿಂಡಿ ತಿನ್ನುತ್ತಿರುವುದನ್ನು, ನಲ್ಲಿ ನೀರು ತರುತ್ತಿದ್ದಾಗ ನೋಡಿದ ನಾನು 'ಉಮ್ಮಾ, ತಿಂಡಿ ಎರಡು ಪ್ಲೇಟಿಗೆ ಹಾಕಿ ಎದುರಿನ ಟೇಬಲಿಗೆ ತಾ'–ಕೂಗಿ ಹೇಳಿದೆ.

ಮನೆಯೊಳಗಿನ ಮಹಿಳೆಯರ ಗದ್ದಲಕ್ಕಿಂತ, ಹೊರಗಿನ ಕಾಗೆಗಳ ಶಬ್ದ ಎಷ್ಟೋ ವಾಸಿ ಅನಿಸಿತು ನನಗೆ. ಕೋಡಿಕಲಿನಲ್ಲಿ ಕಾಗೆಗಳಿಗೆ ಬರವೇನೂ ಇರಲಿಲ್ಲ. ತಿಂಡಿ–ಊಟದ ಸಮಯದಲ್ಲಿ ಹಾಗೂ ಮನೆಯ ಹಿಂದುಗಡೆ ಪಾತ್ರೆಗಳ ರಾಶಿ ಹಾಕಿ ತೊಳೆಯುವ ಸಂದರ್ಭದಲ್ಲಿ, ಅವುಗಳ ಸಂಖ್ಯೆಗಳಿಗೇನು ಕೊರತೆ ಇಲ್ಲ. ನಾವಿಬ್ಬರೂ ಮನೆಯ ಮುಂಭಾಗಕ್ಕೆ ಹೋಗಿ ನಿಂತೆವು.

'ಇಲ್ಲಿ ಇಬ್ಬರು ಭತ್ತ ನೆಡುವ, ನೇಜುಗಾರ್ತಿ ಮಹಿಳೆಯರು ಬಂದಿದ್ದಾರೆ. ಏನಾದರೂ ಇದ್ದರೆ ಕೊಟ್ಟುಬಿಡಿ'-ಕಲಂದರ್ ನಮ್ಮಿಬ್ಬರ ಕಾಲನ್ನು ಗಮನಿಸುತ್ತಾ ಹೇಳಿದ.

ನಾನು ಚೂಡಿದಾರ್ ಪ್ಯಾಂಟಿಗೆ ಕೆಸರು ಮಣ್ಣು ಆಗಬಾರದೆಂದು ಮೇಲಕ್ಕೆ ಮಡಚಿ ಇಟ್ಟಿದ್ದರೆ, ಶಹನಾಜ್‌ನ ಚೂಡಿದಾರ್ ಪ್ಯಾಂಟಿನ ಮೊಣಕಾಲಿನವರೆಗೆ, ಕೆಸರು ಮೆತ್ತಿಕೊಂಡು ಅದರಿಂದ ನೀರು ತೊಟ್ಟಿಕ್ಕುತ್ತಿತ್ತು.

'ನೀ ಯಾಕೋ ನಮಗೆ ತಮಾಷೆ ಮಾಡುತ್ತಿದ್ದೀಯಾ? ಉಮ್ಮಾ ನೋಡಮ್ಮ ಕಂದುನಾ... ಉಮ್ಮಾ...' ಅಳುಮುಖ ಮಾಡಿಕೊಂಡು ಉಮ್ಮ ಅಂತ ಕಿರುಚಿದಳು.

'ಇವಳೊಬ್ಬಳು ತೇಟ್ ಹಳ್ಳಿಯವಳಾಗೆ ಕಾಣುತ್ತಾಳೆ ಈಗ.' ನಾವು ಹಳ್ಳಿಯವರು ಎಂದು ತಮಾಷೆ ಮಾಡುತ್ತಿದ್ದ ಅವನಿಗೆ, ನನ್ನ ಮಡಚಿದ ಪ್ಯಾಂಟ್ ಕಾಲುಗಳು ನೋಡಿ ಮತ್ತಷ್ಟು ಬಲ ಸಿಕ್ಕಿದಂತಾಯಿತು.

'ಈಗ ಸ್ವಲ್ಪ ಮುಂಚೆ ಹೊಟ್ಟೆ ಬಿರಿಯುವಷ್ಟು ಮುಕ್ಕಿದೆ ಅಲ್ವಾ? ಅದರ ಉಗಮ ಹಳ್ಳಿಯಿಂದಲೇ'-ಮುಖದ ನೀರನ್ನು, ಹಾಕಿದ ಚೂಡಿದಾರ್ ಟಾಪ್ ನಿಂದಲೇ ಒರೆಸುತ್ತಾ ಹೇಳಿದೆ.

'ಈ ಮಾತನ್ನು ನಾನು ಒಪ್ಪುತ್ತೇನೆ'-ಹೂವಿನ ಗಿಡದ ಮಧ್ಯದಲ್ಲಿ ಬಿದ್ದಿದ್ದ ಚಾಕ್ಲೇಟ್ ರಾಪರ್, ಸಿಪ್ ಅಪ್ ಕವರ್, ಪ್ಲಾಸ್ಟಿಕ್, ಸಿಗರೇಟು ತುಂಡುಗಳನ್ನು ತೆಗೆಯುತ್ತಿದ್ದ ಅಜ್ಜಿ ಹೇಳಿದರು.

ಎರಡು ತಟ್ಟೆ ತಿಂಡಿಯನ್ನು ತರುತ್ತಿದ್ದ ನನ್ನ ತಾಯಿಯನ್ನು ನೋಡಿ ಏನೋ ಹೇಳಲು ಹೋದ ಕಲಂದರ್ ಬಾಯಿ ಮುಚ್ಚಿದ. ಒಂದೊಂದು ತಟ್ಟೆಯಲ್ಲಿ ಮೂರು-ಮೂರು ಕಡುಬು ಹಾಕಿ ಅದರ ಮೇಲೆ ಸಾರನ್ನು ಹಾಕಿ ತಂದ ಪ್ಲೇಟನ್ನು ನೋಡಿದೆ.

'ಏನು ಸಾರು ಅಮ್ಮ ಇದು?' ತಾಯಿಯ ಕೈಯಿಂದ ತಟ್ಟೆ ಹಿಡಿಯುತ್ತಾ ಕೇಳಿದೆ.

'ಚಿಕನ್ ಸಾರು'-ಮೆಲ್ಲನೆ ಹೇಳಿದರು.

ಚಿಕನಿನ ಯಾವುದೇ ಕುರುಹು ಇಲ್ಲದ ತಟ್ಟೆಯನ್ನು ಗಮನಿಸುತ್ತಾ 'ಮತ್ತೆ ಚಿಕನ್ ಎಲ್ಲಿ?' ಕೇಳಿದೆ.

'ಸಾರಿನ ಪಾತ್ರೆಯಲ್ಲಿ ಹುಡುಕಿದೆ, ತುಂಡು ಸಿಗಲಿಲ್ಲ. ಗಂಡಸರಿಗೆ ಕೊಟ್ಟು ಮುಗಿಯಿತು ಕಾಣಬೇಕು.' ತಂದೆಯ ಕೋಪ, ಸಿಟ್ಟು ಬಳುವಳಿಯಾಗಿ ಸಿಕ್ಕಿರುವ ನಾನು, ಎಲ್ಲಿ ಕಿರುಚಾಡಿ ಜಗಳ ಮಾಡಿ ಬಿಡುತ್ತೇನೋ ಎಂಬ ಅನುಮಾನ, ಭಯ ತಾಯಿಗೆ.

ನನಗೆ ಚಿಕನ್ ಇಲ್ಲ ಅನ್ನೋ ಕೋಪ ಬರದಿದ್ದರೂ, ಗಂಡಸರು ಅನ್ನೋ ಪದ ನನ್ನ ಕೆರಳಿಸಿತು. 'ಅದೇನು ಗಂಡಸರಿಗೆ ಮಾತ್ರ. ಅವರು ಮದುವೆ, ಹೋಟೆಲ್, ಬಯಕೆ, ಫ್ರೆಂಡ್ಸ್ ಅಂತ ಸಿಕ್ಕಸಿಕ್ಕ ಕಡೆಯಲ್ಲಿ ಹೋಗಿ ತಿನ್ನುತ್ತಾರೆ. ಮನೆಯಲ್ಲೂ ಅವರಿಗೆ ಮಾತ್ರ ಅತಿಥಿ ಸತ್ಕಾರ'-ನಿಂತಲ್ಲೇ ಕಡುಬನ್ನು ಹುಡಿ ಮಾಡಿ, ಕೋಳಿ ಸಾರಿಗೆ ಬೆರೆಸಿದೆ.

ಏನೂ ಹೇಳಬೇಡ ಎಂದು ಕಣ್ಣು ಸನ್ನೆ ಮಾಡಿ ತಾಯಿ ಒಳ ನಡೆದರು. ನಾನು ಮತ್ತು ಶಹನಾಜ್ ಪ್ಲೇಟ್ ಹಿಡಿದು ಮರದಡಿ ಇರುವ ಟೇಬಲ್ ಬಳಿ ಹೋಗಿ ಕುಳಿತೆವು.

'ಯಾವಾಗ ನೋಡಿದರು ಕಡುಬು. ಈ ಕಡುಬು ಕಂಡುಹಿಡಿದವರ ತಲೆ ಮಂಡೆಯನ್ನು ಇದೇ ಕಡುಬಿನಿಂದ ಹೊಡೆದು ಭಾಗ ಮಾಡಬೇಕು'-ಇದ್ದ ಕೋಪವನ್ನೆಲ್ಲ ಕಡುಬು ಮೇಲೆ ಹಾಕಿದೆ.

ಊಟದ ವಿಷಯದಲ್ಲಿ ಕೋಪ ಮಾಡಿಕೊಂಡರೆ ತಾಯಿ ಯಾವಾಗಲೂ ನನಗೆ ಬೈಯುವರು. ಆದರೂ ನನ್ನ ಕೋಪವೇನೂ ಕಮ್ಮಿ ಇರಲಿಲ್ಲ.

ನನ್ನ ತಾಯಿ ಅಡುಗೆಮನೆ ಹೋಗುವುದನ್ನು ನೋಡಿ, ಅಪರೂಪಕ್ಕೊಂದು ಸಲ ನನ್ನ ಮಾತು ಸರಿ ಎನ್ನುವ ಅಜ್ಜಿಯೊಡನೆ, ಕಲಂದರ್ ವಾದಕ್ಕೆ ನಿಂತ. ಅದೇನೋ ಅಜ್ಜಿ-ಮೊಮ್ಮಗ ಹಳ್ಳಿ ಪೇಟೆಯ ಕುರಿತು ಮಾಡುವ ವಾದದ ಬಗ್ಗೆ ನಾನು ತಲೆಹಾಕಲು ಹೋಗಲಿಲ್ಲ.

ಸಾಬೂನಿನ ನೀರು ತಂದು, ಗುಳ್ಳೆ ಗುಳ್ಳೆ ಮಾಡಿ ಬಿಡುವ ಮಕ್ಕಳನ್ನು ಕಂಡು ಶಹನಾಜ್ 'ಈ ಪಡೆ ಮಕ್ಕಳು ಸೋಪನ್ನೆಲ್ಲಾ ಕರಗಿಸಿ ಇಟ್ಟಿತೋ ಏನೋ? ಹೇ ರಿಫಾಯಿ ಮಕ್ಕಳನ್ನು ಅಲ್ಲಿಂದ ಓಡಿಸೋ'-ಬಾಯೊಳಗೆ ಕಡುಬು ತುಂಬಿಸುತ್ತಾ ಹೇಳಿದಳು.

ಅವಳು ಕರೆದ ಹೆಸರಿಗೆ ತಲೆಯೆತ್ತಿ ನೋಡಿದೆ. ಚಿಗುರು ಮೀಸೆಯ ಕೆಳಗೆ ಕೆಂದುಟಿಯಲ್ಲಿ ಬೀರಿದ ಅವನ ನಗುವನ್ನು ಕಂಡು ನಾನು ನಗೆಬೀರಿದೆ. ಬ್ಲೂ ಜೀನ್ಸ್ ಪ್ಯಾಂಟ್‌ಗೆ, ಕಪ್ಪು ಟಿ-ಶರ್ಟ್, ಅವನ ಬಿಳಿ ಚರ್ಮದ ಮೈಗೆ ಸುಂದರವಾಗಿ ಕಾಣುತ್ತಿತ್ತು. ನೇರ ಬಾಚಿದ ತಲೆಯ ಕೂದಲು, ನೀಳವಾದ ಮೂಗು, ಹೊಳೆಯುವ ಕಣ್ಣಿನ ರೆಪ್ಪೆಗಳ ಮಿಟುಕಿಸುವಿಕೆ, ಏನೋ ಹೇಳುವ ತವಕ ಕಣ್ಣುಗಳಲ್ಲಿ, ಆದರೆ ಆ ಕೆಂದುಟಿಗಳು ತೆರೆದುಕೊಳ್ಳಲಿಲ್ಲ. ಮುಂಬಾಗಿಲಿನ ಬಾಗಿಲು ಚೌಕಟ್ಟಿಗೆ ಕೈಕಟ್ಟಿ ಬಲ ಭುಜವನ್ನು ತಾಗಿಸಿ, ಒಂದು ಕಾಲನ್ನು ಮತ್ತೊಂದು ಕಾಲಿನ ಪಾದಕ್ಕೆ ಗುಣಿತಾಕಾರದಲ್ಲಿ ನಿಂತು ನಗುತ್ತಿದ್ದವನ ನೋಡಿದ ನನ್ನ ಕಣ್ಣುಗಳಿಗೆ ಅವನ ಕಣ್ಣುಗಳು ಸೆರೆಯಾದವು. ಒಂದೆರಡು ಸೆಕೆಂಡ್ ನಮ್ಮಿಬ್ಬರ ಕಣ್ಣುಗಳು ಬಂಧಿಯಾದವು. ನೋಡುತ್ತಿರುವ ನೇರನೋಟವನ್ನು

ತಪ್ಪಿಸಲು ಹೂವಿನ ಗಿಡದ ಮಧ್ಯದಲ್ಲಿ ಕಸ ಹೆಕ್ಕುತ್ತಿದ್ದ ಅಜ್ಜಿಯನ್ನು ನೋಡಿದೆ. ಕೆಂಪುಗುಲಾಬಿ ಒಂದು ಸುಂದರವಾಗಿ ಅರಳಿ ನಿಂತಿತ್ತು.

'ಅಚ್ಚುಮ್ಮ ಅರಳಿದ ಆ ಕೆಂಪು ಗುಲಾಬಿ ನನಗೆ ಕೊಡುತ್ತೀಯಾ?'–ಅಜ್ಜಿಯ ಕರೆದು ಕೇಳಿದೆ.

'ಹೇ ನಾನು ಕೊಡಲ್ಲ. ಗಿಡದಿಂದ ಕಿತ್ತರೆ ಒಂದು ದಿವಸ ನಿನ್ನ ತಲೆಗೆ ಇಡಬಹುದು. ಆದರೆ ಗಿಡದಲ್ಲಿದ್ದರೆ ನಾಲ್ಕೈದು ದಿವಸ ಇರುತ್ತೆ' ಎಂದರು ಅಜ್ಜಿ.

ಅಲ್ಲೇ ನಿಂತು ವಾದ ಮಾಡುತ್ತಿದ್ದ ಕಲಂದರ್‌ನ ಮುಖದಲ್ಲಿ ಖುಷಿಯನ್ನು ಕಂಡೆ. ಹಳ್ಳಿ ಪೇಟೆಯ ವಾದದಲ್ಲಿ ಗೆಲ್ಲದಿದ್ದರೂ, ಅಜ್ಜಿ ಗುಲಾಬಿ ಕೊಡಲ್ಲ ಎಂದು ಹೇಳಿದ ಮಾತು ಅವನನ್ನು ಗೆಲ್ಲಿಸಿದಂತೆ ಮಾಡಿತೋ ಏನೋ, ನಾಲಗೆ ಹೊರಹಾಕಿ, ಅದೇನೋ ಖುಷಿಯಾದಂತೆ ಡ್ಯಾನ್ಸ್ ಮಾಡಿಕೊಂಡು ಒಳ ನಡೆದ.

ಮನೆಯಲ್ಲಿ ಸದಸ್ಯರ ಸಂಖ್ಯೆ ಜಾಸ್ತಿ ಇದ್ದರೂ, ಮನೆಯ ಸುತ್ತಲೂ ಓಡಾಡಲು ಹಾಕಿಕೊಳ್ಳುವ ಚಪ್ಪಲಿಗಳ ಕೊರತೆ ಇತ್ತು. ಬಂದವರೆಲ್ಲಾ ಶೂಸ್, ಫ್ಯಾನ್ಸಿ ಚಪ್ಪಲ್ ಹಾಕಿಕೊಂಡು ಬರುವುದರಿಂದ, ಮನೆಯಲ್ಲಿ ಹಾಕುವ ಚಪ್ಪಲಿಗಾಗಿ ಯಾರದ್ದಾದರೂ ಕಾಲು ನೋಡುತ್ತಿರಬೇಕು. ಮನೆಯ ಮೆಟ್ಟಿಲ ಕೆಳಗೆ ಮಕ್ಕಳ ಬಣ್ಣಬಣ್ಣದ ಬೂಟುಗಳಿಂದ ಹಿಡಿದು, ದೊಡ್ಡವರ ಬಣ್ಣಬಣ್ಣದ ಶೂಗಳು ಇದ್ದರೂ, ನೀರ್ಕಲೆ ಹಿಡಿದ ಚಪ್ಪಲಿಗಾಗಿ ಕಾದು, ಕೊನೆಗೆ ಕಲಂದರ್ ಇಟ್ಟು ಒಳ ನಡೆದ ಚಪ್ಪಲಿಯನ್ನು ಹಾಕಲು, ರಿಫಾಯಿ ಮೆಟ್ಟಿಲಿನ ಕೆಳಗೆ ಇಳಿದ. ಬಿಳುಪಾದ ಕಾಲಿನ ಹಿಮ್ಮಡಿಗೆ, ಮೆಹಂದಿ ಹಾಕಿದಷ್ಟು ಕೆಂಪು ಬಣ್ಣ. ಆ ಸುಂದರವಾದ ಕಾಲಿಗೆ ನೀರ್ಕಲೆ ಹಿಡಿದು, ಹಿಮ್ಮಡಿ ಭಾಗ ಸವೆದುಹೋದ ಹವಾಯಿ ಚಪ್ಪಲು ಹಾಕುತ್ತಿರುವುದನ್ನು, ತಟ್ಟೆಯಲ್ಲಿ ಪುಡಿಮಾಡಿದ ಕಡುಬನ್ನು ಬಾಯಿಗೆ ಹಾಕುತ್ತಲೇ ನೋಡಿದೆ.

'ನೀ ಎಲ್ಲಿಗೋ ರಿಫಾಯಿ?'–ಮನೆ ಒಳಗಿನಿಂದ ಹೊರಬಂದ ಮತ್ತೊಬ್ಬ ಯುವಕ ಕೇಳಿದ.

'ಇವನ್ಯಾರೆ ಶಹನಾಜ್?'–ಅವನ ನೋಡುತ್ತಲೇ ಕೇಳಿದೆ.

'ಶಾಫಿ, ಅವನ ಅಣ್ಣ'–ಮತ್ತೆ ಅವನ ಕಡೆಗೆ ತಿರುಗಿ 'ಶಾಫಿಯಾಕ ನೀವೇನು ಬೆಳಗ್ಗೆ ಬೆಳಗ್ಗೆ ಅಣ್ಣ ತಮ್ಮ ಈ ಕಡೆ ಬಂದಿದ್ದೀರಾ?'–ಅವನ ಕರೆದು ಕೇಳಿದಳು.

'ಮದುವೆ ಮನೆ ಕೆಲಸವನ್ನೆಲ್ಲಾ ಸರಿಯಾಗಿ ಮಾಡುತ್ತಿದ್ದೀರಾ ನೋಡೋಕೆ ಬಂದೆ. ಅದು ಸರಿ, ಕೊನೆಯ ಅಳಿಯ ಬಂದನೆಂದು ಅಚ್ಚುಮ್ಮ ಮೊಮ್ಮಗಳನ್ನು

ಹೊರಗೆ ಹಾಕಿಲ್ಲ ತಾನೇ?' ನಾವು ಮರದಡಿ ಕುಳಿತು ತಿಂಡಿ ತಿನ್ನುವುದನ್ನು ನೋಡಿ ಕೇಳಿದ.

ಕೋಡಿಕಲ್‌ಗೆ ನಾನು ಕೆಲವು ದಿನಗಳವರೆಗೆ ಇರಲು ಬಂದವಳು. ತಂದೆಯ ಕುಟುಂಬದವರ ಮಾತಿನ ಶೈಲಿಗೂ, ಅವರ ಜೀವನಶೈಲಿಗೂ, ನಮ್ಮ ಹಳ್ಳಿ ಜೀವನಕ್ಕೂ ತುಂಬಾ ವ್ಯತ್ಯಾಸವಿರುವುದರಿಂದ ನನಗೆ ಕೋಡಿಕಲ್ ಮನೆಯ ಬಗ್ಗೆ ಹೆಚ್ಚಾಗಿ ತಿಳಿದಿಲ್ಲ. ಆದರೂ ಅವನ ಮಾತಿಗೆ ನಾನೊಮ್ಮೆ ಅವನ ನೋಡಿದೆ. ಬೆಕ್ಕಿನ ಕಣ್ಣಿನಂತಿರುವ ಅವನ ಕಣ್ಣು, ಗೋಧಿ ಬಣ್ಣದ ಮುಖ, ಮಂದಹಾಸದ ನಗುವಿನಲ್ಲಿ ಬಿಳುಪಾದ ಹಲ್ಲುಗಳು ಎದ್ದು ಕಾಣುತ್ತಿದ್ದವು.

'ಯಾರು ಬಂದರೂ, ಯಾರು ಹೋದರೂ ನನ್ನ ಮೊಮ್ಮಕ್ಕಳ, ಮರಿಮಕ್ಕಳ ನಾನು ಬಿಟ್ಟುಕೊಡಲ್ಲ'–ಕೈಯಲ್ಲಿದ್ದ ಕಸ, ಬೀಡಿ ತುಂಡು, ಸಿಗರೇಟ್ ತುಂಡುಗಳನ್ನೆಲ್ಲ ಅಲ್ಲೇ ದೂರದಲ್ಲಿ ರಾಶಿ ಹಾಕಿದ ಕಸದ ನಡುವೆ ಹಾಕುತ್ತಾ ಹೇಳಿದರು.

'ಹೌದು ಮತ್ತೆ, ಮನೆ ಕೆಲಸ ಮಾಡೋಕೆ ಜನ ಬೇಡವಾ?'–ನಾನು ಮೆಲ್ಲನೆ ಗುಣುಗಿದೆ.

ಶಹನಾಜ್ ತಿನ್ನುತ್ತಿದ್ದ ಕಡುಬಿನ ತುಂಡು ನೆತ್ತಿಗೆ ಹಾರಿತೋ ಏನೋ ಕೆಮ್ಮಲು ಪ್ರಾರಂಭಿಸಿದಳು.

'ಇವಳದೊಂದು ಯಾವಾಗಲೂ ಗೋಳು'–ಅವಳ ತಲೆಗೆ ಬಡಿಯುತ್ತಾ 'ಹೇ ಶಾಫಿ ಒಳಗಿನಿಂದ ನೀರು ತಂದು ಕೊಡೋಕೆ ಹೇಳೋ'–ಹೇಳಿದೆ.

ದೊಡ್ಮನೆಯಲ್ಲಿ, ದೊಡ್ಡಮಾವನ ಮಕ್ಕಳನ್ನು ಹೆಸರು ಹೇಳಿ ಕರೆಯುವ ನನಗೆ ಈ ಯುವಕನ ಹೆಸರಿಗೆ ಅಣ್ಣ ಎಂಬುದನ್ನು ಸೇರಿಸಬೇಕೆಂದು ಅನಿಸಲಿಲ್ಲ. ನಾನು ಕೆಟ್ಟ ಪದ ಬಳಸಿ ಕರೆದೆ ಅನ್ನುವ ಹಾಗೆ ಅವನು ನನ್ನ ಎಡೆಬಿಡದೆ ನೋಡಿಯೇ ನಿಂತ.

'ಇವನಿಗೇನೇ ಕಿವಿ ಕೇಳಲ್ವಾ?'–ಕೆಮ್ಮುತ್ತಿದ್ದ ಶಹನಾಜ್ ಮುಖ ನೋಡಿ ಕೇಳಿದಾಗ ಅವಳು ಮತ್ತಷ್ಟು ಜೋರಾಗಿ ಕೆಮ್ಮಿದಳು.

***

ಒಂದೆರಡು ದಿವಸಗಳು ಕಳೆಯಿತು. ಮನೆಯಲ್ಲಿದ್ದ ರುಕಿಯಾ, ಮುಂತ, ಮೈಮುನಾ ಅತ್ತೆಯಂದಿರು ಹಾಗು ನನ್ನ ತಾಯಿ, ತಂಗಿಯಂದಿರು ಹೋದರು. ನನ್ನ ಅಣ್ಣ ನೌಶಾದ್ ಕಾಲೇಜಿನಲ್ಲಿ ಎಕ್ಸಾಮ್ ನಡಿತಿದೆ ಎಂದು ಮದುವೆಗಾಗಲಿ, ಕೋಡಿಕಲ್‌ಗಾಗಲಿ ಬಂದಿರಲಿಲ್ಲ. ಹೊಸ ಜೋಡಿ ಮನೆಯಲ್ಲಿಯೇ ಇತ್ತು. ಅಚ್ಚುಮ್ಮ ಅದೇಗೋ ಮಾತನಾಡಿ ರಿಫಾಯಿಯನ್ನು ನಾಲ್ಕೈದು ದಿವಸಗಳ ಮಟ್ಟಿಗೆ

ಮನೆಯಲ್ಲಿರುವಂತೆ ಹೇಳಿದರು. ಇಂತಿಯಾಜ್ ಅಂಕಲ್ ನಮ್ಮವುಗಳ ಜೊತೆ ಸೇರಿ ಕ್ರಿಕೆಟ್, ಲೂಡೋ, ಕೇರಂ ಆಟವಾಡುತ್ತಾ ಸಂತೋಷವಾಗಿಯೇ ಇದ್ದರು.

ಜೈನು ಆಂಟಿ, ಶಹನಾಜ್ ಹಾಗು ಅಜ್ಜಿಯ ಹಿಂದಿ ಧಾರಾವಾಹಿಗಳು ಶುರುವಾಗುವಾಗ, ನಾನು ಕಲಂದರ್ ಅಂಕಲ್, ರಿಫಾಯಿ ಕೇರಂ ಲೂಡೋ ಆಡುತ್ತಿದ್ದೆವು. ಆಡುವ ಮಧ್ಯದಲ್ಲಿ ಅಂಕಲ್ ಹಲವು ಬಾರಿ ನನ್ನ ಮುಖ ನೋಡುವರು. ಆಟದಲ್ಲಿ ಮಗ್ನನಾದ ನನಗೆ ಅವರ ನೋಟದ ಹಿಂದಿರುವ ಅರ್ಥ ಆಗಿರಲಿಲ್ಲ. ಸಂಜೆ ನಾಲ್ಕೂವರೆಯ ಹೊತ್ತಿಗೆ ನೀರುಳ್ಳಿ ಪಕೋಡ, ಬಟಾಟೆ ಪೋಡಿಯನ್ನು ಮಾಡಿ, ಚಾದೊಂದಿಗೆ ತಿನ್ನಲು ಕೊಟ್ಟಾಗ ನಾವು ಆಡುವುದನ್ನು ನಿಲ್ಲಿಸಿದೆವು. ಚಾ ಕುಡಿಯದ ನಾನು, ನೇರ ಅಡುಗೆ ಕೋಣೆಗೆ ಪಕೋಡ ತಿನ್ನಲು ಹೋದೆ. ಅಲ್ಲಿ ಯಾರೂ ಇರಲಿಲ್ಲ. ಮನೆಯಲ್ಲಿ ಕಡಿಮೆ ಸದಸ್ಯರು ಇದ್ದುದರಿಂದ, ಎಲ್ಲರಿಗೂ ಚಾ ಮಾಡಿ ಹೊರಗೆ ಇಟ್ಟಿದ್ದರು. ಅಲ್ಲೇ ಕುಳಿತು, ಎಲ್ಲರೂ ಕೈಯಲ್ಲಿ ಒಂದೊಂದು ಪಕೋಡವನ್ನು ಹಿಡಿದು ತಿನ್ನುತ್ತಿದ್ದರು.

'ಮುಜೆ ಸೆ ಶಾದಿ ಕರೋಗಿ...' ಅಡುಗೆಮನೆಯಿಂದ ಶಹನಾಜ್‌ನ ಶಬ್ದ ಕೇಳಿಸಿತು.

ಅವಳಿಗೆ ಗೊತ್ತಾಗದಂತೆ ಮೆಲ್ಲನೆ ಹೆಜ್ಜೆಯನ್ನಿಡುತ್ತಾ ಹೋಗಿ ಇಣುಕಿದೆ. ಕೋಡಿಕಲ್ ಅಡುಗೆಕೋಣೆ ಎಲ್ ಶೇಪ್ ಆಕಾರದಲ್ಲಿದ್ದು ನೇರ ನಡೆದು ಬಲಕ್ಕೆ ತಿರುಗಿದರೆ ಸಣ್ಣದಾದ ಅಡುಗೆ ಕೋಣೆ. ಅಡುಗೆ ಮಾಡಲು ಹೊರಗೆ ಮಡಲ ತಟ್ಟಿ (ತೆಂಗಿನ ಗರಿ) ಇಂದ ಮಾಡಿದ ಒಂದು ಕೋಣೆಯೊಳಗೆ ಮೂರು ಕಲ್ಲಿಟ್ಟು ಒಲೆ ಉರಿಸುವುದರಿಂದ, ಅಡುಗೆ ಮನೆಯನ್ನು ಪಾತ್ರೆಗಳನ್ನು ಇಡಲು ಹಾಗು ಚಾ ಮಾಡಲು ಬಿಟ್ಟರೆ ಬೇರೆ ಯಾವುದಕ್ಕೂ ಹೆಚ್ಚಾಗಿ ಉಪಯೋಗಿಸುತ್ತಿರಲಿಲ್ಲ. ಯಾರಾದರೂ ಬರುತ್ತಿದ್ದಾರಾ? ಎಂದು ಇಣುಕಿ ನೋಡುತ್ತಿದ್ದವಳಿಗೆ ನನ್ನ ಬರುವಿಕೆ ಗೊತ್ತಾಯಿತು.

'ಯಾರ ಜೊತೆ ಮುಜೆ ಸೆ ಶಾದಿ ಕರೋಗಿ'–ಅಲ್ಲೇ ಇಟ್ಟಿದ್ದ ಪಕೋಡ ಒಂದನ್ನು ತಿನ್ನುತ್ತಾ ಕೇಳಿದೆ.

'ಇಲ್ಲಿ ಯಾರಿದ್ದಾರೆ? ನಾನು ಸುಮ್ಮನೆ ಹಾಡು ಗುಣುಗುತ್ತಿದ್ದೆ. ಕಾಫಿ ಮಾಡಲಾ?'–ಕೈಯಲ್ಲಿದ್ದ ಸಣ್ಣ ಬ್ರೂ ಪ್ಯಾಕೆಟ್ ಒಂದನ್ನು ತೋರಿಸಿ ಕೇಳಿದಳು.

'ಸರಿಯಾಗಿ ಹಾಲು ಹಾಕಿ ಮಾಡುವುದಾದರೆ ಮಾತ್ರ ನನಗೆ ಕಾಫಿ ಕೊಡು. ಗಂಜಲು ನೀರಿನಂತೆ ಮಾಡುವುದಾದರೆ ನನಗೆ ಬೇಡ'–ಪಕೋಡದಲ್ಲಿದ್ದ ಮೆಣಸಿನಕಾಯಿಯನ್ನು ತೆಗೆಯುತ್ತಾ ಹೇಳಿದೆ.

'ಅದಕ್ಕೆ ನಾನೇ ಕಾಫಿ ಮಾಡಲು ಬಂದೆ. ಅವರತ್ತಿರ ಹೇಳಿದರೆ ಹಾಲಿಗಿಂತ ಜಾಸ್ತಿ ನೀರನ್ನೇ ಹಾಕುತ್ತಾರೆ'–ಒಂದು ಪಾತ್ರೆ ತೆಗೆದಳು.

ಅಡುಗೆಮನೆ ಕೆಲಸ ಮಾಡದ ನಾವುಗಳು ಅಡುಗೆಮನೆಗೆ ಕಾಲಿಡುವುದು ಒಂದಾ ಡ್ರಮ್ಗೆ ನೀರು ಹಾಕಲು ಅಲ್ಲದಿದ್ದರೆ, ಡ್ರಮ್ನಿಂದ ತೆಗೆದು ನೀರು ಕುಡಿಯಲು. ಇವಳು ಕಾಫಿ ಮಾಡಲು ಹೊರಟದ್ದನ್ನು ನೋಡಿ ನಾನು ಹಾಗೆಯೇ ನಿಂತುಬಿಟ್ಟೆ.

'ರಾತ್ ಕೊ ಅವುಂಗ ಮೆ, ತುರ್ಝು ಲೆ ಜಾವುಂಗ ಮೆ...'–ಮುಜುಸೆ ಶಾದಿ ಕರೋಗಿ ಹಾಡು ಗೊಣಗಲು ಪ್ರಾರಂಭಿಸಿದಳು.

'ಚೋರಿ ಸೆ ಆನಾ, ಚುಪ್ಕೆ ಸೆ ಬೊಲ್ನ... ಅಚ್ಚ ನಹಿ ಹೋಯೇಗಾ...' ಪಕ್ಕದಲ್ಲಿದ್ದ ಫೋನ್ ನೋಡುತ್ತಾ ನಾನು ಮುಂದಿನ ಸಾಲು ಹಾಡಿದೆ. ನಾಲ್ಕೂ ಮುಕ್ಕಾಲು ಸಮಯ ತೋರಿಸಿದ ಫೋನಿನಲ್ಲಿ ಯಾರೂ ಇಲ್ಲ ಎಂಬುದನ್ನು ಖಚಿತಪಡಿಸಿಕೊಂಡು ಹಾಡು ಗೊಣಗುತ್ತಲೇ ಹೊರನಡೆದೆ.

ಇಂತಿಯಾಜ್ ಅಂಕಲ್ ಚಾ ಕುಡಿದು ಮನೆಯ ಹಿಂಬದಿಯ ಮಲ್ಲಿಗೆ ಗಿಡದ ಹತ್ತಿರ ನಿಂತು ರಿಫಾಯಿ ಜೊತೆ ಮಾತನಾಡುತ್ತಿರುವಾಗ ಒಂದೆರಡು ಬಾರಿ ನನ್ನ ನೋಡುವುದನ್ನು ನಾನು ಗಮನಿಸಿದೆ.

'ಶಹನಾಜ್ ಬೇಗ ಬಾ'–ಮನೆಯ ಹಿಂಬದಿಯಿಂದಲೇ ನಾನು ಅವಳನ್ನು ಕರೆದು, ಹಾಕಿರುವ ಆರೆಂಜ್ ಕಲರ್ ಚೂಡಿದಾರ್ ಪ್ಯಾಂಟಿನ ಕಾಲನ್ನು ಸ್ವಲ್ಪ ಮಡಚಿ ನೀರು ತರಲು ರೆಡಿಯಾದೆ.

ರಾತ್ರಿ ಟಾಯ್ಲೆಟ್‌ಗೆ ಹೋಗಲು, ಪಾತ್ರೆ ತೊಳೆಯಲು ನೀರು ಅತ್ಯವಶ್ಯಕವಾಗಿರುವುದರಿಂದ ಕೋಡಿಕಲ್‌ನಲ್ಲಿ ಯಾವಾಗಲೂ ಸಂಜೆಯ ಹೊತ್ತಿನ ಸಮಯದಲ್ಲಿ, ನೀರು ತುಂಬಿಸುವ ಕೆಲಸವನ್ನು ಮಾತ್ರ ಪ್ರೀತಿಯಿಂದ ಮಾಡುತ್ತಿದ್ದೆವು. ಸಂಜೆಯ ಹೊತ್ತಾದ ಕಾರಣ ರಸ್ತೆಯಲ್ಲಿ ಮಕ್ಕಳು ಸೈಕಲ್‌ನಲ್ಲಿ ಆಟವಾಡುತ್ತಾ, ಮಹಿಳೆಯರು ಮಾತನಾಡುತ್ತಾ, ಸಂಜೆಯ ಹೊತ್ತಿನ ವಾತಾವರಣವನ್ನು ಆಸ್ವಾದಿಸಿಕೊಂಡು, ಕೆಲಸ ಬಿಟ್ಟು ಹೋಗೋ ಬರೋರ ಕಷ್ಟ–ಸುಖಗಳನ್ನು ಕೇಳುತ್ತಾ ನೀರು ತುಂಬಿಸುವುದು ಬಲುಪ್ರೀತಿ. ಅಡುಗೆಮನೆಯ ಹೊರಗಡೆಯ ಜಗುಲಿಯಲ್ಲಿ ಡ್ರಮ್, ದೊಡ್ಡ ದೊಡ್ಡ ಪಾತ್ರೆಗಳನ್ನು ನೀರು ತಂದು ಸುರಿಯಲು, ಸರಿಯಾದ ಕ್ರಮದಲ್ಲಿ ಜೋಡಿಸಿ ಇಡುತ್ತಿದ್ದೆ.

'ಫೌಝಿಯಾ ಇದರ್ ಅವೋ'–ಇಂತಿಯಾಜ್ ಅಂಕಲ್ ಕರೆದಾಗ, ರಿಫಾಯಿ ಅಲ್ಲಿಂದ ಹೊರಟ.

ನನ್ನ ಎದೆ ಜೋರಾಗಿ ಬಡಿಯಲು ಪ್ರಾರಂಭಿಸಿತು. ನಾನಾಗಲಿ, ಶಹನಾಜ್ ಆಗಲಿ ಯಾರು ಇಲ್ಲದ ಸಮಯದಲ್ಲಿ, ಅಂಕಲ್ ಜೊತೆ ಮಾತನಾಡುವುದು ಅಜ್ಜಿಗೆ ಇಷ್ಟವಿಲ್ಲ. ಆದರೆ ಜೈನುಗೆ ಅದರಲ್ಲಿ ಯಾವ ಸಮಸ್ಯೆಯೂ ಇರಲಿಲ್ಲ.

'ಯಾ ಅಲ್ಲಾ., ಇನ್ನು ಅಜ್ಜಿ ನೋಡಿದರೆ ಹಲ್ಲು ಕಚ್ಚಿಕೊಂಡು ದುರುಗುಟ್ಟಿ ನೋಡುತ್ತಾರೆ.' ಆದರೂ ಕರೆದರಲ್ಲ ಅಂದುಕೊಂಡು 'ಕ್ಯಾ ಅಂಕಲ್' ಜೋರಾಗಿ ಕೇಳಿಯೇ ಕೈ ಬೀಸಿಕೊಂಡು ನಡೆಯುವಾಗ ಕೈ ಚಪ್ಪಾಳೆ ಹೊಡೆಯುತ್ತಾ ಹೋದೆ.

'ತಪ್ಪು ಮಾಡಿದರೆ ತಾನೇ ಅಂಜಬೇಕು. ಅವರಾಗಿಯೇ ಕರೆಯುವಾಗ ನಾ ಯಾಕೆ ಹೆದರಬೇಕು' ಅಂದುಕೊಂಡೆ.

'ತುಂಕೋ ಮಾಲೂಮ್ ಹೇ'-ನಗುತ್ತಾ ಕೇಳಿದರು.

'ಏನು ಅಂಕಲ್.'

'ನಿನ್ನನ್ನು ಇಲ್ಲಿ ಒಬ್ಬರು ಪ್ರೀತಿಸುತ್ತಿದ್ದಾರೆ' ಅವರು ಹಿಂದಿಯಲ್ಲಿ ಹೇಳಿದರೂ ನನಗೆ ಅರ್ಥವಾಯಿತು.

ಆದರೂ 'ಕ್ಯಾ...' ಅಂತ ಹಣೆಯಲ್ಲಿ ನೆರಿಗೆ ತಂದು ಕೊನೆಯ ಯಾ ಹೇಳಿದಾಗ ಬಾಯಿ ಹೇಗೆ ತೆರೆದಿತ್ತೋ ಹಾಗೆ ತೆರೆದಿಟ್ಟು ನಿಂತೆ.

'ಹಾ..., ನನಗೆ ಗೊತ್ತಿದೆ. ನಿನಗೆ ಅದು ಯಾರೆಂದು ಗೊತ್ತಿಲ್ಲ'- ಕನ್ನಡದಲ್ಲಿಯೇ ಹೇಳಿದರು.

'ಯಾರು ಅಂಕಲ್, ನೋ ಚಾನ್ಸ್, ನಾನು ತುಂಬಾ ಕಪ್ಪು, ತೆಳ್ಳಗೆ. ನನ್ನ ಯಾರು ಪ್ರೀತಿಸುತ್ತಾರೆ? ಮೋಸ್ಟ್ಲಿ ಅದು ಶಹನಾಜ್‌ನ ಆಗಿರಬೇಕು.'

ಅಂಕಲ್ ಮಲ್ಲಿಗೆ ಗಿಡದಿಂದ ಸ್ವಲ್ಪ ದೂರದಲ್ಲಿರುವ ಅನಾನಸ್ ಗಿಡದ ಹತ್ತಿರ ನಡೆದರು. ಮನೆಯ ಹಿಂಬದಿಯ ಗೋಡೆಗೆ ಸ್ವಲ್ಪ ಜಾಸ್ತಿ ದೂರದಲ್ಲಿಯೇ ಇತ್ತು.

'ನಹಿ ಶಹನಾಜ್ ನಹೀ. ಅವಳಿಗೆ ಅವನು ತಮ್ಮನಾಗಬೇಕು.'

ಅಂಕಲಿನ ಮಾತು ಕೇಳಿ ನನ್ನ ತಲೆಗೆ ಕಲಂದರಿನ ಹೆಸರು ಹೋಯಿತು. ನಾನು ತಿರುಗಿ ಸುತ್ತಮುತ್ತಲೂ ನೋಡಿದೆ. ನಾಯಿ ಬೆಕ್ಕಿನಂತೆ ಕಚ್ಚಾಡುವ ನಮಗೆ ಪ್ರೀತಿ ಹುಟ್ಟಲು ಸಾಧ್ಯವೇ ಇಲ್ಲ.

'ರಿಫಾಯಿ, ಅವನಿಗೆ ನೀನಂದ್ರೆ ತುಂಬಾ ಇಷ್ಟ'-ನಾನು ಯೋಚಿಸುತ್ತಿರುವಾಗಲೇ ಅಂಕಲ್ ಹೇಳಿದರು.

ನನಗೆ ಆಶ್ಚರ್ಯವಾಯಿತು. ನಾನೆಲ್ಲಿ, ಅವನೆಲ್ಲಿ. ಬ್ಲಾಕ್ ಅಂಡ್ ವೈಟ್ ತರ.

'ನಿನಗೆ ಅವನು ಇಷ್ಟವಾದನಾ?'-ಯಾವುದೋ ಒಂದು ಕಾಡು ಗಿಡದ ಎಲೆಯನ್ನು ಕೀಳುತ್ತಾ ಕೇಳಿದರು.

ಅಂಕಲ್ ಪ್ರಶ್ನೆಗೆ ಏನೆಂದು ಉತ್ತರಿಸಬೇಕೆಂದು ಗೊತ್ತಾಗಲಿಲ್ಲ. ಕರಿಗುಡಿ, ಇವಳು ಹೋದಲ್ಲೆಲ್ಲ ಕಪ್ಪು ಕಪ್ಪು, ಎರೆಹುಳು ಎಂದು ಗೇಲಿಮಾಡುವ ಹಾಗು

ನಾನು ಕಪ್ಪು ಎಂದು, ನಾನಾ ರೀತಿಯಲ್ಲಿ ತಮಾಷೆ ಮಾಡಿ ನನ್ನನ್ನು ಕರೆಯುವ, ಎಲ್ಲರಿಗೂ ನಾನೊಬ್ಬಳು ಕುರೂಪಿ. ಅಷ್ಟೇ ಅಲ್ಲ ಜಗಳಗಂಟಿ, ಚೂಟಿ, ರಕ್ಕಸಿ ಅನ್ನೋರು. ಜೀವನದಲ್ಲಿ ಮೊದಲಬಾರಿ ನನ್ನ ಒಬ್ಬರು ಪ್ರೀತಿಸುತ್ತಿದ್ದಾರೆ ಅಂತ ಕೇಳಿ ನನಗೆ ಸಂತೋಷವಾಯಿತು.

'ನೀನು ಕೇರಂ, ಲೂಡೋ ನಮ್ಮ ಜೊತೆ ಆಡುವಾಗ, ಅವನು ಯಾವಾಗಲೂ ನಿನಗೆ ಈರ್ಷ್ಯೆಯಾಗುವಂತೆ ಮಾಡುತ್ತಾನೆ. ಅದಕ್ಕೆ ಕಂದುಗೆ ಅದು ಇಷ್ಟವಾಗಲ್ಲ. ನೀನು ಅವನು ಇಬ್ಬರೂ ಇದ್ದರೆ.'

'ಅಂದರೆ ಈ ವಿಷಯ ಕಲಂದರ್‌ಗೆ ಗೊತ್ತಾ?'

'ಗೊತ್ತಿದೆ. ನನ್ನ ಹೆಂಡತಿ ಜೈನಿಗೂ ವಿಷಯ ತಿಳಿಸಿದೆ. ಅವ ಮೊದಲು ಶಹನಾಜ್‌ಗೆ ಹೇಳಿದ್ದಾನೆ. ಅವಳು ನಿನಗೆ ಹೇಳಲಿಲ್ಲ ಅನ್ನೋದು ನನಗೆ ಗೊತ್ತಾಯ್ತು. ಅದಕ್ಕೆ ನಾನೇ ಹೇಳಿದೆ.'

'ಜೈನುನ ಕಿವಿಗೆ ಬಿದ್ದರೆ ಬಿಬಿಸಿ ನ್ಯೂಸ್ ಚಾನೆಲಿಗೆ ಸಿಕ್ಕಿದ ಹಾಗೆ. ವಿಷಯ ಎಲ್ಲರಿಗೂ ಗೊತ್ತಾಗುತ್ತೆ'–ನನ್ನ ಮುಖದಲ್ಲಿ ಆತಂಕ ಆವರಿಸಿತು.

'ಹೆದರಬೇಡ ನಾವಿದ್ದೇವೆ. ಒಳ್ಳೆಯ ಹುಡುಗ'–ನಸುನಕ್ಕರು.

'ಹಾಹಾ ಅದೆಲ್ಲಾ ಹಾಗೆ ಅಂಕಲ್. ಒಬ್ಬರ ಬಗ್ಗೆ ಇಷ್ಟಪಟ್ಟು ಹೇಳುವುದಾದರೆ ಎಲ್ಲರೂ ಇದನ್ನೇ ಹೇಳುವುದು. ಇಷ್ಟ ಅಲ್ಲದಿದ್ದರೆ ಮಾತ್ರ ಅಲ್ಲವಾ ತಪ್ಪುಗಳನ್ನು ಹುಡುಕಿ ತೆಗೆಯುವುದು ಅಂಕಲ್?'

'ನೀನು ತುಂಬಾ ಚೆನ್ನಾಗಿ ಮಾತನಾಡುತ್ತೀಯಾ. ಅವನು ಇಷ್ಟವಾದನಾ?'–ನಗುತ್ತಾ ನನ್ನ ತಲೆಗೆ ಮೆಲ್ಲನೆ ಬಡಿದರು.

ಅಂಕಲ್ ಮಾತಿಗೆ ಏನೆಂದು ಹೇಳಬೇಕೆಂದು ಗೊತ್ತಾಗದೆ ನಕ್ಕು ಮನೆ ಒಳಗೆ ಹೋದೆ.

ಬ್ರೂ ಕಾಫಿ ರೆಡಿಯಾಗಿತ್ತು. ನನ್ನ ಹೃದಯದಲ್ಲಿ ಯಾರೋ ಚಿಟ್ಟೆ ಬಿಟ್ಟ ಅನುಭವ. ಒಂಥರಾ ಖುಷಿ. ಕಾಫಿಯ ಲೋಟ ಕೈಯಲ್ಲಿಟ್ಟು ಯಾವತ್ತೂ ಆಸ್ವಾದಿಸದಷ್ಟು ಅದರ ಪರಿಮಳವನ್ನು ಆಸ್ವಾದಿಸಿದೆ. ಶು... ಶು... ಶಬ್ದ ಮಾಡಿ ಕುಡಿಯುವ ನಾನು, ಅಂದು ಲೋಟವನ್ನು ಮೆಲ್ಲನೆ ನನ್ನ ತುಟಿಗೆ ಒತ್ತಿದೆ.

'ಶುಗರ್ ಯಾಕೆ ಜಾಸ್ತಿ ಹಾಕಿದೆ?'–ಪಕ್ಕದಲ್ಲೇ ಟಿವಿ ನೋಡುತ್ತಾ ಕುಡಿಯುತ್ತಿದ್ದ ಶಹನಾಜ್ ನೋಡಿ ಕೇಳಿದೆ.

'ಸರಿಯಾಗಿದೆ ಅಲ್ವೇ?'–ಕಣ್ಣು ದೊಡ್ಡದು ಮಾಡುತ್ತಾ ಆಶ್ಚರ್ಯದಲ್ಲಿ ಕೇಳಿದಳು.

ಅವಳು ಕೇಳಿದ ಆಕ್ಷನ್ ನೋಡಿ ನಾನು ಕಾಫಿನಾ ಮತ್ತೊಂದು ಸಲ ಹೀರಿದೆ. ಹೌದು ಶುಗರ್ ಸರಿಯಾಗಿಯೇ ಇದೆ ಅನಿಸಿತು.

ಹೊರಗಿನಿಂದ ಬಂದ ಅಂಕಲ್ ನಮ್ಮ ಜೊತೆಗೆನೇ ಕುಳಿತಿದ್ದ ರಿಫಾಯಿಯೊಡನೆ ತಂಸಪ್ ತೋರಿಸುವುದನ್ನು ನಾನು ನೋಡಿದೆ. ಆದರೆ ಅವನ ಮುಖ ನೋಡುವಷ್ಟು ಧೈರ್ಯ ಸಾಕಾಗಿಲ್ಲ. ಕಾಫಿ ಕುಡಿಯುವಷ್ಟು ತಣ್ಣಗಿದ್ದರೂ, ನಾನು ಅದನ್ನು ತುಂಬಾ ಬಿಸಿಯಾಗಿರುವ ರೀತಿಯಲ್ಲಿ ಕುಡಿಯುತ್ತಾ ಕುಳಿತೆ.

ಅಷ್ಟರಲ್ಲಿ ಮನೆಯ ಹೊರಗಡೆ ಇದ್ದವರು ರಸ್ತೆಬದಿಗೆ ಓಡಿಹೋದರು. ಅದನ್ನು ಕಂಡು ಮನೆಯೊಳಗಿರುವವರು ಓಡಿಹೋದರು. ವಿಷಯ ಏನೆಂದು ಗೊತ್ತಿಲ್ಲದಿದ್ದರೂ ಎಲ್ಲರೂ ಓಡಿಹೋಗುವಾಗ ಅವರ ಹಿಂದೆ ನಾವು ಓಡಿ ಹೋಗದಿದ್ದರೆ ಮನಸ್ಸಿಗೆ ಸಮಾಧಾನವಿರಲ್ಲ. ಮೆಟ್ಟಿಲ ಬಳಿ ಬಂದು ಚಪ್ಪಲು ಹಾಕಲು ನೋಡಿದಾಗ ಒಂದೇ ಒಂದು ಚಪ್ಪಲಿ ಇಲ್ಲ. ಇದ್ದ ಮಕ್ಕಳ ಚಪ್ಪಲಿಗೂ ಮೂರು ಬೆರಳುಗಳನ್ನು ತೂರಿಸಿ ಕುಂಟುತ್ತಾ ಓಡುತ್ತಿದ್ದವರ ನೋಡಿ ನಾನು ಶಹನಾಜ್ ಬರಿಗಾಲಲ್ಲಿ ರಸ್ತೆಬದಿಗೆ ನಡೆದೆವು. ರಸ್ತೆಯಲ್ಲಿ ಜನ ತುಂಬಿತ್ತು.

ಯಾವುದೋ ಒಂದು ಸ್ಕೂಲ್ ಬಾಲಕ ಬೈಕ್ ಕಲಿಯಲು ಹೋಗಿ, ಬೈಕಿಂದ ಕೆಳಗೆ ಬಿದ್ದಿರುವುದನ್ನು ನೋಡಲು, ಓಟದ ಸ್ಪರ್ಧೆ ಇಟ್ಟಿರುವಂತೆ ನಾವೆಲ್ಲ ಓಡಿದ್ದು. ಬಿದ್ದವನು ಎದ್ದು ಹೋಗಿದ್ದರೂ, ಅಲ್ಲಿದ್ದ ಜನಗಳ ಗುಂಪು ಕಮ್ಮಿಯಾಗಿರಲಿಲ್ಲ. ನೀರು ತುಂಬಿಸಲು ಇರುವುದರಿಂದ, ಕಾಂಪೌಂಡ್ ನಲ್ಲಿಯೇ ಇಣುಕಿ ನೋಡಿದ ನಾವುಗಳು, ನಿಧಾನವಾಗಿ ಕುಂಟುತ್ತಾ ಮನೆ ಕಡೆ ನಡೆದೆವು. ಓಡಿದಾಗ ಕಾಲಿಗೆ ಕಲ್ಲು ಮುಳ್ಳು ತಾಗಿ ನೋವಾಯಿತೆಂದು, ಇಬ್ಬರು ಮೆಲ್ಲನೆ ನಡೆದೆವು.

ರಿಫಾಯಿ ಹಿಂದಿನಿಂದ ಮುಂದುಗಡೆ ಬಂದು ಅವನು ಹಾಕಿದ ಕಪ್ಪು ಬಣ್ಣದ ಚಪ್ಪಲನ್ನು ನನ್ನೆದುರಿಗೆ ಇಟ್ಟು, ಬರಿಗಾಲಲ್ಲಿ ನಡೆದುಕೊಂಡು ಹೋದ. ಶಹನಾಜ್ ಅವ ಬಿಟ್ಟುಹೋದ ಚಪ್ಪಲಿಯನ್ನೊಮ್ಮೆ ನೋಡಿದಳು. ನನ್ನನ್ನೊಮ್ಮೆ ನೋಡಿದಳು. ಹಿಂದಿರುಗಿ ನೋಡದೆ ನಡೆಯುವ ಅವನನ್ನೊಮ್ಮೆ ನೋಡಿದಳು. ನಾನು ಒಂದು ಮಾತು ಆಡದೆ ಆತನು ನನಗಾಗಿ ಬಿಟ್ಟುಹೋದ ಚಪ್ಪಲನ್ನು ಕಾಲಿಗೆ ಹಾಕುತ್ತಾ ಮನೆಕಡೆ ನಡೆದೆ.

'ಮೊದಲು ಅವನು ನನಗೆ ತಮ್ಮ. ಅದು ಹೇಗೆ ಚಪ್ಪಲಿ ನಿನಗೆ ಕೊಟ್ಟ, ಅಕ್ಕ ನಾನಿಲ್ಲಿ ಬರಿಗಾಲಲ್ಲಿ ನಡೆಯುವಾಗ'-ಒಂದು ಸಣ್ಣ ಕಲ್ಲು ಹೆಕ್ಕಿ ಕೈಯಲ್ಲಿ ಹಿಡಿದಳು.

ಮೊದಲೇ ಚಿಟ್ಟೆ ಬಿಟ್ಟಿರುವ ನನ್ನ ಮನಸ್ಸಿಗೆ ಇದು ಮತ್ತಷ್ಟು ಖುಷಿಕೊಟ್ಟಿತು. ನಾನು ಕಪ್ಪೆ ಜಿಗಿದಾಗೆ ಜಿಗಿಯುತ್ತ, ಸೊಂಟ ಬಳಸಿಕೊಂಡು ಅವಳ ಮುಂದೆ ನಡೆದೆ.

'ಹೇ... ರಿಫಾಯಿ ನಿಲ್ಲೋ... ನಿಲ್ಲೊ'-ಕೈಯಲ್ಲಿದ್ದ ಸಣ್ಣ ಕಲ್ಲೊಂದನ್ನು ಅವನ ಕಡೆಗೆ ಬಿಸಾಡಿದಳು. ಅವಳ ಕೂಗಿಗೆ ಅವನು ಹಿಂತಿರುಗಿ ನೋಡಿದ.

ಡ್ಯಾನ್ಸ್ ಮಾಡಿ ಕುಣಿಯುತ್ತಾ ಹೋಗುತ್ತಿದ್ದ ನಾನು, ಅವನು ಹಿಂದೆ ತಿರುಗಿದ್ದನ್ನು ನೋಡಿ, ಸರಿಯಾಗಿ ನಡೆದುಕೊಂಡು ಬಾವಿಯ ಕಡೆ ಇರುವ ಬಾತ್ರೂಮ್ ಕಡೆ ನಡೆದೆ.

***

ರಾತ್ರಿಯಾಗುತ್ತಿದ್ದಂತೆ, ಇವರ ಒಂದರ ನಂತರ ಒಂದು ಪ್ರಾರಂಭವಾಗುವ ಕುಂ ಕುಂ, ಕುಸುಮ್ ಧಾರಾವಾಹಿಗಳನ್ನು ನೋಡಲು ಜೈನು ಆಂಟಿ, ಶಹನಾಜ್, ತಾಯಿರ ಅತ್ತೆ, ಬೀಡಿ ಸೂಪನ್ನು ಹಿಡಿದು ಟಿವಿಯ ಮುಂದೆ ಗೋಡೆಗೆ ಒರಗಿ ಸಾಲಾಗಿ ಕುಳಿತರು. ಮತ್ತೊಂದು ಮೂಲೆಯಲ್ಲಿ ಅಜ್ಜಿ ಎಲೆ ಅಡಿಕೆ ಚೀಲವನ್ನು ಹಿಡಿದು ಕುಳಿತರು. ಇನ್ನೊಂದು ಕಡೆ ಹೊರಗಿನ ಹಾಲಿನಲ್ಲಿ ಕೇರಂ ಆಡಲು ಶಹನಾಜ್ ತಂದೆ, ರಿಫಾಯಿ, ಕಲಂದರ್ ಹಾಗೂ ಅಂಕಲ್ ಕುಳಿತರು.

ಹಾಸ್ಪಿಟಲಿನಲ್ಲಿ ಮಲಗಿರುವ ಕುಂಕುಮಳ ಮುಖವನ್ನು ಹತ್ತಾರು ಕಡೆಯಿಂದ ರೀಲ್ ಎಳೆದು ತೋರಿಸುವುದನ್ನು ನೋಡಿದ ನಾನು 'ಹಾಸ್ಪಿಟಲಿನಲ್ಲಿ ಮಲಗುವಾಗಲೂ ಫುಲ್ ಮೇಕಪ್ ಮಾಡಿಸಿ ಮಲಗಿಸುವುದಾ? ಲಿಪ್‌ಸ್ಟಿಕ್ ಬೇರೆ, ಮುಚ್ಚಿರುವ ಅವಳ ಕಣ್ಣುಗಳಲ್ಲಿ ಮೇಕಪೇ ತುಂಬಿ ಹೋಗಿದೆ'-ಅವರ ಮುಂದೆ ಕುಳಿತು ಮುಖಕ್ಕೆ ಕೈ ಇಟ್ಟು ಟಿವಿ ನೋಡುತ್ತಾ ಹೇಳಿದೆ.

'ಫೌಝಿಯಾ, ನೀನು ಇಲ್ಲಿಂದ ಎದ್ದು ಹೋಗು'-ಎಲ್ಲರಿಗಿಂತಲೂ ನಿಧಾನವಾಗಿ ಬೀಡಿ ಕಟ್ಟುತ್ತಿದ್ದ ಶಹನಾಜ್ ಕೋಪದಲ್ಲಿ ಹೇಳಿದಳು.

ನಾನು ನೇರ ಕೇರಂ ಆಡುವಲ್ಲಿಗೆ ಹೋದೆ. ಅಂಕಲಿನ ಯಾವ ಬದಿಯಲ್ಲಿ ಕುಳಿತರೂ ಅಜ್ಜಿಗೆ ಇಷ್ಟವಾಗಲ್ಲ ಅಂದುಕೊಂಡು, ರಿಫಾಯಿ ಹಾಗೂ ಶಹನಾಜ್ ತಂದೆ ಕುಳಿತಲ್ಲಿ ನಾನೊಂದು ಚೇರ್ ಹಾಕಿ ಕುಳಿತೆ.

'ಫೌಝಿಯಾ, ನೀನು ಯಾರಿಗೆ ಸಪೋರ್ಟ್'-ಅಂಕಲ್ ಕೇಳಿದಾಗ ಮನಸ್ಸಲ್ಲಿ ರಿಫಾಯಿ ಅಂತ ಇದ್ದರೂ ಶಹನಾಜ್ ತಂದೆಯನ್ನು ತೋರಿಸಿದೆ. ಅಷ್ಟರಲ್ಲೇ ರಿಫಾಯಿ ತಾನು ಪಡೆದ ಕಾಯಿನ್ಸ್‌ಗಳನ್ನೆಲ್ಲ ನನ್ನ ಕೈಯಲ್ಲಿ ಕೊಟ್ಟ.

ಅಂಕಲ್ ನಗುತ್ತಾ ಸ್ಟ್ರೈಕರನ್ನು ಎಲ್ಲಿಟ್ಟು ಹೊಡೆಯಲಿ ಅನ್ನೋ ನೋಟ ನೋಡೋರ ಕಣ್ಣಿಗೆ ಕಂಡರೂ, ನೋಟ ಮಾತ್ರ ನಮ್ಮಿಬ್ಬರ ಮೇಲೆ ಆಗಿತ್ತು. ಆಟ ಒಂದೆರಡು ರೌಂಡ್ ಆಗಿದೆ ಅಷ್ಟೇ. ಅಷ್ಟರಲ್ಲಿ ಕರೆಂಟ್ ಹೋಯಿತು.

ಒಳಗೆ ಧಾರಾವಾಹಿ ನೋಡುತ್ತಿದ್ದ ಮಹಿಳೆಯರಿಂದ ಕರೆಂಟ್ ತೆಗೆದವನಿಗೆ ಬೈಗುಳಗಳ ಸುರಿಮಳೆ ಆಯಿತು. ಒಂದು ಸಲ ಕರೆಂಟ್ ಹೋಯಿತು ಅಂದರೆ ಮತ್ತೆ ಒಂದು ಗಂಟೆಯ ನಂತರನೇ ಕರೆಂಟು. ಅಪರೂಪಕ್ಕೆ ಒಂದೊಂದು ಸಲ ಬೇಗ ಬಂದರೆ ಕರೆಂಟು ಹಾಕಿದವನ ಹೆಂಡತಿ-ಮಕ್ಕಳ ಪುಣ್ಯವೆನ್ನಬೇಕು. ಎಲ್ಲರೂ ಮಡಿಲಲ್ಲಿದ್ದ ಬೀಡಿ ಸೂಪನ್ನು, ಟಿವಿ ಸ್ಟಾಂಡ್ ಕೆಳಗಿಟ್ಟು ಒಬ್ಬೊಬ್ಬರು ಒಂದೊಂದು ದಿಕ್ಕಿಗೆ ಹೋದರು. ಎಮರ್ಜನ್ಸಿ ಲೈಟ್ ಆನ್ ಆಯ್ತು. ಕತ್ತಲ ಕಂಡರೆ ಹೆದರುವ ನಾನು ಲೈಟ್ ಆನ್ ಆಗುವವರೆಗೂ ಕೂತಲ್ಲಿಂದ ಕದಲಲಿಲ್ಲ. ಮಂದ ಬೆಳಕಿಗೆ ಸ್ಟ್ರೈಕರ್ ಅನ್ನು ಗೆರೆಯ ಹೊರಗಡೆ ಇಟ್ಟು ಹೊಡೆಯುವ ತಂದೆಯನ್ನು ಕಂಡ ಕಲಂದರ್‌ಗೆ ಕೋಪ.

'ಬಾಪಾ ನೀವು ಎದ್ದು ಹೋಗಿ, ಫೌಝಿಯಾ ಆಟವಾಡಲಿ'-ತಂದೆಯ ಕೈಯಲ್ಲಿರುವ ಸ್ಟ್ರೈಕರ್ ಕಿತ್ತುಕೊಂಡು ಹೇಳಿದ.

ರಿಫಾಯಿ ವಶಪಡಿಸಿಕೊಂಡ ಕೇರಂ ಕಾಯಿನ್ಸ್ ಹಿಡಿದು, ಮೌನವಾಗಿ ಕೂತು ಆಟ ನೋಡುತ್ತಿದ್ದ ನನಗೂ ಅವನ ಮಾತು ಉತ್ಸಾಹ ತರಿಸಿತು.

'ಹಾ... ಹೌದು. ಅಜ್ಜ ತಯಾರುಮಾಡುವ ಬೆಡ್ಗೆ ಹೊಲಿಗೆ ಹಾಕಲು ಹೋಗಿ ಕಾಕಾ'-ಕಾಯಿನ್ಸ್ ಅನ್ನು ಕೂತ ಚೇರಿನ ಮೇಲೆ ಇಟ್ಟು ಕಲಂದರ್ ತಂದೆಯನ್ನು ಚೇರಿನಿಂದ ನಿಲ್ಲಿಸಿದೆ.

ಜೈನು ಬಂದು ಅಂಕಲ್‌ನ ಕರೆದುಕೊಂಡು ಬೆಡ್ರೂಮಿಗೆ ನಡೆದಳು. ಕಲಂದರ್ ತಂದೆ ಅಂಕಲ್ ಕುಳಿತ ಸೀಟಿಗೆ ಹೋಗುವ ಮುಂಚೆ 'ಶಹನಾಜ್ ನೀನು ಬಾ. ಬಾಯ್ಸ್ ವರ್ಸಸ್ ಗರ್ಲ್ಸ್ ಆಡುವ'-ಅವಳ ಕರೆದೆ.

ಅವಳಿಗೆ ಆಡಲು ಗೊತ್ತಿಲ್ಲದ ಕಾರಣ, ಕಲಂದರ್ ಸರಿ ಹೇಳಿ ಎಲ್ಲಾ ಕೊಯಿನ್ಸ್‌ಗಳನ್ನೂ ಜೋಡಿಸಿಟ್ಟ. ನಾನು ರಿಫಾಯಿ ವಿರುದ್ಧ ಕುಳಿತರೆ, ಶಹನಾಜ್, ಕಂದುನ ವಿರುದ್ಧ ಕುಳಿತಳು. ಶಹನಾಜ್ ಸಿಕ್ಕಿದ ಕಡೆ ಹೊಡೆಯುತ್ತಿದ್ದರೆ, ನಾನು ಎಲ್ಲವನ್ನು ಕಂದುಗೆ ನೇರ ಹೊಡೆಯಲು ಸಿಗದಾಗೆ ಬೇರೊಂದು ಕಾರ್ನರ್‌ಗೆ ರಾಶಿ ಹಾಕಿ, ಶಹನಾಜ್‌ನೊಡನೆ ಹೊಡೆದು ಹಾಕುವಂತೆ ಹೇಳಿದೆ. ಅತ್ತಕಡೆ ರಿಫಾಯಿ ನಮ್ಮಿಬ್ಬರಿಗೆ ಸುಲಭವಾಗುವಂತೆ ಮಾಡಿದ.

ಆಟದ ಹುಮ್ಮಸ್ಸಿನಲ್ಲಿ ಇದ್ದ ನಾನು ಅವನ ಮುಖ ನೋಡಿದೆ. ಪ್ರೀತಿ ತುಂಬಿರುವ ಅವನ ಕಣ್ಣುಗಳಲ್ಲಿ ಕಣ್ಣಿಟ್ಟು ನೋಡಿದೆ. ಅವನ ಕಣ್ಣುಗಳ ಪ್ರೀತಿಯ ಸೆಳೆತವು ಮೊದಲ ಬಾರಿ ನನ್ನ ಮನಸ್ಸನ್ನು ಹಗುರವಾಗಿಸಿತು. 'ಗೆಲುವು ನಿನ್ನದೇ ಧೈರ್ಯವಾಗಿರು' ಎಂಬುದನ್ನು ಕಣ್ಣಿನಲ್ಲಿ ಹೇಳಿದಂತೆ ಅರ್ಥವಾಯಿತು ನನಗೆ ಅವನ ಆ ಕಣ್ನೋಟ.

'ಡೋಂಗಿ ಡೋಂಗಿ, ಕಂದು ಚೀಟಿಂಗ್'-ಶಹನಾಜ್‌ನ ಬೊಬ್ಬೆ.

'ಹೌದು, ಚೀಟಿಂಗ್ ಚೀಟಿಂಗ್'-ಏನಾಯಿತೆಂದು ಅರಿಯದ ನಾನು ಅವಳೊಡನೆ ಧ್ವನಿಗೂಡಿಸಿದೆ.

ರಿವರ್ಸ್ ಹೊಡೆದು ಹಾಕಬೇಕಿದ್ದ ಕಾಯಿನ್ ನೇರ ಹೊಡೆದು ಹಾಕಿದನೆಂದು ನಮ್ಮ ಜಗಳಕ್ಕೆ, ಅವನು ಪಡೆದ ವೈಟ್ ಕಾಯಿನ್ ಮತ್ತೆ ಸೆಂಟರ್‌ನಲ್ಲಿ ಇಡುವಂತೆ ಮಾಡಿದೆವು. ಕೊನೆಗೂ ನಾವು ಗೆದ್ದೆವು.

ರಿಫಾಯಿಯಿಂದಾಗಿ ನಾವು ಗೆದ್ದೆವು ಎಂಬುದು, ನಮಗೆ ನಾಲ್ಕು ಮಂದಿಗೂ ಗೊತ್ತಿದ್ದರೂ ಶಹನಾಜ್, ಬಾಯ್ಸ್ ಸೋತರು ಎಂದು ಗೇಲಿ ಮಾಡುವುದನ್ನು ನಿಲ್ಲಿಸಲಿಲ್ಲ. ಸಿಟ್ಟು ಬಂದ ಕಲಂದರ್ 'ಇನ್ನು ಮುಂದಕ್ಕೆ ಪಾರ್ಟಿ ಆಡುವುದಾದರೆ, ನೀವಿಬ್ಬರೂ ಒಂದು ಪಾರ್ಟಿ. ಇಲ್ಲದಿದ್ದರೆ ನಾನು ಆಡಲು ಬರಲ್ಲ'-ರಿಫಾಯಿಗೆ ಹೇಳಿ ಎದ್ದು ಹೋದ.

ಮುಖಕ್ಕೆ ಅರ್ಧ ನೆರಳು ಬೀಳುತ್ತಿದ್ದ ರಿಫಾಯಿಯನ್ನು ನೋಡಿದೆ. ನಾನು ಗೆದ್ದ ಸಂತೋಷ ಅವನ ಕಣ್ಣಿನಲ್ಲಿ.

'ಹೋಗಿ ನಿನ್ನ ಪಾಟ್ನರ್ ಕಂದುನ ಸಮಾಧಾನಪಡಿಸು, ಸೋತಮೇಲೆ ಕೆಲವರು ಹೀಗೇನೆ, ಹುಚ್ಚುನಾಯಿ ಬೆನ್ನಟ್ಟಿಕೊಂಡು ಬಂದಹಾಗೆ ಓಡುವುದು'-ಜೋರಾಗಿ ಎಲ್ಲರಿಗೂ ಕೇಳುವಂತೆ ತಮಾಷೆ ಮಾಡಿದೆ.

ಟಿವಿ ಹಾಲಿನವರೆಗೆ ಹೋದವ ಹಿಂದಕ್ಕೆ ಬಂದು 'ಫೌಝಿಯಾ, ಬೇಡ ನೋಡು, ನೀನು ಹೇಗೆ ಗೆದ್ದೆ ಎಂಬುದು ಈಗ ಎಲ್ಲರಿಗೂ ಹೇಳಬೇಕಾ?'-ಕೈ ತೋರಿಸಿ ಮಾತನಾಡಿದ.

ಮನೆಯಲ್ಲಿ ದೊಡ್ಡವರಿಗೆ ಯಾರಿಗೂ ಗೊತ್ತಿಲ್ಲದ ವಿಷಯ ಎಲ್ಲಿ ಹೇಳಿಬಿಡುತ್ತಾನೋ ಎಂದು ಕಣ್ಣು ದೊಡ್ಡದು ಮಾಡಿ ಆಶ್ಚರ್ಯದಲ್ಲಿ ರಿಫಾಯಿಯ ಮುಖ ನೋಡಿದೆ.

ರಿಫಾಯಿ ಕಣ್ಣ ರೆಪ್ಪೆಯನ್ನು ಒಂದು ಬಾರಿ ಮಿಟುಕಿಸಿ 'ನೀನು ಕೂಲ್ ಆಗಿರು' ಎಂದು ಕಣ್ಣಿನಲ್ಲಿ ತಿಳಿಸಿ ಕಂದುನ ಭುಜಕ್ಕೆ ಕೈ ಹಾಕಿ, ಅವನ ಹೊರಗಡೆ ಕರೆದುಕೊಂಡು ಹೋದ.

***

'ಶೈನಾಜ್... ಶೈನಾಜ್... ಫೌಝಿಯಾ... ಫೌಝಿಯಾ... ಎದ್ದೇಳಿ'-ನಮಾಜ್ ಮಾಡಿ ಎದ್ದು ಶಂಶುವಿನ ಬೊಬ್ಬೆ. ಶಂಶುನ್ನೀಶ ನನ್ನ ಐದನೇ ಅತ್ತೆ.

ಮುಂಜಾನೆ ಐದು ಗಂಟೆಗೆ ಎದ್ದು, ಬೆಳಗ್ಗಿನ ನಮಾಜ್ ಮಾಡಿ, ನಮ್ಮನ್ನು ಕರೆಯಲು ನಿಂತರೆ ಬ್ರೇಕಿಲ್ಲದ ಗಾಡಿಯಂತೆ. ಮತ್ತೆ ನಾವು ಎದ್ದೇಳೋವರೆಗೂ ನಿಲ್ಲಲ್ಲ. ರೂಮಿನಲ್ಲಿ ಕಲಂದರ್ ಜೊತೆ ಮಲಗಿರುವ

ರಿಫಾಯಿ, ಯಾವಾಗಲೂ ನಮ್ಮನ್ನು ಕರೆದಾಗ ಎದ್ದು ಬರುವ ಅವನು, ಅಂದು ಎದ್ದು ಬಂದವನೇ, ನಮಿಬ್ಬರ ಬ್ಲಾಂಕೆಟ್ ಅನ್ನು ಎಳೆದ. ನಾವೆಲ್ಲರೂ ಸಾಲಾಗಿ ಟಿವಿ ಹಾಲ್‌ನಲ್ಲಿ ಮಲಗಿರುವುದರಿಂದ ಎದ್ದವರಿಗೆ ನಮ್ಮನ್ನು ಎಬ್ಬಿಸುವುದು ಕಷ್ಟವೇನಲ್ಲ.

ನಾಲ್ಕೈದು ಸಲ ಬಂದು ಕರೆದರೂ ಎದ್ದೇಳದೇ ಇದ್ದಾಗ ಮುಖಕ್ಕೆ ನೀರು ತಂದು ಹಾಕುವ ಶಂಶುವಿನ ಕೆಲಸಕ್ಕೆ ನನಗೆ ಸಿಟ್ಟು.

'ವಯಸ್ಸಿಗೆ ಬಂದ ಯುವತಿಯರು, ಸೂರ್ಯ ನೆತ್ತಿಗೆ ಬಂದರೂ ಎದ್ದೇಳದೇ ಇದ್ದರೆ, ಗಂಡನ ಮನೆಗೆ ಹೋದರೆ ಹೀಗೇನೆ ಬಿದ್ದು ಮಲಗುತ್ತೀರಾ?' ಮುಖಕ್ಕೆ ನೀರು ಹಾಕಿದಾಗ ಒಮ್ಮೆಲೇ ಸಿಟ್ಟಿನಲ್ಲಿ ಎದ್ದು ಕುಳಿತೆ.

'ಅವನು ಕೇಳಿದಷ್ಟು ವರದಕ್ಷಿಣೆ ಕೊಟ್ಟು, ಅವನ ಮನೆ ಚಾಕರಿ ಮಾಡೋ ನಮ್ಮಂಥಹ ಹೆಣ್ಣುಮಕ್ಕಳಿಗೆ ಹುಚ್ಚು'-ತಲೆದಿಂಬಿನ ಬದಿಯಲ್ಲಿಟ್ಟ ಚೂಡಿದಾರ್ ಶಾಲನ್ನು ತೆಗೆದು ಮುಖ ಒರೆಸುತ್ತಾ ಹೇಳಿದೆ.

'ಹಾಗಾದರೆ ನೀನು ವರದಕ್ಷಿಣೆ ತೆಗೆದುಕೊಳ್ಳದ ಹುಡುಗನಿಗಾಗಿ, ವಯಸ್ಸಾಗುವವರೆಗೂ ಕಾಯುತ್ತಾ ಇರು". ಶಂಶು ಕೈಯಲ್ಲಿ ಸ್ವಲ್ಪ ನೀರನ್ನು ತೆಗೆದು ಶಹನಾಜ್‌ನ ಮುಖಕ್ಕೆ ಹಾಕಿದಳು.

'ನನಗೆ ಮದುವೆಯಾಗದಿದ್ದರೂ ಪರವಾಗಿಲ್ಲ. ಕಟ್ಟಿಕೊಳ್ಳೋನು ಪ್ರೀತಿಯಿದ್ದರೆ ಮಾತ್ರ ನನ್ನ ಕಟ್ಟಿಕೊಂಡರೆ ಸಾಕು. ಅದು ಬಿಟ್ಟು ನಮ್ಮಿಂದ ಹಣ ಒಡವೆ ಪಡೆದು, ಅವನು ಮದುವೆಯಾಗದ ದಾರಿಗೆ ಹೋಗಲಿ' ಎದ್ದು ನಿಂತೆ.

ಶಹನಾಜ್ ಅದೇನೋ ಮನ ಮನ ಹೇಳುತ್ತಾ ಎದ್ದು ಕುಳಿತಳು.

ಎರಡು ದಿವಸದ ಮುಂಚೆ ಬೆಳ್ಳಂಬೆಳಗ್ಗೆ ನಡೆದ, ನಮ್ಮ ಈ ಮಾತನ್ನು ಕೇಳುತ್ತಾ ನಿಂತಿದ್ದ ರಿಫಾಯಿ. ಈ ಜಗಳಗಂಟಿ, ಮತ್ತೆ ಎಲ್ಲಿ ಜಗಳ ಪ್ರಾರಂಭಿಸಿ ಬಿಡುತ್ತಾಳೆ ಅನ್ನೋ ಭಯನೋ, ನಮ್ಮ ಪಕ್ಕದಲ್ಲಿ ಮಲಗಿರುವ ಅಜ್ಜಿಗೆ ಗೊತ್ತಾಗದಂತೆ ಮೆಲ್ಲನೆ ನಮ್ಮಿಬ್ಬರ ಬ್ಲಾಂಕೆಟ್ ಎಳೆದು, ಎದ್ದೇಳುವಂತೆ ಕೈಸನ್ನೆ ಮಾಡಿದ.

***

ಎಂದಿನಂತೆ ಬಟ್ಟೆ ತೊಳೆಯುತ್ತಿದ್ದ ನಾವಿಬ್ಬರು ಅರ್ಧದಲ್ಲಿಯೇ ಬಿಟ್ಟು, ತಿಂಡಿ ತಿನ್ನಲು ಮನೆಯೊಳಗೆ ಬಂದೆವು. ಕಲಂದರ್, ರಿಫಾಯಿ ಹಾಗೂ ಅಂಕಲ್ ಚೇರ್‌ನಲ್ಲಿ ಕುಳಿತು, ವಿ4 ಮೂವೀಸ್, ಬಿ4 ಹಾಗೂ ಎಂ.ಟಿವಿಯಲ್ಲಿ ಬರುವ ಹಿಟ್ ಹಾಡುಗಳನ್ನು ಹಾಕಿ ಟಿವಿ ನೋಡುತ್ತಿದ್ದರು. ತಿಂಡಿಯ

ತಟ್ಟೆಯನ್ನು ಹಿಡಿದು, ನಾವು ಟಿವಿ ಮುಂದೆ ಬಂದು ಕುಳಿತೆವು. ಬಿ4 ಚಾನೆಲ್‌ನಲ್ಲಿ, ಆಡ್ ಆದ ತಕ್ಷಣ ಇಶಾ ಡಿಯೋಲ್ ನಟಿಸಿರುವ ಧೂಮ್ ಸಾಂಗ್ ಬಂತು. ತುಂಬಾ ಫೇಮಸ್ ಹಾಗು ಒಳ್ಳೆ ಸಾಂಗ್.

'ವಾವ್ ಒಳ್ಳೆ ಸಾಂಗ್' ಅನ್ನುತ್ತಾ ಟಿವಿ ನೋಡುವಾಗಲೇ ಚಾನೆಲ್ ಚೇಂಜ್ ಆಯಿತು.

'ಅದು ಯಾರು, ಚಾನೆಲ್ ಚೇಂಜ್ ಮಾಡಿದ್ದು, ರಿಮೋಟ್ ಯಾರ ಕೈಯಲ್ಲಿದೆ'–ಹಿಂದೆ ಕುಳಿತವರ ಕೈ ನೋಡಿದೆ. ರಿಮೋಟ್ ರಿಫಾಯಿ ಕೈಯಲ್ಲಿತ್ತು.

'ಯಾಕೋ ಚೇಂಜ್ ಮಾಡಿದೆ? ಧೂಮ್ ಸಾಂಗ್ ಹಾಕು'–ಸಿಟ್ಟಿನಲ್ಲಿಯೇ ಹೇಳಿದೆ.

'ಅವಳ ಬಟ್ಟೆ ಸರಿ ಇಲ್ಲ'–ಚಾನಲ್ ಚೇಂಜ್ ಮಾಡುತ್ತಾ ಹೇಳಿದ.

'ವಾಟ್?' ನಾನು ಆಶ್ಚರ್ಯದಲ್ಲಿ ಅವನ ಮುಖವನ್ನೊಮ್ಮೆ ನೋಡಿ ಶಹನಾಜ್‌ಳನ್ನು ನೋಡಿದೆ.

'ಅವನು ಹಾಗೇನೇ, ಟಿವಿಯಲ್ಲಿ ಅರ್ಧಂಬರ್ಧ ಬಟ್ಟೆ ಹಾಕಿದವರನ್ನ ನೋಡಲ್ಲ.' ಅವಳು ಕೂಲ್ ಆಗಿ ತಿಂಡಿ ತಿನ್ನುತ್ತಾ ಕುಳಿತಳು.

'ಅರ್ಧ ಬಟ್ಟೆ ಹಾಕಿರೋ ಅವರಿಗೇನೇ ಪ್ರಾಬ್ಲಮ್ ಇಲ್ಲ ಅಂದಮೇಲೆ, ನೋಡೋರಿಗೆ ನಮಗೇನು ಪ್ರಾಬ್ಲಮ್. ಅವನಿಗೆ ಪ್ರಾಬ್ಲಮ್ ಇದ್ದರೆ ಅವನು ಎದ್ದು ಹೊರಗೆ ಹೋಗಲಿ, ಆ ಸಾಂಗ್ ಇಡೋ'–ಹಿಂದಿರುಗಿ ನೋಡಿ ಹೇಳಿದೆ.

ಚಾನೆಲ್ ಚೇಂಜ್ ಮಾಡುತ್ತಿದ್ದವನು ಮತ್ತೆ ಬಿಫೋರ್ ಇಟ್ಟು, ಎದ್ದವನೇ ರಿಮೋಟನ್ನು ಕುಳಿತ ಕುರ್ಚಿಯಲ್ಲಿ ಇಟ್ಟು ಹೊರಗಡೆ ಹೋದ.

'ನಾನು ಅವನಿಗೆ ಮೊದಲೇ ಹೇಳಿದೆ. ಇವಳನ್ನು ಪ್ರೀತಿಸುವುದಕ್ಕಿಂತ ತಲೆಯನ್ನು ಕೊಂಡು ಹೋಗಿ ದೊಡ್ಡ ಬಂಡೆಕಲ್ಲಿಗೆ ಜಜ್ಜು ಅಂತ'–ಕಲಂದರ್ ಟಿವಿ ನೋಡುತ್ತಾ ಹೇಳಿದ.

ಧೂಮ್ ಸಾಂಗ್ ಜೋರಾಗಿ ಇಟ್ಟಿದ್ದರಿಂದ, ಕುಳಿತ ನಾವು ಮೂವರಿಗೆ ಬಿಟ್ಟು, ಬೇರೆ ಯಾರಿಗೂ ಕೇಳಲಿಲ್ಲವೇನೋ ಶಹನಾಜ್ ಕೆಮ್ಮಲು ಪ್ರಾರಂಭಿಸಿದಳು.

'ನಿನಗೆ ನೀರು ತಂದು ಕುಳಿತುಕೊಳ್ಳಲು ಸಂಕಟನಾ? ತಿನ್ನಲು ಕುಳಿತಾಗ ಯಾವಾಗಲು ನಿನ್ನದೊಂದು?'–ಅವಳ ನೆತ್ತಿಗೆ ಅಂಗೈಯಿಂದ ಬಡಿಯುತ್ತಾ ಕೇಳಿದೆ.

ಹೊರಗೆ ಹೋಗಿ ನಿಂತ ರಿಫಾಯಿಯನ್ನು, ಒಂದೆರಡುಬಾರಿ ಇಣುಕಿಣುಕಿ ನೋಡಿದರು ಅಂಕಲ್.

ಇಷ್ಕ್ ಇಷ್ಕ್ ಕರ್ನಾಯೇ ಕರ್ಲೆ, ಇಷ್ಕ್ ಇಷ್ಕ್ ಮೇ ಜಿಲೇ ಮರ್ಲೆ... ಹಾಡು ಟಿವಿಯಲ್ಲಿ ಕೇಳುತ್ತಿರುವ ಜೋಶಿನಲ್ಲಿ 'ಅಂಕಲ್ ಲಡ್ಕ ಲೊಗು, ಲಡ್ಕಿ ಉಪರ್ ಡ್ರಾಮಾ ಕರೆಗ' ಹಿಂದಿಯಲ್ಲಿ ಹೇಳಿದೆ.

ಅದೇಗೋ ಕೆಮ್ಮನ್ನು ನಿಯಂತ್ರಣಕ್ಕೆ ತಂದವಳು ಮತ್ತಷ್ಟು ಜೋರಾಗಿ ಕೆಮ್ಮಿದಳು.

'ನಿನಗೆ ಹಿಂದಿ ಬರದಿದ್ದರೆ, ಕನ್ನಡದಲ್ಲಿ ಹೇಳಿದರೇನು?'-ಕಲಂದರ್ ನನಗೆ ಬೈದು ಇಟ್ಟ ರಿಮೋಟನ್ನು ಎತ್ತಿಕೊಂಡ.

'ಇಲ್ಲ ಫೌಝಿಯಾ, ಅವನು ಅರ್ಧ ಬಟ್ಟೆ ಹಾಕಿದ ಹುಡುಗಿಯರನ್ನ ನೋಡಲ್ಲ. ಹೋಗ್ಲಿ ಇಷ್ಟು ದಿವಸದಲ್ಲಿ ಯಾವತ್ತಾದರೂ ಅವನು ನಿನ್ನ ಮೈಮುಟ್ಟಿ ಮಾತನಾಡಿದ್ದಾನಾ? ಅವತ್ತು ನೀನು ಅವನ ಮಡಿಲ...?'-ಗಂಟಲನ್ನು ಸರಿಮಾಡಿಕೊಂಡು ಹೇಳಿದಳಾದರು, ಮಾತು ನಿಲ್ಲಿಸುವಂತೆ ಕೈ ತೋರಿಸಿದೆ.

ಹಾಡು ಮುಗಿಯುವ ಮುಂಚೆ, ಕಲಂದರ್ ಚಾನೆಲ್ ಚೇಂಜ್ ಮಾಡಿದ. ಹೊರಗೆ ಮೆಟ್ಟಿಲ ಬಳಿ ಕೂತವನ ನೋಡಿದೆ. ಚಾನೆಲ್ ಚೇಂಜ್ ಮಾಡಿ ಕರೆದರೂ ಅವನು ಎದ್ದು ಬರಲಿಲ್ಲ.

ನಾನು ಬೇಗ-ಬೇಗ ತಿಂಡಿ ಮುಗಿಸಿ ತಟ್ಟೆಯನ್ನು ಅಡುಗೆ ಕೋಣೆಯಲ್ಲಿ ಇಟ್ಟು 'ಇಷ್ಕ್ ಹೇತೋ ಝಿನ್ದಗಿ ಹೇ..., ಇಷ್ಕ್ ಹೇ ಥೋ ಹರ್ ಖುಷಿ ಹೇ...' ಧೂಮ್ ಹಾಡು ಹಾಡುತ್ತಾ ಹೊರಗಿನ ಬಾಗಿಲ ಬಳಿ ನಡೆದೆ.

ಮೆಟ್ಟಿಲ ಮೇಲೆ ಕುಳಿತವನಿಗೆ ಮುಖಮಾಡಿ, ಕಾಲಿಗೆ ಚಪ್ಪಲಿ ಹಾಕುತ್ತಾ ಸೋ...ರಿ... ಹೇಳಿದೆ.

ಸೋರಿ ಹೇಳಿದ ತಕ್ಷಣ ಅವನ ಕಣ್ಣೋಟಗಳು, ನನ್ನ ಕಣ್ಣಿನಲ್ಲಿ ಸೆರೆ ಆಯಿತು. ಬೇಸರದ ಛಾಯೆ ಅವನ ಕಣ್ಣ ರೆಪ್ಪೆಯಲ್ಲಿ ಅಡಗಿದಂತೆ ಭಾಸವಾಯಿತು. ಮನೆಯ ಮುಂದಿನ ತೆಂಗಿನ ಮರದ ಬುಡದಲ್ಲಿ ಇಟ್ಟ ಒಂದು ಬಕೆಟ್ ನೀರಿಗೆ, ತಟ್ಟೆಯನ್ನು ಮುಳುಗಿಸಿ ನೀರು ತೆಗೆದೆಯಾದರೂ, ನನ್ನ ಕಣ್ಣಿನ ನೋಟಗಳು ಅವನ ಮೇಲೆ ಇದ್ದವು. ಒಂದೆರಡು ಬಾರಿ ನನ್ನ ನೋಡಿದ.

ಒಂದು ಕೋಲಿನ ತುದಿಗೆ, ಅಮುಲ್ ಡಬ್ಬದ ಮುಚ್ಚಳದ ಮಧ್ಯಕ್ಕೆ ಮೊಳೆ ಹಾಕಿ ಗಾಡಿಯಂತೆ ಮಾಡಿಕೊಟ್ಟ ಕೋಲನ್ನು ಹಿಡಿದು, ಅಲ್ಲೇ ಅಂಗಳದಲ್ಲಿ ಆಟವಾಡುತ್ತಿದ್ದ, ಶಂಶುವಿನ ಮಗಳನ್ನು ನೋಡಿ 'ಓಯೀ ಎಲ್ ಟಿ ಟಿ, ಇಲ್ಲಿ ಬಾ' ಎಂದು ಅವಳನ್ನು ಕರೆದ.

'ಕೀ. ಕೀ. ಪೊಂಪ್. ಪೊಂಪ್.' ಮಾಡುತ್ತಾ ಮೆಟ್ಟಿಲ ಬಳಿ ಬಂದು ಅವನನ್ನೇ ನೋಡಿದಳು. ನಾನು ಕೈತೊಳೆದು ಅವರಿಬ್ಬರ ಬಳಿ ಹೋದೆ.

'ಹೇ ರಿಫಾಯಿ, ನೀನು ಯಾಕೆ ಅವಳನ್ನು ಎಲ್‌ಟಿಟಿ ಎಂದು ಕರೆದೆ?'– ಮೆಲು ದನಿಯಲ್ಲಿ ಕೇಳಿದೆ.

ಭುಜದವರೆಗೂ ತಲೆಕೂದಲನ್ನು ಬಿಟ್ಟು, ಕೈಯಲ್ಲಿರುವ ಕೋಲಿನ ಗಾಡಿಯನ್ನು ಹಿಂದೆ–ಮುಂದೆ ಮಾಡುತ್ತಾ, ಕಣ್ಣು ದೊಡ್ಡದು ಮಾಡಿ, ದುರುಗುಟ್ಟಿ ನೋಡುತ್ತಿದ್ದ ಅವಳನ್ನು ನೋಡಿ 'ಇವಳ ನೋಡು, ಹಾಗೆ ಕಾಣಲ್ವಾ?' ಎಂದು ಕೇಳಿದ.

ಅವಳ ಮೈ ಬಣ್ಣ ಕಪ್ಪಾಗಿರುವುದಕ್ಕೆ ಅವನು ಹಾಗೆ ಕರೆದ ಎಂಬ ಭಾವನೆ ನನ್ನದು. 'ಅವಳು ಹೇಗೆ ಬೇಕಾದರೂ ಇರಲಿ, ಆದರೆ ನೀನು ತಮಾಷೆ ಮಾಡಬೇಡ, ಅದು ತುಂಬಾ ನೋವು ಕೊಡುತ್ತೆ. ಅವಳಿಗೆ ಅರ್ಥವಾಗದೆ ಇರಬಹುದು. ಆದರೂ ನೀನು ಹಾಗೆ ಕರೆಯಬೇಡ. ನನಗೆ ಗೊತ್ತು ಅದರ ನೋವು'–ಅವನ ಉತ್ತರಕ್ಕೂ ಕಾಯದೆ, ನಾನು ಬಟ್ಟೆ ತೊಳೆಯುವ ಕಡೆ ನಡೆದೆ.

ಸ್ವಲ್ಪ ಹೊತ್ತಿನ ನಂತರ, ಬಟ್ಟೆ ತೊಳೆಯಲಿಕ್ಕಾಗಿ ನೀರು ತರಲು ಹೋದ ಟಾಪಿನ ಬಳಿ ನಿಂತು ರಿಫಾಯಿ ಮತ್ತು ಕಲಂದರ್ ಹೋಗುವುದನ್ನು ನೋಡಿದೆ. ಎಲ್ಲಿಗೆ ಹೋಗಬೇಕಾದರೂ ಹುಡುಕಿಕೊಂಡು ಬಂದು, ಹೋಗಿ ಬರುತ್ತೇನೆಂದು ಹೇಳುವ ಅವನು, ಇಂದು ನನ್ನನ್ನು ತಿರುಗಿ ನೋಡದೆ ಹೋಗುವುದನ್ನು ನೋಡಿ ಮನಸಿಗೆ ಕಸಿವಿಸಿಯಾಯಿತು.

'ಯಾಕಾಗಿ ಅವನ ಮನಸ್ಸು ನೋಯಿಸಿದೆ' ಎಂದು ನನ್ನ ಮನಸ್ಸು, ನನ್ನೊಡನೆ ಗುದ್ದಿ... ಗುದ್ದಿ ಕೇಳುತ್ತಿತ್ತು. ಬಿಂದಿಗೆ ತುಂಬಿ ನೀರು ಹರಿಯುತ್ತಿದ್ದರೂ, ನೇರ ರಸ್ತೆಯಲ್ಲಿ ನಡೆದುಕೊಂಡು ಹೋಗುವ ಅವನ ಮೇಲಿರುವ ನನ್ನ ನೋಟ ತಪ್ಪಲಿಲ್ಲ. ಒಂದು ಬಾರಿಯೂ ಅವನು ತಿರುಗಿ ನೋಡಲಿಲ್ಲ.

ಬೆಳಗ್ಗೆ ಹಾಲು ತರಲು ಅಂಕಲ್ ಜೊತೆ ರಸ್ತೆಯಲ್ಲಿ ನಡೆಯುವಾಗಲೂ, ಹತ್ತಾರು ಬಾರಿ ಕಾಂಪೌಂಡ್ ಕಡೆ ತಿರುಗಿ ನೋಡಿ, ಬಟ್ಟೆ ನೀರು ಹೋಗಲು ಕಾಂಪೌಂಡ್ ಮೇಲೆ ತಂದಿಡುವ ಆ ಸಮಯಕ್ಕಾಗಿ ಕಾಯುವವ, ಇಂದು ಯಾವ ಕಡೆಯೂ ತಿರುಗದೆ, ಅವನು ನೇರ ಹೋಗುವುದನ್ನು ನೋಡಿ ನನ್ನಿಂದ ತಡೆಯಲಾಗಲಿಲ್ಲ. ಮನಸ್ಸು ಚುಚ್ಚಿದಂತಾಗಿ ಕಣ್ಣಲ್ಲಿ ನೀರು ಹರಿಯಿತು.

ರಸ್ತೆಯ ಬದಿಯಲ್ಲಿ ನಿಂತಿರುವ ನಾನು, ಕಣ್ಣೀರನ್ನು ಯಾರೂ ಗಮನಿಸಬಾರದೆಂದು, ತುಂಬಿ ಹರಿಯುತ್ತಿದ್ದ ನೀರನ್ನು ಮುಖಕ್ಕೆ ಎರಚಿದೆ. ಬಿಕ್ಕಿಬಿಕ್ಕಿ ಅತ್ತಾಗ ಸೊಂಟದಲ್ಲಿದ್ದ ಬಿಂದಿಗೆ ಒಂದೆರಡು ಬಾರಿ ಜಾರಿತಾದರೂ, ಮತ್ತೊಂದು ಕೈ ಬಳಸಿ, ಅದೇಗೋ ತಂದು ಬಟ್ಟೆ ಒಗೆಯುವ ಮತ್ತೊಂದು ಕಲ್ಲಿನ ಮೇಲೆ ಇಟ್ಟೆ.

'ಶಹನಾಜ್, ಅವರಿಬ್ಬರು ಎಲ್ಲಿಗೆ ಹೋದರು?'–ಅಳುತ್ತಿದ್ದೇನೆ ಎಂಬುದು ಗೊತ್ತಾಗದಂತೆ ಬಿಂದಿಗೆಯಲ್ಲಿದ್ದ ನೀರನ್ನು, ಸ್ವಲ್ಪ ಬಾಯಿಗೆ ಹಾಕುತ್ತ ಕೇಳಿದೆ.

'ಗೊತ್ತಿಲ್ಲ, ಮನೆಯಲ್ಲಿ ಕೆಲಸವೇನು ಅವರಿಗೆ ಇಲ್ಲ ಅಲ್ವಾ? ಇನ್ನು ಎಲ್ಲಿಗೆ ಹೋದರೂ ನಮಗೇನು?'–ಬಗ್ಗಿ ಬಟ್ಟೆ ಒಗೆಯುತ್ತ ಹೇಳಿದಳು.

'ನನ್ನ ಮನಸ್ಸು ಸಂಕಟಪಡುತ್ತಿದೆ, ನಾನು ಅಳುತ್ತಿದ್ದೇನೆ, ನನ್ನ ತಲೆ ಭಾರವೆನಿಸುತ್ತಿದೆ, ನನ್ನ ಕೈಕಾಲುಗಳು ನಡುಗುತ್ತಿದೆ' ಎಂಬುದನ್ನು ನಾನು ಹೇಗೆ ಅವಳ ಬಳಿ ಹೇಳಲಿ?

'ಅವನು ಎಂದಿನಿಂದ ಪ್ರೀತಿಸುತ್ತಿದ್ದಾನೆ? ನನ್ನ ಯಾವ ಗುಣ ನೋಡಿ ಇಷ್ಟಪಟ್ಟಿದ್ದಾನೆ? ನನ್ನಿಂದ ಏನು ಇಷ್ಟವಾಯಿತು? ಇದು ಯಾವುದು ನನಗೆ ಗೊತ್ತಿಲ್ಲ. ಆದರೆ ನಾನು, ಅವನ ಪ್ರೀತಿಸಲು ತೊಡಗಿ ಕೆಲವು ದಿನ ಆಗಿದ್ದಷ್ಟೇ. ಇಷ್ಟು ಸ್ವಲ್ಪ ಸಮಯದಲ್ಲಿ, ನಾನು ಅವನನ್ನು ಅಷ್ಟೊಂದು ಪ್ರೀತಿಸಲು ಸಾಧ್ಯವೇ? ಅಥವಾ ಅವನ ಮನಸ್ಸನ್ನು ನೋಯಿಸಿದೆ ಎನ್ನುವ ಅಪರಾಧ ಭಾವನೆಯೇ?' ಏನೆಂದು ಅರ್ಥವಾಗದೆ, ಬಿಂದಿಗೆ ಇಟ್ಟ ಕಲ್ಲಿನ ಮೇಲೆ ಸ್ವಲ್ಪ ಹೊತ್ತು ಕುಳಿತೆ.

ಅವರಿಬ್ಬರೂ ನಡೆದುಹೋದ ರಸ್ತೆಯನ್ನು ಹತ್ತಾರು ಬಾರಿ ನೋಡಿದೆ. ಅವರ ಸುಳಿವಿಲ್ಲ. ಯಾರದ್ದೋ ಜೀನ್ಸ್ ಪ್ಯಾಂಟ್ ಅನ್ನು ಕಲ್ಲಿಗೆ ತಿಕ್ಕಿ–ತಿಕ್ಕಿ, ಬಗ್ಗಿದ ಸೊಂಟವನ್ನು ನೇರ ಮಾಡಲು ನಿಂತವಳೇ, ನನ್ನ ನೋಡಿದಳು.

'ನೀನು ಯಾಕೆ ಬೇಸರದಲ್ಲಿದ್ದೀಯಾ? ಅಜ್ಜ ಅವರನ್ನ ಬೀಡಿ ತರಲು ಕಳುಹಿಸಿರಬಹುದು' ಎಂದು ಹೇಳಿ ನಕ್ಕಳು.

ನಾನು ಕಳ್ಳ ನಗೆಯನ್ನು ಬೀರಿ ಬಟ್ಟೆ ಹಿಂಡಲು ಪ್ರಾರಂಭಿಸಿದೆ. ಮನಸಲ್ಲೇನೋ ತಳಮಳ. ಅವರು ಹೋದ ಒಂದೊಂದು ನಿಮಿಷನೂ, ಒಂದೊಂದು ದಿನ ಕಳೆದುಹೋದಂತೆ ಅನುಭವ. ಕೌಂಪೌಂಡ್ ಕಡೆ ಬಗ್ಗಿ ರಸ್ತೆಯುದ್ದಕ್ಕೂ ಕಣ್ಣನ್ನು ಹಾಯಿಸಿದೆ. ಎಲ್ಲೂ ಕಾಣಲಿಲ್ಲ.

ನೀರು ಖಾಲಿಯಾದ ಬಿಂದಿಗೆಯನ್ನು ಹಿಡಿದು ನಲ್ಲಿಯ ಬಳಿ ಹೋದೆ. ಹೋದ ರಸ್ತೆಗೆ ವಿರುದ್ಧವಾಗಿ ಇಬ್ಬರೂ ನಡೆದುಕೊಂಡು ಬರುವುದನ್ನು ಗಮನಿಸಿದೆ. ನಡೆದುಕೊಂಡು ಬರುತ್ತಿರುವುದು ಅವರೇ ಎಂದು ಗೊತ್ತಾದ ಮೇಲೂ, ನಾನು ನನ್ನ ಕಣ್ಣೋಟವನ್ನು ಬದಲಾಯಿಸಿಲ್ಲ. ನಡೆದುಕೊಂಡು ಬರುವುದನ್ನೇ ನೋಡುತ್ತಾ ನಿಂತೆ.

ಗ್ರೇ ಟ್ರ್ಯಾಕ್ ಪ್ಯಾಂಟಿಗೆ, ನೀಲಿ ಬಣ್ಣದ ಟಿ–ಶರ್ಟ್ ಹಾಕಿರುವ ಅವನು, ಕೈಯನ್ನು ಪ್ಯಾಂಟ್ ಕಿಸೆ ಒಳಗೆ ಹಾಕಿ ರಸ್ತೆಯನ್ನೇ ನೋಡುತ್ತಾ ನಡೆದು ಬರುವುದನ್ನು ನೋಡಿದೆ. ರಸ್ತೆಯ ಬಲ ಭಾಗದಿಂದ ಎಡಭಾಗಕ್ಕೆ ಸಾಗಿ, ಒಂದು

ಕಾಲನ್ನು ಮೇಲಕ್ಕೆ ಎತ್ತುತ್ತಾ, ಮನೆಯ ಕಾಂಪೌಂಡ್ ಕಡೆ ನೋಡಿದ. ನನ್ನನ್ನು ನೋಡಲು, ಈ ರೀತಿ ಸರ್ಕಸ್ ಮಾಡುತ್ತಿದ್ದಾನೆ ಎಂಬುವುದು ಅರ್ಥವಾಯಿತು. ನನ್ನ ಎರಡು ಕೈಗಳನ್ನು ಕಟ್ಟಿ ನಗುತ್ತಾ ನೋಡಿಕೊಂಡು ನಿಂತೆ. ಮುಂದೆ 4-5 ಹೆಜ್ಜೆ ಇಟ್ಟವನಿಗೆ, ನಾನು ನಲ್ಲಿ ಬಳಿ ಇರುವುದು ಕಾಣಿಸಿತು. ನನ್ನ ನೋಡಿ ನಕ್ಕು, ದೊಡ್ಡ ದೊಡ್ಡ ಹೆಜ್ಜೆಯನ್ನು ಇಟ್ಟು, ಕಲಂದರನನ್ನು ಹಿಂದಿಕ್ಕಿ ಬಳಿ ಬಂದವನೇ, ನನ್ನ ಕೈಗೆ ಕೈ ತಾಗದಂತೆ, ಮೇಲಿನಿಂದ ಕೆಳಗೆ ಮೂರು ಸೆಂಟರ್ ಫ್ರೆಶ್‌ಗಳನ್ನು ಹಾಕಿದ.

ಒಂದು ಕ್ಷಣದಲ್ಲಿ ಉಂಟಾದ ನೋವು, ಕಣ್ಣೀರಿನಿಂದಾಗಿ ನಾಲ್ಕೈದು ಬಾರಿ ಮೂಗನ್ನು ಮೇಲಕ್ಕೆಳೆದೆ.

'ಏನು ಶೀತ ಆಯ್ತಾ?'-ಕೇಳಿದ.

'ಇಲ್ಲ, ಕೂಗಿ ಕೂಗಿ ಹೀಗೆ ಆಯಿತು' ಎಂದು ಮನಸ್ಸು ಹೇಳಿತು.

'ಹೌದು, ಸ್ವಲ್ಪ ಶೀತ ಆದ ಹಾಗೆ ಅನಿಸುತ್ತಿದೆ'-ಸುಳ್ಳನ್ನು ಮುಖಕ್ಕೆ ಮುಖ ಕೊಟ್ಟು ಹೇಳಲಾಗದೆ, ತುಂಬಿದ ಬಿಂದಿಗೆಯ ನೀರನ್ನು ಕಾಲಿಗೆ ಎರಚುತ್ತಾ ಹೇಳಿದೆ.

'ಈ ರೀತಿ ಬೆಳಿಗ್ಗೆಯಿಂದ ಮಧ್ಯಾಹ್ನದವರೆಗೆ ನೀರಲ್ಲಿ ಆಟವಾಡುತ್ತಾ, ಬಟ್ಟೆ ಒದ್ದೆ ಮಾಡಿದರೆ ಶೀತ ಆಗದೆ ಇರುತ್ತಾ?'-ಸಿಟ್ಟಿನಲ್ಲಿ ಕೇಳಿದ.

ಅಷ್ಟರಲ್ಲಿ ಕಲಂದರ್ ನಮ್ಮ ಸಮೀಪ ತಲುಪಿದ.

ತುಂಬಿದ ಬಿಂದಿಗೆಯನ್ನು ನೋಡಿ 'ನಾನು ಹೊತ್ತು ತರಲಾ?' ಎಂದು ಕೇಳಿದ.

'ಬೇಡ ನಾನೇ ತೆಗೆದುಕೊಂಡು ಹೋಗುತ್ತೇನೆ.' ಬಿಂದಿಗೆಯನ್ನು ತೆಗೆದು ಸೊಂಟದ ಮೇಲೆ ಇಟ್ಟೆ.

'ಮೆಲ್ಲ ಸೊಂಟ ಮುರಿಯಬಹುದು' ಎಂದು ನಗುತ್ತಾ ಹೇಳಿದ.

'ಪ್ರೀತಿಯೋ, ತಮಾಷೆಯೋ' ಕೇಳಬೇಕು ಎಂದು ಅನಿಸಿತ್ತಾದರೂ, ಸಮೀಪದಲ್ಲಿದ್ದ ಕಲಂದರ್ ನೋಡಿ ಸುಮ್ಮನಾದೆ.

'ಕಡ್ಡಿ ತರ ಇದ್ದರೂ, ಗಟ್ಟಿ ಇದ್ದಾಳೆ'-ಕಲಂದರ್ ಗೇಲಿ ಮಾಡಿದ.

ನಾವು ಮೂವರು ಗೇಟ್ ಒಳಗೆ ಬಂದ ತಕ್ಷಣ, ಎಡಬದಿಯಲ್ಲಿ ಬಟ್ಟೆ ಒಗೆಯುತ್ತಿದ್ದ ಶಹನಾಜ್ 'ರಿಫಾಯಿ ಇಲ್ಲಿ ಬಾ' ಎಂದು ಕರೆದಳು.

ಕಲಂದರ್ ನೇರ ಮನೆಯ ಬಾಗಿಲ ಕಡೆ ನಡೆದರೆ, ಇವನು ನನ್ನೊಡನೆ ಬಟ್ಟೆ ಒಗೆಯುವ ಸ್ಥಳಕ್ಕೆ ಬಂದು ಏನೆಂದು ಕೇಳಿದ.

'ಅಲ್ವಾ ರಿಫಾಯಿ, ನಿನಗೆ ಹೋಗುವಾಗ ಅವಳೊಡನೆ ಹೇಳಿ ಹೋಗೋಕೆ ಏನು? ಅವಳು ಇಲ್ಲಿ ಸಿಡಿಲು ಬಡಿದವರ ಹಾಗೆ ಕೂತಿದ್ದಾಳೆ'-

ಬೈದಂತೆ ಹೇಳುತ್ತಿದ್ದ ಅವಳ ಮಾತಿಗೆ, ನಾನು ಕಣ್ಣು ಪಿಳಿಪಿಳಿ ಮಾಡುತ್ತಾ ನಿಂತುಬಿಟ್ಟೆ.

ಮನೆಯವರು ಇವಳನ್ನು ಮಂದಬುದ್ಧಿ ಎಂದು ಹೇಳುವುದರಲ್ಲಿ ತಪ್ಪೇನಿಲ್ಲ ಅನಿಸಿತು. ನಾಚಿಕೆಯಲ್ಲಿ ಮತ್ತೆ ಅವನ ಮುಖ ನೋಡಬೇಕೆಂದು ಅನಿಸಲಿಲ್ಲ.

'ಫೌಝಿಯಾ...' ತುಂಬಾ ಮುದ್ದಾಗಿ ಕರೆದ.

ಚೈನಿಸ್‌ನವರ ಕಣ್ಣಿನ ಗಾತ್ರದಷ್ಟು, ನನ್ನ ಕಣ್ಣನ್ನು ಮಾಡಿ ಅವನೆಡೆ ನೋಡಿದೆ. ಆ ಕೆಂಪಾದ ತುಟಿಯಲ್ಲಿ ಮುಗ್ಧ ನಗುವೊಂದನ್ನು ಬೀರಿ, ಕಣ್ಣನ್ನು ಎರಡು ಬಾರಿ ಮಿಟುಕಿಸಿದ. ನಾನು ಬೇರೆಲ್ಲೋ ನೋಡತೊಡಗಿದೆ.

'ಫೌಝಿಯಾ...' ಮತ್ತೆ ಮತ್ತಷ್ಟು ಮುದ್ದಾಗಿ ಕರೆದ.

ನಾನು ಶಹನಾಜ್‌ನ್ನು ನೋಡಿದೆ. ಅವಳು ನಮ್ಮ ಕಡೆ ಗಮನಿಸಲಿಲ್ಲ. 'ಏನು?'–ಶಬ್ದ ಹೊರ ಹಾಕದೆ, ಕೈ ತಿರುಗಿಸಿ, ಮೂಗನ್ನು ಮೇಲಕ್ಕೆ ಎಳೆಯುತ್ತಾ ಕೇಳಿದೆ.

'ಏನಿಲ್ಲ' ಎಂಬುದನ್ನು ತಲೆಯಾಡಿಸುತ್ತಾ, ಚೂಯಿಂಗ್ ಗಮ್ ಅಗಿಯುತ್ತಾ, ಅವನ ಕಣ್ಣಿನಲ್ಲಿ ನನ್ನ ಮುಖವನ್ನು ಸ್ಕ್ಯಾನ್ ಮಾಡಿದಂತೆ, ಕಣ್ಣೋಟವನ್ನು ಮೇಲೆ ಕೆಳಗೆ ಮಾಡಿ ನನ್ನನ್ನೇ ನೋಡುತ್ತಾ ಮನೆ ಕಡೆಗೆ ಹೆಜ್ಜೆ ಹಾಕಿದ.

ಚೂಯಿಂಗ್ ಗಮ್ ಅಗಿಯುತ್ತಲೇ, ಅವನೇನೋ ಹೇಳಿದಂತೆ, ಆ ಕಣ್ಣಿನಲ್ಲೇ ಅದೇನೋ ತಿಳಿಸಿದಂತೆ ಮನಸ್ಸು ಹೇಳಿತ್ತಾದರೂ, ಏನೆಂಬುದು ಮಾತ್ರ ನನ್ನ ತಲೆಗೆ ಹೊಳೆಯಲಿಲ್ಲ. ಅದಾಗಲೇ ಒಂದಂತೂ ಅರ್ಥವಾಯಿತು. ಎಲ್ಲರೂ ಒಟ್ಟಿಗೆ ಕುಳಿತು ಟಿವಿ ನೋಡುವಾಗ. ನನ್ನನ್ನು ಮಧ್ಯಮಧ್ಯ ಫೌಝಿಯಾ, ಫೌಝಿಯಾ... ಅಂತ ಕರೆದು, ನಾನು ಅವನನ್ನು ನೋಡುವಂತೆ ಮಾಡುವುದು, 'ಟಿವಿ ಕಾಣುವುದಿಲ್ಲ, ತಲೆ ಸ್ವಲ್ಪ ಆಚೆ ಮಾಡು'–ಕೊಡುತ್ತಿದ್ದ ಕಾರಣ ಕೇವಲ ನೆಪ ಮಾತ್ರ.

ಒಂದು ಸೆಂಟರ್ ಫ್ರೆಶ್ ಅವಳಿಗೆ ಕೊಟ್ಟು 'ರಿಫಾಯಿ, ನಿನಗೆ ಕೊಡಲು ಹೇಳಿದ' ಹೇಳಿ, ನಾನು ಒಂದು ಬಾಯಿಗೆ ಹಾಕಿ, ಮತ್ತೊಂದನ್ನು ಕಾಂಪೌಂಡ್ ಮೇಲೆ ಇಟ್ಟೆ.

***

ಕೆಲಸವೆಲ್ಲಾ ಮುಗಿಸಿ ಬೆಳಗ್ಗೆ ಹತ್ತು ಗಂಟೆಗೆ ಉದಯ ಟಿವಿಯಲ್ಲಿ ಶುರುವಾಗುವ ಚಲನಚಿತ್ರ ನೋಡುತ್ತಿದ್ದಾಗಲೂ, ನಾನು ಸೆಂಟರ್ ಫ್ರೆಶ್ ಅಗಿಯುತ್ತಿದ್ದೆ. ಹನ್ನೊಂದುವರೆ ಸುಮಾರಿಗೆ ಅಂಕಲಿಗೆ ಜ್ಯೂಸು ಮಾಡಿ ಕೊಡುವಾಗ, ಅರ್ಧ–ಅರ್ಧ ಗ್ಲಾಸ್ ನಮಗೆ ಕೊಟ್ಟಾಗಲೂ, ನಾನು ಬಾಯಿಂದ ಚೂಯಿಂಗ್ ಗಮ್ ತೆಗೆಯಲಿಲ್ಲ.

ಕುಡಿದ ಲೋಟವನ್ನು ಅಡುಗೆ ಕೋಣೆಗೆ ತೆಗೆದುಕೊಂಡು ಹೋಗಲು, ರಿಫಾಯಿ ನನ್ನ ಕೈಗೆ ಇಟ್ಟಾಗ 'ಅದಕ್ಕೆ ಸ್ವಲ್ಪ ಸಕ್ಕರೆ ಹಾಕು, ಆವಾಗಿನಿಂದ ಜಗಿತ ಇದ್ದಿಯಲ್ವಾ?'–ತಮಾಷೆ ಮಾಡಿದ.

'ಪ್ರೀತಿಯಿಂದ ಕೊಟ್ಟದ್ದು ಹೇಗೆ ಬಿಸಾಡಲಿ?' ಮನಸ್ಸು ಹೇಳಿತ್ತಾದರೂ ಅವನ ಮುಂದೆನೇ ಹೊರಗೆ ಹೋಗಿ ಉಗಿದು ಬಂದೆ.

ಅಂದು ಎಲ್ಲಾ ಕಡೆಯೂ ಜಾತ್ರೆ ಸಂಭ್ರಮ. 'ಮುಕ್ಕಾದ ಉರೂಸುನಲ್ಲಿ ಇಂದು ಅನ್ನಸಂತರ್ಪಣೆ ಇದೆ. ಕಲಂದರ್ ಹಾಗು ರಿಫಾಯಿ ಹೋಗಿ ಊಟ ತನ್ನಿ'–ತಾಯಿರ ಅತ್ತೆ ತಿಳಿಸಿದರು.

ಹಾಗೆ ಮಧ್ಯಾಹ್ನದ ಊಟ ಮುಗಿಸಿ ಇಬ್ಬರು ಹೋಗಲು ರೆಡಿಯಾದರು. ಉಳಿದವರೆಲ್ಲಾ ಬೀಡಿ ಕಟ್ಟುವುದರಿಂದ, ನಾನು ಮಧ್ಯಾಹ್ನದ ಊಟ ಮಾಡಿ ಇಟ್ಟ ಪಾತ್ರೆಗಳನ್ನು ತೊಳೆಯಲು ರೆಡಿಯಾದೆ.

ಪಾತ್ರೆಗಳ ರಾಶಿಯ ಮಧ್ಯೆ ಕುಳಿತು ತೊಳೆಯುತ್ತಿದ್ದ ನನ್ನ ನೋಡಿ 'ಫೌಝಿಯಾ. ಜಾಗ್ರತೆ, ಕಾಗೆಗಳು ನಿನ್ನ ಕುಕ್ಕಿಕೊಂಡು ಹೋಗಬಹುದು.' ಜಗಲಿಯಲ್ಲಿ ಕುಳಿತ ಅಜ್ಜಿಯ ಕಡೆ ನೋಡಿ ಹೋಗಿ ಬರುತ್ತೇನೆಂದು ಕಣ್ಣ ಭಾಷೆಯಲ್ಲಿ ತಿಳಿಸಿದ.

'ಹಾ, ಒಂದು ದೊಡ್ಡ ಕಾಗೆ ಕಾಯುತ್ತ ಇದೆ'–ನಗುವೊಂದನ್ನು ಬೀರಿದೆ.

ನನ್ನ ಮುಂದೆ ಇರುವ ತೆಂಗಿನ ತೋಟದ ಕಾಂಪೌಂಡ್ ಎತ್ತರ ಕಮ್ಮಿಯಾಗಿರುವುದರಿಂದ ರಸ್ತೆಯಲ್ಲಿ ಹೋಗೋ ಬರೋರನ್ನ ಸುಲಭವಾಗಿ ನೋಡಬಹುದು. ಅಲ್ಲಿಂದ ಹಿಂತಿರುಗಿ ನನ್ನ ನೋಡಿದ. ನನ್ನ ಹಿಂದೆ ಜಗಲಿಯಲ್ಲಿ, ಅಜ್ಜಿ ಕುಳಿತಿರುವುದರಿಂದ, ನಾನು ಮಡಲ ತಟ್ಟಿಯ ಹಿಂಬದಿಗೆ ಮೀನಿನ ಮುಳ್ಳುಗಳನ್ನು ಬಿಸಾಡುವಂತೆ ಮಾಡಿ, ಟಾಟಾ ಮಾಡಿದೆ. ಅವನು ನಕ್ಕು, ವ್ಯಾಯಾಮ ಮಾಡಿದಂತೆ ಒಂದು ಕೈಯನ್ನು ಮೇಲಕ್ಕೆತ್ತಿ ಟಾಟಾ ಮಾಡಿ ನಡೆದ.

ಸಂಜೆ ಐದೂವರೆ ಹೊತ್ತಿಗೆ ಇಬ್ಬರು ಜಾತ್ರೆಯಲ್ಲಿ ಸಿಕ್ಕಿದ ಘೀ ರೈಸ್ ಹಿಡಿದುಕೊಂಡು ಬಂದರು. ಅಷ್ಟರವರೆಗೂ ಮನೆಯೊಳಗೆ ಇದ್ದ ನಾನು, ನೀರು ತುಂಬಿಸುವ ದೊಡ್ಡ ಎರಡು ಪಾತ್ರೆಗಳನ್ನು ಜಗಲಿಯ ಮೇಲೆ ಇಡಲು ಅದನ್ನು ತೊಳೆಯುತ್ತಿದ್ದೆ.

ಅಡುಗೆ ಬಾಗಿಲ ಬಳಿ ನಿಂತು 'ಯಾವಾಗಲೂ ನೋಡಿದರೂ ಇವಳೇ ಪಾತ್ರೆ ತೊಳೆಯುವುದಾ? ಈ ಮನೆಯಲ್ಲಿ ಬೇರೆ ಯಾರೂ ಇಲ್ಲವಾ?'–ಮಡಲ ತಟ್ಟಿಯ ಒಳಗೆ ರಾತ್ರಿಯ ಅಡುಗೆ ತಯಾರು ಮಾಡುತ್ತಿದ್ದ, ತಾಯಿರತ್ತೆಯ ನೋಡಿ ಹೇಳಿದ.

ನಾವಿಬ್ಬರು ಕಣ್ಣು ಬಾಯಿ ಬಿಟ್ಟು ಅವನ ಮುಖ ನೋಡಿದೆವು. ಅವನು ಸಿಟ್ಟಿನಲ್ಲಿಯೇ ಒಳ ನಡೆದ.

'ಇವನಿಗೆ ಏನಾಯಿತು? ನಾನೆಲ್ಲಿ ಈಗ ಪಾತ್ರೆ ತೊಳೆದೆ?' ಕೈಯಲ್ಲಿದ್ದ ಪಾತ್ರೆಯನ್ನೊಮ್ಮೆ ನೋಡಿ ಜಗಲಿ ಮೇಲೆ ಇಟ್ಟೆ.

'ಹೆಣ್ಣುಮಕ್ಕಳ ವಿಷಯಕ್ಕೆ ಹೋಗದವ, ಇವನು ಯಾಕೆ ನಿನ್ನ ಬಗ್ಗೆ ಮಾತನಾಡಿದ?' ಅತ್ತೆ ನನ್ನ ಮುಖ ನೋಡಿ ಕೇಳಿದರು.

ನನ್ನ ಎದೆ ನನಗೇ ಕೇಳುವಷ್ಟು ಜೋರಾಗಿ ಬಡಿಯತೊಡಗಿದವು. ಅವನು ಯಾಕೆ ಸಿಟ್ಟಿನಲ್ಲಿ ಇದ್ದಾನೆ, ಒಂದೂ ಅರಿಯದ ನಾನು ಮನೆ ಒಳಗಡೆ ಕಾಲಿಟ್ಟೆ.

'ಶಹನಾಜ್, ರಿಫಾಯಿ ಯಾಕೆ ಸಿಟ್ಟಲ್ಲಿ ಇದ್ದಾನೆ? ನಿನ್ನ ತಾಯಿಗೆ ನಮ್ಮ ವಿಷಯ ಗೊತ್ತಾಯ್ತು ಅಂತ ಅನಿಸುತ್ತೆ'–ಮೆಲ್ಲನೆ ಪಿಸುನುಡಿದೆ.

'ನಾನು ಅವನ ಸುಮ್ಮನೆ ರೇಗಿಸಿದೆ'–ನಗುತ್ತಾ ಹೇಳಿದಳು.

ನಾನು ಅವಳ ಕೈಹಿಡಿದು ಮನೆಯ ಹಿಂಬದಿಯ ಪೇರಳೆ ಗಿಡದ ಬಳಿ ಕರೆದುಕೊಂಡು ಹೋದೆ.

'ಶಹನಾಜ್, ನೀನು ಏನು ಹೇಳಿದೆ ಅವನಿಗೆ, ನನಗೆ ಭಯವಾಗುತ್ತಿದೆ.'

'ಯಾಕೆ ಇಷ್ಟೊಂದು ಹೆದರುತ್ತಿಯಾ? ಇವತ್ತಲ್ಲ ನಾಳೆ ಹೇಗಾದರೂ ತಾಯಿಗೆ ಗೊತ್ತಾಗಲೇ ಬೇಕಲ್ವಾ?'

'ಶಹನಾಜ್, ನಿನ್ನ ಹುಚ್ಚಾಟ ನಿಲ್ಲಿಸು. ಏನಾಯಿತೆಂದು ತಿಳಿಸು' ತುಸು ಕೋಪದಲ್ಲಿ ಕೇಳಿದೆ.

'ಏನಿಲ್ಲ ಫೌಝಿಯಾ, ಅವನು ಬಂದೊಡನೆ ನಿನ್ನನ್ನು ಹುಡುಕಲು ಪ್ರಾರಂಭಿಸಿದ. ನೀನು ಗುರುಪುರಕ್ಕೆ, ನಿನ್ನ ಮನೆಗೆ ಹೋದೆ ಎಂದು ಸುಮ್ಮನೆ ಸುಳ್ಳು ಹೇಳಿದೆ. ಅಷ್ಟಕ್ಕೇ ಟೆನ್ಶನ್ ಮಾಡಿಕೊಂಡು ಮನೆಯಿಡೀ ನಿನ್ನ ಹುಡುಕಾಡೋಕೆ ಶುರುಮಾಡಿದ್ದಾನೆ. ಅದು ಸರಿ ನನ್ನ ತಾಯಿಗೆ ಹೇಗೆ ವಿಷಯ ಗೊತ್ತಾಯ್ತು?'

'ನೀನು ಮಾಡಿರೋ ಘನಂದಾರಿ ಕೆಲಸದಿಂದ'–ಸಿಟ್ಟಿನಲ್ಲಿ ಹೇಳಿ ಅವನು ಇದ್ದ ಕಡೆ ನಡೆದೆ.

'ಏನಾಯಿತು?' ಶಬ್ದ ಹೊರಹಾಕದೆ ಕುತ್ತಿಗೆ ಹಾಗೂ ಕಣ್ಣಿನ ರೆಪ್ಪೆಯನ್ನು ಸ್ವಲ್ಪ ಮೇಲಕ್ಕೆತ್ತಿ ಕೇಳಿದೆ.

ಏನಿಲ್ಲವೆಂದು ತಲೆಯಾಡಿಸಿ ಏಳೆಂಟು ವಿಕ್ಸ್ ಚಾಕ್ಲೆಟ್ ನನ್ನ ಕೈಗೆ ಇಟ್ಟ.

'ಈಗಲೇ ಒಂದೆರಡು ಚಾಕ್ಲೆಟ್ ತಿನ್ನು, ಮತ್ತೆ ಉಳಿದವರಿಗೆ ಹಂಚು'–ಪ್ರೀತಿಯಲ್ಲಿರುವ ಸಿಟ್ಟು ತೋರಿಸಿ ಹೊರ ನಡೆದ.

ಅತ್ತೆಯ ಮುಂದೆ ಸಿಟ್ಟಿನಲ್ಲಿ ಹೇಳಿದ್ದೋ ಅಥವಾ ನಾನು ಮನೆಗೆ ಹೋದೆ ಅನ್ನೋ ಚಿಂತೆಯೋ ಅಥವಾ ನಾನೇ ಯಾವಾಗಲೂ ಪಾತ್ರೆ ತೊಳೆಯುವುದು ಅನ್ನೋ ತಪ್ಪು ಕಲ್ಪನೆಯೋ ಅಥವಾ ನನ್ನ ಆರೋಗ್ಯ ಸರಿ ಇಲ್ಲದಿದ್ದರೂ ಕೆಲಸ ಮಾಡುತ್ತಿದ್ದೇನೆ ಅನ್ನೋ ನೋವೋ, ಒಟ್ಟಿನಲ್ಲಿ ಅವನ ಕಣ್ಣಿನಲ್ಲಿ ಬೇಸರ ಅಡಗಿದ್ದು ಮಾತ್ರ ನನ್ನ ಮನಸ್ಸಿಗೆ ಅರಿವಾಯಿತು.

***

ಹಿಂದಿನ ದಿನ ಹಾಕಿದ ಲೈಟ್ ಗ್ರೀನ್ ಕಲರ್ ಸಲ್ವಾರ್ ಒಣಗಲು ಹಾಕಿದ ಬಳ್ಳಿಯಿಂದ ತೆಗೆದು ಸ್ನಾನಕ್ಕೆ ಹೊರಟೆ.

'ನೀನೇನು ಯಾವಾಗಲೂ ನೋಡಿದರೂ, ಬೇರೆ ಬಟ್ಟೆ ಇಲ್ಲದವರಾಗೆ ಈ ಎರಡು ಚೂಡಿದಾರಗಳನ್ನು ಮಾತ್ರ ಹಾಕುವುದಾ?'–ಕ್ರಿಕೆಟ್ ಆಡುತ್ತಿದ್ದ ರಿಫಾಯಿ ತಮಾಷೆಯಾಗಿ ಕೇಳಿದ.

'ಇಲ್ಲ, ನಾನು ಮನೆಯಿಂದ ಬರುವಾಗ ಬಟ್ಟೆ ತರಲಿಲ್ಲ. ಇವಳ ಈ ಎರಡು ಬಟ್ಟೆಗಳು ಮಾತ್ರ ನನಗೆ ಸರಿಯಾಗುವುದು'–ಹಾಕಿದ ಆರೆಂಜ್ ಚೂಡಿದಾರಿನ ಮುಂದಿನ ತುದಿಯನ್ನು ಹಿಂದಕ್ಕೆ ಎಳೆಯುತ್ತಾ ಹೇಳಿದೆ.

ಅವನಿಗೆ ಅರ್ಥವಾದಂತೆ 'ಸರಿ' ಎಂದು ಬಾಲ್ ಬರುತ್ತಿರುವ ಕಡೆ ಬ್ಯಾಟ್ ಬೀಸುತ್ತ ಹೇಳಿದ. 'ಸರಿಯಾಗಿ ಕಾಲೇಜಿಗೆ ಹಾಕಲು ಡ್ರೆಸ್ ಇಲ್ಲದ ನಾನು, ಇನ್ನು ಮನೆಯಿಂದ ಹೇಗೆ ತರಲಿ?'–ಮನಸ್ಸಲ್ಲಿ ಅಂದುಕೊಂಡು ಒಳ ನಡೆದೆ.

ಮೀನು ಲೋಡ್ ಮಾಡಲು ಉಪಯೋಗಿಸುವಂತಹ ನೀಲಿ ಕಲರ್ ಬಾಕ್ಸ್ ತುಂಬಾ ಶಹನಾಜ್ ಬಟ್ಟೆಗಳು. ಎಲ್ಲವೂ ಮನೆಯಲ್ಲಿ ಹಾಕುವಂತಹ ಬಟ್ಟೆಗಳು. ಒಂದೊಂದೇ ತೆಗೆದು ನೋಡಿದೆ. ಯಾವುದು ನನಗೆ ಸರಿಹೊಂದುತ್ತಿರಲಿಲ್ಲ. ಕೊನೆಯಲ್ಲಿ ಒಂದು ಟಿ–ಶರ್ಟ್ ಅದರಲ್ಲಿ ಸಿಕ್ಕಿತು. ಅದರ ಜೊತೆಗೆ ಒಂದು ಟ್ರ್ಯಾಕ್ ಪ್ಯಾಂಟ್ ಹಿಡಿದು ಸ್ನಾನಕ್ಕೆ ಹೊರಟೆ.

'ಇದು ಯಾವುದು ಹೊಸ ಹುಡುಗ'–ಪ್ಯಾಂಟ್–ಶರ್ಟ್ ಹಾಕಿ ಬಂದ ನನ್ನನ್ನು ನೋಡಿ ಕಲಂದರ್ ಗೇಲಿ ಮಾಡಿದ.

'ಯಾರು ಹೇಳಿದರು ಪ್ಯಾಂಟ್–ಶರ್ಟ್ ಅನ್ನೋದು ಹುಡುಗರಿಗೆ ಮಾತ್ರ ಮೀಸಲೆಂದು. ಸರಿಯಾಗಿ ನೋಡೋಕೆ ಹೋದರೆ ಇಂತಹ ಬಟ್ಟೆಗಳೇ ಹುಡುಗಿಯರಿಗೆ ಹೆಚ್ಚು ಸೇಫ್' ಇನ್ನೇನಾದರು ಅವನು ವಾದಕ್ಕೆ ನಿಲ್ಲಬಹುದು ಎಂದು ಹೆದರಿ ನಾನು ಅಂಗಳದಿಂದ ಮನೆಯೊಳಗೆ ಓಡಿದೆ.

ಎಲ್ಲರೂ ಒಂದು ಬಾರಿ, ನನ್ನನ್ನು ತಲೆಯಿಂದ ಕಾಲಿನವರೆಗೂ ನೋಡಿದರಾದರೂ, ಯಾರೂ ಏನೂ ಹೇಳಲಿಲ್ಲ.

***

ಮರುದಿನ ಮಧ್ಯಾಹ್ನ ಊಟ ಮಾಡಿದ ಕಲಂದರ್ ಹಾಗೂ ರಿಫಾಯಿ, ಬೇರೆ ಕಡೆ ಜಾತ್ರೆಗೆ ಹೋಗಲು ರೆಡಿಯಾದರು.

'ಏನು ಮನೆ ಬಿಟ್ಟು ಹೋಗಲು ಇಷ್ಟ ಇಲ್ಲದವರು, ಎಲ್ಲೋ ಹೋಗಲು ರೆಡಿಯಾಗಿದ್ದೀರಾ?'–ಶಹನಾಜ್ ಕೇಳಿದಳು.

'ನಿನ್ನೆ ಹೋದಲ್ಲಿ ಹುಡುಗಿಯರನ್ನ ಸೆಟ್ ಮಾಡಿ ಇಟ್ಟಿದ್ದಾರೆ ಇರಬೇಕು. ಅದಕ್ಕೆ ಇವತ್ತು ಓಡುತ್ತಿದ್ದಾರೆ' ಜೈನು ತಮಾಷೆ ಮಾಡಿದಳು.

'ನಮಗೆ ಯಾಕೆ ಹುಡುಗಿಯರು? ನಾನು ವರದಕ್ಷಿಣೆ ಇಲ್ಲದ ಯತೀಮ್ ಹುಡುಗಿಯನ್ನು ಮದುವೆಯಾಗಬೇಕೆಂದು ತೀರ್ಮಾನಿಸಿ ಆಗಿದೆ'–ರಿಫಾಯಿ ಹೇಳಿದ.

ತಾಯಿರತ್ತೆಗೆ ಇವನ ಮಾತಿನಿಂದ ಮತ್ತಷ್ಟು ದೃಢವಾಯಿತೇನೋ 'ಯಾವುದಕ್ಕೂ ನಿನ್ನ ತಾಯಿ ಕೈರು ಜೊತೆ ಇದನ್ನೇ ಹೇಳಿಬಿಡು'–ನಮ್ಮಿಬ್ಬರ ಮುಖ ನೋಡುತ್ತಾ ಹೇಳಿದರು.

ನನಗೆ ಆ ಮಾತು ಅರ್ಥವಾದರೂ, ಅರ್ಥವಾಗದಂತೆ ಸುಮ್ಮನಾದೆ. ಇಬ್ಬರ ಜೊತೆ ಅಂಕಲ್ ಸೇರಿ ಮೂವರು ಮನೆಯಿಂದ ಹೊರಟರು.

* * *

ಸ್ವಲ್ಪ ಹೊತ್ತಿನ ನಂತರ ಒಂದು ಸ್ಕೂಟರಿನಲ್ಲಿ ಗಂಡ–ಹೆಂಡತಿಯರು ಇಳಿದು ಮನೆ ಕಡೆ ಬಂದರು. ಆ ಗಂಡಸನ್ನು ಎಲ್ಲಿಯೋ ನೋಡಿದಂತಹ ನೆನಪು.

ಶಹನಾಜ್ ಅವರನ್ನು ನೋಡಿದ ತಕ್ಷಣ 'ಇದು ರಿಫಾಯಿ ತಂದೆ–ತಾಯಿ' ಎಂದು ಹೇಳಿದಳು.

ನನಗೂ ನೆನಪಾಯಿತು ಅಂದು ಬಸ್ಸಿನಲ್ಲಿ ನಡೆದ ಆ ಘಟನೆ. ಭಯ ದೇಹವಿಡೀ ಆವರಿಸಿತು. ಆದರೂ ಅವನ ತಾಯಿಯ ಜೊತೆ ಮಾತನಾಡಬೇಕೆಂಬ ಹಂಬಲ.

ಅಂದು ಕತ್ತಲಲ್ಲಿ ಮಾತಾಡಿದ್ದು ನಾನು ಎಂಬುದು ಗೊತ್ತಾಗಲಿಲ್ಲವೇನೋ, ಅವನ ತಂದೆ ನನ್ನ ನೋಡಿ ನಕ್ಕರು.

ಮಾತನಾಡುತ್ತಿದ್ದ ತಾಯಿರ ಅತ್ತೆಯ ಹಿಂಬದಿಯಲ್ಲಿ ನಿಂತು ಬಗ್ಗಿ ಬಗ್ಗಿ ನೋಡುತ್ತಿದ್ದ ನನ್ನನ್ನು ಅವನ ತಾಯಿ 'ಅದು ಯಾರು?' ನನ್ನ ಕಡೆ ವಾಲುತ್ತಾ ಕೇಳಿದರು.

'ಮರಣ ಹೊಂದಿದ ಅಣ್ಣನ ದೊಡ್ಡ ಮಗಳು.' ಹಿಂಬದಿಯಲ್ಲಿ ನಿಂತಿದ್ದ ನನ್ನಿಂದ ದೂರ ಸರಿದು ನಿಂತರು ಅತ್ತೆ.

ಕೈರಾಂಟಿ ನಾಲ್ಕೈದು ಬಾರಿ ನನ್ನನ್ನು ತಲೆಯಿಂದ ಬುಡದವರೆಗೂ ನೋಡಿದರು. ನಾನು ಹಾಕಿರುವ ಪ್ಯಾಂಟ್ ಟೀ–ಶರ್ಟ್ ಅವರಿಗೆ ಇಷ್ಟವಾಗಿಲ್ಲ

ಅನ್ನೋದು ಅವರ ಮುಖ ಭಾವನೆಯಲ್ಲಿ ತಿಳಿಯಿತು. ಅವರು ನೋಡಿದ್ದು ಹಾಕಿದ ಡ್ರೆಸ್ ಚಂದವನ್ನಲ್ಲ. ಹುಡುಗಿಯಾದ ನಾನು ಅದನ್ನು ಹಾಕಿದ್ದು ಅವರ ಇರುಸುಮುರುಸಿಗೆ ಕಾರಣವಾಯಿತು ಎಂಬುದು ಅವರು ಬಂದು ಹೋದ ನಂತರ ಶಹನಾಜ್ ಹೇಳಿದಾಗಲೇ ನನಗೆ ತಿಳಿಯಿತು.

ಸಂಜೆ ಏಳು ಗಂಟೆಯ ಹೊತ್ತಿಗೆ ಮೂವರು ಮನೆ ತಲುಪಿದರು. ನಾನು ಟೆನ್ಶನ್‌ನಲ್ಲಿ ಮನೆಯ ಒಂದು ಮೂಲೆಯಲ್ಲಿ ತಲೆಬಗ್ಗಿಸಿ ಕುಳಿತುಕೊಂಡೆ. ಅವನು ನನ್ನ ಮುಖ ನೋಡಿ ನಕ್ಕರೂ ನಾನು ಬೇಸರದಲ್ಲಿ ಇದ್ದೆ. ಊಟದ ಕವರ್ ಅತ್ತೆಯ ಕೈಗೆ ಕೊಡುತ್ತಿದ್ದರೂ ಅವನ ನೋಟ ನನ್ನ ಮೇಲೆಯಾಗಿತ್ತು.

'ಹಾ ರಿಫಾಯಿ, ನಿನ್ನ ತಂದೆ-ತಾಯಿ ಬಂದಿದ್ದರು.' ಅತ್ತೆಯ ಮಾತಿಗೆ, ನನ್ನ ನೋಡುತ್ತಿದ್ದವನ ನೋಟ ಆ ಕಡೆಗೆ ಸಾಗಿತು.

'ನೀನು ಕೆಲಸ ಮಾಡುವ ಅಂಗಡಿಯವರು ದಿನಾಲು ಫೋನ್ ಮಾಡಿ ನಿನ್ನನ್ನು ಕೇಳುತ್ತಿದ್ದಾರಂತೆ, ನೀನಿನ್ನು ಎರಡು ದಿವಸದಲ್ಲಿ ಕೆಲಸಕ್ಕೆ ಹೋಗದಿದ್ದರೆ ನಿನ್ನನ್ನು ಕೆಲಸದಿಂದ ತೆಗೆದು ಹಾಕಬಹುದು ಎಂದು ಕೈರು ಹೇಳಿದಳು.' ಅತ್ತೆಯ ಮಾತು ಕೇಳಿ ಅವನ ಮುಖದಲ್ಲಿದ್ದ ನಗು ಮಾಯವಾಯಿತು.

'ಸರಿ, ನಾಳೆ ನಾನು ಹೋಗಿ ಮಾತನಾಡುತ್ತೇನೆ' ಎಂದ. ಅತ್ತೆ ಊಟ ಹಿಡಿದು ಕಿಚನ್ ಕಡೆ ನಡೆದರು.

ಅತ್ತೆಯ ಮಾತು ಕೇಳಿಸಿಕೊಂಡ ಅಂಕಲ್ 'ಫೌಝಿಯಾ, ಕುಚ್ ನಹಿ ಹೋಯೇಗ' ಕೂತ ನನ್ನ ತಲೆಗೆ ಮೆಲ್ಲನೆ ಎರಡು ಬಾರಿ ಬಡಿದು ಬೆಡ್ರೂಮ್ ಕಡೆ ನಡೆದರು.

ಅದಾಗಲೇ ಸ್ನಾನ ಮಾಡಿ ಎಂದಿನಂತೆ ಚೂಡಿದಾರ್ ಹಾಕಿ ಕುಳಿತ ನನ್ನ ಕಂಡು, ಶಹನಾಜ್ ನೋಡಿ, 'ಏನಾಯ್ತು? ನನ್ನ ತಾಯಿ ಇವಳಿಗೆ ಏನಾದರೂ ಹೇಳಿದ್ರಾ?' ಕೇಳಿದ.

'ಅವರು ಒಂದು ಮಾತೂ ಆಡಲಿಲ್ಲ ಇವಳ ಜೊತೆ. ವಿಷಯ ಬೇರೇನೇ ಇದೆ.'

'ಏನು? ವಿಷಯ ಹೇಳು. ಮತ್ತೆ ರಾಗ ಎಳೆ'-ಅವಳ ಮೇಲೆ ಸಿಟ್ಟು ತೋರಿಸಿದ.

'ಅವರು ಬರುವಾಗ ಇವಳು ಪ್ಯಾಂಟ್ ಟೀ-ಶರ್ಟ್ ಹಾಕಿದ್ದಳು.'

ಅವಳು ಮಾತು ಪೂರ್ತಿ ಮಾಡುವ ಮೊದಲೇ ರಿಫಾಯಿ ತಲೆಗೆ ಕೈ ಇಟ್ಟು ದೊಪ್ಪನೆ ಕುರ್ಚಿ ಮೇಲೆ ಕುಳಿತ.

'ಆ ಬಟ್ಟೆಯಲ್ಲಿ, ಇವಳನ್ನು ನನ್ನ ತಾಯಿ ನೋಡಿದ್ರ?'-ಆಶ್ಚರ್ಯದಲ್ಲಿ ಕೇಳಿದ.

'ಹೌದು ಕಣೋ, ಪಾಪ ಅವಳಿಗೂ ಗೊತ್ತಿರಲಿಲ್ಲ. ಅವರು ಬಂದು ಹೋದ ಮೇಲೆ ಅವಳು ಯಾರ ಜೊತೆ ಮಾತನಾಡಲಿಲ್ಲ'–ಮೆಲ್ಲನೆ ಹೇಳಿದಳು.

'ನೀವಿಬ್ಬರು ಏನು ಪಿಸು ಪಿಸು ಮಾತನಾಡುತ್ತಿದ್ದೀರಾ?'–ಎಲೆ ಅಡಿಕೆ ಚೀಲವನ್ನು ಹಿಡಿದು ಅಜ್ಜಿ ಕೇಳಿದರು.

'ಏನಿಲ್ಲ ಅಚ್ಚುಮ್ಮ, ಅವನ ಜೊತೆ ಚುರುಮುರಿ ತರೋಕೆ ಹೇಳಿದ್ದೆ, ಅದನ್ನೇ ಕೇಳುತ್ತಿದ್ದೆ'–ಹೇಳಿ ದೂರ ನಡೆದಳು.

ನನ್ನ ಕಣ್ಣಿಂದ ನೀರು ಜಾರಿತು. ದೀರ್ಘವಾದ ನಿಟ್ಟುಸಿರೊಂದನ್ನು ಬಿಟ್ಟ. ಅವನ ಬಿಳಿಯಾದ ಮುಖ ಕೆಂಪು ಬಣ್ಣಕ್ಕೆ ತಿರುಗಿತು. ಹಣೆಯ ಮೇಲೆ ಒಂದೆರಡು ಬಾರಿ ಕೈ ಇಟ್ಟ. ಬೇಸರದ ಕಣ್ಣುಗಳಿಂದ ನನ್ನ ನೋಡಿದ.

'ಸೋ...ರಿ...' ಶಬ್ದವಿಲ್ಲದ ಧ್ವನಿಯಲ್ಲಿ ಹೇಳಿ ಬಾಯಿಗೆ ಕೈಯಿಟ್ಟು ಅತ್ತುಬಿಟ್ಟೆ.

ತಲೆಯನ್ನು ಬಗ್ಗಿಸಿ, ಕಣ್ಣಿಗೆ ಅಡ್ಡವಾಗಿ ಹಣೆಯ ಮೇಲೆ ಕೈಯಿಟ್ಟು ನನ್ನನ್ನೇ ನೋಡುತ್ತಾ ಕುಳಿತ. ಯಾವಾಗಲೂ ಕಣ್ಣು ಮಿಟುಕಿಸುತ್ತಾ, ಪ್ರೀತಿಯನ್ನು ಕಣ್ಣಲ್ಲಿ ತುಂಬಿರುವ, ಆ ಹೊಳೆಯುವ ಕಣ್ಣುಗಳು ಇಂದು ಬದಲಾಗಿದ್ದವು. ಅವನ ಬೇಸರದ ಛಾಯೆ ತುಂಬಿರುವ ಆ ಕಣ್ಣೋಟಗಳನ್ನು ಕಂಡು ನನ್ನ ಕಣ್ಣೀರು ಧಾರಾಕಾರವಾಗಿ ಹರಿಯಿತು.

'ಇವಳ ಯಾವ ಹಡಗು ಮುಳುಗಿದೆ?'–ಕಲಂದರ್ ನನ್ನ ನೋಡಿ ಕೇಳಿದ.

ರಭಸವಾಗಿ ಎದ್ದು, ಯಾರು ಕಾಣದಷ್ಟು ವೇಗವಾಗಿ ರೂಮೊಳಗೆ ಹೋಗಿ, ಬಾಗಿಲು ಹಾಕಿ ಮನಸ್ಸಿನ ಭಾರ ಕಮ್ಮಿ ಆಗುವವರೆಗೂ ಅತ್ತುಬಿಟ್ಟೆ.

ಒಂದತ್ತು ನಿಮಿಷ ಕಳೆಯಿತು. 'ಫೌಝಿಯಾ... ಬಾಗಿಲು ತೆಗೆ, ನಾನು ಶಹನಾಜ್'–ಮೆಲ್ಲನೆ ಹೇಳಿ ಬಾಗಿಲು ಬಡಿದಳು.

ಅತ್ತು ಅತ್ತು ಒಂದು ಹಂತಕ್ಕೆ ಸಮಾಧಾನವಾಗಿದ್ದ ನಾನು ಬಾಗಿಲು ತೆರೆದೆ.

'ಫೌಝಿಯಾ, ಅವನು ನಾಳೆ ಮನೆಗೆ ಹೋಗಿ ಮಾತನಾಡುತ್ತೇನೆ ಎಂದು ಹೇಳಿದ. ನೀನು ಟೆನ್ಶನ್ ಮಾಡಿರುವುದನ್ನು ನೋಡಿ ಅವನು ಅಲ್ಲಿ ಬೇಸರದಲ್ಲಿದ್ದಾನೆ. ನೀನು ಈಗ ಹೊರಗೆ ಬಾ'–ನನ್ನ ಸಮಾಧಾನಪಡಿಸಿದಳು.

ಯಾವಾಗಲೂ ಹರಟೆ, ಬೊಬ್ಬೆ, ನಗು, ಸಂತೋಷ ತುಂಬಿದ್ದ ರಾತ್ರಿಯ ದಿನಗಳು. ಅಂದು ಯಾಕೋ ಟಿವಿಯ ಧ್ವನಿ ಬಿಟ್ಟರೆ ಬೇರೆ ಏನೂ ಇರಲಿಲ್ಲ.

***

ಎಂದಿನಂತೆ ಬೆಳಗಿನ ತಿಂಡಿ ತಿನ್ನಲು, ಟಿವಿ ಮುಂದೆ ಕುಳಿತ ನಾನು ರಿಫಾಯಿ ಕೈಯಲ್ಲಿದ್ದ ರಿಮೋಟ್ ನೋಡಿ ನನಗೆ ಕೊಡುವಂತೆ ಕೇಳಿದೆ.

ಕುಳಿತುಕೊಳ್ಳುವ ಚೇರ್ ಹಾಗು ಟಿವಿ ರಿಮೋಟಿಗಾಗಿ ಪ್ರತಿಯೊಬ್ಬರು, ಮತ್ತೊಬ್ಬರೊಡನೆ ಜಗಳವಾಡುವುದು ಅಲ್ಲಿ ಸಾಮಾನ್ಯ.

'ರಿಫಾಯಿ, ರಿಮೋಟ್ ಕೊಡೊ, ಹತ್ತು ನಿಮಿಷ, ಆಮೇಲೆ ನಿನಗೆ ಬೇಕಾದದ್ದು ಇಟ್ಟು ನೋಡು'–ಕೈಚಾಚಿ ಕೇಳಿದೆ.

ಅವನು ಕೊಡಲಿಲ್ಲ ಅನ್ನುವುದಕ್ಕಿಂತ ನನ್ನ ಕಡೆ ತಿರುಗಿ ನೋಡಲಿಲ್ಲ ಅನ್ನೋ ಬೇಸರ ನನಗೆ. ಮತ್ತೆ ಏನೂ ಹೇಳದೆ ನಾನೆದ್ದು ಹೋದೆ. ಸಂಜೆಯಾಗುವವರೆಗೂ ನಾನು ಅವನ ಮುಖ ನೋಡಲಿಲ್ಲ. ಅವನ ತಾಯಿಗೆ ಇಷ್ಟವಾಗದ ಕಾರಣ ಅವನಿಗೆ ನಾನು ಬೇಡವಾದೆ, ಅನ್ನೋ ನೋವಲ್ಲಿ ನಾನಂದು ಅವನೊಡನೆ ಮಾತನಾಡದೆ ಮೌನಿಯಾದೆ.

ಸಂಜೆ ನೀರು ತರಲು ಬಿಂದಿಗೆ ಹಿಡಿದು, ನಲ್ಲಿ ಬಳಿ ನಾವಿಬ್ಬರು ನಡೆದೆವು.

'ಫೌಝಿಯಾ, ನೀನು ಯಾಕೆ ರಿಫಾಯಿ ಜೊತೆ ಮಾತನಾಡುತ್ತಿಲ್ಲ? ಅವನು ತುಂಬಾ ಬೇಸರದಲ್ಲಿದ್ದಾನೆ.'

'ಮಾತಾಡೋಕೆ ನಂಗೆ ಇಷ್ಟ ಇಲ್ಲ'–ನನ್ನ ಮನಸ್ಸಲ್ಲಿ ಬೇಸರ ಅಡಗಿದ್ದರೂ ಎದುರಿಗೆ ಕೋಪವಿರುವಂತೆ ನಟಿಸಿದೆ.

'ನೀನು ಬೆಳಗ್ಗಿನಿಂದ ಮಾತಾಡಿಲ್ಲ ಅಂತ ತಲೆನೋವು ಅನುಭವಿಸುತ್ತಿದ್ದಾನೆ'–ಹೇಳಿದಳು.

'ಯಾಕೆ? ನಾನು ಮಾತನಾಡಿಲ್ಲ ಅಂತ ಚಾ ಕುಡಿಯುವುದನ್ನು ಬಿಟ್ಟು ಬಿಟ್ಟನಾ?' ಒಂದು ಹೊತ್ತಿನ ಚಾ ಮಿಸ್ಸ್ ಆದರೆ, ಅವನಿಗೆ ಆಗುವ ತಲೆನೋವು ನನಗೆ ಗೊತ್ತಿದ್ದರಿಂದ ಹಾಗೆ ಕೇಳಿದೆ.

'ಚಾ ಕುಡಿದಿದ್ದಾನೆ. ಆದರೂ ತಲೆ ಸಿಡಿಯುತ್ತಿದೆ ಅಂತೆ. ನೀನು ಬೇರೆ ಮಾತನಾಡುತ್ತಿಲ್ಲ. ಯಾಕೆ ಎಂದು ಕೇಳೋಕೆ ಹೇಳಿದ.'

'ವಿಕ್ಸ್ ಇದ್ದರೆ ಕೊಡು ಅವನಿಗೆ'–ಖಾಲಿ ಬಿಂದಿಗೆಯನ್ನು ಬೀಸುತ್ತಾ ಹೇಳಿದೆ.

'ಇಂದು ಮನೆಗೆ ಹೋಗಬೇಕೆಂದುಕೊಂಡವನು, ನೀನು ಮಾತನಾಡದೆ ಇರುವುದನ್ನು ನೋಡಿ ಟೆನ್ಶನ್ ಮಾಡಿಕೊಂಡಿದ್ದಾನೆ. ನಾನೇ ಇವತ್ತೊಂದು ದಿವಸ ಇದ್ದು, ನಾಳೆ ಹೋಗು ಅಂತ ಹೇಳಿದೆ'–ನಡೆಯುತ್ತಲೇ ಹೇಳಿದಳು.

'ಮತ್ತೆ ನಾನು ರಿಮೋಟ್ ಕೇಳಿದ್ದಕ್ಕೆ ಅವನು ಯಾಕೆ ಕೊಡಲಿಲ್ಲ. ಅದು ನನಗೆ ತುಂಬಾ ಬೇಸರವಾಯಿತು.'

'ಯಬಾ..., ಅಷ್ಟಕ್ಕೆ ಯಾರಾದರೂ ಬೇಸರ ಮಾಡುತ್ತಾರ? ಪ್ರೀತಿ ಆದಮೇಲೆ ಗಂಟೆಗಟ್ಟಲೆ ಮಾತನಾಡಬೇಕೆಂದು ಅನಿಸುತ್ತೆ.'

ಜೊತೆಯಾಗಿ ನಡೆಯುತ್ತಿದ್ದ ನಾನು ಅಲ್ಲೇ ನಿಂತು 'ಯಾರಿಗೆ?' ಅವಳ ಮುಖ ನೋಡಿ ಕೇಳಿದೆ.

'ಅಲ್ಲ. ಅ...ಲ್ಲ ನಾ...ನು ಅದು... ನಾನು ಸೀರಿಯಲ್ ಫಿಲಂಗಳಲ್ಲಿ ಆಗುವುದನ್ನು ನೋಡಿ ಹೇಳಿದೆ'-ಯೋಚಿಸಿ ಯೋಚಿಸಿ ಉತ್ತರ ಕೊಟ್ಟಳು.

'ಇದೇನು ಯಶ್ ರಾಜ್ ಫಿಲ್ಮಾ...?'

'ಅಲ್ಲ, ನೀವಿಬ್ಬರೂ ಒಂದು ಸಲನೂ ಪ್ರೀತಿಯಿಂದ ಮಾತಾಡಿಲ್ಲ. ಅದು ಹೇಗೆ ಇಬ್ಬರು ಅಷ್ಟೊಂದು ಪ್ರೀತಿಸುತ್ತೀರಾ? ಅದು ರಾತ್ರಿ ರೂಮಿಗೆ ಬಾಗಿಲು ಹಾಕಿ ಅಳುವಷ್ಟು'-ಅವಳು ನಿಂತು ನನ್ನ ಮುಖ ನೋಡಿ ಕೇಳಿದಳು.

ನಾನು ಉತ್ತರ ಕೊಡದೆ ಟ್ಯಾಪ್ ಕಡೆ ಸಾಗಿದೆ. ಸ್ವಲ್ಪ ಹೊತ್ತಿನ ನಂತರ ಟಾಪ್ ಬಳಿ ರಿಫಾಯಿ ಕರೆದುಕೊಂಡು ಬಂದಳು.

'ಸಾರಿ. ಫೌಝಿಯಾ, ರಿಮೋಟ್‌ಗಾಗಿ ಬೇಸರ ಮಾಡಿಕೊಂಡಿದ್ದೀಯ ಅಂತ ಗೊತ್ತಿರಲಿಲ್ಲ.'

'ಗುಲ್ಜರ್ ಆಂಟಿ ಜೊತೆ, ಎಕ್ಸ್ಟ್ರಾ ಟಿವಿ ರಿಮೋಟ್ ಇದೆಯಾ ಕೇಳಿಕೊಂಡು ಬರ್ಲಾ?' ನಲ್ಲಿಯ ಎದುರಿಗೆ ಇರುವ ಗುಲ್ಜಾರ್ ಆಂಟಿಯ ಮನೆ ನೋಡಿ ಶಹನಾಜ್ ಹೇಳಿದಳು.

ಅವಳ ಹುಚ್ಚು ಮಾತಿಗೆ, ನಾನು ಮುಖ ಊದಿಸಿಕೊಂಡೆ.

'ನೀವಿನ್ನು ಟಿವಿ ನೋಡುತ್ತಾ ಕುಳಿತರೆ, ಮತ್ತೆ ಒದ್ದೆ ಬಟ್ಟೆ ಶರೀರಕ್ಕೆ ಹಿಡಿದು ಎಲ್ಲಿ ಶೀತ ಜಾಸ್ತಿ ಆಗುತ್ತೋ ಅಂದುಕೊಂಡು ರಿಮೋಟ್ ಕೊಡಲಿಲ್ಲ. ನನ್ನ ಜೊತೆ ಮಾತನಾಡದೆ ಇರಬೇಡ, ನನ್ನಿಂದ ಅದು ಸಹಿಸೋಕೆ ಆಗಲ್ಲ'-ಹಣೆಯನ್ನು ಒತ್ತುತ್ತಾ ಹೇಳಿದ.

ಮೊದಲ ಬಾರಿ ಪ್ರೀತಿಯ ವಿಷಯವಾಗಿ ಮಾತನಾಡಿದ ಎಂಬ ಸಂತೋಷ ನನಗೆ. 'ಸಾರಿ. ಟು' ಅವನ ಮುಖಕ್ಕೆ ನೀರೆರಚಿ ನಸು ನಕ್ಕಿದೆ.

'ಹಾ ಎಲ್ಲನೂ ಸರಿ ಆಯ್ತು ಅಲ್ವಾ? ಇನ್ನು ನೀರು ತುಂಬಿಸೋಕೆ ಬಾ ರಿಫಾಯಿ'-ಅವನ ಕೈಗೊಂದು ಬಿಂದಿಗೆ ಕೊಟ್ಟಳು.

'ನಾನು ಹೋಗಿ ಕಲಂದರ್‌ನ ಕರೆದುಕೊಂಡು ಬರುತ್ತೇನೆ. ಇನ್ನು ಇಲ್ಲಿರುವವರ ಬಾಯಿಂದ ಕೇಳುವುದು ಬೇಡ'-ಹಿಂದಿರುಗಿ ಹೋದ.

ನಾನು ತುಂಬಿಸಿಟ್ಟ ಬಿಂದಿಗೆ ಹಿಡಿದು ಮನೆಕಡೆ ನಡೆದೆ. ನೀರು ತರೋಕೆ ಬರಲ್ಲ ಅನ್ನುವ ಕಲಂದರ್‌ನ ಒತ್ತಾಯ ಪಡಿಸಿ, ಅದೇಗೋ ಮಾಡಿ ಕರೆದು ಕೊಂಡು ಹೋಗುವುದನ್ನು, ಮೂರನೇ ಸುತ್ತು ನೀರು ತರುವಾಗ ನೋಡಿದೆ.

ಟಾಪ್ ಬಳಿ ಶಹನಾಜ್, ಅವಳ ನಂತರ ರಿಫಾಯಿ, ನಂತರ ಕಲಂದರ್. ಕೊನೆಗೆ ನೀರು ಡ್ರಮ್ಮು ಪಾತ್ರೆಗಳಿಗೆ ತುಂಬಿಸಲು ನಾನು ನಿಂತೆ. ಒಬ್ಬರಿಗೊಬ್ಬರು ಎದುರು ಬದುರಿಗೆ ನೀರು ತೆಗೆದುಕೊಂಡು ಹೋಗುವಾಗ, ಕಲಂದರ್ ಬಿಂದಿಗೆಯನ್ನು ನನಗೆ ಕೊಡುವ ಬದಲು ನೆಲದಲ್ಲಿಟ್ಟ, ಅದನ್ನು ತೆಗೆದು ಸೊಂಟಕ್ಕೆ ಇಡುವಾಗ, ಸೊಂಟದ ಬಳಿ ತುಂಬಾ ಕೆಸರು ಮಣ್ಣು ಬಟ್ಟೆಗಾದವು.

'ಕಂದು, ಬಿಂದಿಗೆ ನೆಲಕ್ಕೆ ಇಡದೆ ನನ್ನ ಕೈಗೆ ಕೊಡು'–ನೀರು ತುಂಬಿದ ಬಿಂದಿಗೆಗೆ ಕೈ ಚಾಚಿದೆ.

'ನಾನು ಇಲ್ಲೇ ನೆಲದಲ್ಲಿ ಇಡುವುದು. ಬೇಕಾದರೆ ತೆಗೆದುಕೊಂಡು ಹೋಗು'–ಮತ್ತೆ ತುಂಬಿದ ಬಿಂದಿಗೆಯನ್ನು ಮಣ್ಣಿನಲ್ಲಿ ಇಟ್ಟ.

ನನ್ನ ಕೈಯಲ್ಲಿದ್ದ ಖಾಲಿ ಬಿಂದಿಗೆಯಲ್ಲಿ ಅವನ ಕೈಗೆ ಗುದ್ದಿದೆ–'ನೋಡು, ನನ್ನ ಬಟ್ಟೆ ಇಡೀ ಕೆಸರಾಯಿತು, ಎಲ್ಲಾ ನಿನ್ನಿಂದ.'

ಅವನು ನನ್ನ ಕೈಯಿಂದ ಖಾಲಿ ಬಿಂದಿಗೆ ಎಳೆದು, ಅದರಲ್ಲೇ ನನಗೆ ಎರಡು ಬಡಿದ. ಜಗಳ ಜೋರಾಯಿತು.

ಅಲ್ಲೇ ಅಂಗಳದ ಮುಂದೆ ತುಂಬಿಸಿಟ್ಟ ನೀರನ್ನು, ಹೂಗಿಡಗಳಿಗೆ ಹಾಕುತ್ತಿದ್ದ ಅಜ್ಜಿ ನಮ್ಮಿಬ್ಬರ ಜಗಳ ನೋಡುತ್ತಾ ನಿಂತರು. ಬಿಂದಿಗೆಯಲ್ಲಿದ್ದ ನೀರನ್ನು ತೆಗೆದು ಕಲಂದರ್ ಮೇಲೆ ಹಾಕಿದೆ.

'ನೀನೊಬ್ಬಳು ಹೆಣ್ಣು, ಗಂಡು ಮಕ್ಕಳ ಜೊತೆ ಜಗಳವಾಡುವುದು ಸರಿಯಲ್ಲ'–ಅಜ್ಜಿಯ ಮಾತು ನನ್ನ ಕೆರಳಿಸಿತು.

'ನನ್ನ ಹೆಣ್ಣು ಮಾಡೋಕೆ, ನಿಮ್ಮ ಮಗನೊಡನೆ ನಾನು ಹೇಳಿದ್ದೆನಾ? ನನ್ನ ಬಟ್ಟೆಗೆ ಮಣ್ಣು ಆಗಿರುವುದು ಕಾಣಲ್ವಾ?'–ಸೊಂಟವನ್ನು ತೋರಿಸಿದೆ.

ಅಜ್ಜಿ ದುರುಗುಟ್ಟಿ ನೋಡುತ್ತಿದ್ದರೂ, ನಾನು ಹೆದರದೆ ಅವನ ಕೈಯಿಂದ ಬಿಂದಿಗೆ ತೆಗೆಯಲು ಕಿತ್ತಾಡಿದೆ. ನೀರು ಹಿಡಿದುಕೊಂಡು ಬಂದ ರಿಫಾಯಿ, ಹೆಗಲ ಮೇಲೆ ಇಟ್ಟ ಬಿಂದಿಗೆಯನ್ನು ಹಿಡಿದು ನಿಂತಲ್ಲೇ ಬಾಕಿಯಾದ. ಇಲ್ಲಿ ಏನಾಗುತ್ತಿದೆ ಎಂಬ ಅರಿವು ಇಲ್ಲದಂತೆ ನಿಂತಿದ್ದ. ಬಾಹುಬಲಿ ಸಿನಿಮಾದಲ್ಲಿ ಪ್ರಭಾಸ್ ಶಿವಲಿಂಗವನ್ನು ಹಿಡಿದು ನಿಂತಂತೆ ಅವನು ನಿಂತ.

ಒಳಗೆ ಬೀಡಿ ಕಟ್ಟುತ್ತಿದ್ದ ಎಲ್ಲರೂ ಹೊರಗೆ ಬಂದರು. ಮೆಟ್ಟಿಲ ಬಳಿ ನಿಂತ ಜೈನುನ ಭುಜದ ಮೇಲೆ ಕೈ ಇಟ್ಟು ಅಂಕಲ್ ನಗುತ್ತಾ ನಿಂತರು.

'ಬಿಂದಿಗೆಯನ್ನು ಗುಜಿರಿಗೆ ಹಾಕುವುದು ಒಳ್ಳೆಯದು ಕಾಣುತ್ತೆ'–ಬಿಂದಿಗೆಯಲ್ಲಿ ಹೊಡೆದಾಡುವ ನಮ್ಮನ್ನು ನೋಡಿ ಜೈನು ಹೇಳಿದಳು.

'ಅವನ ತಲೆ ಮೇಲೆ ಇಡು ಅಂತ ನಾ ಹೇಳಿದ್ನ, ಜಸ್ಟ್ ನೆಲದಲ್ಲಿ ಇಡಬೇಡ ಹೇಳಿದ್ದು. ಅದಕ್ಕೆ ಈ ರೀತಿ ಮಾಡ್ತಾನೆ' ಅವನ ಕೈಯಿಂದ ಬಿಂದಿಗೆ ತೆಗೆಯಲು ಹರಸಾಹಸ ಪಡುತ್ತಾ ಹೇಳಿದೆ.

'ಅಲ್ಲ, ಈಗ ಇವರು ಯಾಕೆ ನೀರು ತರಲು ಹೋದರು?' ಅಜ್ಜ ಸೇದಿದ ಬೀಡಿಯನ್ನು ಹೂಗಿಡಗಳ ಮಧ್ಯಭಾಗಕ್ಕೆ ಎಸೆದರು.

'ನಿಮ್ಮೊಡನೆ ನಾನು ಎಷ್ಟು ಬಾರಿ ಹೇಳಿದೆ, ಸೇದಿದ ಬೀಡಿಯನ್ನು ಹೂದೋಟದ ಮಧ್ಯೆ ಹಾಕಬೇಡಿ ಎಂದು'–ಅಜ್ಜಿ, ಅಜ್ಜನೊಡನೆ ಜಗಳಕ್ಕೆ ನಿಂತರು.

ಕಲಂದರ್ ತಾಯಿ ಒಂದೆರಡು ಬಾರಿ ಅವನ ಕರೆದಾಗ 'ನೀನು ಒಳಗೆ ಹೋಗು'–ಹೇಳಿದ.

'ನೀವು ಸ್ವಲ್ಪ ಬೀಡಿ ಎಳೆಯುವುದನ್ನು ಕಮ್ಮಿ ಮಾಡಿ'–ಅಂಕಲ್ ಅಜ್ಜನೊಡನೆ ಹೇಳಿದರು.

ತಾಯಿರತ್ತೆ ನನ್ನ ಕರೆದರೂ, ನಾನು ಕೇಳಲಿಲ್ಲ.

ಮನೆ ಎದುರುಗಡೆ ನಿಂತು, ನಾನು–ಕಲಂದರ್, ಅಜ್ಜ–ಅಜ್ಜಿ ಜಗಳವಾಡುವುದನ್ನು ನೋಡಿ 'ರಸ್ತೆಯಲ್ಲಿ ಹೋಗೋ ಜನರೆಲ್ಲಾ, ಈಗ ಇಲ್ಲಿ ಬಂದು ಸೇರಬಹುದು'–ಜೈನು ಹೇಳಿದಳು.

ರಿಫಾಯಿ ಮುದ್ದಾಗಿ 'ಫೌಝಿಯಾ...' ಎಂದು ಕರೆದ.

'ನಾನಲ್ಲ, ಅವನು. ಅವನೊಡನೆ ಮೊದಲು ನಿಲ್ಲಿಸೋಕೆ ಹೇಳು' ಬಿಂದಿಗೆಯಲ್ಲಿ ನೀರು ಅರ್ಧ ಮುಗಿದಿದ್ದರೂ ಮತ್ತೆ ಮತ್ತೆ ಅವನೆಡೆಗೆ ನೀರು ಎರಚುತ್ತಾ ಹೇಳಿದೆ.

'ಫೌಝಿಯಾ...' ಒತ್ತಿ ಕರೆದ ಅವನ ಧ್ವನಿಯಲ್ಲಿ ಅಧಿಕಾರವಿತ್ತು. ನಾನು ಸುಮ್ಮನಾದೆ.

ಕಲಂದರ್ ನನ್ನ ನೋಡಿ ಒಂದೆರಡು ಬಾರಿ ಮುಖ ತಿರುಗಿಸಿದ.

'ರಿಫಾಯಿ, ನೀನು ಇಲ್ಲಿ ನಿಲ್ಲೋ, ಅವನನ್ನು ಶಹನಾಜ್ ನಂತರ ಹಾಕು'– ಅಂಕಲ್ ಹೇಳಿದಾಗ, ಶಹನಾಜ್ ಬಿಂದಿಗೆ ಹಿಡಿದುಕೊಂಡು ಬಂದಳು.

ಕೊನೆಗೆ ರಿಫಾಯಿ ನನ್ನ ಎದುರಿಗೆ ನಿಂತು, ನಿಧಾನವಾಗಿ ಸೊಂಟದ ಮೇಲೆ ಬಿಂದಿಗೆ ಇಟ್ಟು ಕೊಟ್ಟ. ಅಂದು ಮಾತ್ರ ಸಣ್ಣಪುಟ್ಟ ಪಾತ್ರೆಗಳಿಗೂ ನಾನು ನೀರು ತುಂಬಿಸಿದೆ.

***

ಬೆಳಗ್ಗೆ ತಿಂಡಿ ತಿಂದು, ಮನಸ್ಸಿಲ್ಲದ ಮನಸ್ಸಿನಲ್ಲಿ ಅವನ ಮನೆಗೆ ಹಿಂದುರುಗಿದ. ಅದೇ ದಿನ ರಾತ್ರಿ ನೌಷದ್ ಕಾಲೇಜು ಬಿಟ್ಟು ನೇರ ಕೋಡಿಕಲಿಗೆ ಬಂದ. ನನ್ನ ಎದೆ ಜೋರಾಗಿ ಬಡಿಯಲಾರಂಭಿಸಿತು.

'ಎಲ್ಲರಿಗೂ ವಿಷಯ ತಿಳಿದಿರುವಾಗ, ಇವನಿಗೂ ತಿಳಿಯಲು ಕಷ್ಟವೇನೂ ಇರಲಿಲ್ಲ.'

ನಾವೆಲ್ಲರೂ ಕೆ.ಸಿ. ರೋಡ್ ಸಂಬಂಧಿಕರ ಮನೆಗೆ ಹೋಗಿ, ಅಲ್ಲಿಂದ ಉಳ್ಳಾಲ ಜಾತ್ರೆಗೆ ಹೋಗುವ ಪ್ಲಾನ್ ಆಗಿತ್ತು. ನವ ವಧು–ವರರಿಗೆ ಊಟ ಹಾಕುವ ಕಾರ್ಯಕ್ರಮ ಕೆ.ಸಿ. ರೋಡಿನಲ್ಲಿ ಇಟ್ಟಿದ್ದರು.

ನೌಶಾದ್ ಕಾಲೇಜಿಗೆ ಹೋಗಲಿದೆ ಎಂದು ಹೇಳಿ ಬಂದ ಮರುದಿನ ಮಧ್ಯಾಹ್ನವೇ ಹೊರಡಲು ರೆಡಿಯಾದ. ಅವನ ನೋಡಿ ಕದ್ದು ಮುಚ್ಚಿ

ಓಡಾಡುತ್ತಿದ್ದ ನನ್ನನ್ನು ಕಾಲೇಜಿಗೆ ಹೋಗುವ ಸಮಯದಲ್ಲಿ ಹುಡುಕಿಕೊಂಡು ಬಂದ. ನಮಾಜಿನ ಚಾಪೆಯಲ್ಲಿದ್ದ ನಾನು, ನಡುಗುವ ಕೈಯಲ್ಲಿ ಹತ್ತಾರು ಬಾರಿ ಪ್ರಾರ್ಥನೆ ಮಾಡಿದೆ. ನನ್ನ ನಮಾಜ್ ಮುಗಿಯುವವರೆಗೂ ಕಾಯುತ್ತ ನಿಂತ. ನಮಾಜ್ ಮಾಡಿಯಾಗಿದ್ದರೂ, ಸ್ವಲ್ಪ ಹೊತ್ತು ಪ್ರಾರ್ಥನೆ ಮಾಡುತ್ತಲೇ ಕುಳಿತೆ. ಇವನು ನನ್ನೊಡನೆ ಹೇಳದೆ ಹೋಗಲ್ಲ ಅಂದುಕೊಂಡ ಮೇಲೆ ಅದೇಗೋ ನಮಾಜ್ ಬಟ್ಟೆಯನ್ನು ಮಡಚಿಟ್ಟು ಎದ್ದು ನಿಂತೆ.

'ಫೌಜಿ, ನಾನು ಹೊರಟೆ, ನೀನು ಉರೂಸುಗೆ ಹೋಗುತ್ತಿದ್ದೀಯಾ?'– ಕೇಳಿದ.

'ಶಹನಾಜ್ ಹೋಗುವುದಾದರೆ, ನಾನು ಅವಳೊಡನೆ ಹೋಗ್ಲಾ?'– ಮೆಲ್ಲನೆ ಕೇಳಿದೆ.

'ಹೋಗು, ಆದರೆ ಜಾಗ್ರತೆ. ತುಂಬಾ ರಷ್ ಇರುತ್ತೆ' ಕೈಗೆ ಐದು ರೂಪಾಯಿಯ ನೋಟೊಂದನ್ನು ಕೊಟ್ಟು ಹೋದ.

ಅವನ ಮುಖ ನೋಡಲು ಹೆದರುತ್ತಿದ್ದ ನಾನು, ಅವನ ಮುಖ ನೋಡಿದೆ. ಬೆನ್ನು ತಿರುಗಿಸಿ ಹೋದ. ಪ್ರೀತಿ ಇದ್ದರೂ ಒಂದು ಬಾರಿಯೂ ಪ್ರೀತಿ ವ್ಯಕ್ತಪಡಿಸದ ಅವನು ಕೊಟ್ಟ ಹಣವನ್ನು ಹಿಡಿದು ಹಿಂದು ಮುಂದು ತಿರುಗಿಸಿ ನೋಡಿದೆ. ಎಲ್ಲಿಯಾದರೂ ನೋಟಿನಲ್ಲಿ ಬೈದು ಬರೆದು ಇರಬಹುದೇನೋ ಅಂದುಕೊಂಡೆ. ರಿಫಾಯಿ ಹೋದ ಅನ್ನೋ ಬೇಸರಕ್ಕಿಂತಲೂ, ನೌಶಾದ್ ಬೈಯಲಿಲ್ಲ ಅನ್ನೋ ಖುಷಿನೇ ಜಾಸ್ತಿ ಇತ್ತು.

***

'ರಿಫಾಯಿ ತಿರುಗಿ ಇಲ್ಲಿಗೆ ಬಂದಂತೆ, ಕೈರು ಕೈಯಿಂದ ಐವತ್ತು ರೂಪಾಯಿ ಕೇಳಿ ಮತ್ತೆ ಈ ಕಡೆಗೆ ಬಂದ ಅಂತ ಕೈರು ಫೋನ್ ಮಾಡಿ ಹೇಳಿದಳು' ಅಡುಗೆಮನೆಯ ಜಗಲಿಯಲ್ಲಿ ಕುಳಿತ ನಾನು, ಶಹನಾಜ್ ಹಾಗು ಅಜ್ಜಿಯೊಡನೆ ತಾಯಿರತ್ತೆ ಹೇಳಿದರು.

'ಬರಲಿ, ಈ ಉರೂಸಲ್ಲಿ ನನಗೆ ಅವನು ಚುರುಮುರಿ ತೆಗೆದುಕೊಡದೆ ಇರಲಿ, ಅವನ ಬಿಡಲ್ಲ ನಾನು'–ಶಹನಾಜ್ ಮಾತು ಕೇಳಿ ನಾನು ದಂಗಾದೆ.

'ಒಬ್ಬ ದುಡಿಯುವ ಯುವಕ, ಕೈಯಲ್ಲಿ ಹಣ ಇಲ್ಲದೆ ತಾಯಿಯೊಡನೆ ಹಣ ಕೇಳಿಕೊಂಡು ಬರುವುದು ಎಷ್ಟು ಸರಿ' ಎಂದು ಯೋಚಿಸಿದೆ.

'ಇವಳು ನಿಜವಾಗಿಯೂ ಮಂದಬುದ್ಧಿಯಾ ಚೆರ್ ದಾದಾ?'–ಅವಳ ತಾಯಿಯೊಡನೆ ಕೇಳಿ ನಾನು ಮನೆ ಒಳಗೆ ನಡೆದೆ.

ಮತ್ತೆ ಅವನ ಬಗ್ಗೆ ಹೇಳುವ ಮಾತು ನನಗೆ ಕೇಳಬೇಕಾಗಿರಲಿಲ್ಲ.

ಸಂಜೆ ಮನೆ ತಲುಪಿದವನೇ ನಾಲ್ಕು ಸೆಂಟರ್ ಫ್ರೆಶ್ ತಂದು, ನನ್ನ ಕೈಗೆ ಕೊಟ್ಟ.

'ನಿನಗೆ ಕೆಲಸ ಇದೆಯಂತೆ, ನೀನು ಯಾಕೆ ಕೆಲಸಕ್ಕೆ ಹೋಗಲ್ಲ?'–ಅಕ್ಕಪಕ್ಕ ಯಾರಿದ್ದಾರೆ ಎಂಬುದನ್ನು ನೋಡದೆ ಕೇಳಿದೆ.

ಅವನು ಒಂದು ಮಾತೂ ಆಡದೆ ಒಳ ನಡೆದ. ನಾವೆಲ್ಲರೂ ಕೆಸಿ ರೋಡ್ ಹೋಗಲು ರೆಡಿಯಾದೆವು.

'ಅಮರಾ... ದಿಲ್ ಆಪ್ಕಾ ಪಾಸು ಹೆ... ಆಪ್ಕಾ ದಿಲ್ ಹಮಾರ ಪಾಸುಹೆ.' ಸಾಂಗ್ ಟಿವಿಯಲ್ಲಿ ಕೇಳುತ್ತಾ ಇತ್ತು.

ರೂಮಿನೊಳಗೆ ರೆಡಿ ಆಗುತ್ತಾ ಇದ್ದ ನಮಗೆ ಅದರ ಶಬ್ದ ಮತ್ತಷ್ಟು ಜೋರಾಗಿ ಕೇಳಿತು.

'ಟಿವಿ ಸೌಂಡ್ ಯಾಕೆ ಇಷ್ಟೊಂದು ಜಾಸ್ತಿ ಮಾಡುತ್ತಿದ್ದಾರೆ?'–ಹೊಸ ಬಟ್ಟೆ ಹಾಕುತ್ತಿದ್ದ ನಾನು ಶಹನಾಜ್‌ನೊಡನೆ ಕೇಳಿದೆ.

'ರಿಫಾಯಿ ಆಗಿರಬಹುದು, ನೀನು ಹಾಡು ಅರ್ಥಮಾಡಿಕೋ.'

ಅವನ ಹೆಸರು ಕೇಳಿದ ತಕ್ಷಣ, ಎಂದೂ ಕಾಣುವ ಸಂತೋಷ ನನ್ನ ಮುಖದಲ್ಲಿ ಬರಲಿಲ್ಲ. ಕಾರಣ ಅವನು ಕೆಲಸ ಬಿಟ್ಟು ಇಲ್ಲಿ ಬಂದಿರುವುದು. ನನ್ನಿಂದಾಗಿ ಅವನು ಕೆಲಸಕ್ಕೆ ಹೋಗಲ್ಲ ಅನ್ನುವ ಮಾತು ನನಗೆ ಬೇಡವಾಗಿತ್ತು. ನನ್ನಿಂದಾಗಿ ಒಬ್ಬರ ಜೀವನ ಹಾಳಾಗುವುದು ನನಗೆ ಬೇಡವಾಗಿತ್ತು.

ಎಲ್ಲರೂ ರೆಡಿಯಾಗಿ ಹೊರಟು ನಿಂತಾಗ, ರಿಫಾಯಿ ನನ್ನ ಮುಂದೆ 'ಅಮರಾ... ದಿಲ್ ಆಪ್ಕಾ ಪಾಸು ಹೆ...' ಸಾಂಗ್ ಗುಣುಗಲು ಪ್ರಾರಂಭಿಸಿದ.

ಅವನ ಕಣ್ಣೋಟಗಳು ನನ್ನ ಕಣ್ಣುಗಳನ್ನು ಹುಡುಕುತ್ತಿದೆ ಎಂಬುದು ಗೊತ್ತಿದ್ದರೂ 'ಇಲ್ಲಿ ಕೆಲವರ ಹಾಡು ಕೇಳಿ, ಮರದಲ್ಲಿದ್ದ ಕಾಗೆಗಳೆಲ್ಲಾ ಹಾರಿಹೋದವು'–ಅವನ ಮುಖ ನೋಡದೆ, ಒಂದು ಸಣ್ಣ ಕಲ್ಲು ಹೆಕ್ಕಿ ಮರದಲ್ಲಿದ್ದ ಕಾಗೆಗಳನ್ನು ನಾನೇ ಹಾರಿಸಿದೆ.

'ನಾನು ಮದರಸದಲ್ಲಿ ಇರುವಾಗ ಹಾಡು ಹೇಳಿ ಎಷ್ಟು ಬಹುಮಾನಗಳನ್ನು ತಂದಿದ್ದೇನೆ ಅನ್ನೋದು, ಕಾಗೆಗಳನ್ನು ಓಡಿಸುವವರಿಗೆ ಏನು ಗೊತ್ತು?'–ಹೇಳಿದ.

ಆದರೂ ಅವನು ಶಾಲೆ ಎಷ್ಟು ಕಲಿತಿದ್ದಾನೆ ಎಂಬುದು ನಾನು ಕೇಳಲಿಲ್ಲ.

'ಅವಳು ಕಲಿತವಳು, ಅವನನ್ನು ಯಾಕೆ ಮದುವೆಯಾಗಬೇಕು?' ಮನೆಯಲ್ಲಿ ಕೆಲವರು ನಮ್ಮಿಬ್ಬರ ಪ್ರೀತಿಯ ಬಗ್ಗೆ ಗುಸುಗುಸು ಮಾತನಾಡುವುದು ನನ್ನ ಕಿವಿಗೆ ಬಿದ್ದರೂ, ನಾನು ಅದರ ಬಗ್ಗೆ ಯೋಚಿಸಲಿಲ್ಲ.

***

ಎರಡು ಅಂತಸ್ತಿನ ದೊಡ್ಡದಾದ ಬಂಗಲೆಯಂತಿರುವ ಮನೆ. ಮನೆಯ ಮುಂಭಾಗ ವಿಶಾಲವಾದ ಹಸಿರು ಹುಲ್ಲಿನ ಹಾಸಿಗೆ. ಅವುಗಳ ಮಧ್ಯೆ ಹೂದೋಟ. ಸುತ್ತಮುತ್ತಲಿನ ಉಳಿದ ಅಂಗಳಕ್ಕೆ ಇಂಟರ್ ಲಾಕ್ ಹಾಕಲಾಗಿತ್ತು. ಮನೆಯ ಹಿಂಬದಿಯಲ್ಲಿ ಮೀನು ತುಂಬಿಸುವ ನೂರಾರು ಬ್ಲೂ ಬಕೆಟ್ಟನ್ನು ಎತ್ತರಕ್ಕೆ ಜೋಡಿಸಲಾಗಿತ್ತು. ಧಕ್ಕೆಯಲ್ಲಿ ಸ್ವಂತ ಬೋಟುಗಳನ್ನು ಹೊಂದಿರುವ ಶರೀಫ್ ಹಾಗೂ ಮುನೀರ್, ಮೀನಿನ ವ್ಯವಹಾರದಲ್ಲಿ ಕೇಳಿಬರುವ ಸಾಮಾನ್ಯ ಹೆಸರು.

ಇಬ್ಬರು ಅಣ್ಣತಮ್ಮಂದಿರು, ಹೆಂಡತಿ ಮಕ್ಕಳೊಡನೆ ವಾಸಿಸುವ ಈ ಭವ್ಯವಾದ ಮನೆಗೆ, ಮದುವೆಯಾದ ಹೊಸ ಜೋಡಿಗಳ ಜೊತೆ ನಾವೆಲ್ಲರೂ ಬಂದೆವು. ಮನೆಯೊಳಗಡೆ ಬೆಲೆಬಾಳುವ ದೊಡ್ಡ ದೊಡ್ಡ ಶೋ ಲೈಟ್ಗಳು ಸಿಲಿಂಗ್‌ನಲ್ಲಿ ನೇತು ಹಾಕಲಾಗಿತ್ತು. ಮನೆಯ ಹಾಲಿನ ಒಂದು ಮೂಲೆಯಲ್ಲಿ ದೊಡ್ಡದಾದ ಫಿಶ್ ಅಕ್ವೇರಿಯಂ. ಹಾಲಿನ ಗೋಡೆಗೆ ಒರಗಿಸಿದ ನೀಲವಾದ ಬೆಲೆಬಾಳುವ ಸೋಫಾ ಸೆಟ್. ಗೋಡೆಯ ಅರ್ಧಭಾಗದಷ್ಟು ದೊಡ್ಡದಾಗಿರುವ ಟಿವಿ. ಅದಕ್ಕೆ ಹೊಂದಿಕೊಂಡಿರುವ ಮರದ ಶೋಕೇಸ್. ಅದರೊಳಗೆ ಮಕ್ಕಳಾಟಿಕೆಯ ಜೆಸಿಬಿ, ಏರೋಪ್ಲೇನ್ ಮೂಮೆಂಟೊ, ರಿಮೋಟ್ ಕಾರುಗಳನ್ನು ಜೋಡಿಸಿ ಇಡಲಾಗಿತ್ತು.

ಡೈನಿಂಗ್ ಹಾಲಿನ ಮಧ್ಯಭಾಗದಲ್ಲಿ ಹತ್ತನ್ನೆರಡು ಮಂದಿ ಕುಳಿತುಕೊಳ್ಳುವ ಹಾಗೂ ಮಧ್ಯಭಾಗವನ್ನು ತಿರುಗಿಸುವಂತಹ ಡೈನಿಂಗ್ ಟೇಬಲ್. ಹಲವು ರೀತಿಯ ಹಣ್ಣು-ಹಂಪಲುಗಳು, ಕರಿದ ತಿಂಡಿಗಳು, ಚಿಪ್ಸ್, ಸಿಹಿ ತಿಂಡಿಗಳು, ಬಿರಿಯಾನಿ, ಚಿಕನ್, ಮೀನು ಪದಾರ್ಥಗಳು, ಟ್ಯಾಂಗ್, ಮಾವಿನ ಜ್ಯೂಸು ರೆಡಿಯಾಗಿದ್ದವು.

ಎಲ್ಲರೂ ಡೈನಿಂಗ್ ಟೇಬಲ್ ಸುತ್ತಲೂ ಕುಳಿತೆವು. ಟೇಬಲ್ ಮಧ್ಯದಲ್ಲಿ ತಿರುಗಿಸುವ ವೃತ್ತಾಕಾರದ ಟೇಬಲ್ ಮಧ್ಯೆ ಇರುವ ಬಗೆಬಗೆಯ ತಿಂಡಿಗಳನ್ನು ತೆಗೆದು ತಿನ್ನಲು ಪ್ರಾರಂಭಿಸಿದರು. ನಾನು ಅದನ್ನು ತಿರುಗಿಸಿ ತೆಗೆಯಲು ಪ್ರಯತ್ನಪಟ್ಟೆನಾದರೂ, ಅದು ತಿರುಗುವ ಬದಲು ಸ್ವಲ್ಪ ಅಲುಗಾಡಿಯೂ ಇಲ್ಲ. ನನಗೆ ಬೇಕಾದದ್ದನ್ನು ತೆಗೆಯಲು, ರಿಫಾಯಿ ಅದರಲ್ಲಿ ಆಟ ಆಡುವಂತೆ ಮೆಲ್ಲನೆ ತಿರುಗಿಸಿ ಕೊಟ್ಟ. ಅಂಕಲ್ ನಮ್ಮಿಬ್ಬರ ನೋಡಿ ಚಿಕನ್ ಕಟ್ಲೆಟ್ ಒಂದನ್ನು ಬಾಯಿಗೆ ಹಾಕುತ್ತಾ ನಕ್ಕು ಸುಮ್ಮನಾದರು.

'ಇವಳು, ಬುರ್ಖಾ ಹಾಕದೆ ಬಂದಿರುವುದಾ?'-ನನ್ನ ನೋಡಿ ಮೈಮುನ ಆಂಟಿ ಕೇಳಿದರು. ಮೈಮುನ ಆ ಮನೆಯ ದೊಡ್ಡ ಮಗಳು. ಬೇಕಾದ ಬಗೆಬಗೆಯ ತಿಂಡಿಗಳನ್ನು ಮಾಡಿಟ್ಟ, ಒಳ್ಳೆಯ ಕೈರುಚಿ ಇರುವ ಚೆಫ್.

'ನಾನಿನ್ನೂ ಬುರ್ಖಾ ಹಾಕಲು ಶುರು ಮಾಡಿಲ್ಲ'–ಕೋಪ ಬಂದರೂ ಸಹಿಸಿಕೊಂಡು ಹೇಳಿದೆ.

'ಶರೀರ ಇಲ್ಲದಿದ್ದರೂ, ತುಂಬಾ ಎತ್ತರ ಇದ್ದಿಯಲ್ವಾ?'–ಶರೀಫನ ಹೆಂಡತಿ ರಜಿಯಾ ಆಂಟಿ ಹೇಳಿದರು.

'ಉರೂಸುನಲ್ಲಿ ಆ ಜನರ ಮಧ್ಯೆ, ನಮ್ಮವರು ಯಾರಾದರೂ ಕೈ ಬಿಟ್ಟು ಹೋದರೆ, ಇವಳನ್ನು ನಿಲ್ಲಿಸಿದರೆ ಸಾಕು. ಬುರ್ಖಾ ಇಲ್ಲದೆ ಇಷ್ಟು ಎತ್ತರದಲ್ಲಿರುವ ಇವಳ ಕಂಡು, ಎಲ್ಲಿದ್ದರೂ ನಮ್ಮ ಕಡೆ ಬರಬಹುದು'– ಮುನಿರಾಕನ ಹೆಂಡತಿ ನೂರ್ಜ ಆಂಟಿ ಹೇಳಿದರು.

ಎಲ್ಲರೂ ನಕ್ಕರು. ನನಗೆ ದುಃಖವಾಯಿತು. ಬುರ್ಖಾ ಹಾಕಿಯೂ, ಉಬ್ಬುತಗ್ಗುಗಳನ್ನು ತೋರಿಸುವ ಮಹಿಳೆಯರು ಇರುವಾಗ, ಶರೀರದಲ್ಲಿ ಯಾವ ಉಬ್ಬುತಗ್ಗುಗಳು ಇಲ್ಲದ, ಮರದ ತುಂಡಿನಂತೆ ಇರುವ ನಾನು, ಬುರ್ಖಾ ಹಾಕದೆ ಇರುವುದು ಒಂದು ದೊಡ್ಡ ಅಪರಾಧ ಎನ್ನುವಂತೆ ನನ್ನನ್ನು ಬಿಂಬಿಸಿದರು. ಅಲ್ಲಿರುವ ಯಾವ ತಿಂಡಿಯನ್ನೂ ತೆಗೆದು ತಿನ್ನಬೇಕೆಂದು ಅನಿಸಲಿಲ್ಲ. ಕುಡಿದ ಜ್ಯೂಸನ್ನು ಅರ್ಧದಲ್ಲಿಟ್ಟು ಎದ್ದು ಮಹಡಿ ಹತ್ತಿ ಹೋದೆ.

ಡೈನಿಂಗ್ ಸಮೀಪದಲ್ಲೇ ಮಹಡಿ ಇರುವುದರಿಂದ, ಅಂಕಲ್ ಕುತ್ತಿಗೆ ಮೇಲೆ ಮಾಡಿ ಮಹಡಿ ಹತ್ತಿ ಮೆಟ್ಟಿಲ ಬಳಿ ಕುಳಿತ ನನ್ನ ನೋಡಿ 'ಫೌಝಿಯಾ...' ಎಂದು ಕರೆದರು.

ನಾನು ಬಗ್ಗಿ ಅವರ ಕಡೆ ನೋಡಿದೆ. ರಿಫಾಯಿ ಕಡೆ ನೋಡುವಂತೆ ಕುತ್ತಿಗೆ ಅವನೆಡೆಗೆ ತಿರುಗಿಸಿದರು.

ನಾನು ಕುಡಿದು ಇಟ್ಟ ಗ್ಲಾಸಿನ ಸಮೀಪದಲ್ಲೇ, ರಿಫಾಯಿ ಅವನು ಕುಡಿದ ಗ್ಲಾಸನ್ನು ಇಟ್ಟು ಒಂದಕ್ಕೊಂದು ತಾಗಿಸಿ ಅದರಲ್ಲಿ ಆಟವಾಡುತ್ತಿದ್ದ.

ಉರೂಸು ಕಮಿಟಿಯ ಸದಸ್ಯರು ಆಗಿರುವುದರಿಂದ, ಅದಾಗಲೇ ಮುನಿರಾಕ ಹಾಗೂ ಶರೀಫಾಕ ಹೊರಟಿದ್ದರು. ರಾತ್ರಿಯಾದಂತೆ ನಾವೆಲ್ಲರೂ ಎರಡು–ಮೂರು ರಿಕ್ಷಾ ಮಾಡಿಕೊಂಡು ಹೊರಟೆವು. ಉರೂಸುಗೆ ತಲುಪಿದರೂ, ನಾನು ಬುರ್ಖಾ ಹಾಕಿಲ್ಲ ಅನ್ನುವ ಅವರ ಗೇಲಿ ಮಾತುಗಳೇನು ಕಮ್ಮಿಯಾಗಿರಲಿಲ್ಲ. ಅಲ್ಲಿ ಕಾಸರಗೋಡು ಹಾಗೂ ಕೇರಳದ ಹಲವಾರು ಮಹಿಳೆಯರು ಬುರ್ಖಾ ಹಾಕದೆ ಇದ್ದರೂ, ಅವರೊಡನೆ ಅವರ ಮನೆಯ ಗಂಡಸರು ಸಂತೋಷವಾಗಿರುವುದನ್ನು ಕಂಡು, ನನಗೂ ಇಂತಹ ಕುಟುಂಬ ಸಿಕ್ಕಿದರೆ ಒಳ್ಳೆದಿತ್ತು ಎಂಬ ಬಯಕೆ ಮನದಲ್ಲಿ ಹುಟ್ಟಿತು.

ನಾನು ಮೌನಿಯಾಗಿದ್ದರೂ, ತಮಾಷೆ ಮಾಡುವವರಿಗೆ ರಿಫಾಯಿ ಒಂದೆರಡು ಬಾರಿ ತಿರುಗಿಸಿ ಉತ್ತರ ಕೊಟ್ಟಾಗ, ನನ್ನನ್ನು ಪ್ರೀತಿಸುವ ವಿಷಯ ಉಳಿದವರಿಗೂ ಗೊತ್ತಾಯ್ತು.

ನಾನು, ಶಹನಾಜ್ ಹಾಗು ಜೈನು ಕಪ್ಪು ಪ್ಲಾಸ್ಟಿಕ್ ಉಂಗುರವನ್ನು ನಮ್ಮ ಹೆಸರು ಬರೆಸಿ ತೆಗೆದೆವು.

'ಫೌಝಿಯಾ, ತು ರಿಫಾಯಿ ಕ ನಾಮ್ ಲಿಕದೋ'–ಅಂಕಲ್ ಗೇಲಿ ಮಾಡಿದರು.

ನಾನು ಅವನ ಕಡೆಗೆ ತಿರುಗದೆ, ನನ್ನ ಕೈಗೆಯಾಗುವ ಒಂದು ಉಂಗುರವನ್ನು ಕೊಟ್ಟು, ನನ್ನ ಹೆಸರು ಬರೆಸಿ ಕೈಗೆ ಹಾಕಿಕೊಂಡೆ.

ರಾತ್ರಿ ಸುಮಾರು ಒಂದು ಗಂಟೆಯ ಹೊತ್ತಿಗೆ ಜಾತ್ರೆಯಿಂದ ಮನೆಗೆ ಹೊರಟೆವು. ಎಲ್ಲಿಯೂ ಬಾಡಿಗೆ ರಿಕ್ಷಾಗಳು ಇರಲಿಲ್ಲ. ಮುಂಜಾನೆ ನಾಲ್ಕು ಗಂಟೆ ಸಮಯಕ್ಕೆ ಮುನಿರಾಕನವರು ಮನೆಗೆ ಬರುವುದೆಂದು, ಅವರ ಮನೆಯವರು ಹೇಳಿದಾಗ, ವಿಧಿಯಿಲ್ಲದೆ ಅವರ ಕಾರಿಗೆ ಕಾಯದೆ, ನಮ್ಮ ಕಾಲುಗಳೇ ಸಾಕೆಂದು, ಉಳ್ಳಾಲದಿಂದ ಕೆಸಿ ರೋಡಿಗೆ ನಡೆಯಲು ಪ್ರಾರಂಭಿಸಿದೆವು. ಒಂದರ್ಧ ಗಂಟೆ ನಡೆದ ನಂತರ ಒಂದು ರಿಕ್ಷಾ ಸಿಕ್ಕಿತು. ಗೋಣಿಗೆ ಅಕ್ಕಿ ತುಂಬಿಸುವಂತೆ, ತುಂಬಾ ಕಾಲು ನೋಯುತ್ತಿದೆ ಅನ್ನೋ ಏಳೆಂಟು ಮಂದಿ ಮಹಿಳೆಯರು, ಆ ರಿಕ್ಷಕ್ಕೆ ಹತ್ತಿದರು.

'ಇನ್ನೊಬ್ಬರಿಗೆ ಬರಬಹುದು' ಎಂದು ರಿಕ್ಷಾದಲ್ಲಿ ಕುಳಿತವರು ಹೇಳಿದಾಗ, ನಾನು ಶಹನಾಜ್ ಬಿಟ್ಟು ಹತ್ತಿ ಹೋದೆ.

ನಮ್ಮನ್ನು ತಲುಪಿಸಿದ ನಂತರ, ಅದೇ ರಿಕ್ಷಾದಲ್ಲಿ ಉಳಿದವರನ್ನು ಕರೆದುಕೊಂಡು ಬರುವಂತೆ ತಿಳಿಸಿದರು. ರಿಕ್ಷಾ ಡ್ರೈವರ್ ಉಳಿದವರನ್ನು ತಂದು ಮನೆ ತಲುಪಿಸಿದ.

'ನೀನು ಯಾಕೆ ಫಸ್ಟ್ ಟ್ರಿಪ್‌ನಲ್ಲಿ ಬಂದೆ? ರಿಫಾಯಿಗೆ ತುಂಬಾ ಬೇಜಾರಾಯ್ತು'–ಶಹನಾಜ್ ಬಂದು ಹೇಳಿದಳು.

'ಮತ್ತೇನೇ ಇವರದು, ಹಾಕಲು ಸರಿಯಾದ ಬಟ್ಟೆನೇ ಇಲ್ಲದ ನನಗೆ, ಇವರು ಬುರ್ಖಾ ಹಾಕಿಲ್ಲ ಅಂತ ಗೇಲಿ ಮಾಡುವುದು. ನಮ್ಮ ಪರಿಸ್ಥಿತಿ ಹೇಗಿದೆ ಅಂತ ಅವರಿಗೇನೇ ಗೊತ್ತಿದೆ. ಕಾಲೇಜಿಗೆ ಹಾಕಲು ಸರಿಯಾದ ಬಟ್ಟೆ ಇಲ್ಲದ ನನಗೆ, ಇನ್ನು ನನ್ನ ತಾಯಿ ಬುರ್ಖಾ ಎಲ್ಲಿಂದ ತಂದು ಕೊಡುತ್ತಾರೆ? ತಂದೆ ಇಲ್ಲದೆ ಬೇಕಾದರೆ ಈ ಲೋಕದಲ್ಲಿ ಬದುಕಬಹುದು. ಆದರೆ ಹೆಣ್ಣಾಗಿ ಮಾತ್ರ ಅಲ್ಲ.'

ನನ್ನ ಕಣ್ಣಲ್ಲಿ ನೀರು ಹರಿಯಿತು. ಬಾಲ್ಯದಲ್ಲೇ ತಂದೆಯನ್ನು ಕಳೆದುಕೊಂಡಿದ್ದರಿಂದ, ತಂದೆಯ ಪ್ರೀತಿ ಹೇಗಿದೆ ಎಂಬುದು ಗೊತ್ತಿರದ ನನಗೆ, ತಂದೆ ಬೇಕೆಂದು ಯಾವತ್ತೂ ಅನಿಸಲಿಲ್ಲ. 'ಯಾಕಾಗಿ ಹೆಣ್ಣಾಗಿ ಹುಟ್ಟಿದೆ' ಅಂದುಕೊಂಡು, ಅತ್ತು ಅತ್ತು ದಣಿದು ನಿದ್ದೆಗೆ ಜಾರಿದೆ.

ರಾತ್ರಿ ಎಲ್ಲರೂ ಲೇಟಾಗಿ ಮಲಗಿದ್ದರೂ, ಜನ ಜಾಸ್ತಿ ಇರುವುದರಿಂದ ಬೆಳಗ್ಗೆ ಎಲ್ಲರೂ ಬೇಗನೆ ಎದ್ದೆವು. ದಕ್ಕೆಯಿಂದ ತಂದ ದೊಡ್ಡ ದೊಡ್ಡ ಮೀನುಗಳನ್ನು ಕಟ್ ಮಾಡುತ್ತಿದ್ದ ಮೈಮುನಕ್ಕನ ಸುತ್ತಲೂ, ನಾವೆಲ್ಲರೂ ಕುಳಿತು ನೋಡುತ್ತಿದ್ದೆವು.

'ನಾನು ಕೃಷ್ಣಾಪುರಕ್ಕೆ ಹೋಗುವುದು, ಕೆಲಸಕ್ಕೆ ಹೋಗಲು ಇದೆ' ರಿಫಾಯಿ ಬಂದು ಹೇಳಿದ.

ಶಹನಾಜ್ ನನ್ನ ಮುಖ ನೋಡಿದಳು. ಅವರಿಬ್ಬರನ್ನು ನೋಡದೆ ತುಂಡು ಮಾಡುತ್ತಿರುವ ಮೀನನ್ನು ನೋಡುತ್ತಾ ಕುಳಿತೆ. ಶಹನಾಜ್ ಸ್ವಲ್ಪ ಹೊತ್ತು ಕಾದಳು.

ನಾನೇನು ಹೇಳದೆ ಇದ್ದಾಗ 'ಸರಿ ಕಣೋ, ಸಂಜೆ ಕೋಡಿಕಲ್ಗೆ ಫೋನ್ ಮಾಡು, ನಾವು ಸಂಜೆ ಮನೆಗೆ ಹೋಗುತ್ತೇವೆ'–ಹೇಳಿದಳು.

'ಸರಿ ಆಯ್ತು'–ಹೇಳಿದ.

ಗೇಟುವರೆಗೆ ಹೋಗಿ ಅವನನ್ನೊಮ್ಮೆ ನೋಡಬೇಕೆಂದು ಮನಸ್ಸು ಹಂಬಲಿಸಿದ್ದರೂ, ನಾನು ಕೂತಲ್ಲಿಂದ ಎದ್ದೇಳಲಿಲ್ಲ.

ಸಂಜೆ ಕೋಡಿಕಲ್‌ಗೆ ತಲುಪಿದ ನಂತರ 'ನಾಳೆ ನನ್ನನ್ನು ಯಾರಾದರೂ ಮಂಗಳೂರುವರೆಗೆ ಕರೆದುಕೊಂಡು ಹೋಗಿ ಗುರುಪುರದ ಬಸ್ ಹತ್ತಿಸಿ ಬಿಡಿ. ನಾನು ಮನೆಗೆ ಹೋಗುತ್ತೇನೆ'–ಅಜ್ಜಿಯೊಡನೆ ಹೇಳಿದೆ.

'ನಿನ್ನ ಕಾಲೇಜ್ ಶುರುವಾಗಲು ಇನ್ನು ಒಂದು ವಾರ ಇದೆಯಲ್ವಾ? ಮತ್ತೆ ಯಾಕೆ ಈಗಲೇ ಹೋಗುವುದು?'–ಶಹನಾಜ್ ಕೇಳಿದಳು.

'ಇಲ್ಲ, ಹೋಗಬೇಕು ನನಗೆ. ಈಗಲೇ ಸೀನಿಯರ್ ಅವರತ್ತಿರ ಸೆಕೆಂಡ್ ಹ್ಯಾಂಡ್ ಬುಕ್ ಕೇಳದಿದ್ದರೆ, ಮತ್ತೆ ಸಿಗಲ್ಲ'–ಹೇಳಿದೆ.

ಇನ್ನು ಎಲ್ಲಿ ಕೆಲಸ ಬಿಟ್ಟು ಮತ್ತೆ ಇಲ್ಲಿಗೆ ಬರುತ್ತಾನೋ ಅನ್ನೋ ಭಯದಿಂದ ಮರುದಿನವೇ ಅವಳ ತಂದೆಯ ಸಹಾಯದಿಂದ ಗುರುಪುರಕ್ಕೆ ಬಂದೆ.

ಕಾಯಿನ್ ಬಾಕ್ಸ್ ಟೆಲಿಫೋನ್

ನಾಲ್ಕೈದು ದಿವಸಗಳು ಕಳೆಯಿತು. 'ಮಯ್ಯದ್ದಿ ಅಂಗಡಿಗೆ ಹೋಗಿ ಮೆಣಸು ಸಕ್ಕರೆ ತಾ'-ಸಂಜೆಯ ಹೊತ್ತು ಅಜ್ಜಿ ನನ್ನ ನೋಡಿ ಹೇಳಿದರು.

ಮನೆಯ ಸಮೀಪವಿರುವ ಕಾಡು ಅಥವಾ ದೊಡ್ಡ ಬಂಡೆಕಲ್ಲಿನ ಮೇಲೆ ಕೂತು ಆಟ ಅಥವಾ ಯಾವುದಾದರೂ ಹುಣಸೆ, ಮಾವು, ತೆಂಗು, ಗೇರುಬೀಜದ ಮರದ ಮೇಲೆ ಆಟವಾಡುವ ನಾವು ರಜೆಯಲ್ಲಿ ಮನೆಯೊಳಗಡೆ ಇರುವುದೇ ಅಪರೂಪ.

'ಬಾಯಾರಿಕೆ ಆಯ್ತೆಂದು ನೀರು ಕುಡಿಯಲು ಮನೆ ಒಳಗಡೆ ಕಾಲಿಟ್ಟಿದ್ದೆ ತಪ್ಪಾಯ್ತು'-ಮನಸ್ಸಲ್ಲೇ ಅಂದುಕೊಂಡೆ.

ಹೇಳಿದ ಸಾಮಾನು ತಂದು ಕೊಡದೇ ಇದ್ದರೆ, ರಾತ್ರಿ ಹಸನ್ ಮಾವ ಬಂದಾಗ ಚಾಡಿ ಹೇಳಿ, ಬೈಗುಳ ತಿನ್ನಿಸುವ ಬುದ್ಧಿ ಬೇರೆ ಅಜ್ಜಿಗಿದೆ. ಹಸನ್, ನಮ್ಮನ್ನು ನೋಡಿಕೊಳ್ಳುತ್ತಿರುವ ನನ್ನ ನಾಲ್ಕನೇ ಮಾವ.

'ಕಡಲೆ ತಿನ್ನಲು ಐವತ್ತು ಪೈಸೆ ಕೊಟ್ಟರೆ ಹೋಗಿ ಬರುತ್ತೇನೆ'-ಹಸನ್ ಮಾವನ ಹೆಂಡತಿ ರಮ್ಲತ್ ಆಂಟಿ ಬಳಿ ಮೆಲ್ಲನೆ ಹೇಳಿದೆ.

'ಚಿಲ್ಲರೆ ಹಣ ಫೋನಿನ ಬಳಿ ಇರಬೇಕು. ಒಂದು ರೂಪಾಯಿ ತೆಗೆದುಕೊಂಡು ಹೋಗು'-ಹೇಳಿದರು.

ಅಕ್ಕಪಕ್ಕದವರು ಯಾರಾದರೂ ಫೋನ್ ಮಾಡಲು ಬಂದರೆ, ಫೋನ್ ಮಾಡಿದ ದುಡ್ಡು ನಾವು ತೆಗೆದುಕೊಳ್ಳಲ್ಲ ಎಂದು ಅಲ್ಲೇ ಫೋನ್ ಬಳಿ ಇಟ್ಟು ಹೋಗುತ್ತಾರೆ.

'ಓಕೆ ಸಾಮಾನ್ ಲಿಸ್ಟ್ ರೆಡಿ ಮಾಡಿ ಇಡಿ'–ಅಡುಗೆ ಕೋಣೆಯಲ್ಲಿದ್ದ ಆಂಟಿಗೆ ಹೇಳಿ ಫೋನ್ ಬಳಿ ಹೋದೆ.

ಅಷ್ಟರಲ್ಲಿ ಫೋನ್ ರಿಂಗಾಯಿತು. 'ಇನ್ನು ಈ ಫೋನ್ ದೂರದಲ್ಲಿರುವ ಮನೆಯವರಿಗೆ ಆದರೆ, ಇನ್ನು ಅಲ್ಲಿಯವರೆಗೆ ಕರೆಯಲು ಬೇರೆ ಹೋಗಬೇಕು' ಅಂದುಕೊಂಡು ಫೋನ್ ರಿಂಗ್ ಆದರೂ ತೆಗೆಯದೆ ಸುಮ್ಮನಾದೆ.

'ಪೋಜಿ., ಆ ಫೋನ್ ತೆಗಿ, ನಾಲ್ಕೈದು ದಿವಸದಿಂದ ಯಾರೋ ಫೋನ್ ಮಾಡಿ ಮಾತಾಡುತ್ತಿಲ್ಲ'–ಅಜ್ಜಿ ಹೇಳಿದರು.

'ಯಾಕೆ ಬೆಲಮ, ಫೋನ್ ಸರಿ ಇಲ್ವಾ?' ತಾಯಿಯ ಅಮ್ಮನನ್ನು ಎಲ್ಲಾ ಮೊಮ್ಮಕ್ಕಳು ಬೆಲಮಾ ಎಂದೇ ಕರೆಯುವುದು.

'ಇನ್ನು ಪಕ್ಕದ ಮನೆಯ ಅಕ್ಕೆ ಮನೆಯವರಿಗೆ ಫೋನ್ ಆದರೆ, ಅಂಗಡಿಗೆ ಹೋಗುವ ದಾರಿಯಲ್ಲಿ ಹೇಳಿ ಹೋದರಾಯಿತು' ಅಂದುಕೊಂಡು ಫೋನ್ ತೆಗೆದೆ.

'ಹ...ಲೋ...ವು' ಫೋನ್ ಕೇಳಲ್ಲವೇನೋ ಅಂದುಕೊಂಡು ಒಂದು ಮೀಟರ್ ಉದ್ದಕ್ಕೆ ಹಲೋ ಹೇಳಿದೆ.

'ಯಾರಿದು?' ಆ ಕಡೆಯಿಂದ ಧ್ವನಿ ನನಗೆ ಕೇಳಿತು.

'ನಾನು ಆಮಿನಾಳ ದೊಡ್ಡ ಮಗಳು, ಫೌಝಿಯಾ'–ಪರಿಚಯವಿಲ್ಲದವರಿಗೆ ತಾತನ ಹೆಸರು, ತಾಯಿಯ ಹೆಸರು ಇಲ್ಲದಿದ್ದರೆ ಜೀಪಿನ ಹಸನ್ ಎಂದು ಹೆಸರು ಹೇಳಿದರೆ ಎಲ್ಲರಿಗೂ ಬೇಗ ಅರ್ಥವಾಗುತ್ತದೆ.

'ನಾನು ರಿಫಾಯಿ' ಆ ಕಡೆಯಿಂದ ಧ್ವನಿ.

'ಮನಸ್ಸಿನಲ್ಲಿ ಇವನ ನೆನಪೇ ಇರುವುದರಿಂದ, ಎಲ್ಲಿ ನೋಡಿದರೂ ಅವನಂತೆ ಕಾಣೋದು, ಬೇರೆಯವರ ಹೆಸರು ಕರೆದಾಗ, ಇವನ ಹೆಸರು ಕೇಳಿದಂತೆ ಆಗುವುದು, ಇದೆಲ್ಲಾ ಪ್ರೀತಿಯ ರೋಗದ ಮೊದಲ ಲಕ್ಷಣಗಳು. ಹಾಗೇನಾದರೂ ನನಗೆ ಆಯ್ತಾ?' ಅಂದುಕೊಂಡು 'ಯಾರಿದು' ಕೇಳಿದೆ.

'ಫೌಝಿಯಾ... ನಾನು ರಿಫಾಯಿ' ಅವನು ಕರೆದ ಹೆಸರಿನ ಮುಗ್ಧತೆಯಲ್ಲಿ ಅವನೇ ಎಂಬುದು ಖಚಿತವಾಯಿತು.

ರಿಸೀವರ್ ಕಿವಿಯಲ್ಲಿ ಇಟ್ಟು ಅಜ್ಜಿಯನ್ನು ಒಮ್ಮೆ ನೋಡಿದೆ. ಅಜ್ಜಿ ನನ್ನನ್ನೇ ನೋಡುತ್ತಾ ನಿಂತಿದ್ದರು. 'ಇನ್ನು ಇವನ ಹೆಸರು ಹೇಳಿದರೆ ಯಾರು ಅಂತ ಕೇಳಬಹುದು' ಅಂದುಕೊಂಡು 'ನೀನಾ, ನಿನಗೆ ಯಾರು ನಂಬರ್ ಕೊಟ್ಟರು' ಕೇಳಿದೆ.

‘ಶಹನಾಜ್ ಕೊಟ್ಟಿಳು’–ಹೇಳಿದ.

‘ಹೋ... ಶಹನಾಜ್, ಹೇಗಿದ್ದೀಯಾ?’–ಜೋರಾಗಿ ಕೇಳಿದೆ.

ಇದು ಕೋಡಿಕಲ್ ಮನೆಯ ಫೋನ್ ಅಂದುಕೊಂಡು, ಅಜ್ಜಿ ನಿಂತಲ್ಲಿಂದ ಹೋದರು.

‘ಪಕ್ಕದಲ್ಲಿ ಯಾರಾದರೂ ಇದ್ದಾರಾ?’–ಕೇಳಿದ.

‘ಹೂಂ’–ಅಂದೆ

‘ಏನು ಮಾಡ್ತಾ ಇದ್ದೀಯಾ?’

‘ಆಟ ಆಡುತ್ತ ಇದ್ದೆ, ಈಗ ಅಂಗಡಿಗೆ ಹೋಗಲು ಹೇಳಿದರು.’

ದೊಡ್ಮನೆಯಲ್ಲಿ ಕೊಟ್ಟದ್ದನ್ನು ತಿಂದು, ಐದು ಪೈಸೆಗೆ ಲಾಭವಿಲ್ಲದಂತೆ ಬದುಕುವ, ನನ್ ಜೀವನ ಶೈಲಿಯ ಬಗ್ಗೆ ಅವನಿಗೆ ಎಳ್ಳಷ್ಟೂ ಅರಿವಿಲ್ಲ ಎಂಬುದು, ಅವನು ಏನು ಹೇಳದೆ ಮೌನವಾಗಿದ್ದಾಗ ನನಗೆ ಅರಿವಾಯಿತು.

‘ಅಂಗಡಿಗೆ ಹೋಗೋಕೆ ಇದೆ. ಸಾಮಾನು ತರಲು’ ಮತ್ತೊಂದು ಬಾರಿ ಹೇಳಿದಾಗ ಕೊನೆಯ ಸೆಕೆಂಡ್ನಲ್ಲಿ ಬರುವ ಶಬ್ದ ನನ್ನ ಕಿವಿಗೆ ಕೇಳಿಸಿತು.

‘ಕಾಯಿನ್ ಬಾಕ್ಸ್ ನಿಂದ ಫೋನ್ ಮಾಡುತ್ತಿದ್ದೀಯಾ?’

‘ಹೌದು ನಾನು ಕೆಲಸ ಮಾಡುವ ಅಂಗಡಿಯ ಎದುರಿನಲ್ಲಿ ಇದೆ’–ಮತ್ತೊಂದು ಕಾಯಿನ್ ಹಾಕುವ ಶಬ್ದ ನನಗೆ ಕೇಳಿಸಿತು.

‘ನೀನು ಫ್ರೀ ಆದಾಗ ನನಗೆ ಮಿಸ್ ಕಾಲ್ ಮಾಡು. ಮೊಬೈಲ್ ನಂಬರ್ ಕೊಟ್ಟ. ಇದಕ್ಕೆ ಮಿಸ್ ಕಾಲ್ ಮಾಡಿದರೆ ಸಾಕು. ನಾನು ಮಾಡುತ್ತೇನೆ.’

‘ಇದು ಯಾರ ಮೊಬೈಲ್ ನಂಬರ್, ನಿನ್ನೊಡನೆ ಮೊಬೈಲ್ ಇಲ್ಲ ಅಲ್ಲವಾ?’–ಕೇಳಿದೆ.

‘ಅದು ನನ್ನ ಅಂಗಡಿಯ ದಣಿಯ ಮೊಬೈಲ್ ನಂಬರ್.’

‘ಯಾ ಅಲ್ಲಾ...! ಅವರು ನಿಮ್ಮ ಮನೆಗೆ ಹೇಳಿದರೆ.’

‘ಅವನು ಹೇಳಲ್ಲ, ಓನರಿನ ಮಗ ಅವನು. ಅವನು ಒಬ್ಬಳನ್ನು ಪ್ರೀತಿಸುತ್ತಿದ್ದಾನೆ. ಹಾಗೆ ಪ್ರೀತಿ ಮಾಡುವವರ ಕಷ್ಟ ಅವನಿಗೆ ಗೊತ್ತಿದೆ.’

‘ಇನ್ನು ಸೌಂಡ್ ಬಂದರೆ ಕಾಯಿನ್ ಹಾಕಬೇಡ, ನಾನು ನಿನಗೆ ಮತ್ತೆ ಮಿಸ್ ಕಾಲ್ ಮಾಡುತ್ತೇನೆ.’

‘ಸರಿ. ಮತ್ತೆ ವಿಷಯ ಹೇಗಿದ್ದೀಯಾ?’ ಕೇಳಿದ.

‘ಚೆನ್ನಾಗಿದ್ದೇನೆ. ನೀನು ಹೇಗಿದ್ದಿಯಾ?’

‘ಚೆನ್ನಾಗಿದ್ದೇನೆ. ತುಂಬಾ ನೆನಪಾಯ್ತು ನಿನ್ನ.’

‘ಎದುರಲ್ಲಿದ್ದಾಗ ಪ್ರೀತಿಯ ಬಗ್ಗೆ ಒಂದಕ್ಷರವೂ ಮಾತನಾಡದೆ ಇದ್ದವನು ಇವನೇನಾ?’ ಕಿವಿಯಲ್ಲಿದ್ದ ಫೋನ್ ರಿಸೀವರೊಮ್ಮೆ ತೆಗೆದು ನೋಡಿ, ಮತ್ತೆ ಕಿವಿಗೆ ಇಟ್ಟೆ.

ಮತ್ತೆ ಬೀಪ್ ಸೌಂಡ್ ಕೇಳಿಸಿತು. 'ಸರಿ ಇಡ್ಲ ಫೋನ್.'

'ಫೋನ್ ಇಡ್ಲೆ ಬೇಕಾ?'–ಕೇಳಿದ.

'ಇವನಿಗೆ ಏನಾಗಿದೆ? ಇವನ ನಾಚಿಕೆ ಎಲ್ಲಾ ಎಲ್ಲಿ ಹೋಯಿತು?'– ಅಂದುಕೊಂಡು ಫೋನ್ ರಿಸೀವರ್ ಕೆಳಗಿಟ್ಟೆ.

ಅವನಾಡಿದ ಮಾತುಗಳನ್ನು ಮರುಕಳಿಸಿದೆ. ನನಗೆ ನಾಚಿಕೆಯಾಯಿತು. ಕಣ್ಣುಮುಚ್ಚಿ ತಲೆ ಕೆರೆಯುತ್ತಾ, ನಗುತ್ತಾ ನಿಂತೆ.

'ಚಿಲ್ಲರೆ ಸಿಕ್ಕಿತಾನೇ?' ಆಂಟಿ ಒಳಗಿನಿಂದ ಕರೆದು ಕೇಳಿದಾಗ 'ಹಾ.! ಬಂದದ್ದು ಒಂದು ರೂಪಾಯಿ ತೆಗೆಯೋಕೆ ತಾನೇ' ನೆನಪಿಸಿ ಅಲ್ಲೇ ಬರೆದಿದ್ದ ಮೊಬೈಲ್ ನಂಬರ್ ತಲೆಯೊಳಗೆ ಫೀಡ್ ಮಾಡಿ, ಅವೆರಡನ್ನು ಹಿಡಿದು ನಡೆದೆ.

***

ರಿಫಾಯಿ ಫೋನ್ ಮಾಡಿದ ವಿಷಯವನ್ನು ತಾಯಿಗೂ ತಿಳಿಸಿದೆ. ಕೊಟ್ಟ ಮೊಬೈಲ್ ನಂಬರಿಗೆ ಮಿಸ್ ಕಾಲ್ ಕೊಟ್ಟೆ. ಆಗಲೇ ಫೋನ್ ಮಾಡಿದ. ತಾಯಿಯೊಡನೆ ಮಾತನಾಡಿಸಿದೆ. ನನ್ನ ಮಿಸ್ ಕಾಲ್ ಕಾಯದೆ, ನಾಲ್ಕೈದು ಬಾರಿ ಫೋನ್ ಮಾಡಿ ತಾಯಿಯೊಡನೆ ಮಾತನಾಡಿದ ವಿಷಯವನ್ನು ತಾಯಿ ನನಗೆ ತಿಳಿಸಿದರು. ಕೊನೆಗೆ ತಾಯಿಗೆ ನಮ್ಮ ಪ್ರೀತಿಯ ಬಗ್ಗೆ ತಿಳಿಯಿತು.

ನನ್ನ ತಾಯಿಗೆ ಹೇಳಿದೆ ಎಂದು ಮತ್ತೊಂದು ಬಾರಿ ಅವನೇ ನನ್ನೊಡನೆ ಹೇಳಿದ. ಅವನೊಡನೆ ಮಾತನಾಡಬೇಕೆಂದು ಅನಿಸಿದಾಗಲೆಲ್ಲ, ಸಂಜೆಯ ಹೊತ್ತಿಗೆ ದೊಡ್ಮನೆಯ ಮನೆಯೊಳಗಡೆ ಇರುತ್ತಿದ್ದೆ. ಅಜ್ಜಿ ಸಂಜೆ ಸಮಯ ಕೊಟ್ಟಿಗೆಯ ಹಿಂದೆ, ಮರದಿಂದ ಬಿದ್ದ ಒಣ ಎಲೆಯನ್ನು ತಂದು ನೀರು ಕಾಯಿಸಲು ಹೋದರೆ, ಆಂಟಿ ಅವರ ಬಟ್ಟೆಗಳನ್ನು ಹಿಡಿದು ಬಾವಿಯ ಕಡೆ ಹೋಗುತ್ತಿದ್ದರು.

'ಹೇಗಿದ್ದೀಯಾ? ಊಟ ಆಯ್ತಾ?' ಇದು ಬಿಟ್ಟರೆ ಬೇರೆ ಏನು ಮಾತನಾಡಬೇಕೆಂದು ಗೊತ್ತಾಗದೆ ಕಾಯಿನ್ಸ್ ಸುಮ್ಮನೆ ವೇಸ್ಟ್ ಆಗಿರುವ ದಿನಗಳು ಇತ್ತು.

ಹೃದಯ ಬಡಿತ ನಿಂತಾಗ

ಅಂದು ಸೋಮವಾರ ನವೆಂಬರ್ 7, 2005 ಎಂದಿನಂತೆ ಕಾಲೇಜ್ ಬಿಟ್ಟು ಮಯ್ಯದ್ದಿ ಮಾವನ ಅಂಗಡಿಯ ಮನೆಗೆ ಹೋದೆ. ನನ್ನ ಪ್ರೀತಿಯ ಹಾಗು ಕೊನೆಯ ಮಾವ. ಅವರ ಹೆಂಡತಿ ತಾಜುನ್ನಿಸಾ ತನ್ನ ತವರು ಮನೆಯಲ್ಲಿ ಇರುವುದರಿಂದ ಅಂಗಡಿ ಮನೆಯಲ್ಲಿ ಯಾರೂ ಇರಲಿಲ್ಲ. ಮಾವ ದೊಡ್ಮನೆಯಲ್ಲಿ ಊಟ ಮುಗಿಸಿ, ಮಂಗಳೂರಿಗೆ ಹೋಗಿದ್ದರು. ಅಂಗಡಿಯ ಬಾಗಿಲು ತೆಗೆದು, ಸ್ವಲ್ಪ ಹೊತ್ತು ಕುಳಿತು, ಡಬ್ಬದಲ್ಲಿದ್ದ ಒಂದೆರಡು ಮಿಠಾಯಿ ತಿಂದು ಕುಳಿತೆ. ತಾಜಾಂಟಿ ಇದ್ದರೆ ಊಟ ಮಾಡಿಸಿ ಕಳುಯಿಸುವವರು. ಆಂಟಿ ಇಲ್ಲದ ಕಾರಣ ಹೊಟ್ಟೆ ಚುರುಗುಟ್ಟಲು ಪ್ರಾರಂಭಿಸಿತು. ಅಂಗಡಿಯ ಬಾಗಿಲು ಓಪನ್ ಮಾಡಿ ಕುಳಿತಿದ್ದ ನಾನು, ಹಸಿವು ತಾಳಲಾಗದೆ ಅಂಗಡಿ ಮುಚ್ಚಿ ಕಾಲೇಜ್ ಬ್ಯಾಗ್ ಅಲ್ಲೇ ಇಟ್ಟು ಮನೆ ಕಡೆ ಹೊರಟೆ.

'ಆಂಟಿ ಏನು ಕರಿ ಮಾಡಿದ್ದೀರಾ?'–ರಮ್ಲಾ ಆಂಟಿಯೊಡನೆ ಕೇಳಿದೆ.

ಎಷ್ಟೇ ಹಸಿವಾದರೂ ಮೊದಲು ಕೇಳುವುದು ಪದಾರ್ಥ ಏನೆಂದು. ಸರಿಯಾದ ಪದಾರ್ಥ ಇಲ್ಲದೆ ಇದ್ದರೆ, ಪಕ್ಕದಲ್ಲೇ ಇರುವ ಬೇರೆ ಮಾವನ ಮನೆಗೆ ಹೋಗಿ ಊಟ ಮಾಡುವ ಅಥವಾ ಬೌಲ್ ಹಿಡಿದು ಪದಾರ್ಥ ತರುವ ಪ್ಲಾನ್.

'ಚಟ್ನಿ ಇದೆ ಊಟ ಮಾಡುತ್ತೀಯಾ? ಊಟ ಹಾಕಿ ಕೊಡಲಾ?'– ರಮ್ಲತ್ ಆಂಟಿ ಕೇಳಿದರು.

ಅದಾಗಲೇ ಲೇಟ್ ಆಗಿದ್ದರಿಂದ ದೊಡ್ಡ ಮಾವನ ಮನೆಯಲ್ಲಿ ಊಟ ಸಿಗುವುದು ಅನುಮಾನ.

'ಸರಿ, ಊಟ ಕೊಡಿ ಹಸಿವಾಗುತ್ತಿದೆ' ಅಂದೆ.

ಆಂಟಿ ಊಟ ತಟ್ಟೆಗೆ ಹಾಕುತ್ತಿರುವಾಗಲೇ ದೊಡ್ಡ ಮಾವನ ಮನೆಯ ಬಾನುವಿನ ಕಿರಿಚಾಟ ಶಬ್ದ ಕೇಳಿಸಿತು. ಅವಳಿಗೆ ಮದುವೆಯಾಗಿದ್ದರೂ, ಗಂಡ ವಿದೇಶದಲ್ಲಿ ಇರುವುದರಿಂದ ಹೆಚ್ಚಾಗಿ ತವರು ಮನೆಯಲ್ಲಿ ಇರುತ್ತಿದ್ದಳು. ಯಾವಾಗಲೂ ಬೊಬ್ಬೆ ಹೊಡೆಯುತ್ತಾ ಆಟವಾಡುವುದು, ಕಿರುಚುವುದು ನಮಗೆ ಯಾರಿಗೂ ಹೊಸದೇನೂ ಅಲ್ಲ. ಸ್ವಲ್ಪ ಹೊತ್ತಿನಲ್ಲಿ ಅವಳ ಜೊತೆ, ಮನೆಯಲ್ಲಿ ಇದ್ದ ಎಲ್ಲರೂ ಬೊಬ್ಬೆ ಹೊಡೆಯಲು ಪ್ರಾರಂಭಿಸಿದರು.

'ಈ ಮಕ್ಕಳಿಗೆ ಎಷ್ಟು ಹೇಳಿದರೂ ಬುದ್ಧಿ ಬರಲ್ಲ. ಈ ರೀತಿ ಬೊಬ್ಬೆ ಹಾಕಬೇಡಿ ಎಂದು. ಪೋಜಿ ಏನಾಯಿತೆಂದು ನೋಡಿ ಬಾ'–ಅಜ್ಜಿ ನನ್ನನ್ನು ಮೇಲೆ ಮನೆಗೆ ಹೋಗಿ ನೋಡಿ ಬರುವಂತೆ ಹೇಳಿದರು.

'ಅಲ್ಲೇ ಇರುವ ಹಾಳು ಬಾವಿಗೆ ಯಾರಾದರೂ ಬಿದ್ದಿರಬಹುದು, ಇನ್ನು ಬಾನುವಿನ ಬೊಬ್ಬೆ ಕೇಳಿ ಅವರೆಲ್ಲ ಬೊಬ್ಬೆ ಹೊಡೆದರೋ ಏನೋ'–ನಾನು ಹೇಳಿದೆ.

ದೊಡ್ಡ ಮಾವನ ಮನೆಯ ಪಕ್ಕ ಮೊಮ್ಮದ್ ಅವರ ಮನೆ. ಅವನು ನಮ್ಮ ವಯಸ್ಸಿನವನು. ಅವನ ತಂದೆ ಒಂದು ಬಾವಿ ತೋಡಿ ನೀರು ಸಿಗದಿದ್ದಾಗ ಅದನ್ನು ಹಾಗೆಯೇ ಬಿಟ್ಟಿದ್ದರು.

ಬೊಬ್ಬೆ ಕಿರುಚಾಟ ಜೋರು ಕೇಳುತ್ತಿದ್ದಂತೆ 'ಆಂಟಿ ನೀವು ಊಟ ಹಾಕಿ ಇಡಿ, ನಾನು ಹೋಗಿ ನೋಡಿ ಬರುತ್ತೇನೆ'–ಹೇಳಿ ಮೇಲಿನ ಮನೆಗೆ ಓಡಿದೆ.

ಅಲ್ಲಿ ಎಲ್ಲರೂ ಸಾಲಾಗಿ ಮತ್ತೆಲ್ಲೋ ಓಡುತ್ತಾ ಇದ್ದರು. ಕೆಳಗಿನಿಂದ ಮೇಲೆ ಮನೆಗೆ ಏದುಸಿರು ಬಿಡುತ್ತಾ, ನಾನು ಅವರ ಹಿಂಬಾಲಿಸುತ್ತಾ ಓಡಿಹೋದೆ.

'ಏನಾಯ್ತು? ಯಾಕೆ ನೀವೆಲ್ಲ ಹೀಗೆ ಓಡಿ ಹೋಗುತ್ತಿದ್ದೀರಾ?' ಕೊನೆಯಲ್ಲಿ ಓಡಿಹೋಗುತ್ತಿದ್ದ ಅಸ್ಮಳೊಡನೆ ಕೇಳಿದೆ. ಅಸ್ಮಾ ಮೊಮ್ಮದ್ನ ಅಕ್ಕ.

'ನೌಶಾದ್ ಹಾಗು ಬಷೀರ್ ಸ್ನಾನಕ್ಕೆ ಹೋದವರು ನೀರಲ್ಲಿ ಮುಳುಗಿದರಂತೆ. ಮೊಮ್ಮದ್ ಇಂತಿ ಬಂದು ಹೇಳಿದರು'–ಓಡುತ್ತಲೇ ತಿಳಿಸಿದಳು.

ಇಂತಿಯಾಜ್, ಮೊಹಮ್ಮದ್ ನೆರೆಕರೆಯವರು. ಬಷೀರ್ ದೊಡ್ಡ ಮಾವನ ಎರಡನೇ ಮಗಳು ಕೈರುವಿನ ಗಂಡ. ಈಗಾಗಲೇ ಮದುವೆಯಾಗಿ ನಮ್ಮ ಕುಟುಂಬಕ್ಕೆ ಸೇರ್ಪಡೆಗೊಂಡ ಹೊಸ ಸದಸ್ಯ.

'ಯಾ ಅಲ್ಲಾ...! ಅವರಿಬ್ಬರಿಗೆ ಏನಾಯಿತು?' ಮತ್ತಷ್ಟು ವೇಗವಾಗಿ ಓಡಿ, ಓಡುತ್ತಿರುವ ಮನೆಯವರ ಜೊತೆ ಸೇರಿದೆ.

ಎಲ್ಲರೂ ಏದುಸಿರುಬಿಡುತ್ತಾ ಸುಮಾರು ದೂರ ಓಡಿದ ನಂತರ ವಿಶಾಲವಾಗಿ ಹರಿಯುತ್ತಿರುವ ನದಿಯನ್ನು ಕಂಡೆವು. ಅದೇ ನದಿ ನಾವು ಸಣ್ಣ ಇರುವಾಗ, ಸ್ನಾನ ಮಾಡಲು, ಹಸು-ಕರುಗಳನ್ನು ತೊಳೆಯಲೆಂದು ಹೋಗುತ್ತಿದ್ದ ನದಿ. ಆಗಲೇ ನದಿಯ ದಂಡೆಯಲ್ಲಿ ಕೆಲವರು ಸೇರಿದ್ದರು. ಅವರಿಬ್ಬರು ನದಿಯ ದಂಡೆಯಲ್ಲಿ ಇಟ್ಟ ಸೋಪ್, ಟವೆಲ್, ಚಪ್ಪಲಿಗಳು ಹಾಗೆಯೇ ಇದೆ. ಎಲ್ಲರೂ ಅವರ ಹೆಸರು ಹೇಳಿ ಕಿರುಚುತ್ತಿದ್ದರು.

'ನೌಶಾದ್... ಬಷೀರ್... ಭಾವ... ನೌಶಾದ್... ನೌಚು.ಭಾವ... ನೌಚು... ಭಾವ ಭಾವ' ಹತ್ತಾರು ಬಾರಿ ಎಲ್ಲರೂ ಕರೆದರು.

ನದಿ ಎಂದು ನೋಡದೆ, ಕರೆಯುತ್ತಾ ಮುಂದೆ ಮುಂದೆ ಸಾಗಿದೆ. ನನ್ನನ್ನು ಹಿಂದಿನಿಂದ ಯಾರೋ ಹಿಡಿದು ಎಳೆದರು. ಎರಡು ಜೀವಗಳು ಅದರೊಳಗೆ ಅಡಗಿರುವಂತೆ ಕಾಣುತ್ತಿರಲಿಲ್ಲ, ಅಷ್ಟೊಂದು ಪ್ರಶಾಂತವಾಗಿತ್ತು ಆ ನದಿಯ ಹರಿಯುವಿಕೆ. ಒಂದೆರಡು ಸಣ್ಣ ದೋಣಿಗಳು, ನೀಳವಾದ ಕೋಲನ್ನು, ನೀರಿನ ಅಡಿಭಾಗಕ್ಕೆ ಹಾಕಿ ಹುಡುಕುತ್ತಿದ್ದರು.

'ಎರಡು ಜೀವ ಹೋಗಿದೆ'-ಅದು ಯಾರೋ ಹೇಳುತ್ತಿರುವುದು ನನ್ನ ಕಿವಿಗೆ ಬಿತ್ತು.

'ಇಲ್ಲ, ನನ್ನ ಅಣ್ಣ ನೌಶಾದ್ ಇದ್ದಾನೆ. ಅವನಿಗೆ ಏನೂ ಆಗಿಲ್ಲ. ದಯವಿಟ್ಟು ಸ್ವಲ್ಪ ಬೇಗ ಹುಡುಕಿ'-ನಾನು ಕಿರಿಚಿಕೊಂಡಿದ್ದರೂ, ಯಾರಿಗೂ ಯಾರ ಮಾತು ಕೇಳುವಷ್ಟು ಸಮಯವಿರಲಿಲ್ಲ.

ಹನೀಫ್ ದೊಡ್ಡ ಮಾವನ ಎರಡನೇ ಮಗ ಮರಳಿನಲ್ಲಿ ಬಿದ್ದು ಒದ್ದಾಡುತ್ತಾ ಅಳುತ್ತಿದ್ದಾನೆ. 'ಅವನು ಯಾಕೆ ಹಾಗೆ ಅಳುತ್ತಿದ್ದಾನೆ? ಅವರಿಗೇನು ಆಗಲ್ಲ'-ನಾನು ನನ್ನೊಡನೆ ಹೇಳಿಕೊಂಡೆ.

ನನ್ನ ತಾಯಿ ಹಾಗೂ ದೊಡ್ಡ ಅತ್ತೆಯನ್ನು ಅದು ಯಾರೋ ಗಟ್ಟಿಯಾಗಿ ಹಿಡಿದುಕೊಂಡಿದ್ದಾರೆ. ಜೋರಾಗಿ ಕಿರುಚುತ್ತಾ, ಅಳುತ್ತಾ ಇರುವ ನಮ್ಮೆಲ್ಲರನ್ನು ತಿರುಗಿ ಮನೆಗೆ ಹೋಗುವಂತೆ ಅಲ್ಲಿಂದ ಗಂಡಸರು ಜೋರು ಧ್ವನಿಯಲ್ಲಿ ಹೇಳುತ್ತಿದ್ದರು.

'ಇಲ್ಲ, ನಾನು ಹೋಗಲ್ಲ. ನೌಶಾದ್ ಸಿಗದೆ ನಾನು ಇಲ್ಲಿಂದ ಎಲ್ಲಿಗೂ ಹೋಗಲ್ಲ'-ಅಳುತ್ತಾ ನದಿಯ ಕಡೆ ಹೋಗಲು ಪ್ರಯತ್ನಿಸಿದೆ.

ನದಿಯ ಕಡೆ ಹೋಗಲು ಪ್ರಯತ್ನಿಸುತ್ತಿದ್ದ ನಮ್ಮೆಲ್ಲರಿಗೂ ಬೈದರು. ಗಂಟಲು ಹರಿಯುವಷ್ಟು ಜೋರಾಗಿ ಕಿರುಚಿ ಬೈದರು. ಮನೆಗೆ ಹೋಗುವಂತೆ ಕೂಗಿ ಕೂಗಿ ಹೇಳಿದರೂ ನಾವು ಯಾರೂ ಅಲ್ಲಿಂದ ಕದಲಲಿಲ್ಲ.

'ನೀವು ಹೀಗೆ ಬೊಬ್ಬೆ ಹೊಡೆಯುತ್ತಾ ನಿಂತರೆ, ನಮಗೆ ಮಯ್ಯತ್ (ಶರೀರ) ಹುಡುಕಲು ಕಷ್ಟವಾಗುತ್ತೆ'-ಯಾವುದೋ ಒಂದು ಗಂಡಸು ಹೇಳಿತು.

ನಾವು ಹೆಸರು ಹಿಡಿದು ಕರೆಯುವ ಆ ಕ್ಷಣದಲ್ಲಿ, ಮಯ್ಯತ್ ಎಂದು ಹೇಳಿದ ಗಂಡಸನ್ನು ನೋಡಲು ಪ್ರಯತ್ನಿಸಿದೆ. ನನ್ನ ಕಣ್ಣಿಗೆ ಏನು ಸರಿಯಾಗಿ ಕಾಣುತ್ತಿರಲಿಲ್ಲ. ತಲೆಯ ಮೇಲೆ ಅದೇನೋ ಭಾರವಾದ ವಸ್ತು ಇಟ್ಟ ಅನುಭವ. ಕಣ್ಣೆಲ್ಲಾ ಮಂಜಾಗಿದೆ. ಕಣ್ಣೀರಿನಿಂದ ಕಣ್ಣು ಮಂಜಾಗಿ ಇರಬಹುದು ಅಂದುಕೊಂಡು ಕಣ್ಣೀರನ್ನು ಒರೆಸುತ್ತಾ ನೋಡಲು ಪ್ರಯತ್ನಿಸಿದೆ. ಇಲ್ಲ ನನಗೆ ಏನೂ ಕಾಣುತ್ತಾ ಇಲ್ಲ. ಕಣ್ಣು ಮಂಜಾಗಿದೆ. ತಲೆಯಲ್ಲಿ ಏನೋ ಆದಂತ ಅನುಭವ. ಅವನ ಕೂಗಿ ಕರೆಯಲು, ಗಂಟಲಿನಿಂದ ಮಾತು ಬರದಂತಹ ಅನುಭವ. ಎರಡು ದಿವಸದ ಮುಂಚೆ ಅವನೊಡನೆ ಜಗಳವಾಡಿ 'ನೀನು ಹೋಗಿ ಸಾಯಿ' ಕೋಪದ ಬರದಲ್ಲಿ ಹೇಳಿದ್ದೆ. ನಾನಾಡಿದ ಮಾತು ನೆನಪಾಯಿತು. ನನ್ನ ಬಾಯಿಗೆ, ನನ್ನ ತಲೆಗೆ ಇದ್ದ ಶಕ್ತಿಯನ್ನೆಲ್ಲ ಹಾಕಿ ನನ್ನ ಕೈಯಿಂದಲೇ ಪೆಟ್ಟು ಕೊಟ್ಟೆ. ನನ್ನ ಎರಡು ಕೆನ್ನೆಗೂ ನನ್ನ ಕೈಯಿಂದಲೇ ಹತ್ತಾರು ಬಾರಿ ಬಾರಿಸಿದೆ. ದೇಹಕ್ಕಾಗುವ ನೋವು ಗೊತ್ತಾಗದಿದ್ದರೂ, ಮನಸ್ಸಲ್ಲಾಗುವ ನೋವು ತಾಳಲಾಗುತ್ತಿರಲಿಲ್ಲ.

'ಮರಣ ಹೊಂದಿದ್ದಾರೆ. ಹುಡುಕುತ್ತಿದ್ದಾರೆ' ಜನರು ಹೇಳುವ ಮಾತುಗಳು ನನ್ನಿಂದ ಸಹಿಸಿಕೊಳ್ಳಲಾಗುತ್ತಿಲ್ಲ.

ನಾನು ಯಾಕಾಗಿ ಬದುಕಿದ್ದೇನೆ. ನಾನೂ ಸಾಯಬೇಕು. ನನ್ನ ದೇಹದಲ್ಲಿ ಆಗುವ ನೋವನ್ನು ನನ್ನಿಂದ ನಿಯಂತ್ರಿಸಲು ಸಾಧ್ಯವಾಗುತ್ತಿಲ್ಲ. ನನ್ನ ತಲೆಗೆ ಯಾರೋ, ಕಾದ ಕಬ್ಬಿಣದ ರಾಡ್ ಇಟ್ಟಂತ ಅನುಭವ. ತಲೆಯ ಪ್ರತಿಯೊಂದು ನರವೂ ಬಿಸಿಯಾದಂತಹ ಅನುಭವ. ಕೈಕಾಲುಗಳು ಅಲುಗಾಡುತ್ತಿಲ್ಲ. ನನಗೆ ನಡೆಯಬೇಕು. ನೌಶಾದ್‌ನ ಹುಡುಕಬೇಕು. ಹೆಜ್ಜೆ ಇಡಬೇಕೆಂದು ಅನಿಸಿದರೂ ಕಾಲು ಭೂಮಿಯೊಳಗೆ ಹೋದಂತಹ ಅನುಭವ. ನಾನಾಗಿ ನಡೆದು ಬಂದೆನಾ ಅಥವಾ ಯಾರಾದರೂ ತಂದು ಹಾಕಿದ್ದಾರೋ ನನ್ನ, ಒಂದು ಗೊತ್ತಿಲ್ಲ. ನಾನು ದೊಡ್ಡ ಮಾವನ ಮನೆಯ ಒಂದು ಮೂಲೆಯಲ್ಲಿ ಕೂತಿದ್ದೆ. ಗೊತ್ತಿರುವ ಸಂಬಂಧಿಕರಿಗೆ ಕುಟುಂಬದವರಿಗೆ ಎಲ್ಲರಿಗೂ ವಿಷಯ ತಿಳಿಸುತ್ತಿದ್ದರು.

'ಪೋಜಿ, ಕೋಡಿಕಲ್ಗೆ ಫೋನ್ ಮಾಡಿ ವಿಷಯ ತಿಳಿಸು. ಅವರ ನಂಬರಿಗೆ ಫೋನ್ ಹೋಗುತ್ತಿಲ್ಲ'-ದೊಡ್ಡ ಮಾವನ ಮಗ ಅಶ್ರಫ್ ಹೇಳಿದ.

ಕೋಡಿಕಲ್ ಅದು ಅವರ ಮನೆಯಲ್ಲ. ತುಂಬಾ ವರ್ಷಗಳವರೆಗೆ ಆ ಮನೆಯಲ್ಲಿ ಇದ್ದವರು, ಈಗ ಮನೆಯ ಮಾಲೀಕರು ಜಾಗಕ್ಕಾಗಿ ಕೋರ್ಟ್ ಮೆಟ್ಟಿಲೇರಿದ್ದರಿಂದ, ಮನೆಯನ್ನು ಬಿಟ್ಟು ಕೊಟ್ಟು ಕೃಷ್ಣಾಪುರದಲ್ಲಿ ಬಾಡಿಗೆ

ಮನೆಯಲ್ಲಿದ್ದಾರೆ. ಆದರೆ ನನಗೆ, ಅಲ್ಲಿ ಯಾರ ಫೋನ್ ನಂಬರೂ ತಿಳಿದಿಲ್ಲ. ಯಾರೊಡನೆಯೂ ಫೋನಿಲ್ಲ. ನಾನು ರಿಫಾಯಿ ಕೊಟ್ಟ ಮೊಬೈಲ್ ನಂಬರಿಗೆ ಫೋನ್ ಮಾಡಿ ನೌಶಾದ್ ನೀರಿನಲ್ಲಿ ಮುಳುಗಿರುವ ವಿಷಯ ರಿಫಾಯಿಗೆ ತಿಳಿಸುವಂತೆ ಹೇಳಿದೆ.

ರಿಫಾಯಿ ತಮ್ಮ ನೌಶಾದ್ ಇರುವುದರಿಂದ 'ಅದು ಯಾರು ನೌಷದ್' ಕೇಳಿದ.

'ನನ್ನ ಅಣ್ಣ ನೌಶಾದ್'–ಜೋರಾಗಿ ಅತ್ತು ಫೋನಿಟ್ಟೆ.

'ಏನಾಯ್ತು? ಅವರು ಯಾಕೆ ಈ ಮಧ್ಯಾಹ್ನ ಸ್ನಾನ ಮಾಡಲು ಅಲ್ಲಿಗೆ ಹೋದರು?'

'ದೊಡ್ಡವರು ನೀವು ಹೇಗೆ ಆ ಮಕ್ಕಳನ್ನು ಕಳಿಸಿದ್ದೀರಿ?'

'ಬಷೀರ್ ಇಲ್ಲಿಗೆ ಹೊಸಬ, ಆ ನದಿಗೆ ಹೋಗುವ ಕಾಲುದಾರಿಯೂ ಅವನಿಗೆ ಗೊತ್ತಿರಲಿಕ್ಕಿಲ್ಲ. ಮಕ್ಕಳೊಡನೆ ಅವನನ್ನು ಕಳಿಸಿದ್ದು ಎಷ್ಟು ಸರಿ?'

ಬಂದವರೆಲ್ಲ ದೊಡ್ಡ ಮಾವ ಹಾಗೂ ಅತ್ತೆಯೊಡನೆ ಪ್ರಶ್ನೆಗಳ ಸುರಿಮಳೆಯನ್ನೇ ಸುರಿಸಿದರು.

'ನಾನು ಬರುವವರೆಗೂ ಕಾಯಿರಿ. ಮಧ್ಯಾಹ್ನ ಆಗಿರುವುದರಿಂದ ಹಸುಗಳನ್ನು ಕೊಟ್ಟಿಗೆಗೆ ತಂದು ಕಟ್ಟುತ್ತೇನೆ. ಆದಮೇಲೆ ಹೋಗುವ. ಅವರೊಡನೆ ಹೇಳಿ ನಾನು ಗದ್ದೆಗೆ ಹೋಗಿರುವುದು. ಹಿಂದುರುಗಿ ಬರುವಾಗ ಇಷ್ಟೆಲ್ಲಾ ಆಗಿಹೋಗಿದೆ'–ಅಶ್ರಫ್ ತಲೆಗೆ ಕೈ ಇಡುತ್ತಾ ಹೇಳಿದ.

'ಇಲ್ಲೇ ಕುಳಿತು ಲೂಡೋ ಆಡುತ್ತಿದ್ದರು. ಈಗ ಹೋಗಬೇಡಿ, ಹೋಗಬೇಡಿ ಎಷ್ಟು ಹೇಳಿದರೂ, ನಮ್ಮ ಮಾತು ಕೇಳದೆ ಅವರು ಹೋದರು'– ದೊಡ್ಡತ್ತೆ ಅಳುತ್ತಾ ಹೇಳಿದರು.

ತುಂಬು ಗರ್ಭಿಣಿ ಕೈರು ರೂಮೊಳಗೆ ಕುಳಿತು ಅಳುತ್ತಾ ಇದ್ದಳು. ನಾನು ತಾಯಿಯನ್ನು ಹುಡುಕಿದೆ. ಅಲ್ಲೆಲ್ಲೂ ಕಾಣಲಿಲ್ಲ.

'ನನ್ನ ತಾಯಿ ಎಲ್ಲಿ?'–ಕೇಳಿದೆ.

'ಮಾಮಿ, ಕೆಳಗೆ ಮನೆಗೆ ಹೋದರು.' ದೊಡ್ಡ ಮಾವನ ಕೊನೆಯ ಮಗಳು ಮುನೀರಾ ಹೇಳಿದಳು. ನಾವಿಬ್ಬರು ಒಟ್ಟಿಗೆ ಓದುತ್ತಿರುವವರು. ನಾನು ದೊಡ್ಡ ಮನೆಗೆ ಹೋಗಲು ಒಂದೆರಡು ಹೆಜ್ಜೆ ಹಾಕಿ ನಡೆಯಲು ಪ್ರಯತ್ನಿಸಿದೆ. ನನ್ನಿಂದಾಗಲ್ಲ ಎಂದು ಗೊತ್ತಾದ ಮೇಲೆ ಅಲ್ಲೇ ಕುಳಿತೆ. ಕಣ್ಣೀರು ಯಾರ ಕಣ್ಣಿನಲ್ಲೂ ನಿಂತಿರಲಿಲ್ಲ.

ಸಂಜೆಯಾಗುತ್ತಿದ್ದಂತೆ ಜನರು ತುಂಬಿ ಹೋದರು. ರಕ್ತ ಸಂಬಂಧಿಗಳು, ಸ್ನೇಹಿತರು, ಕುಟುಂಬದವರು, ಬಶೀರ್ ಭಾವನ ಆತ್ಮೀಯ ಸ್ನೇಹಿತರು, ಎಲ್ಲರೂ ಬಂದು ಗೋಗರೆಯುತ್ತಿದ್ದರು. ನನ್ನ ನಡುಗುವ ಕೈಕಾಲುಗಳು

ನಿಂತಾಗ, ನಿಧಾನಕ್ಕೆ ಎದ್ದು ಮನೆಯ ಹೊರಗಡೆ ಬಂದೆ. ಎಲ್ಲಾ ಕಡೆಯಲ್ಲೂ ಜನಸಾಗರ ತುಂಬಿಹೋಗಿತ್ತು.

'ಇಬ್ಬರು ಬಾರದ ಲೋಕಕ್ಕೆ ತಲುಪಿಯಾಗಿದೆ. ಇನ್ನು ಎಂದೂ ನೌಶಾದ್ ನಮ್ಮೊಡನೆ ಇಲ್ಲ' ಕಿಕ್ಕಿರಿದ ಜನಗಳ ಕಂಡು ನನಗೆ ಅರ್ಥವಾಗಿತ್ತು.

'ಮತ್ತೊಂದು ಜೀವ, ಈ ಹುಡುಗಿಯ ಅಣ್ಣನಂತೆ'–ಯಾರೋ ನನ್ನ ನೋಡಿ ಹೇಳಿದರು.

ಜೋರಾಗಿ ಕಿರುಚಿ, ಅತ್ತು ದೊಡ್ಮನೆಗೆ ಹೋಗಲು ಕೆಳಗಿಳಿದೆ. ಕಾಲುಗಳಲ್ಲಿ ಬಲ ಸಾಕಾಗದೆ ಇಳಿಜಾರಿನಂತಿರುವ ಮೆಟ್ಟಿಲುಗಳಿಂದ ಜಾರಿ ಬಿದ್ದೆ. ಮಂಜಾಗಿರುವ ಕಣ್ಣಿನ ಮುಂದೆ, ದಾರಿ ಯಾವುದೆಂದು ಕಾಣಲಿಲ್ಲ.

'ಅವಳನ್ನು ಹಿಡಿದು ಕೆಳಗಿನ ಮನೆಗೆ ಬಿಡಿ'–ಯಾರೋ ಹೇಳಿದ್ದನ್ನು ಕೇಳಿ, ಮತ್ಯಾರೋ ಬಂದು ನನ್ನ ಕೈಯನ್ನು ಬಲವಾಗಿ ಹಿಡಿದು ಆ ಕಲ್ಲುಗಳ ಮಧ್ಯೆ ನನ್ನ ನಡೆಸಿದರು.

'ನನ್ನಮ್ಮನನ್ನು ನನಗೆ ತೋರಿಸಿ'–ಕೈಹಿಡಿದವರೊಡನೆ ಹೇಳಿದೆ. ರೂಮಿನೊಳಗೆ ಕುಳಿತು ಅಳುತ್ತಿದ್ದ ನನ್ನ ತಾಯಿಯ ಬಳಿ ನನ್ನ ಕುಳ್ಳಿರಿಸಿದರು.

'ಅಮ್ಮ... ನೌಚು... ಉಮ್ಮ. ನಮ್ಮ ನೌಚು.' ಜೋರಾಗಿ ಕೂಗಿದೆ.

'ಯಾವಾಗಲೂ ಅವನ ಜೊತೆ ಜಗಳವಾಡುತ್ತಾ ಇರುತ್ತೀಯಲ್ವಾ? ಈಗ ಸಮಾಧಾನ ಆಯ್ತಾ ನಿನಗೆ'–ಅಮ್ಮನ ಮಾತು ನನ್ನ ಇಡೀ ಶರೀರವನ್ನು ತುಂಡು ತುಂಡು ಮಾಡಿ ಹಾಕಿದಂತಾಯಿತು.

'ನನ್ನ ಕ್ಷಮಿಸಿಬಿಡು ಅಮ್ಮ.' ನನ್ನ ತಲೆಗೆ ಜೋರಾಗಿ ಬಡಿಯತೊಡಗಿದೆ. ಆದರೆ ನನಗೆ ಯಾವೊಂದು ಅನುಭವವು ಆಗಿಲ್ಲ. ನನ್ನ ತಲೆಗೆ ನಾನು ಹೊಡೆಯುತ್ತಿದ್ದೇನೆ ಅನ್ನೋದು ನನಗೆ ಗೊತ್ತಾಗದೆ ಹೋದಾಗ, ತಲೆಯನ್ನು ಗೋಡೆಗೆ ಹೊಡೆದೆ. ನೋವು ಆಗುತ್ತಿಲ್ಲ ಎಂದು ಗೊತ್ತಾದಾಗ ಮತ್ತಷ್ಟು ಜೋರಾಗಿ ಗೋಡೆಗೆ ತಲೆ ಬಡಿದೆ. ಅಷ್ಟರಲ್ಲಿ ಯಾರೋ ನನ್ನ ತಲೆ ಹಿಡಿದು ತಬ್ಬಿಕೊಂಡರು.

ರಾತ್ರಿಯಾಗಿತ್ತು. ಕತ್ತಲು ತುಂಬಿದ ಕಣ್ಣಿಗೆ, ಬೆಳಕು ಗೋಚರಿಸಿದಂತೆ ಒಮ್ಮೆಲೆ ಎದ್ದು ಕುಳಿತೆ. ನಾನು ಮರದ ಮಂಚದ ಮೇಲೆ ಮಲಗಿದ್ದೆ. ಸುತ್ತಲೂ ಜನರು ಕೂತಿದ್ದಾರೆ.

'ಪೌಜಿ ಎದ್ದಳು. ಸ್ವಲ್ಪ ನೀರು ಕೊಡಿ ಅವಳಿಗೆ'–ಯಾವುದೋ ಒಂದು ಹೆಂಗಸಿನ ಶಬ್ದ.

'ಅಂದರೆ ನಾನು ನಿದ್ದೆ ಮಾಡಿದೆನಾ?'–ಸುತ್ತಲೂ ನೋಡಿದೆ.

ತಾಯಿಯ ಜೊತೆ ಕುಳಿತ ನಾನು, ಹೇಗೆ ಮಂಚದ ಮೇಲೆ ಬಂದೆ. ಒಂದೂ ಗೊತ್ತಾಗಲಿಲ್ಲ. ಕೋಡಿಕಲ್ ಮನೆಯವರೆಲ್ಲ ನನ್ನ ಸುತ್ತ ಕುಳಿತಿದ್ದರು.

'ನೌಚು ಎಲ್ಲಿ? ನೌಚು...' ತಲೆಯ ಕೂದಲನ್ನು ಗಟ್ಟಿಯಾಗಿ ಹಿಡಿದು ಅತ್ತೆ.

'ಮಯ್ಯತ್ ಇನ್ನೂ ಸಿಗಲಿಲ್ಲ. ಸ್ವಲ್ಪ ಹೊತ್ತು ಹುಡುಕಿ, ಸಿಗದಿದ್ದರೆ ಇನ್ನೂ ನಾಳೆ ಬೆಳಗ್ಗೆ ಹುಡುಕುವುದು'–ಹೊರಗೆ ಮಾತನಾಡುವುದು ಕೇಳುತ್ತಿತ್ತು.

'ಮೊದಲು ಸುಳಿಗೆ ಸಿಕ್ಕಿದ್ದು ಬಶೀರ್ ಭಾವ. ಅವರನ್ನು ಕಾಪಾಡಲು ನೌಶಾದ್ 'ಬನ್ನಿ ಭಾವನ ಕಾಪಾಡುವಂತ' ನಮ್ಮನ್ನು ಕರೆದ'–ಮೊಮ್ಮದ್ ಹೇಳಿದ ಮಾತುಗಳು ನನ್ನ ಕಿವಿಯಲ್ಲಿ ಇನ್ನು ಗುನುಗುತ್ತಿದ್ದವು.

'ಛೆ...! ನಾನು ಯಾಕೆ ಅಲ್ಲಿ ಇಲ್ಲವಾದೆ? ಬಟ್ಟೆ ಕಟ್ಟಿ ಭಾವನ ಕಡೆ ಬೀಸಬಹುದಿತ್ತು. ನೌಶಾದ್ ಕೈಹಿಡಿದು ನನಗೆ ಎಳೆಯಬಹುದಿತ್ತು'–ಅದೇನೋ ಹುಚ್ಚು ಹುಚ್ಚು ಯೋಚನೆಗಳು ತಲೆಗೆ ಬಂದು ಹೋದವು.

ಸಿಡಿಯುತ್ತಿರುವ ಬಿಸಿಯಾಗಿದ್ದ ತಲೆಯನ್ನು ಹಿಡಿದು ಸುಮಾರು ಹೊತ್ತು ಹಾಗೇನೆ ಕುಳಿತೆ. ಬಶೀರ್ ಭಾವ ಮುಳುಗುತ್ತಿರುವಾಗ ನೌಶಾದ್ ಓಡಿಹೋದ. ಇಬ್ಬರೂ ಈಜಿ ಕಷ್ಟಪಟ್ಟು ಮೇಲೆ ಬರಲು ಪ್ರಯತ್ನಿಸುತ್ತಿದ್ದಾಗ ಅಲ್ಲೇ ಮೀನು ಹಿಡಿಯುವವರು ಅವರನ್ನು ನೋಡಿ ಇಬ್ಬರನ್ನು ಕಾಪಾಡಿದರು. ಇಬ್ಬರಿಗೂ ಪ್ರಜ್ಞೆ ಇಲ್ಲ. ಹೊಟ್ಟೆಯೊಳಗಿದ್ದ ನೀರನ್ನು ಹೊರಕ್ಕೆ ತೆಗೆದರು. ಇಬ್ಬರು ಕೆಮ್ಮುತ್ತಿದ್ದಾರೆ. ಅವರು ಕೆಮ್ಮುವಾಗಲೇ ನಾನು ಬೆಚ್ಚಿಬಿದ್ದೆ. ನಾನು ಕಂಡದ್ದು ಕನಸು. ಅವರನ್ನು ಯಾರೂ ಕಾಪಾಡಲಿಲ್ಲ. 'ಕನಸು ತಾನೆ! ಹಾಗಾದರೆ ಅವರು ನೀರಿಗೆ ಬಿದ್ದಿರುವುದು ಕನಸು ಯಾಕೆ ಆಗಿರಬಾರದು.' ಕಣ್ಣುಬಿಟ್ಟು ಸುತ್ತಮುತ್ತಲೂ ನೋಡಿದೆ. ನೀರಲ್ಲಿ ಮುಳುಗಿರುವುದು ಸುಳ್ಳಲ್ಲ. ಅವರು ಮರಣಹೊಂದಿದ್ದಾರೆ. ಅದಕ್ಕಾಗಿ ಇಷ್ಟೊಂದು ಜನ ಸೇರಿದ್ದಾರೆ. ಒಂದು ಕ್ಷಣದಲ್ಲಿ ಬಿದ್ದ ಕನಸಿನಿಂದ ಹೊರಬಂದೆ. ನೌಶಾದ್ ಇಲ್ಲ ಅನ್ನೋದು ಸತ್ಯ. ಕೂಗಿದೆ ಕೂಗಿದೆ. ನಾನು ಸತ್ತರೂ ಪರವಾಗಿಲ್ಲ. ಅವನು ಜೀವಂತವಾಗಿರಲಿ ಎಂದು ಅಳುತ್ತಾ ಬೇಡಿಕೊಂಡೆ.

***

ಮರುದಿನ ಬೆಳಗ್ಗೆಯವರೆಗೂ ಯಾವುದೇ ಸುಳಿವು ಇರಲಿಲ್ಲ. 'ನೌಶಾದ್ ಬಾಡಿ ಸಿಕ್ಕಿದೆಯಂತೆ, ಪೋಸ್ಟ್ ಮಾರ್ಟಂ ಮಾಡಲು ಹೊಳೆಯಲ್ಲಿ ವ್ಯವಸ್ಥೆ ಮಾಡಿರುವುದರಿಂದ ಅಲ್ಲೇ ಪೋಸ್ಟ್ ಮಾರ್ಟಂ ಮಾಡಲು ಇಡಲಾಗಿದೆ. ಅದಾದ ನಂತರ ಪೋಲಿಸ್‌ನವರು ಬಾಡಿ ಬಿಟ್ಟುಕೊಡುತ್ತೇವೆಂದು ಹೇಳಿದ್ದಾರೆ'–ಯಾರೋ ಬಂದು ವಿಷಯ ತಲುಪಿಸಿದರು.

ಮಯ್ಯತ್ ಸ್ನಾನ ಮಾಡಿಸಲು ದೊಡ್ಡಮನೆಯ ಹಿಂದುಗಡೆ ಸಕಲ ಸಿದ್ಧತೆ ಮಾಡಲಾಗಿತ್ತು.

'ಕಾಲೇಜ್ ಕಲಿತು ನನ್ನನ್ನು ಚೆನ್ನಾಗಿ ನೋಡಿಕೊಳ್ಳುತ್ತೇನೆ ಎಂದು ಹೇಳಿದ್ದ. ಉಮ್ಮಾ ದುಡ್ಡು ಇದ್ದರೆ ಒಂದು ಸಣ್ಣ ಮೊಬೈಲ್ ತೆಗೆದುಕೊಡು ಎಂದು ಯಾವಾಗಲೂ ಕೇಳುತ್ತಾ ಇದ್ದ. ನನ್ನ ಮಗನ ಆಸೆಯನ್ನು ನನಗೆ ತೀರಿಸಲು ಆಗಲಿಲ್ಲ. ಬೀಡಿಯ ಬೋನಸ್ ಸಿಕ್ಕರೆ ತೆಗೆದು ಕೊಡುತ್ತೇನೆಂದು ಹೇಳಿದ್ದೆ. ಎಲ್ಲವನ್ನು ಬಿಟ್ಟುಹೋದ ನನ್ನ ಮಗ'- ಅಮ್ಮನ ಗೋಳು ಗಟ್ಟಿ ಮನಸ್ಸು ಮಾಡಿ ಕುಳಿತವರನ್ನು ಅಳುವಂತೆ ಮಾಡಿತು.

ನೌಶಾದಿಗೆ ವಿದಾಯ ಹೇಳಲು ಅವನು ಕಲಿಯುತ್ತಿದ್ದ ಅಲೋಶಿಯಸ್ ಕಾಲೇಜಿನ ಇಡೀ ವಿದ್ಯಾರ್ಥಿ ಬಳಗ ಬಂದು ಸೇರಿತ್ತು.

'ನೌಶಾದ್ ಬೋಡಿ ಸಿಕ್ಕಿದ ಸ್ಥಳದಲ್ಲಿ ಬಶೀರನ ಶರೀರಕ್ಕಾಗಿ ಹುಡುಕಾಡಲು ಪ್ರಾರಂಭಿಸಿದ್ದಾರೆ.'

'ಮತ್ತೊಬ್ಬನ ಮನೆ ಕಣ್ಣೂರಂತೆ, ಆ ಪ್ರದೇಶದ ಇಡೀ ಜನಸಮುದಾಯವೇ ಹೊಳೆಯ ಬದಿಯಲ್ಲಿ ಸೇರಿದ್ದು ಒಂದು ಸಾಸಿವೆಕಾಳು ಹಾಕಲು ಜಾಗವಿಲ್ಲದಂತಾಗಿದೆ.'

'ಬಶೀರನ ಒಬ್ಬ ಪ್ರಾಣ ಸ್ನೇಹಿತ ಅಂತೆ. ನೀರಲ್ಲಿ ಮುಳುಗಲು ಹೊರಟಿದ್ದಾನೆ, ನಿನ್ನೆಯಿಂದ ಅಲ್ಲೇ ಇದ್ದಾನೆ.'

'ಒಂದು ಕಡೆ ಅವನ ಹೆಂಡತಿ ತುಂಬು ಗರ್ಭಿಣಿ. ಯಾ ಅಲ್ಲಾ... ಬೇರೆ ಏನು ಅನಾಹುತ ಆಗದಿದ್ದರೆ ಸಾಕು.'

ವಿಷಯ ಕಾಳ್ಗಿಚ್ಚಿನಂತೆ ಒಬ್ಬರಿಂದ ಒಬ್ಬರಿಗೆ ಹರಡುತ್ತಿತ್ತು.

'ಲಾ ಹಿ ಲಾಹಾ ಇಲ್ಲಲ್ಲಾಹ್... ಲಾ ಹಿ ಲಾಹಾ ಇಲ್ಲಲ್ಲಾಹ್...' ಆಕಾಶದ ಎತ್ತರಕ್ಕೂ ಕೇಳುವಷ್ಟು ಜೋರಾಗಿ ಮಂತ್ರದ ಧ್ವನಿಯಲ್ಲಿ ಶರೀರವನ್ನು ದೊಡ್ಡಮನೆಗೆ ಕರೆತರಲಾಯಿತು.

'ನನ್ನ ಮಗನಿಗಾಗಿ, ಹಸನ್ ತೆಗೆದುಕೊಟ್ಟ ಗೊಡ್ರೆಜ್. ಅವನಿಗಾಗಿ ಹಸನ್ ಏನೆಲ್ಲಾ ಮಾಡಿದ. ನಮ್ಮನ್ನೆಲ್ಲಾ ಸಾಕುವುದರ ಜೊತೆ, ಅವನನ್ನು ಕಾಲೇಜಿಗೂ ಸೇರಿಸಿದ. ನನ್ನ ಮಗನಿಗೆ ಒಂದೊಳ್ಳೆ ಕೆಲಸ ಸಿಗಲಿ ಎಂದು ಸಾವಿರಾರು ರೂಪಾಯಿ ಕೊಟ್ಟು ಕಾಲೇಜಿಗೆ ಸೇರಿಸಿದ. ಆದರೆ ನನ್ ಮಗ ಇದೆಲ್ಲವನ್ನು ಬಿಟ್ಟು ಹೋದನಲ್ಲ. ನನ್ನ ಸಾಕುತ್ತೇನೆಂದು ನಡುದಾರಿಯಲ್ಲಿ ಕೈಬಿಟ್ಟು ಹೋದೆಯಲ್ಲ ನೌಚು...' ಅವನಿಗೆ ತೆಗೆದುಕೊಟ್ಟ ಹೊಸ ಗೊಡ್ರೆಜ್ ಸಮೀಪ ತಲೆಯಿಟ್ಟು ತಾಯಿ ರೋದಿಸುತ್ತಿದ್ದರು.

ಲಂಡನ್ ಫ್ಲಾಗ್ ಡಿಸೈನ್ ಇರುವ ಅವನ ಟವೆಲ್ ಒಂದನ್ನು ಕೈಯಲ್ಲಿ ಹಿಡಿದು ನಾನು ಅಳುತ್ತಿದ್ದೇನೆ. ಆದರೆ ನನ್ನ ತಲೆ ಏನಾಗುತ್ತಿದೆ ಎಂಬುದು ನನಗೆ ಅರಿವಾಗುತ್ತಿರಲಿಲ್ಲ.

'ಮತ್ತೊಂದು ಬಾಡಿ ಸಿಕ್ಕಿದೆಯಂತೆ, ನಿನ್ನೆ ಮಧ್ಯಾಹ್ನದಿಂದ ಕಷ್ಟಪಟ್ಟು ಹುಡುಕುತ್ತಿದ್ದವರಿಗೆ ಕೊನೆಗೂ ಸಿಕ್ಕಿತು.'

'ಮಯ್ಯತ್ ಸ್ನಾನ ಮಾಡಿಸಿ, ಅವರು ಊರಿಗೆ ತೆಗೆದುಕೊಂಡು ಹೋಗುತ್ತಾರಂತೆ.'

'ಮದುವೆಯಾಗಿ ಒಂದು ವರ್ಷ ಪೂರ್ತಿಯಾಗಿಲ್ಲ. ಅವನ ಹೆಂಡತಿ ಯಾವತ್ತೂ ತವರುಮನೆಗೆ ಹೋಗಬೇಕೆಂದು ಹೇಳಲೇ ಇಲ್ಲ ಅಂತೆ. ಅವನ ಆಯಸ್ಸು ಮುಗಿದಿತ್ತು. ಅದಕ್ಕೆ ಅವರು ಈ ಕಡೆ ಬಂದಿರಬಹುದು.'

'ಅವನು ಈ ಕಡೆ ಬಂದರೆ ಯಾವಾಗಲೂ ನೌಶಾದ್ ಜೊತೆ ಕಾಲ ಕಳೆಯುತ್ತ ಇರುತ್ತಾನಂತೆ, ಆ ಹುಡುಗ ಇವಿನಿಂಗ್ ಕಾಲೇಜ್ ಹೋಗುವುದು ಹಾಗೆ.'

ಪರಿಚಯವಿಲ್ಲದ ಅದೆಷ್ಟೋ ಮಂದಿಗೆ ಒಂದೊಂದು ರೀತಿಯಾಗಿ ಜನರು ವಿವರಿಸುತ್ತಿದ್ದರು. ಎಲ್ಲಾ ಕಾರ್ಯಗಳನ್ನು ಮುಗಿಸಿ, ಅವನನ್ನು ಹಾಲ್‌ನಲ್ಲಿ ತಂದು ಮಲಗಿಸಿದ್ದಾರೆ.

'ಮಯ್ಯತ್ ಮುಖ ನೋಡಲು ಸಾಲಾಗಿ ಬನ್ನಿ'–ಕೂಗಿ ಹೇಳಿದರು.

ನಿನ್ನೆವರೆಗೂ ನೌಶಾದ್, ನೌಚು ಎಂದು ಕೂಗಿ ಕರೆಯುತ್ತಿದ್ದರು. ಇಂದು ಮಯ್ಯತ್ ಎಂದು ಕೂಗಿ ಕರೆಯುತ್ತಿದ್ದಾರೆ. ಮನುಷ್ಯನ ಜೀವಕ್ಕಿರುವ ಬೆಲೆಯೇ ಅಷ್ಟಾ? ಉಸಿರೊಂದು ನಿಂತುಹೋದರೆ ಎಲ್ಲವೂ ಹೋದಂತೆ. ಬದುಕಿರುವವರು ಸಾಯುವವರೆಗೂ, ಸತ್ತವರ ನೆನಪನ್ನು ಸಾಯಿಸಲಾಗದು. ಅದು ಎಂದೆಂದೂ ಅಮರ. ಮರಣ ಎಲ್ಲರ ಜೀವನದಲ್ಲಿಯೂ ನೆರಳಾಗಿ ನಿಂತಿದೆ. ಆದರೆ ಯುವಕರಿಬ್ಬರ ಮರಣವನ್ನು ಅರಗಿಸಿಕೊಳ್ಳಲು ಯಾರಿಂದ ಸಾಧ್ಯ. ಕೊನೆಯ ಬಾರಿ ಅವನ ಮುಖ ನೋಡುವ ಅವಕಾಶ.

ಮಲಗಿರುವ ಅವನ ಪಕ್ಕದಲ್ಲಿಯೇ ಹಸನಾಕ ಹಾಗೂ ಮಯ್ಯದ್ದಿಯಾಕ, ಎರಡು ಮಾವಂದಿರು ಕೂತಿದ್ದಾರೆ. ಇಬ್ಬರಿಗೂ ಅವನು ಎರಡು ಕಣ್ಣುಗಳಾಗಿದ್ದ. ದುಃಖದ ಮಡುವಿನಲ್ಲಿಯೂ, ಅವನಿಗಾಗಿ ಕುರಾನ್ ಪಾರಾಯಣ ಮಾಡುತ್ತಿದ್ದರು. ಚಿರನಿದ್ರೆಗೆ ಜಾರಿದ ಅವನ ಮುಖ ಕಂಡು ಸಹಿಸಲಾಗದೆ, ಮನೆಯಿಂದ ಹೊರ ಬಂದು ಕುಳಿತೆ.

'ಶಿ ಈಸ್ ದ ಫಸ್ಟ್ ಸಿಸ್ಟರ್ ಆಫ್ ಹಿಮ್.'

'ಅದರ್ ಟು ಸಿಸ್ಟರ್ಸ್ ಮೇಬಿ ಇನ್ಸೈಡ್'–ನನ್ನ ನೋಡಿ ಅವನ ಕಾಲೇಜಿನ ಸ್ನೇಹಿತರು ಹೇಳಿದರು.

'ಇನ್ನೊಬ್ಬನ ಹೃದಯ ಒಡೆದು ಹೋಗಿದೆಯಂತೆ, ಈಜಿ ಮೇಲೆ ಬರಲು ತುಂಬಾ ಪ್ರಯತ್ನಪಟ್ಟಿದ್ದಾನಂತೆ, ಪೋಸ್ಟ್ ಮಾರ್ಟಂ ಮಾಡಿದ ಡಾಕ್ಟರ್ ಹೇಳಿದರು'–ಯಾರೋ ನನ್ನ ಹಿಂಬದಿಯಿಂದ ಹೇಳುತ್ತಿದ್ದರು.

'ಹೌದು ಬಾವನಿಗೆ ಚೆನ್ನಾಗಿ ಈಜಲು ಗೊತ್ತಿದೆ. ಆದರೆ ಏನು ಪ್ರಯೋಜನ? ಎಲ್ಲವೂ ಕೈಬಿಟ್ಟು ಹೋಗಿದೆ'–ನನ್ನೊಡನೆ ಹೇಳಿಕೊಂಡೆ.

ಸ್ವಲ್ಪ ಹೊತ್ತಿನ ನಂತರ ಮಯ್ಯತ್ ಕಟೀಲಿನಲ್ಲಿ ಮಲಗಿಸಿ, ಮಂತ್ರ ಮೊಳಗಿಸುತ್ತಾ ಹೆಗಲಮೇಲೆ ಇಟ್ಟುಕೊಂಡು ಹೋದಾಗ, ಆ ಕ್ಷಣದಲ್ಲಿ ಕರುಳು ಕಿತ್ತು ಬಂದಂತಾಯಿತು. ಹಲವಾರು ಮಂದಿ ಅವರ ಹಿಂದೆ ನಡೆದರು. ಕೊಟ್ಟಿಗೆಯಲ್ಲಿ ಕುಳಿತ ನನ್ನನ್ನು ಯಾರೋ ಬಂದು ಮನೆಯೊಳಗೆ ಕರೆದುಕೊಂಡು ಹೋದರು. ಅವನ ಕಫನ್ ಬಟ್ಟೆಗೆ ಸಿಂಪಡಿಸಿದ ಸುಗಂಧ ದ್ರವ್ಯಗಳ ಪರಿಮಳ ಮನೆ ತುಂಬಾ ಹರಡಿತ್ತು. ಅವನ ಮಲಗಿಸಿದ್ದ ಮರದ ಖಾಲಿ ಬೆಂಚಿಯ ನೋಡಿ ಬಿಕ್ಕಿಬಿಕ್ಕಿ ಅತ್ತುಬಿಟ್ಟೆ.

***

ಒಂದು ವಾರದ ನಂತರ ನಾವೆಲ್ಲರೂ ಶಾಲಾ–ಕಾಲೇಜಿಗೆ ಹೋದೆವು. ನನ್ನ ಆತ್ಮೀಯ ಗೆಳತಿ ವಿದ್ಯಾ ನನ್ನ ನೋವನ್ನು ಮರೆಸಲು ಕೆಲವೊಂದು ಜೋಕುಗಳನ್ನು ಹೇಳಿದಳು. ನಾನು ಅವಳೊಡನೆ ಹೆಚ್ಚಾಗಿ ಮಾತನಾಡಿಲ್ಲ. ನೌಶಾದ್ ಪಿಯುಸಿಯಲ್ಲಿದ್ದಾಗ, ಓಡಾಡುತ್ತಿದ್ದ ಜಾಗಗಳನ್ನೆಲ್ಲ ಬ್ರೇಕ್ ಸಮಯದಲ್ಲಿ ನೋಡಿದೆ. ತಲೆ ತುಂಬಾ ಭಾರವೆನಿಸಿತು. ಸ್ವಲ್ಪ ಹೊತ್ತಿನ ನಂತರ ಕಣ್ಣು ತೆರೆದ ನಾನು ತರಗತಿಯ ಒಂದು ಕೋಣೆಯ ಬೆಂಚಿ ಮೇಲೆ ಮಲಗಿದ್ದೆ. ನನ್ನ ಎದುರಿನಲ್ಲಿ ಪಿ.ಎಸ್. ರಾವ್ ಡಾಕ್ಟರ್ ಕುಳಿತಿದ್ದರು.

ಪಿ.ಎಸ್. ರಾವ್ ಡಾಕ್ಟರ್ ಸರಕಾರಿ ಸಂಯುಕ್ತ ಪದವಿ ಪೂರ್ವ ಕಾಲೇಜು ಹಾಗು ಗುರುಪುರದ ಹಿರಿಯ ಪ್ರಾಥಮಿಕ ಶಾಲೆಯ ಮಕ್ಕಳಿಗೆ ಏನಾದರೂ ಆದರೆ, ಕ್ಲಿನಿಕ್‌ನಲ್ಲಿರುವ ಪೇಶೆಂಟ್‌ಗಳನ್ನೆಲ್ಲ ಬಿಟ್ಟು, ಓಡಿ ಹೋಗಿ ವಿದ್ಯಾರ್ಥಿಗಳಿಗೆ ಉಚಿತವಾಗಿ ಚಿಕಿತ್ಸೆ ಕೊಡುವ ಎಲ್ಲರ ಚಿರಪರಿಚಿತ ಡಾಕ್ಟರ್.

'ಡಾಕ್ಟರ್, ಅವಳ ಅಣ್ಣ ತೀರಿಹೋಗಿ ಸ್ವಲ್ಪ ದಿನಗಳಾಯಿತು. ಆನಂತರ ಇವಳು ಇದೇ ರೀತಿ ತಲೆತಿರುಗಿ ಬೀಳುತ್ತಿದ್ದಳು ಎಂದು ಇವರೆಲ್ಲಾ ತಿಳಿಸಿದರು'– ನನ್ನ ಸೋಶಿಯಾಲಜಿ ಲೆಕ್ಚರರ್ ಅನುಸೂಯ ಮಿಸ್ ತಿಳಿಸಿದರು.

ಮಿಸ್ ಮಾತಿಗೆ, ನನ್ನ ಸುತ್ತಲೂ ನಿಂತಿರುವವರನ್ನು ನೋಡಿದೆ. ವಿದ್ಯಾಳ ಜೊತೆಯಲ್ಲಿ, ಅಂದು ನನ್ನ ಕುಟುಂಬದಲ್ಲಿ ಕಲಿಯುತ್ತಿದ್ದವರೆಲ್ಲಾ ನನ್ನ ಬಳಿ ನಿಂತಿದ್ದರು. ನನ್ನ ಕಣ್ಣಲ್ಲಿ ನೀರು ಹರಿಯುತ್ತಿತ್ತು.

'ಏನಾಯ್ತು?' ಡಾಕ್ಟರ್ ನನ್ನ ಕಣ್ಣಿನ ಕೆಳಭಾಗ ಹಿಡಿದು ಕೇಳಿದರು. ನಾನು ಜೋರಾಗಿ ಅತ್ತೆ.

'ನದಿಯಲ್ಲಿ ಮುಳುಗಿ ಇಬ್ಬರು ಯುವಕರ ದುರ್ಮರಣ' ಫೋಟೋ ಸಹಿತ ಅಂದು ಎಲ್ಲಾ ಪೇಪರ್‌ನಲ್ಲಿಯೂ ಬಂದಿದ್ದರಿಂದ, ಡಾಕ್ಟರ್‌ಗೆ ಯಾರೆಂಬುದು ಗೊತ್ತಾಗಿತ್ತು.

'ಅವಳು ಅಳುವಷ್ಟು ಅತ್ತು ಬಿಡಲಿ, ಯಾರು ಏನೂ ಕೇಳೋಕೆ, ಹೇಳೋಕೆ ಹೋಗಬೇಡಿ. ಸರಿಯಾಗುತ್ತಾಳೆ'–ಹೇಳಿ ಹೋದರು.

ಮತ್ತೆ ಹಲವು ಬಾರಿ ಬಿದ್ದ ನಂತರ ತಾಯಿ ನನ್ನನ್ನು ಒಂಟಿಯಾಗಿರಲು ಬಿಡುತ್ತಿರಲಿಲ್ಲ. ಒಂದು ಸಣ್ಣ ಕೆಲಸನೂ ನನ್ನೊಡನೆ ಮಾಡಲು ಹೇಳಲಿಲ್ಲ. ಜನರು ಹೇಳಿದ ಕಡೆ ನನಗಾಗಿ ಹರಕೆ ಇಟ್ಟರು.

***

ನೌಶಾದ್ ಮರಣದ ನಂತರ ನಾನು ರಿಫಾಯಿಗೆ ಫೋನ್ ಮಾಡಲಿಲ್ಲ. ಅವನು ಫೋನ್ ಮಾಡಿದ್ದಾನೋ ಇಲ್ಲವೋ ಎಂಬುದು ನನಗೆ ಗೊತ್ತಿಲ್ಲ. ಆದರೆ ಒಂದು ವಿಷಯವಂತೂ ನನಗೆ ತಿಳಿದಿತ್ತು. ನನಗೆ ಫೋನು ಮಾಡುತ್ತಿದ್ದ ಎಂಬ ವಿಷಯ ಅವನ ಕುಟುಂಬದ ಜೊತೆಗೆ ಕೋಡಿಕಲ್ ಎಲ್ಲರಿಗೂ ತಿಳಿದಿದೆ ಅನ್ನುವ ಸತ್ಯ. ಯಾಕೆಂದರೆ ಅಂದು ಮರಣದ ವಾರ್ತೆಯನ್ನು ಎಲ್ಲರಿಗೂ ತಿಳಿಸಿದ್ದು ರಿಫಾಯಿ. ಮೊದಲೇ ಅವನ ತಾಯಿಗೆ ಇಷ್ಟವಿಲ್ಲದವಳು ನಾನು. ಇನ್ನು ಅಲ್ಲಿ ಏನೆಲ್ಲಾ ಅವಾಂತರ ಆಗಿದೆಯೋ, ನನಗೆ ಗೊತ್ತಿಲ್ಲದ ಕಾರಣ ನಾನು ಸುಮ್ಮನಿದ್ದೆ. ಎಲ್ಲಕ್ಕಿಂತ ಹೆಚ್ಚು ನೌಶಾದ್ ಮರಣ ನನ್ನ ಮೌನಿಯಾಗಿಸಿತು.

ಸುಮನ ಮಿಸ್, ಕನ್ನಡ ಕ್ಲಾಸ್, ಜಾಗತಿಕ ತಾಪಮಾನದ ಬಗ್ಗೆ ಕನ್ನಡದಲ್ಲಿ ಪ್ರಬಂಧ ಬರೆಯಲು ತಿಳಿಸಿದರು. ಏನೆಂದು ಬರೆಯಬೇಕೆಂದು ತಿಳಿಯದಿದ್ದರೂ, ಯಾರು ತಲೆ ಎತ್ತಿ ನೋಡೋ ಧೈರ್ಯ ಮಾಡದೆ ಎಲ್ಲರೂ ತಲೆಬಗ್ಗಿಸಿ ಪೆನ್ನು ಹಿಡಿದು ಅದೇನೋ ಗೀಚುತ್ತಿದ್ದಾರೆ. ನಾನು ತರಗತಿ ಗೋಡೆಯ ಒಂದು ಮೂಲೆಯನ್ನು ನೋಡುತ್ತಾ, ರಿಫಾಯಿಯ ಮಾತು, ಅವನ ನಗು, ಅವನ ಕಣ್ಸನ್ನೆ ಎಲ್ಲವನ್ನೂ ನೆನಪಿಸುತ್ತಾ ತುಟಿಯಲ್ಲೊಂದು ನಗೆ ಬೀರಿದೆ.

'ಫೌಝಿಯಾ ಯಾವ ಲೋಕದಲ್ಲಿ ಇದ್ದೀಯಾ?'–ಸುಮನ ಮಿಸ್ ಕರೆದು ಕೇಳಿದರು.

'ಮಿಸ್, ಪ್ರಬಂಧ ಬರೆಯುವುದರ ಬಗ್ಗೆ ಯೋಚನೆ ಮಾಡುತ್ತಿದ್ದೇನೆ'– ಹೇಳಿದೆ.

ಅವರು ಹೂಂ ಗುಟ್ಟಿ ಮೌನವಾದರು.

ಪಿಯುಸಿಯ ಕೊನೆಯ ಹಂತಕ್ಕೆ ಬಂದಾಗ, ಸುಮನ ಮೇಡಂನ ಹಸ್ತಾಕ್ಷರಕ್ಕಾಗಿ ನನ್ನ ಆಟೋಗ್ರಾಫ್ ಕೊಟ್ಟೆ.

'ಯೋಚನೆಗಿಂತ ಆಲೋಚನೆ ಸರಿಯಾದ ದಾರಿ ತೋರಿಸುವುದು–ನಿನ್ನ ಕಾರ್ಯಸಿದ್ಧಿಗೆ ಆಲೋಚನೆಯೇ ದಾರಿಯಾಗಲಿ'-ಕೊನೆಯ ಪುಟದಲ್ಲಿ ಅವರು ಬರೆದ ಪದಗಳು ಕಂಡಾಗ ನನ್ನ ಮುಖದಲ್ಲೊಂದು ನಗು.

ನಿನ್ನರಸಿ ಬಂದಾಗ

'ಫೌಜಿ, ನಮ್ಮೊಡನೆ ಡಿ.ಎಡ್.ಗೆ ಜಾಯಿನ್ ಆಗು. ಎರಡು ವರ್ಷದ ಕೋರ್ಸ್, ಅದು ಕಂಪ್ಲೀಟ್ ಆದರೆ ಪ್ರಾಥಮಿಕ ಶಾಲೆಯ ಟೀಚರ್ ಆಗಬಹುದು'–ವಿದ್ಯಾ ನನ್ನನ್ನು ಅವಳೊಡನೆ ಡಿ.ಎಡ್. ಸೇರಿಕೊಳ್ಳಲು ಒತ್ತಾಯಪಡಿಸಿದಳು.

'ಅದಕ್ಕೆ ಎಷ್ಟಾಗುತ್ತೆ ವಿದ್ಯಾ?' ಕೇಳಿದೆ. ಅವಳ ತಂದೆ ಪ್ರೈಮರಿ ಶಾಲೆಯ ಮುಖ್ಯೋಪಾಧ್ಯಾಯರಾಗಿರುವುದರಿಂದ ಅವಳಿಗೆ ಡಿ.ಎಡ್ ಬಗ್ಗೆ ಪೂರ್ತಿಯಾದ ಅರಿವು ಇತ್ತು.

'ಸುಮಾರು ಹತ್ತು ಸಾವಿರ ರೂಪಾಯಿ ಆಗಬಹುದು. ಮತ್ತೆ ಚಾರ್ಟ್, ಪ್ರಾಕ್ಟಿಕಲ್, ಮ್ಯಾಪ್, ಪ್ರಾಜೆಕ್ಟ್ ವರ್ಕ್ ಅಂತ ಸ್ವಲ್ಪ ಹಣ ಕೈಯಲ್ಲಿ ಬೇಕಾಗಬಹುದು'–ಹೇಳಿದಳು.

'ವಿದ್ಯಾ, ಅಷ್ಟೊಂದು ಹಣ ನನ್ನ ತಾಯೊಡನೆ ಇಲ್ಲ ಕಣೆ. ನಾನು ಯೂನಿವರ್ಸಿಟಿ ಕಾಲೇಜಿಗೆ ಹೋಗುತ್ತೇನೆ. ಹೇಗೂ ಕ್ಲಾಸ್‌ಗೆ ಸೆಕೆಂಡ್. ಅಲ್ಲಿ ಮೆರಿಟ್ ಅಲ್ಲಿ ಸೀಟ್ ಸಿಗಬಹುದು'–ಹೇಳಿದೆ.

ನಾನು ಮುನೀರಾ ಮಂಗಳೂರು ಸರಕಾರಿ ಕಾಲೇಜಿಗೆ ಹೋಗಿ ಅಪ್ಲಿಕೇಶನ್ ತಂದೆವು. ಮೆರಿಟ್ ಲಿಸ್ಟ್‌ನಲ್ಲಿ ನಮಿಬ್ಬರ ಹೆಸರು ಬಂತು. ಆದರೆ ಮುನೀರಾ ಡಿ.ಎಡ್. ಮಾಡುವುದೆಂದು ಅದನ್ನು ತಿರಸ್ಕರಿಸಿದಳು.

'ಕಾಲೇಜಿನ ಫೀಸ್', ಯಾರಾದರೊಡನೆ ಕಾಡಿ ಬೇಡಿ ಕಟ್ಟಬಹುದು, ಆದರೆ ದಿನಾಲು ಹೋಗಿಬರಲು ಬಸ್ಸಿಗೆ ಹಣ ಎಲ್ಲಿಂದ ತಂದುಕೊಡಲಿ' ಕಲಿಯುವುದಾದರೆ ಕಲಿಯಲಿ ಎಂಬ ಆಸೆ ಇದ್ದರೂ, ತಾಯಿಗೆ ಹಣದ ಚಿಂತೆಯಾಗಿ, ಸಾಕುಮಾಡು ವಿದ್ಯಾಭ್ಯಾಸ ಎಂದು ಹೇಳಿದರು.

'ಅಚ್ಚಾಕ ಹೇಗೂ ನೌಚುನಾ ಕಾಲೇಜಿಗೆ ಕಲಿಸುತ್ತಾ ಇದ್ದರಲ್ವಾ, ಈಗ ನನಗೆ ಸಹಾಯ ಮಾಡೋಕೆ ಹೇಳಮ್ಮ'–ಹೇಳಿದೆ.

ಯಾವಾಗಲೂ ಅಂಗಡಿಯ ಎದುರಲ್ಲಿ ಕುಳಿತು, ಪೇಪರ್ ಓದುತ್ತಾ, ಅಂಗಡಿ ಮಾವನೊಡನೆ ಮಾತಾಡುತ್ತಿದ್ದರೂ, ಅಚ್ಚಕಾನ ಎದುರು ನಿಂತು ಮಾತನಾಡಲು ನನಗೆ ಭಯ. ನನ್ನ ತಾಯಿ ಇದಕ್ಕೆ ವಿರುದ್ಧ. ತಮ್ಮ ಹಸನೊಡನೆ ಎಷ್ಟು ಬೇಕಾದರೂ ಹಲ್ಲುಕಿರಿದುಕೊಂಡು ಮಾತನಾಡಿದರೂ, ಕೊನೆಯ ತಮ್ಮನೊಡನೆ ಮಾತನಾಡಲು ಭಯ.

'ಫೌಜಿಗೆ ಮಂಗಳೂರು ಕಾಲೇಜಿಗೆ ಹೋಗಬೇಕಂತೆ, ಬಸ್ಸಿಗೆ ನೀನೇನಾದರೂ ಕೊಡುತ್ತೀಯಾ? ಕೇಳುತ್ತಿದ್ದಾಳೆ'–ಅಮ್ಮ ಅಚ್ಚಾಕನೊಡನೆ ಹೇಳಿದರು.

'ಹೆಣ್ಣುಮಕ್ಕಳು, ಇಷ್ಟು ಕಲಿತದ್ದು ಸಾಕು. ನಿನ್ನೊಡನೆ ಬೀಡಿ ಕಟ್ಟಲು ಹೇಳು'–ಮಾವನ ಮಾತು ಕೇಳಿ ಸಹಾಯ ಮಾಡಬಹುದೆಂಬ ಇದ್ದ ಆಸೆಯು ಹೊರಟುಹೋಯಿತು.

'ನನಗೊಂದು ಮನೆಮಾಡಿಕೊಡು, ಕೊಟ್ಟಿಗೆ ಆದರೂ ಪರವಾಗಿಲ್ಲ, ನಾನು ಬೇರೆ ಇರುತ್ತೇನೆ'–ಯಾವಾಗಲೂ ಹೇಳುವ ತಾಯಿಯ ಮಾತಿನಿಂದ, ಅಂಗಡಿಯ ಬಳಿ ಇರುವ ಅಜ್ಜನ ಸ್ಥಳದಲ್ಲಿ ತಾಯಿಗಾಗಿ ಮನೆ ಕಟ್ಟಲು ಪ್ರಾರಂಭಿಸಿದ್ದರು.

ನಾಲ್ಕು ಗೋಡೆ ಕಟ್ಟಿ ಕೊಟ್ಟು ಬಿಡುವ. ನಂತರ ನೌಷದ್ ದುಡಿದು ಅದನ್ನು ಸರಿ ಮಾಡಿ, ಅವರನ್ನು ಹೇಗೋ ಸಾಕಬಹುದೆಂದು, ಹಾಗೋ ಹೀಗೋ ಬಂದ ಹಣದಿಂದ, ಅರ್ಧ ಮನೆ ಕಟ್ಟಿಯಾಗಿತ್ತು. ಅಂದುಕೊಂಡದ್ದು ಯಾವುದೂ ನಡೆಯಲಿಲ್ಲ. ಅವನ ಮರಣ ಎಲ್ಲರ ಉತ್ಸಾಹವನ್ನು ಕುಗ್ಗಿಸಿತು. ನಮ್ಮನ್ನು ನೋಡಿಕೊಳ್ಳುವ ಭಾರ, ಮಾವನ ಹೆಗಲಮೇಲೆ ಇರುವಾಗ, ಇನ್ನು ನನಗೆ ಅಂತ ಅವರೆಲ್ಲಿಂದ ಖರ್ಚು ಮಾಡುತ್ತಾರೆ. ದೊಡ್ಮನೆ ಪರಿಸ್ಥಿತಿ ಅರಿತಿರುವುದರಿಂದ ನಾನೇನು ಕೋಪ ಮಾಡಿಕೊಂಡಿರಲಿಲ್ಲ. ಆದರೆ ನನಗೆ ಕಾಲೇಜಿಗೆ ಹೋಗಲೇಬೇಕು ಎಂದು ಹಟ ಹಿಡಿದು ಊಟ ಬಿಟ್ಟು ಕುಳಿತೆ. ವಿಷಯ ಎಲ್ಲರಿಗೂ ತಿಳಿಯಿತು. ಆದರೆ ಮೂರು ವರ್ಷ ಬಸ್ಸಿಗೆ ಹಣಕೊಟ್ಟು ಕಳಿಸುವ ಜವಾಬ್ದಾರಿಯನ್ನು ತೆಗೆದುಕೊಳ್ಳಲು ಯಾರೂ ರೆಡಿಯಾಗಿರಲಿಲ್ಲ.

'ಫೌಜಿ ನಿನ್ನ ಮಾವನೊಡನೆ ಮಾತನಾಡಿ, ಬಸ್ಸಿಗೆ ದುಡ್ಡು ಕೊಡಲು ನಾನು ಹೇಳುತ್ತೇನೆ. ನಾಳೆ ನಮ್ಮನ್ನು ಯಾರೂ ಬೊಟ್ಟು ಮಾಡಿ ಮಾತನಾಡದ ಹಾಗೆ, ನೀನು ತಗ್ಗಿ-ಬಗ್ಗಿ ಕಾಲೇಜಿಗೆ ಹೋಗಿ ಬರಬೇಕು'-ತಾಜಾಂಟಿಯ ಮಾತು ನನಗೆ ಸ್ವರ್ಗ ಸಿಕ್ಕಿದಂತಾಯಿತು.

ಕಲಿಯುವುದರಲ್ಲಿ ಮುಂದು ಇದ್ದ ನನ್ನೊಡನೆ ಚೆನ್ನಾಗಿ ಕಲಿಯಬೇಕೆಂದು ಹೇಳಿರಲಿಲ್ಲ. 'ಇಲ್ಲ ಆಂಟಿ, ನಾನು ಲವ್ ಗಿವ್ ಏನೂ ಮಾಡಲ್ಲ, ದಯವಿಟ್ಟು ಮಾವ ಬಸ್ಸಿಗೆ ದುಡ್ಡು ಕೊಡಲು ಒಪ್ಪುತ್ತಾರಾ ಕೇಳಿನೋಡಿ'-ಹೇಳಿದೆ.

ಮಾವನ ಅಂಗಡಿ ಪರಿಸ್ಥಿತಿ ನನಗೆ ಗೊತ್ತಿದೆ. ಸುತ್ತಮುತ್ತಲಿರುವ ಮನೆಯವರು ಒಂದು ರೂಪಾಯಿ ಕಾಯಿಮೆಣಸು, ಎರಡು ರೂಪಾಯಿ ಟೊಮೇಟೊ, ಕೇಳಿ ತೆಗೆದುಕೊಳ್ಳುವ ಆ ಅಂಗಡಿಯಲ್ಲಿ ಹೇಳಿಕೊಳ್ಳುವಂಥ ವ್ಯವಹಾರವೇನೂ ಇರಲಿಲ್ಲ. ಅಂಗಡಿಗೆ ತಂದು ವ್ಯಾಪಾರವಾಗದೆ ಒಣಗಿ ಹೋದ ತರಕಾರಿಯನ್ನು ಪದಾರ್ಥ ಮಾಡಿ, ಊಟ ಮಾಡೋ ಮಾವ, ನನಗೆ ಮೂರು ವರ್ಷ ದಿನಾಲು ಹತ್ತು ರೂಪಾಯಿಯಂತೆ ಹಣ ಕೊಡಬಹುದಾ? ನನ್ನ ಮನದಲ್ಲಿ ಪ್ರಶ್ನೆ ಕಾಡಿತು. ರಾತ್ರಿಯ ಹೊತ್ತು ಮಸೀದಿಗೆಂದು ಮಾವ ಹೋದಾಗ, ಒಂದು ದಿನದಲ್ಲಿ ಆದ ವ್ಯವಹಾರದ ಹಣವನ್ನು ಡ್ರಾಯರ್ ನಿಂದ ಪರ್ಸಿಗೆ ಹಾಕಿ, ಅದೆಷ್ಟೋ ಬಾರಿ ತಂದು ನಾನೇ ಮನೆಯೊಳಗಡೆ ಇಟ್ಟಿದ್ದೇನೆ. ಹೆಚ್ಚೆಂದರೆ ಕೇವಲ ಎಂಟುನೂರು ರೂಪಾಯಿ ಒಂದು ದಿನಕ್ಕೆ ಆಗುವ ವ್ಯವಹಾರ.

'ಯಾ ಅಲ್ಲಾ, ಓ ಜೀಸಸ್, ವಿಘ್ನ ನಿವಾರಕ ಗಣೇಶ, ಮಾವ ನನಗೆ ದುಡ್ಡು ಕೊಡಲು ಒಪ್ಪುವಂತೆ ಮಾಡು'-ಇದ್ದ ದೇವರಿಗೆಲ್ಲಾ ಕೈಮುಗಿದೆ. ಯಾವುದಾದರೂ ಒಂದು ದೇವರು ಅಸ್ತು ಅಂದರೆ ಸಾಕು. ಉಳಿದವರಿಗೆ ನನ್ನ ಪ್ರಾರ್ಥನೆ ಕೇಳುವಷ್ಟು ಸಮಯವಿಲ್ಲದಿರಬಹುದು. ಒಟ್ಟಿನಲ್ಲಿ ನನಗೆ ಕಾಲೇಜಿಗೆ ಹೋಗಬೇಕಿತ್ತು.

'ಫೌಜಿ, ನಿನ್ನ ಮಾವ ದುಡ್ಡು ಕೊಡಲು ಒಪ್ಪಿಕೊಂಡಿದ್ದಾರೆ. ನೀನು ಹೋಗಿ ಅಡ್ಮಿಶನ್ ಮಾಡಿ ಬಾ'-ಆಂಟಿಯ ಮಾತಿಗೆ ನಾನು ಕುಣಿದು ಕುಪ್ಪಳಿಸಿದೆ.

ಕೆಲವು ದಿನಗಳು ಕಳೆದು ಹೋಗಿರುವುದರಿಂದ ರಾಜ್ಯಶಾಸ್ತ್ರಕ್ಕೆ ಸೀಟು ಭರ್ತಿಯಾಗಿತ್ತು. ನಂತರದ ಆಯ್ಕೆ ಎಕನಾಮಿಕ್ಸ್ ಅಥವಾ ಸಮಾಜಶಾಸ್ತ್ರ. ವಿಭಕ್ತ ಕುಟುಂಬ, ಅವಿಭಕ್ತ ಕುಟುಂಬ, ಮಹಿಳಾ ಸಶಕ್ತೀಕರಣ ಹಾಗೂ ಸಂಬಂಧಗಳ ಬಗ್ಗೆ ಹೆಚ್ಚಾಗಿ ಇಂಟ್ರೆಸ್ಟ್ ಇಲ್ಲದ ಕಾರಣ, ಎಕನಾಮಿಕ್ಸ್ ಆಯ್ಕೆ ಮಾಡಿಕೊಂಡೆ.

***

ವಿಶ್ವವಿದ್ಯಾನಿಲಯ ಕಾಲೇಜ್ ಮಂಗಳೂರು, ಎಲ್ಲರಿಗೂ ಸರಕಾರಿ ಕಾಲೇಜು ಎಂದೇ ಚಿರಪರಿಚಿತ. ಕೆಲವರು ಇದನ್ನು 'ಕೆಂಪುಗೋಡೆ' ಎಂದು ಕರೆಯುವುದುಂಟು. ಕಾರಣ ಪೂರ್ತಿ ಕಾಲೇಜಿನ ಗೋಡೆಯ ಬಣ್ಣ ಕೆಂಪಾಗಿರುವುದು. ಶಿವರಾಮ ಕಾರಂತ ಅವರಂತಹ ಮಹಾನ್ ಲೇಖಕರು ವಿದ್ಯಾಭ್ಯಾಸ ಪಡೆದ ಕಾಲೇಜದು. ಆದರೆ ಸರಕಾರಿ ಕಾಲೇಜು ಎಂದು, ಕೆಲವು ಶ್ರೀಮಂತ ವರ್ಗದವರು ಇದನ್ನು ಕೀಳಾಗಿ ನೋಡುವುದುಂಟು. ಬಂದರಿಗೆ ಹೆಸರುವಾಸಿಯಾದ ಮಂಗಳೂರು ಪ್ರದೇಶದ ಮಧ್ಯದ ಭಾಗದಲ್ಲಿಯೇ ಈ ಕಾಲೇಜು ಇದೆ. ನನ್ನಂತ ಬಡವರಿಗೆ ಕಡಿಮೆ ಖರ್ಚಿನಲ್ಲಿ, ಉತ್ತಮ ವಿದ್ಯಾಭ್ಯಾಸ ಸಿಗುವ ಒಂದು ಸುಂದರವಾದ ಶಿಕ್ಷಣ ಸಂಸ್ಥೆ.

ರಸ್ತೆಯ ಬದಿಯಲ್ಲಿಯೇ ಇರುವ ಈ ಕಾಲೇಜ್, ಕಲಿತು ಹೋದ ಅದೆಷ್ಟೋ ವಿದ್ಯಾರ್ಥಿಗಳು ಬಸ್ಸಿನಲ್ಲಿ ಹಾದುಹೋಗುವಾಗ ಒಂದು ಬಾರಿ ಇಣುಕಿ ನೋಡದೆ ಇರಲಾರರು. ಪ್ರತಿಯೊಂದು ಪ್ರತಿಭಟನೆ, ಮೆರವಣಿಗೆ, ಡಿಸಿ ಆಫೀಸ್ ಚಲೋ, ಟೌನ್ ಹಾಲ್ ಕಾರ್ಯಕ್ರಮ, ನೆಹರು ಮೈದಾನದಲ್ಲಿ ನಡೆಯುವ ಕಾರ್ಯಕ್ರಮ ಮುಂತಾದ ಪ್ರತಿ ಘಟನೆಗೂ ಈ ಕಾಲೇಜ್ ಸಾಕ್ಷಿ ನಿಂತಂತೆ. ಯಾವುದೇ ಕಡೆಯ ಬಸ್ಸು ಹೋಗಬೇಕಾದರೂ, ಮಂಗಳೂರು ನೋಡಬೇಕಾದರೂ, ರೈಲ್ವೆ ಸ್ಟೇಷನ್ ಹೋಗಬೇಕಾದರೂ ಎಲ್ಲವೂ ಈ ಕಾಲೇಜನ್ನು ಹಾದು ಹೋಗಬೇಕಿದೆ. ಮಂಗಳೂರಿನ ಸರಕಾರಿ ಹಾಸ್ಪಿಟಲ್ ಎಂದು ಪ್ರಸಿದ್ಧಿ ಪಡೆದಿರುವ ವೆನ್ಲಾಕ್ ಹಾಸ್ಪಿಟಲ್ ಈ ಕಾಲೇಜಿಗೆ ಹೊಂದಿಕೊಂಡು ಇದೆ. ರೈಲ್ವೆ ಸ್ಟೇಷನ್ ಈ ಕಾಲೇಜಿನ ಹಿಂಭಾಗದಲ್ಲಿದ್ದು, ಕಾಸರಗೋಡು, ಮಂಜನಾಡಿ, ಉಪ್ಪಳ ಮುಂತಾದ ಕರ್ನಾಟಕದ ಗಡಿಭಾಗದಲ್ಲಿರುವ ಕೇರಳದ ವಿದ್ಯಾರ್ಥಿಗಳಿಗೂ ಈ ಕಾಲೇಜು ವಿದ್ಯಾದಾನವಾಗಿದೆ.

ಫಸ್ಟ್ ಇಯರ್ ಡಿಗ್ರಿ ತಾಯಿ ಕೂಡಿಟ್ಟ ಹಣದಿಂದ ಫೀಸ್ ಕಟ್ಟಿದರು. ದೊಡ್ಡ ಮಾವನ ಮೂರನೇ ಮಗಳು ಸಮೀಮಾ ಅವಳ ಒಂದು ಬುರ್ಖಾ ನನಗೆ ಕೊಟ್ಟಳು. ಕಾಲೇಜಿಗೆ ಸೇರಿ ಬುರ್ಖಾ ಹಾಕಲು ಪ್ರಾರಂಭಿಸಿದೆ. ಪ್ರೀತಿ ಪ್ರೇಮ ಏನೂ ಇಲ್ಲದಿದ್ದರೂ ಎಲ್ಲರೊಡನೆ ಮುಕ್ತವಾಗಿ ಮಾತನಾಡುತ್ತಿದ್ದೆ. ಹಿಂದೂ ವಿದ್ಯಾರ್ಥಿಗಳೊಡನೆ ಸಲಿಗೆಯಿಂದ ಮಾತನಾಡುತ್ತಿದ್ದೇನೆ ಎಂದು ಕೆಲವು ಮುಸ್ಲಿಂ ವಿದ್ಯಾರ್ಥಿಗಳ ಕೆಂಗಣ್ಣಿಗೆ ಗುರಿಯಾಗಿದ್ದೆ. ಆದರೂ ನನ್ನ ತರಗತಿಯ ಎಲ್ಲಾ ಹಿಂದೂ ವಿದ್ಯಾರ್ಥಿಗಳು ನನ್ನ ಪರವಾಗಿ ನಿಂತಿದ್ದರು. ಅಡ್ಡಗಟ್ಟಿ ನನ್ನೊಡನೆ ಕೇಳಲು ನಿಂತ ಕೆಲವರಿಗೆ ಚಾಟಿ ಬೀಸಿದಂತೆ ನನ್ನದೇ ಮಾತಿನಲ್ಲಿ ಬೈದು ಕಳಿಸುತ್ತಿದ್ದೆ. ನನ್ನದೇ ತರಗತಿಯಲ್ಲಿರುವ ವಿದ್ಯಾರ್ಥಿಗಳೊಡನೆ, ಮಾತನಾಡುವುದು ತಪ್ಪು ಎಂಬುದು ನನಗೆ ಯಾವತ್ತು ಅನಿಸಲಿಲ್ಲ.

ಭುವನೇಶ್ವರಿ ಹೆಗಡೆ ಮಿಸ್, ಎಕನಾಮಿಕ್ಸ್ ಲೆಕ್ಚರರ್ ಆಗಿರುವ ಇವರು, ಲೇಖಕರೂ ಹೌದು. ಬರೆಯುವುದರಲ್ಲಿ ಆಸಕ್ತಿ ಇರುವ ವಿದ್ಯಾರ್ಥಿಗಳಿಗೆ, ಕವನ ಲೇಖನಗಳನ್ನು ಬರೆಯಲು ಪ್ರೋತ್ಸಾಹಿಸುತ್ತಿದ್ದರು.

'ಮಾಡುವ ಕಿತಾಪತಿ ಸ್ವಲ್ಪ ಬದಿಗಿಟ್ಟರೆ, ನಿನಗೂ ಏನಾದರೂ ಸಾಧನೆ ಮಾಡಬಹುದು'-ಹೆಗಡೆಯವರು ಹೇಳುತ್ತಿದ್ದರೂ ತರಗತಿಯಲ್ಲಿ ಮಾಡುವ ನನ್ನ ಕಿತಾಪತಿಗಳು ಯಾವುದು ಬಿಟ್ಟಿರಲಿಲ್ಲ.

'ತಪ್ಪುಗಳನ್ನು ಮಾತ್ರ ಕಂಡುಹಿಡಿಯುವ ಈ ಜನಗಳ ಮಧ್ಯೆ, ನನ್ನಿಂದ ತಪ್ಪು ಆಗದಂತೆ ಬದುಕುವುದೇ ಒಂದು ದೊಡ್ಡ ಸಾಧನೆ ಅಲ್ವ ಮಿಸ್'-ಹೇಳಬೇಕೆಂದು ಅನಿಸಿದರೂ ನಾನು ಕಿರುನಗೆ ಬೀರಿ ಮೌನಿಯಾದೆ.

ಸೆಮಿಸ್ಟರ್ ಎಕ್ಸಾಮ್ ಫೀಸ್‌ಗೆ ಸ್ಕಾಲರ್‌ಶಿಪ್‌ನಲ್ಲಿ ಸಿಕ್ಕಿದ ಹಣ ಬಳಸಿಕೊಂಡೆ. ಸೆಕೆಂಡ್ ಇಯರ್ ಡಿಗ್ರಿ ಪ್ರಾರಂಭವಾಗುವ ಮುಂಚೆ ಸಿಕ್ಕಿದ ರಜೆಯಲ್ಲಿ ಬಟ್ಟೆ ಅಂಗಡಿಯೊಂದರಲ್ಲಿ ಕೆಲಸಕ್ಕೆ ಸೇರಿಕೊಂಡೆ. ಬಟ್ಟೆಗಳನ್ನು ಸರಿಯಾಗಿ ಮಡಚಲು ಗೊತ್ತಿದೆ ಅನ್ನೋ ಆತ್ಮವಿಶ್ವಾಸದಲ್ಲಿ ದುಡಿಯುವ ನಿರ್ಧಾರ ಹಾಗೂ ಧೈರ್ಯ ತೆಗೆದುಕೊಂಡೆ. ಅಂಗಡಿಯ ಮಾಲೀಕ ಕಾಸರಗೋಡಿನ ಒಬ್ಬ ಯುವಕನಾಗಿದ್ದ. ಅವರು ಹೇಳಿದಂತಹ ಎಲ್ಲಾ ಕೆಲಸವನ್ನು ಮಾಡುತ್ತಿದ್ದೆ. ಶಾಪ್ ಗುಡಿಸುವುದು, ಒರೆಸುವುದು, ಟೇಬಲ್ ಮೇಲೆ ರಾಶಿ ಹಾಕಿದ ಎಲ್ಲಾ ಬಟ್ಟೆಗಳನ್ನು ಮಡಚುವುದು, ಡಾಲ್ಗೆ ಬಟ್ಟೆ ಹಾಕುವುದು ಮುಂತಾದ ಕೆಲಸಗಳನ್ನು ಮಾಡುತ್ತಿದ್ದರೂ, ಬರುವ ಗಿರಾಕಿಗಳ ಜೊತೆ ಮರಳು ಮಾತನಾಡಿ, ವ್ಯವಹಾರ ಕುದುರಿಸುವ ಕೈಚಳಕ ನನಗೆ ತಿಳಿದಿರಲಿಲ್ಲ. ಅಂಗಡಿ ಮಾಲೀಕರು ಏನು ಹೇಳದೆ ಇದ್ದರೂ, ಫೈಝಲ್ ಯಾವಾಗಲೂ ಹೀಯಾಳಿಸಿ ಮಾತನಾಡುತ್ತಿದ್ದ ಹಾಗು ಗಿರಾಕಿಗಳ ಎದುರಿನಲ್ಲಿಯೇ ಬಯ್ಯುತ್ತಿದ್ದ. ಫೈಝಲ್ ನನ್ನಂತೆ ಕೆಲಸಕ್ಕೆ ಸೇರಿಕೊಂಡವ. ಆದರೆ ಅವನಿಗೆ ಹೆಚ್ಚು ಅನುಭವ ಇರುವುದರಿಂದ, ಅಂಗಡಿ ಮಾಲೀಕ, ಅವನಿಗೆ ಹೆಚ್ಚು ಆದ್ಯತೆ ಕೊಡುತ್ತಿದ್ದರು.

'ದನಿ, ಇವಳು ಪ್ರಯೋಜನವಿಲ್ಲ. ಹೇಳಿಬಿಡಿ, ನಾವು ಬೇರೆ ಹುಡುಗಿಯನ್ನು ನೋಡುವ'-ಅವನ ತಾಳಕ್ಕೆ ತಕ್ಕಂತೆ ಕುಣಿಯದಿರುವ ನನ್ನ ಮೇಲಿನ ದ್ವೇಷ ತೀರಿಸಲು ಅವನಿಗೆ ಉಳಿದಿರುವುದು ಅದೊಂದೇ ದಾರಿಯಾಗಿತ್ತು.

ನಾನು ಕೇವಲ ಕೆಲವು ದಿನಗಳಿಗಾಗಿ ಕೆಲಸಕ್ಕೆ ಸೇರಿರುವುದು ಎಂಬ ಸತ್ಯವನ್ನು ಯಾರಿಗೂ ಹೇಳಿರಲಿಲ್ಲ. ಹಾಗೆ ಹೇಳಿದರೆ ಎಲ್ಲಿ ಕೆಲಸ ಕೊಡಲ್ಲ ಅನ್ನೋ ಭಯ ನನ್ನಲ್ಲಿತ್ತು.

'ಹೆಣ್ಣಿಗೆ ಹೇಗೆ ಗೌರವ ಕೊಡಬೇಕು? ಅವರೊಡನೆ ಯಾವ ರೀತಿಯಾಗಿ ವರ್ತಿಸಬೇಕು ಎಂದು ಅರಿಯದ ನಿನ್ನಂಥವನ ಜೊತೆ ಕೆಲಸ

ಮಾಡುವುದಕ್ಕಿಂತ, ಕೆಲಸ ಬಿಡುವುದೇ ವಾಸಿ'-ಸಾರಿಯನ್ನು ಮಡಚುತ್ತಾ ಸಿಟ್ಟಿನಲ್ಲಿಯೇ ಹೇಳಿಬಿಟ್ಟೆ.

ಕೊನೆಗೂ ಒಂದು ತಿಂಗಳ ಸಂಬಳವೆಂದು ಎರಡೂವರೆ ಸಾವಿರ ರೂಪಾಯಿ ಮಾಲೀಕರು ಕೊಟ್ಟಾಗ ಕೆಲಸ ನಿಲ್ಲಿಸಿದೆ.

***

ಲಾಲ್‌ಬಾಗ್‌ನಲ್ಲಿ ಉಚಿತ ಕಂಪ್ಯೂಟರ್ ಕ್ಲಾಸ್ ಇದೆ ಎಂದು, ಸ್ನೇಹಿತರ ಗುಂಪಿನಲ್ಲಿ ಯಾರಿಂದಲೋ ವಿಷಯ ತಿಳಿಯಿತು. ನಾನು, ಪ್ರಿಯ, ಅಮೃತ, ಶಿಲ್ಪ ಹಾಗೂ ಮಮತಾ ಸ್ನೇಹಿತರಾದ ನಾವು ಕೊನೆಯ ಪಕ್ಷ ಉಚಿತವಾಗಿ ಬೇಸಿಕ್ ಆದರೂ ಕಲಿಯಬಹುದೆಂದು ಕಾಲೇಜು ಬಿಟ್ಟ ನಂತರ, ಕಂಪ್ಯೂಟರ್ ಕಲಿಯಲು ಹೋದೆವು.

ಯಾರ ಕೈಯಲ್ಲಿಯೂ ಹೆಚ್ಚಿನ ದುಡ್ಡು ಇಲ್ಲದಿದ್ದರಿಂದ, ಅಲ್ಲಿರುವ ಅಂಗಡಿಗಳ ಮುಂದೆ ನಿಂತು ಜೊಲ್ಲು ಸುರಿಸಿ, ಹರಟೆ ಹೊಡೆದು ಅದೇಗೋ ಮೂರು ತಿಂಗಳುಗಳ ಕಾಲ ಉಚಿತವಾಗಿ ಕಂಪ್ಯೂಟರ್ ಕಲಿತೆವು. ಕೆಲವೊಂದು ಸಲ ಲಾಲ್‌ಬಾಗ್‌ನಿಂದಲೇ ನಾನು ಕೃಷ್ಣಾಪುರದ ಬಸ್ಸು ಹತ್ತಿ ಶಹನಾಜ್ ಮನೆಗೆ ಹೋಗುತ್ತಿದ್ದೆ.

ರಿಫಾಯಿಯ ತಾಯಿಯೊಡನೆ ಅನ್ಯೋನ್ಯತೆಯಿಂದಿರುವ ತಾಯಿರತ್ತೆ, ಅವರ ಮನೆಗೆ ಇವರು, ಇವರ ಮನೆಗೆ ಅವರು ಹೋಗಿ ಬರುತ್ತಿದ್ದರು.

'ಕೈರು ಮನೆಗೆ ಬರುತ್ತಿದ್ದಾಳೆ'-ನಾನಿರುವ ಸಂದರ್ಭದಲ್ಲಿ ಅತ್ತೆ ಹೇಳಿದಾಗ ಯಾವುದಾದರೂ ಮೊಣಕೈವರೆಗಿನ, ಶಹನಾಜ್‌ನ ಚೂಡಿದಾರ ತೆಗೆದು ಹಾಕುತ್ತಿದ್ದೆ. ನನಗೆ ಅಂತಹ ಬಟ್ಟೆಗಳು ಇಷ್ಟವಿಲ್ಲದಿದ್ದರೂ, ಅವರಿಗೆ ನಾನು ಇಷ್ಟವಾಗಲಿ ಎಂಬುದು ನನ್ನಾಸೆ.

ಕೃಷ್ಣಾಪುರದಲ್ಲಿ ನಡೆಯುವ ಹಲವಾರು ಸ್ವಲಾತ್-ಮಜಲಿಸ್‌ಗೆ ಅವನ ತಾಯಿಯು ಸೇರಿ ನಾವೆಲ್ಲರೂ ಒಟ್ಟಾಗಿ ಹೋಗುತ್ತಿದ್ದೆವು. ಎಲ್ಲಾ ಕಡೆಯಲ್ಲಿಯೂ ನನ್ನ ಪ್ರಾರ್ಥನೆ ಮಾತ್ರ ಅವನಿಗಾಗಿತ್ತು. ಕೆಲವೊಂದು ಬಾರಿ, ಅವನ ತಾಯಿ ನನ್ನ ಪಕ್ಕದಲ್ಲಿಯೇ ಕುಳಿತುಕೊಳ್ಳುತ್ತಿದ್ದರು.

'ಕೈರಾಂಟಿ ನನಗೆ ಎರಡನೇ ತಾಯಿಯಾಗಿ ಸಿಗಲಿ' ಎಂದು ಯಾರಿಗೂ ಅರಿಯದಂತೆ ಬೇಡಿಕೊಳ್ಳುತ್ತಿದ್ದೆ. ಆದರೆ ಅವರು ನನ್ನೊಡನೆ ಒಂದು ಅಕ್ಷರನೂ ಮಾತನಾಡುತ್ತಿರಲಿಲ್ಲ. ಅವರು ಏನಾದರೂ ನನ್ನೊಡನೆ ಮಾತನಾಡಲಿ ಎಂದು ಬಕಪಕ್ಷಿಯಂತೆ ನಾನು ಕಾಯುತ್ತಿದ್ದೆ.

ಅವನ ಅಣ್ಣ ಶಾಪಿ ಕೆಲವೊಂದು ಬಾರಿ ಅತ್ತೆಯ ಮನೆಗೆ ಬರುತ್ತಿದ್ದಾಗ ನನ್ನೊಡನೆ ಪ್ರೀತಿಯಿಂದ ಮಾತನಾಡುತ್ತಿದ್ದ. ನಾನು ಅತ್ತೆಯ ಮನೆಗೆ ಹೋದ

ದಿನಗಳಲ್ಲಿ ಅವನ ಮನೆಯ ಯಾವುದಾದರೊಂದು ಸದಸ್ಯರು ಬರುತ್ತಿದ್ದರು. ಆದರೆ ನಾನು ಯಾರಿಗಾಗಿ ಹಾತೊರೆಯುತ್ತಿದ್ದೆನೋ, ಯಾರಿಗಾಗಿ ನನ್ನ ಹೃದಯ ಚಡಪಡಿಸುತ್ತಿತ್ತೋ, ಯಾರಿಗಾಗಿ ನನ್ನ ಕಣ್ಣು ಹುಡುಕಾಡುತ್ತಿತ್ತೋ, ಯಾರಿಗಾಗಿ ನನ್ನ ಮನಸ್ಸು ಹಂಬಲಿಸುತ್ತಿತ್ತೋ ಅವನನ್ನು ನಾನೆಂದೂ ಕಾಣಲಿಲ್ಲ.

'ಹೊಸ ಮನೆ ಕಟ್ಟಿಯಾಗಿದೆ. ನೌಶಾದ್ ತೀರಿ ಹೋದ ಮೇಲೆ, ಇನ್ನು ಯಾರಿಗಾಗಿ ಕಾಯುವುದು. ಆಮಿನಾ ಹೊಸ ಮನೆ ಗೃಹ ಪ್ರವೇಶ ಮಾಡಲಿ' ಎಂದು, ಅಜ್ಜಾಕ ಅತ್ಯಾವಶ್ಯಕವಾಗಿರುವ ಮನೆಗೆ ಬೇಕಾದ ಸಾಮಾನುಗಳನ್ನು ತೆಗೆದುಕೊಟ್ಟರು.

ಉಳಿದ ಮಾವಂದಿರು ತಿಂಗಳಿಗೆ ಸಕ್ಕರೆ, ಚಾ ಹುಡಿ, ಮೆಣಸು, ತರಕಾರಿ, ಅಕ್ಕಿ ಅಂತ ಬೇಕಾದ ಅತ್ಯಮೂಲ್ಯ ಸಾಮಾನುಗಳನ್ನು ಕೊಡುತ್ತಿದ್ದರು.

ಮರೆಯದ ನೆನಪು

ಬಿ.ಎ. ಪದವಿ ಪೂರ್ತಿಯಾದ ನಂತರ ಕಾಲೇಜಿನ ಸಮೀಪದಲ್ಲಿಯೇ ಇದ್ದ, ಮಾತಾ ಎಜುಕೇಶನ್‌ಗೆ ಶಿಕ್ಷಕಿಯಾಗಿ ಸೇರಿಕೊಂಡೆ. ಹತ್ತನೇ ತರಗತಿ ಹಾಗು ದ್ವಿತೀಯ ಪಿಯುಸಿ ಮಾತ್ರವಿರುವ ಈ ತರಗತಿಯಲ್ಲಿ, ಪುಂಡು ಪೋಕರಿ ವಿದ್ಯಾರ್ಥಿಗಳು, ಫೇಲಾಗಿ ಬಂದಂತಹ ವಿದ್ಯಾರ್ಥಿಗಳು, ಶಾಲಾ ಕಾಲೇಜುಗಳಲ್ಲಿ ಡಿಬಾರ್ ಮಾಡಿದಂತಹ ವಿದ್ಯಾರ್ಥಿಗಳು, ಎಷ್ಟು ಕಲಿತರೂ ಪಾಸ್ ಆಗದಂತಹ ವಿದ್ಯಾರ್ಥಿಗಳು, ಹೊಡೆದಾಡುವ-ಬಡಿದಾಡುವ ವಿದ್ಯಾರ್ಥಿಗಳು ಅಧಿಕವಾಗಿದ್ದರು.

ಬೆರಳೆಣಿಕೆಯಷ್ಟಿರುವ ಶಾಂತ ಸ್ವಭಾವದ ವಿದ್ಯಾರ್ಥಿಗಳ ಮಧ್ಯೆ ಇಂತಹ ವಿದ್ಯಾರ್ಥಿಗಳಿಗೆ ಪಾಠ ಮಾಡುವುದು ಒಂದು ದೊಡ್ಡ ಸಾಹಸವಾಗಿತ್ತು. ಒಂದನೇ ಮಹಡಿಯಲ್ಲಿರುವ ಈ ಟ್ಯುಟೋರಿಯಲ್‌ನಲ್ಲಿ ಕಂಪ್ಯೂಟರ್ ಕ್ಲಾಸುಗಳು ಇದ್ದವು. ಎರಡನೇ ಮಹಡಿಯಲ್ಲಿ ಹತ್ತನೇ ತರಗತಿ ಹಾಗೂ ಸೆಕೆಂಡ್ ಪಿಯುಸಿ, ಎರಡೂ ತರಗತಿಯ ಕನ್ನಡ ಹಾಗೂ ಇಂಗ್ಲಿಷ್ ಮಾಧ್ಯಮ ತರಗತಿಗಳಿದ್ದವು.

ವಿದ್ಯಾರ್ಥಿಗಳಿಗೆ ಬ್ರೇಕ್ ಟೈಮ್ ನೀಡಿದಾಗ, ಕೆಳಗಿರುವ ಅಂಗಡಿಗಳಿಗೆ ಹೋಗಿ ಚಾ, ಕೂಲ್ ಡ್ರಿಂಕ್ಸ್, ಪಪ್ಸ್ ತಿಂದು ಕುಡಿದು ಬರುತ್ತಿದ್ದರು. ಹೆಚ್ಚಿನ ವಿದ್ಯಾರ್ಥಿಗಳೆಲ್ಲರೂ ಶ್ರೀಮಂತ ಮನೆಯಿಂದ ಬಂದವರು. ಅದರಲ್ಲಿ ಕೆಲವು ವಿದ್ಯಾರ್ಥಿಗಳು ಸಿಗರೇಟ್ ಸೇದಿ, ಅದರ ವಾಸನೆ ಬರಬಾರದೆಂದು ಸೆಂಟರ್

ಫ್ರೆಶ್ ಆಗಿದುಕೊಂಡು ಬರುತ್ತಿದ್ದರು. ಅಂತವರನ್ನು ಕಂಡುಹಿಡಿಯಲು, ಬಿಸಿನೆಸ್ ಸ್ಟಡಿ ಪಾಠ ಮಾಡುವ ಪ್ರದೀಪ್ ಮೆಟ್ಟಿಲ ಬಳಿ ನಿಲ್ಲುತ್ತಿದ್ದರು. ಸಿಕ್ಕಿ ಬಿದ್ದವರನ್ನೆಲ್ಲಾ, ಪ್ರಾಂಶುಪಾಲರಾದ ಸ್ವರೂಪ ಮಿಸ್ ಬಳಿ ಕರೆದುಕೊಂಡು ಹೋಗಿ, ಬೈಗುಳ ತಿನ್ನಿಸಿದ ಮೇಲೆ ಅವರಿಗೂ ಒಂದು ಸಮಾಧಾನ.

'ಇಲ್ಲ ಸರ್, ನಾನು ಸಿಗರೇಟ್ ಸೇದಲೇ ಇಲ್ಲ'-ಕನ್ನಡ ಮಾಧ್ಯಮದ ದ್ವಿತೀಯ ಪಿಯುಸಿ ವಿದ್ಯಾರ್ಥಿ ಅಝುರ್, ಪ್ರದೀಪನೊಡನೆ ವಾದ ಮಾಡುತ್ತಿದ್ದ.

'ನೀನು ಸುಳ್ಳು ಹೇಳಬೇಡ ಅಝುರ್, ನಿನ್ನ ಕೈ ಸಿಗರೇಟ್ ವಾಸನೆ ಬರುತ್ತಿದೆ'-ಅವನ ಕೈಹಿಡಿದು ಪ್ರದೀಪ್ ಹೇಳಿದಾಗ, ಅಝುರ್ ಅವರನ್ನು ಹಿಂದಕ್ಕೆ ದೂಡಿದ.

ಸ್ಟಾಫ್ ರೂಮ್ ಬಾಗಿಲ ಎದುರಿನಲ್ಲಿಯೇ ನಿಂತು ವಾದ ಮಾಡುತ್ತಿರುವ ಅಝುರ್, ಅವರನ್ನು ತಳ್ಳಿದ್ದನ್ನು ನಾನು ಗಮನಿಸಿದೆ.

'ಫೌಝಿಯಾ, ಬಂದು ಒಂದು ಬಾರಿ ಇವನ ಕೈ ನೋಡು'-ಪ್ರದೀಪ್ ಹೇಳಿದಾಗ, ಎದ್ದು ಹೋದವಳೇ ಅವನ ಬಳಿ ಹೋದಾಗಲೇ ಸಿಗರೇಟ್ ವಾಸನೆ ಬಂತು.

'ಸ್ಮೋಕ್ ಮಾಡಿ, ಮಾಡಿಲ್ಲ ಅಂತ ಸುಳ್ಳು ಹೇಳಿ, ಅವರೊಡನೆ ವಾದ ಮಾಡುತ್ತೀಯಾ?' ನನ್ನ ಕೈಯಿಂದ ಅವನ ತುಟಿಯ ಭಾಗಕ್ಕೆ ಒಂದು ಪೆಟ್ಟು ಕೊಟ್ಟೆ. ಅವನು ತಲೆ ಬಗ್ಗಿಸಿ ನಿಂತ.

'ಹೋಗು ಕ್ಲಾಸಿಗೆ'-ಪ್ರದೀಪ್ ಅವನನ್ನು ಕಳಿಸಿಕೊಟ್ಟರು.

'ಫೌಝಿಯಾ, ಅವನು ನನ್ನನ್ನೇ ಹಿಂದಕ್ಕೆ ತಳ್ಳಿದ. ನೀನು ಯಾಕೆ ಅವನ ಮೇಲೆ ಕೈ ಮಾಡಿದೆ? ಅವನು ತಿರುಗಿಸಿ ಒಂದು ಕೊಟ್ಟಿದ್ದರೆ ನೀನು ಅಲ್ಲೇ ಬೀಳುತ್ತಿದ್ದೆ'-ಆಶ್ಚರ್ಯದಲ್ಲಿ ಹೇಳಿದರು.

ಅಷ್ಟರಲ್ಲೇ ಅವನ ಗೆಳೆಯ ಜಾವಿದ್ ಬಂದು 'ಫೌಝಿಯಾ ಮಿಸ್, ಅಝುರಿನ ತುಟಿಯಿಂದ ರಕ್ತ ಬರುತ್ತಿದೆ'-ಹೇಳಿದ.

ಎಲ್ಲರೂ ಸ್ಟಾಫ್ ರೂಮಿನಿಂದ ಅವನಿರುವ ತರಗತಿಗೆ ಹೋದೆವು. ಅವನು ಯಾರನ್ನೂ ಹತ್ತಿರಕ್ಕೆ ಸೇರಿಸಿಲ್ಲ.

'ಯಾ ಅಲ್ಲಾ, ನಾ ಎಂಥಾ ಕೆಲಸ ಮಾಡಿದೆ?'-ಮನಸ್ಸಲ್ಲೇ ಅಂದುಕೊಂಡೆ.

ನಾನು ಈಗಷ್ಟೇ ಡಿಗ್ರಿ ಮುಗಿಸಿ ಕೆಲಸಕ್ಕೆ ಸೇರಿಕೊಂಡವಳು. ವಿದ್ಯಾರ್ಥಿಗಳಿಗೂ ನಮಗೂ ಕೇವಲ ಒಂದೆರಡು ವರ್ಷದ ವ್ಯತ್ಯಾಸವಿರಬಹುದು. ಅದರಲ್ಲಿ ಕೆಲವರಂತೂ ನಮಗಿಂತಲೂ ದೊಡ್ಡವರಾಗೆ ಕಾಣುತ್ತಿದ್ದರು.

'ಬೆಳೆದು ನಿಂತವನ ಮುಖಕ್ಕೆ ಹೊಡೆದು, ರಕ್ತ ಬರಿಸಿದ್ದೇನೆ ಅಂದರೆ ಖಂಡಿತಾ ಅವನಾಗಲಿ, ಅವನ ಮನೆಯವರಾಗಲಿ ನನ್ನ ಸುಮ್ಮನೆ ಬಿಡಲ್ಲ' ಅಂದುಕೊಂಡೆ. ಎಲ್ಲರೂ ಅವನ ಸುತ್ತುವರಿದು ನಿಂತಿದ್ದರು.

'ತಪ್ಪು ಮಾಡಿ, ಸುಳ್ಳು ಬೇರೆ ಹೇಳಿದನೆಂದು ಹೊಡೆದೆ ತಾನೇ? ಫೌಝಿ, ಅಂಜದೆ, ಹೆದರದೆ ಅವನೆಡೆಗೆ ನಡೆ' ಮನಸ್ಸು ಹೇಳಿತು.

ಅವನ ಸಮೀಪಕ್ಕೆ ಹೋದೆ. ಪೆಟ್ಟು ತಿಂದೆನೆಂಬ ನಾಚಿಕೆಯೋ? ರಕ್ತ ಬಂತೆಂಬ ದ್ವೇಷವೋ? ಭಯವೋ? ಅವನ ಮುಖ ನೋಡಿದಾಗ ನನಗೊಂದೂ ಅರ್ಥವಾಗಲಿಲ್ಲ. ತಲೆಬಗ್ಗಿಸಿ ನಿಂತ ಅವನ ಮುಖವನ್ನು ನನ್ನ ಕೈಯಾರೆ ಮೇಲಕ್ಕೆ ಎತ್ತಿದೆ. ದುಂಡಗಿನ, ಬಿಳುಪಾದ ಮುಖ ಕೆಂಪಾಗಿ ಹೋಗಿತ್ತು. ಉಬ್ಬಿದ ಕೆನ್ನೆಗಳೆರಡೂ ತುಂಬಾ ಮುದ್ದಾಗಿ ಕಾಣಿಸಿತ್ತು. ಸಣ್ಣದಾಗಿರುವ ಎರಡು ಕಣ್ಣುಗಳಲ್ಲಿ ಕಣ್ಣೀರು ತುಂಬಿದವು. ಕೆಂಪಗಿನ ತುಟಿಯು ಹರಿದು, ರಕ್ತ ಗಲ್ಲಕ್ಕೆ ತೊಟ್ಟಿಕ್ಕುತ್ತಿತ್ತು. ಅವನ ಕೈಹಿಡಿದು ಬಾಯ್ಸ್ ವಾಷ್‌ರೂಮ್‌ಗೆ ಎಳೆದುಕೊಂಡು ಹೋಗಿ, ಅವನ ತುಟಿ ಹಾಗೂ ಗಲ್ಲವನ್ನು ನೀರಿನಲ್ಲಿ ತೊಳೆದೆ. ಅವನು ಯಾವುದಕ್ಕೂ ತಿರಸ್ಕರಿಸಿದೆ ಮೌನವಾಗಿ ನಿಂತಿದ್ದ. ಸಹ ಶಿಕ್ಷಕರು, ವಿದ್ಯಾರ್ಥಿಗಳು ಸುತ್ತಲೂ ನಿಂತು ನೋಡುತ್ತಿದ್ದರು.

'ಸಿಗರೇಟ್ ಸೇದಿದ ಮೇಲೆ, ಸೇದಿದೆ ಅಂತ ಹೇಳಬಹುದಿತ್ತು ತಾನೆ? ಯಾಕೋ ಸುಳ್ಳು ಹೇಳಿದೆ?'–ನನ್ನ ನಡುಗುವ ಧ್ವನಿಯಲ್ಲಿ ಕೇಳಿದೆ.

ಅವನು ಮೌನವಾಗಿದ್ದ.

ವಿಷಯ ಕೆಳಗಿನ ಕ್ಯಾಬಿನಿನಲ್ಲಿ ಕುಳಿತ ಪ್ರಾಂಶುಪಾಲರಾದ ಸ್ವರೂಪ ಮಿಸ್ಸಿನವರೆಗೂ ತಲುಪಿತು.

ಯಾವಾಗಲೂ ಎದೆಯ ಭಾಗಕ್ಕೆ ಬಿಡಿಸಿಹಾಕುವ ಚೂಡಿದಾರ ಶಾಲನ್ನು ಮಡಚಿ ಭುಜದ ಮೇಲೆ ಹಾಕುತ್ತಾ 'ಏನಾಯಿತು ಇಲ್ಲಿ?' ಎಂದು ಕೇಳುತ್ತಾ ಬಂದರು.

'ಮಿಸ್, ಫೌಝಿಯಾ ಹೊಡೆದ ಪೆಟ್ಟಿಗೆ ಅಝರಿನ ತುಟಿಯಲ್ಲಿ ರಕ್ತ ಬಂತು'–ಪ್ರದೀಪ್ ವಿವರಿಸಿದ.

'ನನ್ನ ಕೈಯಲ್ಲಿ ಫಿಂಗರ್ ರಿಂಗ್ಸ್ ಏನೂ ಇರಲಿಲ್ಲ ಮಿಸ್. ಮತ್ತೆ ಹೇಗೆ ರಕ್ತ ಬಂತೆಂದು ಗೊತ್ತಾಗಲಿಲ್ಲ. ಸಿಗರೇಟ್ ಸೇದಿದ ಅಂತ ಬಾಯಿಗೆ ಒಂದೇಟು ಕೊಟ್ಟೆ'–ನನ್ನ ಚೂಡಿದಾರ್ ಶಾಲಿನಿಂದ ಅವನ ತುಟಿಯನ್ನು ಒರೆಸುತ್ತಾ ಹೇಳಿದೆ.

ಆ ವಯಸ್ಸಿನಲ್ಲಿ, ಆ ಸಮಯದಲ್ಲಿ ಯಾವುದೇ ಒಂದು ವಿದ್ಯಾರ್ಥಿಯೊಡನೆ ಸಲಿಗೆಯಿಂದ ಮಾತನಾಡಿದರೆ ತಪ್ಪಾಗಿ ಭಾವಿಸುತ್ತಿದ್ದರು. ನಾನಂದು ಅವನ ಮುಟ್ಟಿ ಆರೈಕೆ ಮಾಡುವುದರಲ್ಲೇ ಮಗ್ನಳಾಗಿದ್ದೆ. ಬೇರೆಯವರು ಏನಾದರೂ ಅಂದುಕೊಳ್ಳಲಿ ಎಂದು ಅದರ ಬಗ್ಗೆ ಯೋಚಿಸುವುದನ್ನೇ ಬಿಟ್ಟುಬಿಟ್ಟಿದ್ದೆ. ಫಸ್ಟ್ ಏಡ್ ಬಾಕ್ಸಿಂದ, ಹತ್ತಿ ತೆಗೆದು ಡೆಟಾಲ್ ಹಾಕಿ ಅವನ ತುಟಿಯ ಭಾಗಕ್ಕೆ ತಾಗಿಸಿದೆ.

'ನನಗೇನು ಆಗಿಲ್ಲ, ಬಿಟ್ಟುಬಿಡಿ ಮಿಸ್' ಎಂದು ಹೇಳಿ, ನನ್ನ ಕೈಯನ್ನು ತಳ್ಳಿ ತರಗತಿಯ ಕಡೆ ನಡೆದ.

ಸ್ವರೂಪ ಮಿಸ್ಸಿಗೆ ಸೆಕೆಂಡ್ ಫ್ಲೋರಿನಲ್ಲಿ ಕ್ಯಾಬಿನ್ ಇದ್ದರೂ, ವಿದ್ಯಾರ್ಥಿಗಳ ಬಗ್ಗೆ ನಮಗೆ ಏನಾದರೂ ಹೇಳಬೇಕೆಂದುಕೊಂಡಿದ್ದರೆ, ಫಸ್ಟ್ ಫ್ಲೋರಿನಲ್ಲಿರುವ ಕ್ಯಾಬಿನ್‌ಗೆ ಕರೆದು ಮಾತನಾಡುತ್ತಿದ್ದರು.

'ಫೌಝಿಯಾ, ಪ್ರದೀಪ್ ಹಾಗು ಚಿತ್ರ, ಕೆಳಗಿನ ಕ್ಯಾಬಿನ್‌ಗೆ ಬನ್ನಿ' ಎಂದು ಸ್ವರೂಪ ಮಿಸ್ ಹೇಳಿ ಹೋದರು. ಇಂಗ್ಲಿಷ್ ಶಿಕ್ಷಕಿಯಾಗಿರುವ ಚಿತ್ರ ಅಂದರೆ ಅವರಿಗೆ ಅಚ್ಚುಮೆಚ್ಚು.

'ನೀನು ಊದುಬತ್ತಿ ಹಾಗೆ ಇದ್ದರೂ, ಕೊಡೋ ಪೆಟ್ಟಿಗೆ ರಕ್ತ ಬರುವಷ್ಟು ಸ್ಟ್ರಾಂಗ್ ಇದ್ದೀಯ'–ಮೆಟ್ಟಿಲು ಇಳಿಯುತ್ತಾ ಪ್ರದೀಪ್ ನನಗೆ ತಮಾಷೆ ಮಾಡಿದರು.

ಇನ್ನು ಸ್ವರೂಪ ಮಿಸ್ಸಿನಿಂದ ಏನೆಲ್ಲ ಕೇಳಬೇಕು, ಅನ್ನೋ ಟೆನ್ಶನ್‌ನಲ್ಲಿ ನಾನು ಪ್ರದೀಪನಿಗೆ ಉತ್ತರ ಕೊಡಲೇನು ಹೋಗಿಲ್ಲ. ನಾವು ಮೂವರೂ ಕ್ಯಾಬಿನ್ ಒಳಗೆ ಹೋಗಿ ಕುಳಿತೆವು.

'ಅವನು ತಿರುಗಿಸಿ ಹೊಡೆಯದಿರುವುದು, ಇವಳ ಭಾಗ್ಯ ಮಿಸ್'–ಚಿತ್ರ ಕುಳಿತುಕೊಂಡು ಹೇಳಿದಳು.

ಪ್ರದೀಪ್ ನಗುವನ್ನು ನಿಯಂತ್ರಿಸಲು ಪ್ರಯತ್ನಿಸಿದರು. ಅವನಿಗೆ ಹೊಡೆದ ಭಯಕ್ಕಿಂತಲೂ, ಸ್ವರೂಪ ಮಿಸ್ ಏನು ಹೇಳುತ್ತಾರೆ ಅನ್ನೋ ಭಯ ನನ್ನಲ್ಲಿ ಜಾಸ್ತಿಯಾಯಿತು.

'ಅವನು ಮೊನ್ನೆ ಮೊಬೈಲ್ ತಂದಿದ್ದ, ಅದನ್ನು ಕ್ಲಾಸಿಗೆ ತೆಗೆದುಕೊಂಡು ಹೋಗಬೇಡ, ಇಲ್ಲಿಟ್ಟು ಹೋಗು ಅಂತ ಹೇಳಿದ್ದಕ್ಕೆ ನನ್ನನ್ನೇ ದುರುಗುಟ್ಟಿ ನೋಡಿದ ಚಿತ್ರ'–ಸ್ವರೂಪ ಮಿಸ್ ಅವನಿಂದಾದ ಅನುಭವವನ್ನು ಹೇಳಿದರು.

'ನಾವೇನಾದರೂ ಜೋರಾಗಿ ಬೈದರೆ, ಸ್ಟೇಟ್ ಬ್ಯಾಂಕ್‌ನಲ್ಲಿ ನೋಡಿಕೊಳ್ಳುತ್ತೇವೆ ಅಂತ ಕೆಲವರು ಧಮ್ಕಿ ಹಾಕುತ್ತಾರೆ'–ಪ್ರದೀಪ್ ತನಗಾದ ಅನುಭವವನ್ನು ತಿಳಿಸಿದರು.

'ಇಲ್ಲಿ ಬರುವ ವಿದ್ಯಾರ್ಥಿಗಳು ಸಾಮಾನ್ಯ ವಿದ್ಯಾರ್ಥಿಗಳಲ್ಲ, ಕೆಲವರಂತೂ ರೌಡಿಗಳಂತೆ ವರ್ತಿಸುವವರು. ಅದಕ್ಕಾಗಿ ಇಲ್ಲಿ ಪ್ರತಿಯೊಂದು ರೂಲ್ಸ್ ಅನ್ನು ಬಹಳ ಕಟ್ಟುನಿಟ್ಟಾಗಿ ನೋಡಿಕೊಳ್ಳುವುದು. ನೀವಾದರೂ ಅಷ್ಟೇ, ರೂಲ್ಸ್ ಬ್ರೇಕ್ ಮಾಡಿದ್ದನ್ನು ಅವರೊಡನೆ ಸಮಾಧಾನದಿಂದ ಕೇಳಬೇಕು, ಬೈಯ್ಯಬೇಕು ಆದರೆ ಅವರ ಮೇಲೆ ಕೈ ಮಾಡಬಾರದು'–ಕುರ್ಚಿಗೆ ಒರಗುತ್ತಾ ಹೇಳಿದರು.

'ನಾವು ಯಾರು ಹೊಡೆಯೋಕೆ ಹೋಗಲ್ಲ ಮಿಸ್, ಈ ಫೌಝಿಯಾ ಮಾತ್ರ'–ನನ್ನ ನೋಡಿ ಚಿತ್ರ ಹೇಳಿದಳು.

'ತುಟಿಯಲ್ಲಿ ರಕ್ತ ಬಂದರೂ, ಅವನೇಕೆ ಸುಮ್ಮನಿದ್ದ ಅನ್ನೋದೇ ಆಶ್ಚರ್ಯ' ಎಂದು ಪ್ರದೀಪ್ ಹೇಳಿದರು.

ವಿದ್ಯಾರ್ಥಿಗಳನ್ನು ಯಾವ ರೀತಿಯಾಗಿ ಹ್ಯಾಂಡಲ್ ಮಾಡಬೇಕೆಂದು ಕೆಲವೊಂದು ಬುದ್ಧಿವಾದಗಳನ್ನು ಹೇಳಿ ನಮ್ಮನ್ನು ಕಳಿಸಿಕೊಟ್ಟರು. ಎಲ್ಲಿ ನನ್ನ ಕೆಲಸ ಹೋಗುತ್ತೋ ಅಂತ ಭಯದಲ್ಲಿದ್ದ ನನಗೆ ಸ್ವಲ್ಪ ಸಮಾಧಾನವಾಯಿತು. ಆದರೆ ಅವನ ಮುಖಕ್ಕೆ ಹೊಡೆದು, ರಕ್ತ ಬರಿಸಿದ ಬೇಸರ ನನ್ನಲ್ಲಿತ್ತು.

ಅಂದಿನಿಂದ ಅವನು ಏನೇ ತಪ್ಪು ಮಾಡಿದರೂ, ನಾನು ಪ್ರೀತಿಯಿಂದ ಬುದ್ಧಿ ಹೇಳುತ್ತಿದ್ದೆ. ಯಾರೊಡನಾದರೂ ಜಗಳಕ್ಕೆ ನಿಂತರೆ, ಅವನಿಗೆ ಬೈದು ಅವನನ್ನು ಆ ಗುಂಪಿನಿಂದ ಎಳೆದುಕೊಂಡು ಬರುತ್ತಿದ್ದೆ. ನನಗರಿಯದೆ ಅವನೇನಾದರೂ ತಪ್ಪು ಮಾಡಿದರೆ, ಸಹಶಿಕ್ಷಕರು ನನ್ನೊಡನೆ ಹೇಳುತ್ತಿದ್ದರು. ತಾಯಿ ಮಗನನ್ನು ನೋಡುವಷ್ಟು ಪ್ರೀತಿಯಿಂದ ನಾನು ನೋಡಿಕೊಂಡೆ. ಅವನ ಕಠೋರ ಸ್ವಭಾವ ನಿಧಾನವಾಗಿ ಬದಲಾಗುತ್ತಾ ಬಂತು.

***

ಒಂದುವರೆ ತಿಂಗಳ ನಂತರ ನನ್ನ ಆರನೇ ಸೆಮಿಸ್ಟರ್ ಫಲಿತಾಂಶ ಬಂತು. ಬಿಡುವು ಮಾಡಿಕೊಂಡು ನಾನು ಕಾಲೇಜಿಗೆ ಹೋದೆ. ನೋಟಿಸ್ ಬೋರ್ಡ್ ಬಳಿ ನಿಂತು ಫಲಿತಾಂಶ ನೋಡುತ್ತಿರುವ ನನ್ನ ಸಮೀಪ, ಅರ್ಥಶಾಸ್ತ್ರದ ಜಯವಂತ್ ನಾಯಕ್ ಸರ್ ಬಂದರು.

'ಹೇಗಿದ್ದೀಯಾ ಫೌಝಿಯಾ? ಅಂತೂ ನನ್ನೊಡನೆ ಕಥೆ ಹೇಳಿ, ಕಥೆ ಹೇಳಿ ಅಂತ ಹೇಳುತ್ತಾ ಕ್ಲಾಸಿಗೆ ಟಾಪ್ ಬಂದಿದ್ದೀಯಾ! ಕಂಗ್ರಾಜುಲೇಷನ್ಸ್. ಏನು ಮುಂದಿನ ಪ್ಲಾನ್?' ಅಂತ ಕೇಳಿದರು.

'ಥ್ಯಾಂಕ್ಯೂ ಸರ್, ನೀವು ಹೇಳುವ ಕತೆಯಲ್ಲೂ ನೀತಿಪಾಠ ಇದೆ ಅಲ್ವಾ ಸರ್. ನಾನೀಗ ಇಲ್ಲೇ ಸ್ಟೇಟ್ ಬ್ಯಾಂಕ್ ಬಳಿ ಇರುವ ಮಾತಾ ಎಜುಕೇಶನಿನಲ್ಲಿ ಶಿಕ್ಷಕಿಯಾಗಿ ಕೆಲಸಕ್ಕೆ ಸೇರಿಕೊಂಡಿದ್ದೇನೆ'–ಡಿಗ್ರಿಯ ನಂತರ ಕೆಲಸವೇ ನನ್ನ ಗುರಿಯಾಗಿದ್ದರಿಂದ ಧೈರ್ಯವಾಗಿಯೇ ಹೇಳಿದೆ.

'ವೆರಿ ಗುಡ್, ಎಂ.ಎ ಕ್ಲಾಸ್ ಸ್ಟಾರ್ಟ್ ಆಗಲು ಹೇಗೂ ಒಂದೆರಡು ತಿಂಗಳು ಹಿಡಿಯುತ್ತೆ ಅಲ್ಲಿವರೆಗೂ ಕೆಲಸ ಮುಂದುವರಿಸು' ಎಂದು ಸಂತೋಷವಾಗಿಯೇ ಹೇಳಿದರು.

ಮುಂದಿನ ವಿದ್ಯಾಭ್ಯಾಸದ ಬಗ್ಗೆ ಯೋಚನೆನೂ ಮಾಡದ ನಾನು 'ಸರ್, ನಾನು ಎಂ.ಎ. ಹೋಗುವ ಪ್ಲಾನ್ ಮಾಡಿಲ್ಲ.' ನೇರವಾಗಿ ಹೇಳಿಬಿಟ್ಟೆ.

'ಯಾಕೆ ಫೌಝಿಯಾ? ಎಕನಾಮಿಕ್ಸ್‌ನಲ್ಲಿ ಒಳ್ಳೆಯ ಅಂಕವಿದೆ ನಿನಗೆ. ಖಂಡಿತ ನಿನಗೆ ಮೆರಿಟ್‌ನಲ್ಲಿ ಸೀಟು ಸಿಗುತ್ತದೆ. ನೀನು ಹೋಗಿ ಅಪ್ಲಿಕೇಶನ್ ತಾ. ಸಾಧ್ಯವಾದರೆ ಇಂದೇ ಹೋಗು' ಎಂದು ಹೇಳಿದರು.

'ಸರಿ ಸರ್'–ಏನೋ ಯೋಚಿಸುತ್ತಾ ಹೇಳಿದೆ.

'ಎಂ.ಎ. ಕಂಪ್ಲೀಟ್ ಮಾಡು. ಅನಂತರ ಒಳ್ಳೆಯ ಕೆಲಸ ಸಿಗುತ್ತೆ'–ಸರ್ ಹೇಳಿದ ನಂತರ ನನಗೂ ಎರಡು ವರ್ಷದ ಎಂ.ಎ. ಕೋರ್ಸ್ ಪೂರ್ತಿ ಮಾಡುವ ಎಂಬ ಆಸೆ ಹುಟ್ಟಿತು.

***

ಎಂ.ಎ. ತರಗತಿ ಪ್ರಾರಂಭವಾಗಲು ಒಂದು ವಾರ ಬಾಕಿ ಇರುವ ಸಮಯದಲ್ಲಿ ಸ್ವರೂಪ ಮಿಸ್ಸಿನೊಡನೆ ನಾನು ಕೆಲಸ ಬಿಡುವ ವಿಷಯವನ್ನು ತಿಳಿಸಿದೆ.

'ಫೌಝಿಯಾ, ಈ ರೀತಿಯಾಗಿ ಅರ್ಧದಲ್ಲಿ ಕೆಲಸ ಬಿಟ್ಟು ಹೋಗುವುದಾದರೆ, ಮತ್ತೆ ನೀನು ಯಾಕೆ ಇಲ್ಲಿ ಕೆಲಸಕ್ಕೆ ಜಾಯಿನ್ ಆದೆ?'–ಕೋಪದಲ್ಲಿ ಕೇಳಿದರು.

'ಮಾಮ್, ಅರ್ಧದಲ್ಲಿ ಕೆಲಸ ಬಿಟ್ಟು ಹೋಗುವ ಉದ್ದೇಶ ನನ್ನದಾಗಿರಲಿಲ್ಲ. ಆದರೆ ಒಳ್ಳೆಯ ಅಂಕ ಇರುವುದರಿಂದ ಎಲ್ಲರು ಎಂ.ಎ ಕಂಪ್ಲೀಟ್ ಮಾಡಲು ಒತ್ತಾಯಪಡಿಸಿದರು. ಹಾಗಾಗಿ...' ವಿನಮ್ರವಾಗಿ ಹೇಳಿದೆ.

'ಆದರೂ ಫೌಝಿಯಾ, ನೀನು ತೆಗೆಯುತ್ತಿರುವ ಎಕನಾಮಿಕ್ಸ್, ಜಿಯೋಗ್ರಫಿ, ಕನ್ನಡ ಈ ಮೂರು ಸಬ್ಜೆಕ್ಟ್ ನಾನು ಯಾರ ತಲೆಯ ಮೇಲೆ ಹಾಕಬೇಕು? ನೀನೇ ಹೇಳು?'

ನಾನು ಸ್ವಲ್ಪ ಹೊತ್ತು ಮೌನಿಯಾಗಿ ನಿಂತೆ. 'ಮಾಮ್ ನಾನು ರವಿಯೊಡನೆ ಮಾತನಾಡಿದ್ದೇನೆ. ಅವರು ಒಂದು ಸಬ್ಜೆಕ್ಟ್ ತೆಗೆಯಲು ರೆಡಿಯಾಗಿದ್ದಾರೆ. ದಯವಿಟ್ಟು ಹೇಗಾದರೂ ಮಾಡಿ ನನ್ನ ಕೋರ್ಸ್ ಕಂಪ್ಲೀಟ್ ಮಾಡಲು ಅವಕಾಶ ಮಾಡಿಕೊಡಿ' ಎಂದು ಹೇಳಿದೆ.

ರವಿ ನನ್ನ ಆತ್ಮೀಯ ಸ್ನೇಹಿತ ಹಾಗು ಅಕೌಂಟ್ಸ್ ಹೇಳಿಕೊಡುವ ಶಿಕ್ಷಕನಾಗಿದ್ದ. ನಾನು ಕೆಲಸ ಬಿಟ್ಟು ಹೋದರೆ ಮತ್ತೆ ಕ್ಲಾಸಿಗೆ ಬರಲ್ಲ ಅನ್ನೋ ಅಝುರಿನ ಹಠ ಒಂದು ಕಡೆ. ನಾನು ಅರ್ಧದಲ್ಲಿ ಬಿಟ್ಟು ಹೋಗುತ್ತಿದ್ದೇನೆ ಅನ್ನೋ ಬೇಸರ ಪ್ರತಿಯೊಬ್ಬರ ಮುಖದಲ್ಲಿಯೂ ಇತ್ತು. ಬೈದೋ, ಕಿರುಚಿಯೋ, ಪ್ರತಿಯೊಂದು ವಿದ್ಯಾರ್ಥಿಯನ್ನು ನಿಯಂತ್ರಣದಲ್ಲಿಟ್ಟುಕೊಂಡಿದ್ದೆ. ನನ್ನನ್ನು ಕಳುಹಿಸಿಕೊಡಲು ಅವರು ಯಾರಿಗೂ ಮನಸ್ಸಿರಲಿಲ್ಲ. ಮುಂದಿನ ವಿದ್ಯಾಭ್ಯಾಸಕ್ಕಾಗಿ, ಮನಸ್ಸಿಲ್ಲದಿದ್ದರೂ ಕೆಲಸ ಬಿಟ್ಟು ಹೋಗುವ ನನ್ನ ನಿರ್ಧಾರಕ್ಕೆ ಕೊನೆಗೂ ಪ್ರತಿಯೊಬ್ಬರು ಸಹಕರಿಸಿದರು.

ಚಿಗುರಿದ ಕನಸು

ಕೊಣಾಜೆಯಲ್ಲಿರುವ ಕಾಲೇಜಿಗೆ ಹೋಗಿ ಬರಲು ಬಸ್ಸಿಗೆ ಹೆಚ್ಚಿನ ದುಡ್ಡು ಬೇಕಾಗಿರುವುದರಿಂದ, ಕಾಲೇಜಿನ ಸಮೀಪದಲ್ಲಿದ್ದ ಗವರ್ನಮೆಂಟ್ ಹಾಸ್ಟೆಲಿನಲ್ಲಿ ಸೀಟ್ ಪಡೆದುಕೊಂಡೆ. ಹೊಸ ಹಾಸ್ಟೆಲ್ ಆಗಿರುವುದರಿಂದ ನಮ್ಮ ಬ್ಯಾಚ್ ಮೊದಲಾಗಿತ್ತು. ಚೌಕಾಕಾರದಲ್ಲಿರುವ ಹಾಸ್ಟೆಲಿನ ಮಧ್ಯಭಾಗದಲ್ಲಿ ಹಲವು ರೀತಿಯ ಹೂವಿನ ಗಿಡಗಳಿದ್ದವು. ಅದನ್ನು ಪ್ರತಿಯೊಂದು ರೂಮಿನ ಮುಂಭಾಗದಲ್ಲಿರುವವರು ನೀರು ಗೊಬ್ಬರ ಹಾಕಿ ಪೋಷಿಸುತ್ತಿದ್ದರು. ಪ್ರತಿಯೊಂದು ರೂಮಿನಲ್ಲಿಯೂ ಎಂಟೆಂಟು ಮಂದಿ ವಿದ್ಯಾರ್ಥಿಗಳು. ನಾನಿದ್ದ ರೂಮಿನಲ್ಲಿ ನಾನು, ಖದೀಜಾ, ಸಾಧನ, ಮಮತಾ, ಪ್ರಮೀಳ, ಅಕ್ಷತಾ, ನಾಗವೇಣಿ ಹಾಗೂ ಸಂಗೀತ.

ಮುಂಭಾಗದ ಗೇಟಿನ ಬಳಿ ಅಗಲವಾದ, ಕೆಂಪು ಕಲ್ಲು ಮಣ್ಣಿನಿಂದ ಕೂಡಿದ ಅಂಗಳ ಖಾಲಿಯಾಗಿತ್ತು. ಅದರ ನಂತರ ಎರಡನೇ ಗೇಟ್ ಸಮೀಪ, ಹಾಸ್ಟೆಲ್ ವಾರ್ಡನಿನ ಕೋಣೆ. ಗೇಟಿನ ಒಳಭಾಗದಲ್ಲಿ ಒಂದು ಸಣ್ಣ ಮೇಜು ಹಾಗು ಎರಡು ಕುರ್ಚಿಗಳನ್ನು ಇಡಲಾಗಿತ್ತು. ಮೊದಲ ಗೇಟ್ ತೆಗೆದು ಒಳ ಬರಬಹುದಾದರೂ, ಎರಡನೇ ಗೇಟಿನಲ್ಲಿ ರಾತ್ರಿ ಎಂಟು ಗಂಟೆಯ ನಂತರ ಯಾರಿಗೂ ಪ್ರವೇಶವಿಲ್ಲ. ಹಾಗೇನಾದರೂ ಇದ್ದರೆ ಮೊದಲೇ ವಾರ್ಡನ್ ಅಥವಾ ಅಡುಗೆ ಮಾಡುವವರ ಬಳಿ ಪರ್ಮಿಷನ್

ತೆಗೆದುಕೊಳ್ಳಬೇಕು. ಉದಯವಾಣಿ, ವಿಜಯ ಕರ್ನಾಟಕ, ಟೈಮ್ಸ್ ಆಫ್ ಇಂಡಿಯಾ ಹಾಗೂ ದ ಹಿಂದು ಪ್ರತಿ ದಿನದ ನ್ಯೂಸ್ ಪೇಪರ್‌ಗಳು, ಆ ಟೇಬಲಿನ ಮೇಲೆ ಇರುತ್ತಿದ್ದವು. ಯಾವುದೇ ವಿದ್ಯಾರ್ಥಿ ಅದನ್ನು ತನ್ನ ರೂಮಿಗೆ ತೆಗೆದುಕೊಂಡು ಹೋಗುವಂತಿಲ್ಲ. ಅಲ್ಲೇ ಕುಳಿತು ಓದಿ ಇಡಬೇಕು. ಬೆಳಗ್ಗೆ ಹಾಗು ಸಂಜೆಯ ಹೊತ್ತು ಉಳಿದವರು ಅದಕ್ಕೆ ಮುತ್ತುವುದರಿಂದ ನಾನು, ಖದೀಜಾ ಮಾತ್ರ ರಾತ್ರಿ ಹತ್ತು ಗಂಟೆಯ ಹೊತ್ತಿಗೆ ಹೋಗಿ ಓದಿ ಬರುತ್ತಿದ್ದೆವು.

ರಾತ್ರಿ ಎಂಟು ಗಂಟೆಗೆ ಹಾಸ್ಟೆಲಿನಲ್ಲಿ ಪ್ರೇಯರ್ ಟೈಮ್, ನಂತರ ಊಟ. ರಾತ್ರಿ ಹತ್ತು ಗಂಟೆಯವರೆಗೆ ಅಸೈನ್ಮೆಂಟ್, ಪ್ರಾಜೆಕ್ಟ್ ವರ್ಕ್, ಸೆಮಿನಾರ್, ಪ್ರಾಕ್ಟಿಕಲ್ ಕ್ಲಾಸ್, ವೈವಾ ಮುಂತಾದ ಹತ್ತು ಹಲವು ಕಾರಣಗಳಿಗೆ, ಉಳಿದವರು ಪುಸ್ತಕ ಹಿಡಿದು ಕುಳಿತುಕೊಂಡರೆ, ನಮ್ಮ ರೂಮಿನಲ್ಲಿ ಮಾತ್ರ ಮಾತು, ನಗು, ಬೊಬ್ಬೆ, ಚಪ್ಪಾಳೆಗಳ ಶಬ್ದ. ಹಾಸ್ಟೆಲ್ ವಾರ್ಡನಿಗೆ ಉಳಿದವರು ಕಂಪ್ಲೇಂಟ್ ಮಾಡಿದರೂ, ಮರುದಿನ ಅದರ ಬಗ್ಗೆ ಚರ್ಚೆ, ತಮಾಷೆ, ಗಾಸಿಪ್ ಮಾಡುತ್ತಾ ಎಂದಿಗಿಂತಲೂ ಜಾಸ್ತಿಯೇ ನಗುವಿನ ಶಬ್ದ.

ಅಡುಗೆ ಮಾಡುವ ಸಂಗೀತ ಅಕ್ಕನನ್ನು ಹೊರತುಪಡಿಸಿ, ಉಳಿದ ಇಬ್ಬರು ಅಕ್ಕಂದಿರು ನಮ್ಮನ್ನು ಕರೆದು ಬೈದು, ಬುದ್ಧಿ ಹೇಳಿ ಕಳಿಸಿದರೆ, ರೂಮಿಗೆ ಬರುವ ಕಾರಿಡಾರಿನಲ್ಲೇ, ಅವರು ಮಾತನಾಡಿದ ರೀತಿಯನ್ನು ಮಿಮಿಕ್ರಿ ಮಾಡಿ, ಅವರಂತೆ ವರ್ತಿಸುವ ಖದೀಜನನ್ನು ಕಂಡು ಜೋರಾಗಿ ನಕ್ಕಾಗ, ನೋಡುತ್ತಾ ನಿಂತಿದ್ದ, ಅವರೇ ದಂಗಾಗಿ ಹೋಗಿದ್ದರು. ಎಷ್ಟೇ ಕಂಪ್ಲೇಂಟ್ ಮಾಡಿದರೂ ಪ್ರಯೋಜನವಿಲ್ಲ ಎಂಬುದನ್ನು ಅರಿತು, ನಮ್ಮ ರೂಮಿನ ಅಕ್ಕಪಕ್ಕದಲ್ಲಿ ಪುಸ್ತಕ ಹಿಡಿದು ಕುಳಿತುಕೊಳ್ಳುವವರು, ಕೊನೆಗೆ ಪ್ರೇಯರ್ ಹಾಲ್‌ಗೆ ಹೋಗಿ ಕಲಿಯಲು ಪ್ರಾರಂಭಿಸಿದರು.

ರಾತ್ರಿ ಹತ್ತರ ನಂತರ ಹಾಸ್ಟೆಲಿನ ಕೆಲವು ಹುಡುಗಿಯರು ಮೊಬೈಲ್ ಫೋನ್ ಹಿಡಿದು ವರಾಂಡದಲ್ಲಿ, ಗಾರ್ಡನಿನಲ್ಲಿ ತಿಂದಿರುವುದನ್ನು ಜೀರ್ಣ ಮಾಡಲು, ಕಿವಿಯಲ್ಲಿ ಫೋನ್ ಇಟ್ಟುಕೊಂಡು ಅತ್ತಿಂದ ಇತ್ತ, ಇತ್ತಿಂದ ಅತ್ತ ನಡೆದಾಡಿಕೊಂಡು ಇರುತ್ತಿದ್ದರು. ಕೆಲವರು ಮದುವೆ ಫಿಕ್ಸ್ ಆದ ಹುಡುಗನ ಜೊತೆ ಮಾತುಕತೆಯಾದರೆ, ಇನ್ನು ಕೆಲವರು ಪ್ರೇಮಿಗಳ ಜೊತೆ, ಮತ್ತೆ ಕೆಲವರು ಸ್ನೇಹಿತರ ಜೊತೆ, ಕೆಲವರು ತಂದೆ ತಾಯಿಗಳ ಜೊತೆ, ಹಾಡಿನ ಹುಚ್ಚು ಇರುವ ಕೆಲವರು ಹಾಡು ಕೇಳುತ್ತಾ, ಎಫ್.ಎಂ. ಕೇಳುತ್ತಾ ಒಟ್ಟಿನಲ್ಲಿ ರೂಮ್ ಒಳಗೆ ಇರುವುದಕ್ಕಿಂತಲೂ, ರೂಮ್ ಹೊರಗೆ ಇರುವವರೇ ಹೆಚ್ಚು.

ಪ್ರತಿಬಾರಿಯೂ ಕೃಷ್ಣಾಪುರಕ್ಕೆ ಹೋದಾಗ, ರಿಫಾಯಿಯ ಹೊರತುಪಡಿಸಿ ಉಳಿದವರನ್ನೆಲ್ಲಾ ಕಾಣುತ್ತಿದ್ದೆ. ಆದರೆ ನಾನು ಅಲ್ಲಿಗೆ ಹೋಗುವುದನ್ನು ನಿಲ್ಲಿಸಿರಲಿಲ್ಲ. ಒಂದು ದಿನ ತಾಯಿರತ್ತೆಯ ಫೋನಿಗೆ 'ರಿಫಾಯಿ ಸೌದಿ' ಫೋನ್ ರಿಂಗಾಗುತ್ತಿತ್ತು.

'ಚೆರುದಾದ, ರಿಫಾಯಿ ಸೌದಿಗೆ ಹೋದನಾ? 'ರಿಫಾಯಿ ಸೌದಿ' ಫೋನ್ ಬರುತ್ತಾ ಇದೆ'–ಅದನ್ನು ಕಂಡು ಆಶ್ಚರ್ಯದಲ್ಲಿ ಕೇಳಿದೆ.

'ಹಾ ಹೌದು, ಅವನು ಸೌದಿಗೆ ಹೋಗಿದ್ದಾನೆ. ಅದು ಮಿಸ್ ಕಾಲ್. ಯಾವಾಗಲೂ ಹಾಗೆ ಲಾಂಗ್ ಮಿಸ್ ಕಾಲ್ ಕೊಡುತ್ತಾನೆ'–ಅಡುಗೆ ಮನೆಯ ಒಳಗಿನಿಂದಲೇ ಹೇಳಿದರು.

ನನ್ನ ಎದೆ ಬಡಿತ ಜೋರಾಯಿತು. ನೌಶಾದ್ ಮರಣದ ನಂತರ, ನಾನು ಒಂದು ಬಾರಿಯೂ ಅವನ ಕಂಡಿಲ್ಲ, ಮಾತನಾಡಿಲ್ಲ. 'ಏನಾಗಿರಬಹುದು? ಅವನು ಯಾಕಾಗಿ ಸೌದಿಗೆ ಹೋದ?' ತಲೆಯಲ್ಲಿ ಹಲವಾರು ಪ್ರಶ್ನೆಗಳು ಮೂಡಿತು.

ಎಲ್ಲಾ ಪ್ರಶ್ನೆಗಳಿಗೂ, ಉತ್ತರ ಸಿಗದಿದ್ದರೂ ಕೆಲವೊಂದು ಅನುಮಾನಕ್ಕೆ ಖಂಡಿತ ಉತ್ತರ ಸಿಗಬಹುದು. ಅದು ಶಹನಾಜ್‌ನಿಂದ ಅಂದುಕೊಂಡು, ಬಾವಿಯ ಸಮೀಪ ಕುಳಿತು ವ್ಯಾಕ್ಸ್ ಮಾಡುತ್ತಿದ್ದ ಅವಳ ಬಳಿ ಹೋದೆ.

'ಶಹನಾಜ್, ರಿಫಾಯಿ ಯಾವಾಗ ಸೌದಿಗೆ ಹೋದ?' ಮೊದಲ ಬಾರಿ ಅವನ ಬಗ್ಗೆ ಪ್ರಶ್ನೆ ಕೇಳಿದೆನಾದರೂ, ನನ್ನ ಮನಸ್ಸು ಅದೇಕೋ ಚಡಪಡಿಸುತ್ತಿತ್ತು.

'ಹಾ. ಅದುವಾ, ಅದೊಂದು ದೊಡ್ಡ ಕಥೆ'–ಒಂದು ಬಾರಿ ನನ್ನ ಮುಖ ನೋಡಿ, ವ್ಯಾಕ್ಸ್ ಮಾಡಿದ ಅವಳ ಕೈಯನ್ನೇ ನೋಡುತ್ತಾ ಕುಳಿತಳು.

'ಏನಾಯ್ತು ಹೇಳು? ನೀನು ಯಾಕೆ ಈ ವಿಷಯ ನನ್ನೊಡನೆ ಹೇಳಲಿಲ್ಲ'– ವ್ಯಾಕ್ಸ್ ಮಾಡುತ್ತಿದ್ದ ಕೈಯನ್ನು ಹಿಡಿದು ಕೇಳಿದೆ.

'ಎಲ್ಲಾ ನಿನ್ನಿಂದಲೇ ಆಗಿರುವುದು. ಇನ್ನೂ ನಿನ್ನೊಡನೆ ಹೇಳಲು ಏನಿದೆ?' ಅವಳ ಕೆಲಸಕ್ಕೆ ಅಡ್ಡಿ ಪಡಿಸಿದ ಸಿಟ್ಟೋ? ಅಥವಾ ಅವನು ವಿದೇಶಕ್ಕೆ ಹೋಗಲು ಕಾರಣಳಾದವಳು ನಾನು ಅನ್ನೋ ಸಿಟ್ಟಾ? ನನಗೆ ಗೊತ್ತಾಗಲಿಲ್ಲ. ನಾನು ಮೌನವಹಿಸಿದೆ. ನನ್ನ ಮುಖ ಮುದುಡಿ ಹೋಯಿತು. ನಮ್ಮಿಬ್ಬರ ನಡುವೆ ಸ್ವಲ್ಪ ಸಮಯ ಮೌನ ಆವರಿಸಿತು.

'ನಿನ್ನನ್ನು ಮರೆತು ಬಿಡೋಕೆ, ಅವನ ತಂದೆ–ತಾಯಿ ಅವನೊಡನೆ ಎಷ್ಟೇ ಹೇಳಿದರೂ ಅವನು ಕೇಳಲಿಲ್ಲ. ತೋಡಾರಿನಲ್ಲಿ ಅವರ ಸಂಬಂಧಿಕರು ಇದ್ದಾರೆ. ಅಲ್ಲಿಗೆ ಹೋಗುತ್ತೇನೆಂದು ಹೇಳಿ, ಹಲವು

ಬಾರಿ ಗುರುಪುರದ ಕಡೆಗೆ ಬಂದು, ಹಿಂದಿರುಗಿ ಬಂದಿದ್ದ. ಕೊನೆಗೆ ಅವನನ್ನು ಸೌದಿಗೆ ಕಳಿಸಿದರು. ದಿನಕ್ಕೆ ಹತ್ತು ಬಾರಿಯಾದರೂ ತಾಯಿಯ ಮೊಬೈಲಿಗೆ ಮಿಸ್ ಕಾಲ್ ಕೊಡುತ್ತಾನೆ. ಆಲ್ರೆಡಿ ನಿನ್ನ ವಿಷಯದಲ್ಲಿ ಇಲ್ಲಿ ಒಂದು ರಂಪಾಟ ನಡೆದಿದೆ'–ನನ್ನ ಮುಖ ನೋಡುತ್ತಾ ಬೇಸರದಲ್ಲಿ ಹೇಳಿ ಮುಗಿಸಿದಳು.

'ನಾನು, ಕೈರು ಯಾವಾಗಲೂ ಒಟ್ಟಿಗೆ ಇರುತ್ತಿದ್ದೆವು. ಈಗ ಸ್ವಲ್ಪ ದೂರವಾಗಿದ್ದೇವೆ ಅಷ್ಟೇ'–ಅವರು ಮನೆಗೆ ಬಂದು ಹೋದ ನಂತರ, ಒಂದೆರಡು ಬಾರಿ ಅವಳ ತಾಯಿ ಹೇಳಿದ ಮಾತು ನನಗೆ ನೆನಪಾಯ್ತು.

'ಅಂದರೆ ನನ್ನ ಹಾಗು ಅವನ ವಿಷಯದಲ್ಲಿ ಇಲ್ಲಿ ಏನೋ ಒಂದು ಮಾತು ಬಂದು ಹೋಗಿದೆ' ಎಂಬುದು ನನಗೆ ಮನದಟ್ಟಾಯಿತು.

ಮರುದಿನ ಹಾಸ್ಟೆಲಿಗೆ ಹೋಗುವ ಮುಂಚೆ ಅವನ ನಂಬರನ್ನು ಹೇಗಾದರೂ ಮಾಡಿ ಅತ್ತೆಯ ಮೊಬೈಲಿಂದ ತೆಗೆಯಬೇಕು ಎಂದು ನಿರ್ಧರಿಸಿ, ಯಾರಿಗೂ ಗೊತ್ತಾಗದಂತೆ ಅವನ ನಂಬರನ್ನು ನನ್ನ ಮೊಬೈಲಿಗೆ ಆಡ್ ಮಾಡಿಕೊಂಡೆ. ನೋಕಿಯಾದ ಸಣ್ಣ ಮೊಬೈಲ್ ಒಂದು ನನ್ನ ಕೈಯಲ್ಲಿಯೂ ಇತ್ತು. ರಿಂಗ್ ಕೊಟ್ಟೆ, ಇನ್‌ಸಫೀಶಿಯಂಟ್ ಬ್ಯಾಲೆನ್ಸ್ ಎಂದು ಹೇಳಿತು. ಕಾಲೇಜಿಗೆ ಹೋಗಲು, ಅತ್ತೆ ಬಸ್ಸಿಗೆ ಕೊಟ್ಟ ಇಪ್ಪತ್ತು ರೂಪಾಯಿ ಹಣದಿಂದ ರೀಚಾರ್ಜ್ ಮಾಡಿಕೊಂಡೆ. ಮಿಸ್ ಕಾಲ್ ಕೊಟ್ಟೆ, ರಿಂಗಾಯಿತು. ಹೆದರಿ ಕಟ್ ಮಾಡಿದೆ. ಆ ಕಡೆಯಿಂದ ಕಾಲ್ ಆಗಲಿ, ಮಿಸ್ ಕಾಲ್ ಆಗಲಿ ಬರಲಿಲ್ಲ.

ರಾತ್ರಿ ಎಂಟು ಗಂಟೆ ಪ್ರೇಯರಿಗೆ ಬೆಲ್ ಆಯಿತು. ಎಲ್ಲರೂ ಬಟ್ಟಲು ಹಿಡಿದು ಪ್ರೇಯರ್ ಹಾಲಿಗೆ ನಡೆದಾಗ, ನಾನು ಕೊನೆಯಬಾರಿ ಸೆಲ್ಫ್‌ನಲ್ಲಿಟ್ಟ ಮೊಬೈಲ್ ತೆಗೆದು ನೋಡಿದೆ. ಯಾವುದೇ ಮಿಸ್ಕಾಲ್ ಇರಲಿಲ್ಲ. ಅಂದು ಯಾಕೋ ನಾನು ಯಾರೊಡನೆಯೂ ಹೆಚ್ಚಾಗಿ ಮಾತನಾಡಲಿಲ್ಲ. ರೂಮ್ ಮೇಟ್ಸ್ ಜೊತೆ ಕುಳಿತು, ಇದ್ದವರಿಗೆ ತಮಾಷೆ, ಗೇಲಿ ಮಾಡುತ್ತಾ, ಸಾಲು ಉದ್ದದಲ್ಲಿ ನಿಂತ ಲೈನ್ ಮುಗಿದಮೇಲೆ, ಊಟ ಹಿಡಿದು ರೂಮಿಗೆ ಬರುತ್ತಿದ್ದ ನಾವುಗಳು, ಅಂದು ಅದೇ ರೀತಿ ಕುಳಿತಿದ್ದೆವು.

'ಎಂದಾ ಫೌಜಿ ಸೈಲೆಂಟ್?'–ಖದೀಜಾ, ಅವಳ ಸುಳ್ಯ ಭಾಷೆಯಲ್ಲಿ ಕೇಳಿದಳು.

ಯಾವತ್ತೂ ರಿಫಾಯಿ ಬಗ್ಗೆ ಮಾತನಾಡದ ನಾನು, ಅಂದು ಎಲ್ಲವನ್ನೂ ಅವರಿಗೆ ವಿವರಿಸಿದೆ.

'ನೀನು ಒಮ್ಮೆ ಫೋನ್ ಮಾಡಿ ಮಾತನಾಡು. ಅವನಿಗೆ ನಿನ್ನ ನೆನಪಿದೆಯಾ? ಇಲ್ಲವಾ? ಅನ್ನೋದು ಗೊತ್ತಾಗುತ್ತೆ'–ಸಾಧನ ಹೇಳಿದಳು.

'ಅಷ್ಟೊಂದು ಪ್ರೀತಿಸುತ್ತಿದ್ದ ಅಂದಮೇಲೆ, ಖಂಡಿತವಾಗಿಯೂ ಅವನಿಗೆ ಈಗಲೂ ನಿನ್ನ ಮೇಲೆ ಪ್ರೀತಿ ಇದೆ' ಎಂದು ಅಕ್ಷತಾ ಹೇಳಿದಳು.

'ನಿನ್ನ ಘುಲ್ ಸ್ಟೈಲ್, ಡ್ರೆಸ್ಸಿಂಗ್, ಎಲ್ಲಾ ಬಾಯ್ಸ್ ತರ. ಅದು ಹೇಗೆ ಅವನು ನಿನ್ನನ್ನು ಇಷ್ಟೊಂದು ಪ್ರೀತಿಸಿದ?'–ಪ್ರಮೀಳಾ ತುಸು ಕೋಪದಲ್ಲಿ ಕೇಳಿದಳು.

'ಅದಕ್ಕೆ ಅಲ್ವಾ ಸಂಗೀತಕ್ಕ, ಚಿಕನ್ ಕರಿ ಮಾಡಿದಂದು, ಇವಳಿಗೆ ಎರಡು ಫೀಸ್ ಜಾಸ್ತಿನೇ ಕೊಡುವುದು'–ಮಮತಾ ನಗುತ್ತಾ ಹೇಳಿದಳು.

ಅಡುಗೆ ಮಾಡುವ ಸಂಗೀತಕ್ಕನಿಗೆ ನಾನೆಂದರೆ ಅಕ್ಕರೆ.

'ನಿಮಗೆ ಯಾರಿಗೂ ಊಟ ಬೇಡವಾ? ಬನ್ನಿ ಬೇಗ'–ಹಾಲಿನಲ್ಲಿ ವೃತ್ತಾಕಾರದಲ್ಲಿ ಕುಳಿತು ಮಾತನಾಡುತ್ತಿದ್ದ ನಮ್ಮನ್ನು ಸೀನಿಯರ್ ಅಕ್ಕ ಕರೆದರು.

***

ಊಟ ಮುಗಿಸಿ ಸುಮಾರು ಹತ್ತು ಗಂಟೆಯ ಹೊತ್ತಿಗೆ, ರೂಮಿನವರ ಒತ್ತಾಯದಿಂದ ರಿಫಾಯಿ ನಂಬರಿಗೆ ಕಾಲ್ ಮಾಡಿದೆ. ಫೋನ್ ರಿಂಗ್ ಆಗುತ್ತಿದ್ದಂತೆ ನನ್ನ ಎದೆಬಡಿತ ಜೋರಾಯಿತು.

'ಹಲೋ...' ಆ ಕಡೆಯಿಂದ ಶಬ್ದಕ್ಕೆ, ನಾನು ಭಯದಲ್ಲಿ ಮೌನಿಯಾದೆ.

'ಹಲೋ ಯಾರಿದು?' ಮತ್ತೆ ಆ ಕಡೆಯಿಂದ ಜೋರು ಧ್ವನಿ.

ಮೊಬೈಲ್ ಕಿವಿಯಿಂದ ತೆಗೆದೆ. ಹದಿನೈದು ಸೆಕೆಂಡು ತೋರಿಸಿತು. ಅರುವತ್ತು ಸೆಕೆಂಡ್ ಒಳಗೆ ಮಾತನಾಡದಿದ್ದರೆ ನನ್ನ ಹಣ ವ್ಯರ್ಥವಾಗುತ್ತದೆ ಅಂದುಕೊಂಡು ಬೇಗನೆ 'ಅಸ್ಸಲಾಂ ಅಲೈಕುಂ' ಹೇಳಿದೆ.

'ವಾಲೈಕುಂ ಅಸ್ಸಲಾಮ್, ಯಾರಿದು?'

'ಇದು ರಿಫಾಯಿ ಅಲ್ವಾ?' ಮೆಲ್ಲನೆ ಕೇಳಿದೆ.

'ಹಾ, ಅದೆ. ನೀವು ಯಾರು?'

'ನಾನು ಫೌಝಿಯಾ' ನನ್ನ ಎದೆಬಡಿತ ವೇಗವಾಗಿ ಬಡಿಯತೊಡಗಿತು.

'ಫೌಝಿಯಾ.' ಅವನು ಕರೆದ ರೀತಿಗೆ, ನನಗೆ ಅದು ಅವನೇ ಎಂದು ದೃಢವಾಯಿತು.

'ಹೂಂ, ಶಹನಾಜ್ ತಾಯಿ ಮೊಬೈಲ್ನಿಂದ, ನಿನ್ನ ನಂಬರನ್ನು ಕದ್ದೆ' ಎಂದು ಹೇಳಿ, ನಾನು ಫೋನ್ ಕಟ್ ಮಾಡಿದೆ.

ಒಂದು ಕಡೆ ಭಯದಲ್ಲಿ, ನನ್ನ ಎದೆ ಜೋರಾಗಿ ಬಡಿಯಲಾರಂಭಿಸಿದರೆ ಮತ್ತೊಂದೆಡೆ ಅವನೊಡನೆ ಮಾತನಾಡಿದ ಖುಷಿ ಮನಸ್ಸಲ್ಲಿ. ಕೈ ಕಾಲುಗಳು ನಡುಗುತ್ತಿದ್ದವು. ಹೂ ಗಿಡಗಳ ಮಧ್ಯೆ ಸ್ವಲ್ಪ ಹೊತ್ತು ಹಾಗೆಯೇ ಕುಳಿತುಕೊಂಡೆ. ಮೊಬೈಲ್ ಬ್ಯಾಲೆನ್ಸ್ ಚೆಕ್ ಮಾಡಿದೆ. ಇಪ್ಪತ್ತಮೂರು ರೂಪಾಯಿ ಇದ್ದದ್ದು

ಹನ್ನೆರಡು ರೂಪಾಯಿ ಆಗಿತ್ತು. ಅಂದರೆ ಒಂದು ನಿಮಿಷಕ್ಕೆ ಹನ್ನೊಂದು ರೂಪಾಯಿ ಹೋಯಿತು ಎಂಬ ಅಸಮಾಧಾನವಿದ್ದರೂ, ಅವನೊಡನೆ ಮಾತನಾಡಿದ ಸಮಾಧಾನ. ಒಂದತ್ತು ನಿಮಿಷ ವರಾಂಡದಲ್ಲಿ ಕುಳಿತುಕೊಂಡೆ.

'ನಾನೇನಾದರೂ ತಪ್ಪು ಮಾಡಿಬಿಟ್ಟೆನಾ? ನಾನು ಫೋನ್ ಮಾಡಿದೆ ಎಂಬುದನ್ನು ಅವನ ಮನೆಯವರಿಗೆ, ಅವನು ತಿಳಿಸಿದರೆ? ನಿಜವಾಗಿಯೂ ಅವನಿಗೆ ಈಗಲೂ ನನ್ನ ಮೇಲೆ ಪ್ರೀತಿ ಇದೆಯಾ?' ನನ್ನ ತಲೆಯಲ್ಲಿ ಪ್ರಶ್ನೆಗಳ ಪುಸ್ತಕವೇ ತೆರೆಯಲಾರಂಭಿಸಿತು.

ಅಷ್ಟರಲ್ಲೇ ನನ್ನ ಫೋನ್ ರಿಂಗಾಯಿತು. ಇಂಟರ್ನ್ಯಾಷನಲ್ ನಂಬರ್ ನನ್ನ ಮೊಬೈಲಿನ ಡಿಸ್ಪ್ಲೇಯಲ್ಲಿ ಕಾಣಿಸಿತು. ರಿಸೀವ್ ಮಾಡಿದೆ.

'ಹಲೋ. ಫೌಝಿಯಾ...' ರಿಫಾಯಿಯ ಧ್ವನಿ.

'ಹಾ. ರಿಫಾಯಿ, ಹೇಳು ಹೇಗಿದ್ದೀಯಾ?'

'ಇದ್ದೇನೆ, ನಿನ್ನ ನೆನಪಿನಲ್ಲಿಯೇ.'

ಭಯದಿಂದ, ಜೋರಾಗಿ ಬಡಿಯುತ್ತಿದ್ದ ಎದೆಬಡಿತವನ್ನು ಯಾರೋ ನಿಯಂತ್ರಣಕ್ಕೆ ತಂದ ಅನುಭವ.

'ಸೋರಿ, ಎಲ್ಲಾ ನನ್ನಿಂದಲೇ ಅಲ್ವಾ ರಿಫಾಯಿ?'–ನನ್ನ ಕಣ್ಣು ತೇವಗೊಂಡಿತ್ತು.

'ನೀನು ಫೋನ್ ಮಾಡಬಹುದೆಂದು, ನಾನು ಅಂದುಕೊಂಡಿರಲಿಲ್ಲ ಫೌಝಿಯಾ'–ತುಂಬಾ ಕುತೂಹಲದಲ್ಲಿ ಹೇಳಿದ.

'ಹೂಂ, ತುಂಬಾ ಸಲ ಮಿಸ್ ಕಾಲ್ ಕೊಟ್ಟೆ ನಾನು.'

'ನೋಡಿದೆ. ಆಗ ಕೆಲಸದಲ್ಲಿದ್ದೆ, ಆದರೆ ಅದು ನೀನು ಅಂತ ಗೊತ್ತಾಗಲಿಲ್ಲ. ಗೊತ್ತಾಗಿದ್ದರೆ ಆವಾಗಲೇ ಫೋನ್ ಮಾಡುತ್ತಿದ್ದೆ.'

'ಹೂಂ. ಅದು ನನ್ನದೇ ನಂಬರ್. ಈಗ ಸಣ್ಣದೊಂದು ಮೊಬೈಲ್ ಇದೆ.'

'ಸರಿ, ನಾನು ನಂಬರ್ ಆಡ್ ಮಾಡುತ್ತೇನೆ. ಮತ್ತೆ ತಾಯಿ ಹೇಗಿದ್ದಾರೆ ಫೌಝಿಯಾ?'

'ಹಾ ಚೆನ್ನಾಗಿದ್ದಾರೆ, ನಾನು ಈಗ ಕೊಣಾಜೆ ಹಾಸ್ಟೆಲಿನಲ್ಲಿ ಇದ್ದೇನೆ.'

'ನೀನು ಈಗಲೂ ಕಾಲೇಜಿಗೆ ಹೋಗುತ್ತಿದ್ದೀಯ ಅನ್ನೋದು ನನಗೆ ಗೊತ್ತಿತ್ತು ಫೌಝಿಯಾ.'

'ಅದು ಹೇಗೆ? ನೀನು ಯಾಕೆ ಸೌದಿಗೆ ಹೋದೆ?'

'ಫೌಝಿಯಾ, ಬ್ಯಾಲೆನ್ಸ್ ಖಾಲಿಯಾಗುತ್ತಾ ಬಂತು. ನಾನು ನಾಳೆ ನಿನಗೆ ಬ್ಯಾಲೆನ್ಸ್ ಹಾಕಿ ಫೋನ್ ಮಾಡುತ್ತೇನೆ.'

'ಸರಿ, ಆಯಿತು.'

'ಹಾ, ನೀನು ನೆನಪಾದಾಗಲೆಲ್ಲ ನನಗೆ ಮಿಸ್ ಕಾಲ್ ಮಾಡು. ನಾನು ರಿಸೀವ್...'

ಫೋನ್ ಕಟ್ ಆಯ್ತು.

ನಿಟ್ಟುಸಿರೊಂದನ್ನು ಬಿಟ್ಟೆ. 'ಎಷ್ಟೊಂದು ಪ್ರೀತಿಸುತ್ತಿದ್ದಾನೆ, ನನ್ನ.' ನನ್ನಷ್ಟಕ್ಕೆ ನಗುವೊಂದನ್ನು ಬೀರಿದೆ. ಮನಸ್ಸು ತುಂಬಾ ಹಗುರವಾಯಿತು.

ಅವನನ್ನು ನೋಡಬೇಕೆಂದು ಅನಿಸಿತು. ಅವನಿಗೆ ಮೆಸೇಜ್ ಮಾಡ ಬೇಕೆಂದು ಅನಿಸಿತು. ಆದರೆ ಒಂದು ಮೆಸೇಜಿಗೆ ಐದು ರೂಪಾಯಿ ಆಗುತ್ತದೆ. 'ಬೇಡ ಪ್ರೀತಿ ಇದೆ ಎಂಬುದು ಗೊತ್ತಾಯ್ತು ತಾನೇ? ನನಗೆ ಅಷ್ಟು ಸಾಕು.'

'ಅನಿಸುತಿದೆ... ಯಾಕೊ... ಇಂದು, ನೀನೇನೆ... ನನ್ನವನೆಂದು.' ಹಾಡು ಗುನುಗುತ್ತಾ ರೂಮ್ ಒಳಗೆ ಹೋದೆ.

'ಫೌಝಿ, ಎಂದಾಯಿ (ಏನಾಯ್ತು)?' ಖದೀಜಾ ನನ್ನ ನಗು ಮುಖ ನೋಡಿ ಕೇಳಿದಳು.

'ಮಾತಾಡಿದೆ'–ಕಣ್ಣ ರೆಪ್ಪೆಯ ಮೇಲೆ ಬೀಳುತ್ತಿದ್ದ ಕೂದಲನ್ನು ಮೇಲಕ್ಕೆ ಮಾಡುತ್ತಾ, ಮುಖ ಮೇಲಕ್ಕೆತ್ತಿ, ಒಂದು ಕಣ್ಣು ಮುಚ್ಚಿ ಮುಗುಳು ನಕ್ಕೆ.

'ನಿನ್ನ ನೋಡಿದರೆ ಯಾರು ಹೇಳಲ್ಲ, ನಿನ್ನಲ್ಲೂ ಒಂದು ಸುಂದರವಾದ ಪ್ರೇಮಕಥೆ ಇದೆಯೆಂದು'–ಸಾಧನ ಸಂತೋಷದಲ್ಲಿಯೇ ಹೇಳಿದಳು.

'ಪರವಾಗಿಲ್ಲ, ಅವನು ಸೌದಿಯಲ್ಲಿ ಇರುವುದು ತಾನೇ?' ಪ್ರಮೀಳಾ, ಅವಳನ್ನೇ ಅವಳು ಸಮಾಧಾನ ಪಡಿಸಿಕೊಂಡಳು.

ನನ್ನ ವರ್ತನೆ, ಸ್ಟೈಲ್ ಇಷ್ಟಪಡುವ ಅವಳು ಯಾವಾಗಲೂ 'ಫೌಝಿ, ನೀನು ಹುಡುಗನಾಗಿದ್ದರೆ ನಾನೇ ನಿನ್ನನ್ನು ಮದುವೆಯಾಗುತ್ತಿದ್ದೆ' ಅಂತ ದಿನಕ್ಕೆ ಹತ್ತು ಬಾರಿ ಹೇಳಿ ನನ್ನ ರೇಗಿಸುವವಳು.

ಆದರೆ ನಾ ಯಾಕೋ ಅವಳ ಪಕ್ಕಕ್ಕೆ ಸುಳಿಯುತ್ತಿರಲಿಲ್ಲ. ಪ್ರತಿ ಬಾರಿಯೂ ಅವಳು ನನ್ನ ಪಕ್ಕ ಬಂದು ಕುಳಿತೊಡನೆ ನಾನೆದ್ದು ಹೋಗುತ್ತಿದ್ದೆ. ನನ್ನ ಸನಿಹಕ್ಕಾಗಿ ಅವಳು ಕಾಯುತ್ತಿದ್ದರೆ, ಅದು ಯಾಕೋ ನಾನು ಅವಳ ಸನಿಹದಲ್ಲೂ ಸುಳಿಯುತ್ತಿರಲಿಲ್ಲ. ಕೆಲವೊಂದು ಬಾರಿ ಅಪರೂಪಕ್ಕೆ ಅವಳ ಹತ್ತಿರ ಕುಳಿತರೆ ಅವಳ ಸಂತೋಷಕ್ಕೆ ಎಲ್ಲೆ ಇರುತ್ತಿರಲಿಲ್ಲ.

'ನಿನ್ನ ಮದುವೆಯಾಗುವ ಹುಡುಗ ಭಾಗ್ಯವಂತನೇ ಆಗಿರಬೇಕು'– ಅವಳಷ್ಟಕ್ಕೆ ಕುಳಿತು ಹಲವು ಬಾರಿ ಹೇಳಿರುವುದನ್ನು ಕೇಳಿ ನಾವೆಲ್ಲರೂ ಜೋರಾಗಿ ನಕ್ಕ ದಿನಗಳಿವೆ. ಖದೀಜಾ ಅದೇನೋ ಅಂದುಕೊಂಡು ಜೋರಾಗಿ ನಕ್ಕಿದ್ದುಂಟು.

'ನೀ ನನ್ನ ಉಸಿರಾಗಿ ಇರುವಾಗ

ನಾ ಹೇಗೆ ಮರೆಯಲಿ ನಿನ್ನ?
ನಿನ್ನ ಏಳು ಕಡಲಿನಾಚೆ ಕಳಿಸಿದರು ಸರಿ
ನನ್ನ ಮನಸ್ಸಿನಿಂದ ದೂರ ಮಾಡಲು ಅವರಿಗಿದೆಯಾ ದಾರಿ?'
ಪಬ್ಲಿಕ್ ಎಕನಾಮಿಕ್ಸ್ ನೋಟ್ ಬುಕ್ಕಿನ ಕೊನೆಯ ಪೇಜಿನಲ್ಲಿ ಬರೆದಿಟ್ಟೆ.

***

ಮರುದಿನ ಸಂಜೆ ಕಾಲೇಜಿನಿಂದ ಬಂದವಳೇ ಮೊಬೈಲ್ ತೆಗೆದು ಮಿಸ್ ಕಾಲ್ ಕೊಟ್ಟೆ. ಸ್ವಲ್ಪ ಸಮಯದ ನಂತರ ಕಾಲ್ ಬಂತು. ಮಿಸ್ ಕಾಲ್ ಕೊಡುವುದಾಗಿ ಇರಬಹುದು ಅಂದುಕೊಂಡು ಸುಮ್ಮನಾದೆ. ಪೂರ್ತಿ ರಿಂಗ್ ಆದರೂ ನಾನು ತೆಗೆಯಲಿಲ್ಲ. ಮತ್ತೊಂದು ಬಾರಿ ಮಾಡಿದ. ರಿಸೀವ್ ಮಾಡಿದೆ.

'ಹೇ ಫೌಝಿಯಾ...'

'ಹಾ ಹೇಳು' ಮೆಲು ಧ್ವನಿಯಲ್ಲಿ ಹೇಳಿದೆ. ಯಾಕೋ ಅವನು ಪ್ರತಿಬಾರಿಯೂ ಕರೆಯುವ ನನ್ನ ಹೆಸರು, ನನಗೆ ಮತ್ತು ಬರಿಸುವಂತೆ ಇತ್ತು.

'ಇಡೀ ದಿನ ನೀನು ಯಾಕೆ ಮಿಸ್ ಕಾಲ್ ಕೊಡಲಿಲ್ಲ?'

'ಸಾರಿ, ನಾನು ಕ್ಲಾಸಿಗೆ ಮೊಬೈಲ್ ತೆಗೆದುಕೊಂಡು ಹೋಗಲ್ಲ.'

'ನಿನ್ನ ಮಿಸ್ ಕಾಲ್ ಬಂದರೆ, ಬಾಡಿ ಹೋದ ಗಿಡಕ್ಕೆ ನೀರು ಹಾಕಿದಂತೆ ಆಗುತ್ತದೆ' ಎಂದು ಹೇಳಿದ.

ನಾನು ನಕ್ಕು 'ಇಷ್ಟೊಂದು ಉಪಮಾಲಂಕಾರವಾಗಿ ಮಾತನಾಡಲು ಇವನಿಗೆ ಬರುತ್ತಾ?' ಅಂದುಕೊಂಡೆ.

'ಸರಿ ನಾಳೆಯಿಂದ ಮಿಸ್ ಕಾಲ್ ಕೊಡುತ್ತಾ ಇರುತ್ತೇನೆ. ಕೊನೆಗೆ ನಿನಗೆ ಸಾಕಾಗಿ ಹೋಗಬೇಕು.'

'ನನಗೆ ನಿನ್ನ ಮಿಸ್ ಕಾಲ್ ಕಂಡರೆ, ಕೆಲಸ ಮಾಡಲು ಹುಮ್ಮಸ್ಸು ಬರುವುದು' ಎಂದು ಹೇಳಿದ.

'ನಾನು ನಿನಗೆ ಫೋನ್ ಮಾಡುವ ವಿಷಯ, ನೀನು ಯಾರಿಗೂ ಹೇಳಬೇಡ.'

'ಯಾಕೆ? ಏನಾಯ್ತು?' ಅಂತ ಕೇಳಿದ. ನಾನು ಉತ್ತರವೇನು ಕೊಡಲಿಲ್ಲ.

'ಫೌಝಿಯಾ. ಕೇಳುತ್ತಾ ಇದೆಯಾ?'

'ಹಾ... ಕೇಳುತ್ತಿದೆ.'

'ನೀನೇನೂ ಹೆದರಬೇಡ ಫೌಝಿಯಾ, ಎಲ್ಲಾನು ಸರಿಯಾಗುತ್ತೆ. ನಮ್ಮಿಬ್ಬರ ಬಗ್ಗೆ ನಾನು ನೌಫಾಲ್ ಜೊತೆ ಮಾತಾಡಿದ್ದೇನೆ. ಅವನು ನನ್ನ

ಜೊತೆ ನನ್ನ ರೂಮಲ್ಲೆ ಇರುವುದು. ಅವನು ಸಹಾಯ ಮಾಡುತ್ತೇನೆ ಎಂದು ಹೇಳಿದ್ದಾನೆ.'

'ಯಾಕೋ ನೀನು ಹೇಳೋಕೆ ಹೋದೆ?'

'ಹೇ. ಫೌಝಿಯಾ, ನೀನು ಮೂರ್ನಾಲ್ಕು ವರ್ಷಗಳ ನಂತರ, ನನಗೆ ಫೋನ್ ಮಾಡಿದಾಗ, ಅದರಿಂದಾದ ಖುಷಿಯನ್ನು ನಿನಗೆ ಅರ್ಥಮಾಡಿಸಲು ನನಗೆ ಆಗುತ್ತಿಲ್ಲ. ನೀನು ನನ್ನ ಮರೆತು ಹೋಗಿದ್ದೀಯ ಅಂದುಕೊಂಡವನಿಗೆ, ಹೋಗುತ್ತಿರುವ ಜೀವ ತಿರುಗಿ ಬಂದಷ್ಟು ಖುಷಿ ನನಗೆ.'

'ನಾನಂದುಕೊಂಡೆ, ನೀನು ನನ್ನನ್ನು ಮರೆತಿರಬಹುದೆಂದು.'

'ಸಾಯೋವರೆಗೂ ನಾನು ನಿನ್ನ ಮರೆಯಲ್ಲ ಫೌಝಿಯಾ.'

ಸಾವು ಅಂದರೆ ಮರಣ. ನೌಶಾದ್ ನೆನಪು ಬಂತು. ತಲೆಯ ನರಗಳು ಬಲವಾಗಿ ಹಿಡಿದಂತ ಅನುಭವ. ಕಿವಿಯಿಂದ ಫೋನ್ ತೆಗೆದು ತಲೆಕೂದಲನ್ನು ಬಲವಾಗಿ ಹಿಡಿದೆ.

'ಫೌಝಿಯಾ... ಫೌಝಿಯಾ' ಆ ಕಡೆಯಿಂದ ಧ್ವನಿ ಕೇಳುತ್ತಿತ್ತು.

'ನನಗೆ ಸ್ವಲ್ಪ ಕೆಲಸ ಇದೆ. ನೀನು ನಾಳೆ ಇದೇ ಸಮಯಕ್ಕೆ ಫೋನ್ ಮಾಡು. ಅಸ್ಸಲಾಂ ಅಲೈಕುಂ'–ತಲೆಯನ್ನು ಗಟ್ಟಿಯಾಗಿ ಹಿಡಿದು, ಆಗುವ ನೋವನ್ನು ಸಹಿಸಿಕೊಂಡು ಏನೂ ಆಗದಂತೆ ಮಾತನಾಡಿದೆ.

'ವಾಲೈಕುಂ ಸಲಾಂ, ಫೋನ್ ಇಡಲೇಬೇಕಾ?' ಕೇಳಿದ.

'ಹಾ ಹೌದು, ತುಂಬಾ ಹೊತ್ತು ಮಾತಾಡಿದೆ. ಎಷ್ಟು ದುಡ್ಡು ಹೋಯಿತೋ ಏನೋ? ನೀನೇನೂ ಹೇಳಲ್ಲ ಅನ್ನುವುದು ನನಗೆ ಗೊತ್ತಿದೆ. ಇಡು ಫೋನು.'

'ಫೌಝಿಯಾ...' ಏನೋ ಹೇಳೋಕೆ ಹೊರಟವನ ಮಾತು ಕೇಳದೆ, ನಾನು ಫೋನ್ ಕಟ್ ಮಾಡಿದೆ.

ಬೆಡ್ ಮೇಲೆ ಮಲಗಿ ಮೊಬೈಲ್ ಹಿಡಿದು ಹಾವಿನ ಆಟ ಆಡುತ್ತಿದ್ದ ಖದೀಜನ ಬಳಿ ಹೋಗಿ ಮಲಗಿದ್ದ ನನಗೆ ಎಚ್ಚರವಾದದ್ದು ಮರುದಿನ ಬೆಳಗ್ಗೆ.

***

ಪ್ರತಿ ಒಂದು ಗಂಟೆಗೊಮ್ಮೆ ತರಗತಿ ಪ್ರಾರಂಭವಾಗುವ ಮೊದಲು ಮಿಸ್ ಕಾಲ್ ಕೊಡುತ್ತಿದ್ದೆ. ಅವನು ಒಂದೆರಡು ಬಾರಿ ಕಾಲ್ ಕೊಟ್ಟ.

'ಏನೇ ಫೌಝಿ, ತುಂಬಾ ಖುಷಿಯಾಗಿದ್ದೀಯಾ?'–ನನ್ನ ಪಕ್ಕದಲ್ಲಿ ಕುಳಿತ ಝುಲ್ಫಾನ ಒಂದೆರಡು ಬಾರಿ ಕೇಳಿದಾಗ ಏನಿಲ್ಲವೆಂದು ತಲೆಯಾಡಿಸಿದೆ.

ಅವಳ ತಾಯಿಗೆ, ನನ್ನ ತಾಯಿ ಹಾಗು ಕುಟುಂಬದ ಬಗ್ಗೆ ಗೊತ್ತಿರುವುದರಿಂದ ಎಲ್ಲರಿಗಿಂತ ಹೆಚ್ಚಿನ ಕಾಳಜಿ ನನ್ನ ಮೇಲೆ ತೋರಿಸುತ್ತಿದ್ದಳು.

ಫ್ರೆಂಡ್ಸ್ ಜೊತೆ, ಕ್ಯಾಂಟೀನ್ ಅಲ್ಲಿ ಕುಳಿತು ಏನೇ ತಿಂದರೂ ನನ್ನ ಪೂರ್ತಿ ಖರ್ಚನ್ನು ಅವಳು ಪೇ ಮಾಡುತ್ತಿದ್ದಳು.

ಎಲ್ಲಾ ಕ್ಲಾಸಿನಲ್ಲೂ ತೂಕಡಿಸುತ್ತಿದ್ದ ನನಗೆ ಅಂದು ನಿದ್ದೆ ನನ್ನ ಹತ್ತಿರವೂ ಬರಲಿಲ್ಲ.

ಹಾಸ್ಟೆಲ್ಗೆ ತಲುಪಿದ ನಂತರ ಏಳೆಂಟು ಬಾರಿ ಮಿಸ್ ಕಾಲ್ ಕೊಟ್ಟೆ. ರಾತ್ರಿ ಊಟವೆಲ್ಲ ಮುಗಿಸಿ ಕೊನೆಯ ಬಾರಿ ಮಿಸ್ ಕಾಲ್ ಕೊಟ್ಟಾಗ ಫೋನ್ ಮಾಡಿದ.

'ಫೌಝಿಯಾ, ತುಂಬಾ ಖುಷಿಯಾಯ್ತು ನನಗೆ. ಇವತ್ತು ಇಡೀ ದಿನ ಕೆಲಸ ಮಾಡಿದ ಸುಸ್ತು ಗೊತ್ತಾಗಲೇ ಇಲ್ಲ.'

'ಹಾ, ನಿನಗೆ ಮಿಸ್ ಕಾಲ್ ಕೊಡಲಿಕ್ಕಾಗಿ, ಯಾರಿಗೂ ಫೋನ್ ಮಾಡದೆ ಹನ್ನೊಂದು ರೂಪಾಯಿ ಬ್ಯಾಲೆನ್ಸ್ ಹಾಗೆಯೇ ಇಟ್ಟಿದ್ದೇನೆ.'

'ನಾನು ರೀಚಾರ್ಜ್ ಮಾಡಿಸಲಾ?' ಕೇಳಿದ.

'ಹೇ ಬೇಡ, ಜಸ್ಟ್ ಮಾತಿಗೆ ಹೇಳಿದೆ ಅಷ್ಟೇ.'

'ಫೌಝಿಯಾ, ನಿನ್ನ ಜೊತೆ ನೌಫಾಲ್‌ಗೆ ಮಾತನಾಡಬೇಕಂತೆ.'

'ಹೇ, ನೀನು ಯಾರು ಯಾರಿಗೋ ಫೋನ್ ಕೊಡಬೇಡ'–ಸಿಟ್ಟಿನಲ್ಲಿ ಹೇಳಿದೆ.

'ಅಸ್ಸಲಾಮ್ ಅಲೈಕುಂ' ಆ ಕಡೆಯಿಂದ ಸಲಾಂ ಹೇಳುವಾಗಲೇ ಗೊತ್ತಾಯ್ತು ಫೋನ್ ಕೊಟ್ಟು ಆಗಿದೆ ಎಂದು.

'ವಾಲೈಕುಂ ಸಲಾಂ, ಹೇಗಿದ್ದೀರಾ?'–ವಿನಮ್ರತೆಯಿಂದ ಕೇಳಿದೆ.

'ಚೆನ್ನಾಗಿದ್ದೇನೆ. ನಿಮ್ಮದು ತುಂಬಾ ವರ್ಷಗಳ ಪ್ರೀತಿಯಂತೆ ಹೌದಾ?' ಎಂದು ಕೇಳಿದ.

ಇವನಿಗ್ಯಾಕೆ ಇದೆಲ್ಲಾ ಅಂತ ಮನಸ್ಸಲ್ಲಿ ಅಂದುಕೊಂಡರೂ 'ಹಾ ಹೌದು, ನಿಜವಾದ ಪ್ರೀತಿಗೆ ವಯಸ್ಸು ಇಲ್ಲ ಅಲ್ವಾ?'

'ಹೂಂ ಹೌದು. ನೀನು ಕಾಲೇಜಿಗೆ ಹೋಗುತ್ತಿಯಂತ ರಿಫಾಯಿ ಹೇಳಿದ. ಏನು ಓದುತ್ತಾ ಇದ್ದೀಯಾ?'

'ನಾನು ಎಂ.ಎ. ಇನ್ ಎಕೊನೊಮಿಕ್ಸ್.'

'ನೀವು ಹುಡುಗಿಯರು ಇಷ್ಟೆಲ್ಲಾ ಓದುವುದು ಯಾಕೆ?'

'ನಾನು ಓದುವುದರಲ್ಲಿ ನಿನ್ನಪ್ಪನ ಗಂಟು ಹೋಗುತ್ತಾ?'–ಬಾಯಲ್ಲಿ ಬಂತು.

ಆದರೂ 'ಏನಾದರೂ ಒಂದು ಒಳ್ಳೆಯ ಕೆಲಸ ಸಿಗಲಿ ಎಂದು' ನನ್ನ ಸಿಟ್ಟನ್ನೆಲ್ಲಾ ರಿಫಾಯಿ ಮೇಲೆ ತೀರಿಸಬೇಕೆಂದು ನಿರ್ಧರಿಸಿದೆ.

'ಅಂದರೆ ನೀನು ಕೆಲಸಕ್ಕೆ ಹೋಗಬೇಕೆಂದು ಅಂದುಕೊಂಡಿದ್ದೀಯಾ?'

'ಹೌದು ಅದರಲ್ಲಿ ಏನು ತಪ್ಪು?'

'ಅಲ್ಲ, ರಿಫಾಯಿ ನಿನ್ನನ್ನು ನೋಡಲ್ಲ ಅನ್ನೋ ಭಯನಾ?'

ನನ್ನಲ್ಲಿದ್ದ ಸಿಟ್ಟನ್ನು ನಿಯಂತ್ರಿಸಲು ಪಕ್ಕದಲ್ಲಿದ್ದ ಗೊಂಡೆ ಹೂ ಗಿಡದ ಎರಡು ಎಲೆಯನ್ನು ಕಿತ್ತು ಬಿಸಾಡಿದೆ. 'ಭಯ ಯಾಕೆ? ಹುಡುಗಿಯರು ಕೆಲಸಕ್ಕೆ ಹೋಗಬಾರದೆಂಬ ನಿಯಮ ಇದೆಯಾ?'

'ಅಂದರೆ ನೀನು ಮನೆ ಹೊರಗೆ ಕಾಲಿಟ್ಟು ದುಡಿಯಬೇಕು ಅಂದುಕೊಂಡಿದ್ದೀಯಾ?'

'ಮನೆ ಹೊರಗೆ ತಾನೇ ಕಾಲಿಡುವುದು, ನಿನ್ನ ತಲೆ ಮೇಲೆ ಅಲ್ಲ ಅಲ್ವಾ?' ಕುದಿಯುತ್ತಿರುವ ಮನಸ್ಸು ಹೇಳಿತು.

'ಅದರಲ್ಲಿ ಏನಿದೆ ತಪ್ಪು? ಹೊರಗಿನ ಕೆಲಸ ಎಂಬುದು ಕೇವಲ ಗಂಡು ಮಕ್ಕಳಿಗೆ ಹಾಗೂ ಮನೆಯ ಕೆಲಸ ಎಂಬುದು ಕೇವಲ ಹೆಣ್ಣುಮಕ್ಕಳಿಗೆ ಎಂದು ಎಲ್ಲೂ ಇಲ್ಲ. ಇಬ್ಬರು ಎರಡು ಕೆಲಸದಲ್ಲೂ ಹಂಚಿಕೊಂಡು ಬದುಕಬಹುದು'– ಒಂದು ಕೈಯಲ್ಲಿ ಫೋನ್ ಹಿಡಿದ ನಾನು, ಮತ್ತೊಂದು ಕೈಯಲ್ಲಿ ಫೋನಿಗೆ ಗುದ್ದುವಂತೆ ಮುಷ್ಟಿಯನ್ನು ಹಿಡಿದು ನಿಂತೆ.

'ಸರಿ ಫೋನ್ ರಿಫಾಯಿಗೆ ಕೊಡುತ್ತೇನೆ' ಅಂದ.

ನಾನು ಮುಷ್ಟಿ ಹಿಡಿದ ಕೈಯನ್ನು ಕೆಳಗೆ ಹಾಕಿದೆ.

'ಫೌಝಿಯಾ ಏನು ಹೇಳಿದೆ ನೀನು?'

'ಇಡೀ ರಾತ್ರಿ ಕುಳಿತು ಅವನೊಡನೆ ಕೇಳು. ನಾನು ಫೋನ್ ಇಡುತ್ತೇನೆ.' ಹೆಣ್ಣೆಂದರೆ ಕೇವಲ ಮನೆ ಒಳಗಡೆಗೆ ಸೀಮಿತ ಅನ್ನೋರ ಮನಸ್ಥಿತಿ ಇಷ್ಟವಾಗದ ನಾನು, ಸಿಟ್ಟನ್ನು ತೀರಿಸಲು ಫೋನ್ ಕಟ್ ಮಾಡಿದೆ.

***

ಮರುದಿನ ಎದ್ದವಳೇ ಮಿಸ್ ಕಾಲ್ ಕೊಟ್ಟು ಕಾಲೇಜಿಗೆ ರೆಡಿಯಾಗಿ ಹೊರಟೆ. ಮೊದಲ ಪಿರೆಡ್ ಪ್ರಾರಂಭವಾಗುವ ಮುಂಚೆ ಮೂರು ನಾಲ್ಕು ಬಾರಿ ಮಿಸ್ ಕಾಲ್ ಕೊಟ್ಟೆ. ಅವನ ನೆನಪಾಗಿ ಇಂಟರ್ ನ್ಯಾಷನಲ್ ಎಕನಾಮಿಕ್ಸ್ ನೋಟ್ ಬುಕ್ಕಿನ ಕೊನೆಯ ಪೇಜು ತೆರೆದು

ಕೈ ಹಿಡಿದು ನಡೆಯಲಿಲ್ಲ ನಾವೆಂದೂ,
ನಿನ್ನ ನೆನೆಯದ ದಿನಗಳಿಲ್ಲ ನನಗೆಂದೂ,
ಒಂದು ಬಾರಿ ಒಪ್ಪಿ ಬಿಡಲಿ ನಾನು ನಿನ್ನವಳಾಗಳೆಂದು,
ಪ್ರತಿಬಾರಿಯೂ ಪ್ರಾರ್ಥಿಸುವೆನು ನೀನು ನನ್ನವನಾಗಲೆಂದು

ಬರೆದಿಟ್ಟೆ. ಪ್ರತಿಯೊಂದು ಪಿರೆಡ್ ಪ್ರಾರಂಭವಾಗುವ ಮುಂಚೆ ಎರಡು ಮೂರು ಬಾರಿ ಮಿಸ್ ಕಾಲ್ ಕೊಟ್ಟೆ. ಅವನು ಒಂದು ಬಾರಿಯೂ ಕಾಲ್ ಕೊಡಲಿಲ್ಲ.

'ಫೌಝಿ, ಯಾರಿಗೆ ಫೋನ್ ಮಾಡುತ್ತಿದ್ದೀಯಾ? ನನ್ನ ಮೊಬೈಲ್‌ನಲ್ಲಿ ಕಾಲ್ ಮಾಡಿ ಮಾತನಾಡು. ಒಂದು ಸಾರಿ ಮಾತನಾಡಿದರೆ, ಮತ್ತೆ ಫೋನಿಗಾಗಿ ನೀನು ಕಾಯಬೇಕಿಲ್ಲ ಅಲ್ವಾ?'–ಝುಲ್ಫಾನ ಹೇಳಿದಳು.

'ಇಲ್ಲ ಝುಲ್ಫ, ನನಗೆ ಅರ್ಜೆಂಟ್ ಏನು ಇಲ್ಲ. ಸುಮ್ನೆ ಮಿಸ್ ಕಾಲ್ ಕೊಟ್ಟೆಯಷ್ಟೇ'–ಮೊಬೈಲ್ ತೆಗೆದು ಬ್ಯಾಗ್ ಒಳಗೆ ಹಾಕುತ್ತಾ ಹೇಳಿದೆ.

ರಾತ್ರಿ ಇಡೀ ಮೊಬೈಲ್ ಹಿಡಿದು ಅವನ ಫೋನಿಗಾಗಿ ಕಾದೆ. ಆದರೆ ಅವನ ಫೋನ್ ಬಿಟ್ಟು ಒಂದು ಸಣ್ಣ ಮಿಸ್ ಕಾಲ್ ಕೂಡ ಬರಲಿಲ್ಲ.

'ಏನೋ ಬ್ಯುಸಿ ಆಗಿರಬಹುದು. ಇನ್ನು ನನ್ನ ಮಿಸ್ ಕಾಲ್ ಇಲ್ಲದೆ, ಅವನು ಬೇಸರಪಡುವುದು ಬೇಡ' ಎಂದು ಮಲಗುವ ಮುಂಚೆ ಎರಡು ಮೂರು ಬಾರಿ ಮಿಸ್ ಕಾಲ್ ಕೊಟ್ಟೆ.

ಬೆಳಗ್ಗೆ ಎದ್ದು ನೋಡಿದೆ. ಅವನ ಯಾವುದೇ ಮಿಸ್ ಕಾಲ್ ಇರಲಿಲ್ಲ. ನಾನೇ ಆ ಕಡೆಗೆ ಮಿಸ್ ಕಾಲ್ ಬದಲು ಫೋನ್ ಮಾಡಿದೆ. ರಿಸೀವ್ ಮಾಡಿಲ್ಲ.

'ನಾನು ಮಿಸ್ ಕಾಲ್ ಕೊಡುವುದೆಂದು ಭಾವಿಸಿ, ತೆಗೆಯದೆ ಇರಬಹುದು. ಇನ್ನು ಕಾಲ್ ಕೊಡಲ್ಲ' ಎಂದು ನಿರ್ಧರಿಸಿ, ಅಂದು ಫೋನು ನನ್ನ ಸೆಲ್ಫಿನಲ್ಲಿಟ್ಟು ಕಾಲೇಜಿಗೆ ತೆರಳಿದೆ.

ಮಧ್ಯಾಹ್ನದ ಎರಡರಿಂದ ಮೂರರ ಪಿರೇಡಿನ ಮ್ಯಾಕ್ರೋ ಎಕನಾಮಿಕ್ಸ್ ತರಗತಿಯ ಲೆಕ್ಚರರ್ ಇಲ್ಲದಿರುವುದರಿಂದ ಕಾಲೇಜಿಂದ ಹಾಸ್ಟೆಲಿಗೆ ತೆರಳಿ ಮೊಬೈಲ್ ತೆಗೆದು ನೋಡಿದೆ. ಅವನ ಮಿಸ್ ಕಾಲ್ ಇರಲಿಲ್ಲ. ಬದಲಾಗಿ ಶಹನಾಜಿನ ಮೂರು ಮಿಸ್ ಕಾಲ್ ಇದ್ದವು.

'ಫೋನ್ ಮಾಡಿದರೆ ರಿಫಾಯಿಗೆ ಮಿಸ್ ಕಾಲ್ ಮಾಡಲು ಬ್ಯಾಲೆನ್ಸ್ ಸಾಕಾಗಲ್ಲ' ಎಂದು ಅವಳಿಗೆ ಮಿಸ್ ಕಾಲ್ ಕೊಟ್ಟೆ. ಒಂದೈದು ನಿಮಿಷದಲ್ಲಿ ಅವಳ ಫೋನ್ ಬಂತು.

'ಫೌಝಿಯಾ, ನೀನು ಎಲ್ಲಿದ್ದೀಯಾ?'–ಕಠೋರವಾಗಿ ಕೇಳಿದಳು.

'ಹಾಸ್ಟೆಲ್. ಯಾಕೆ?'

'ನೀನು ರಿಫಾಯಿಗೆ ಫೋನ್ ಮಾಡಿದ್ದೀಯಾ?'

ಅವಳ ಪ್ರಶ್ನೆಗೆ ನನ್ನ ಹೃದಯ ಜೋರಾಗಿ ಬಡಿಯತೊಡಗಿತು.

'ಹಾ... ಹೂಂ' ಅಂದೆ.

'ಹಾ, ಅವನ ತಂದೆ-ತಾಯಿಗೆ ವಿಷಯ ಗೊತ್ತಾಗಿದೆ.'

'ಏನು?' ಜೋರಾಗಿ ಬಡಿಯುತ್ತಿರುವ ಎದೆಬಡಿತ ಮತ್ತಷ್ಟು ಜೋರಾಗಿ, ಕೈ ಕಾಲುಗಳು ನಡುಗಲು ಪ್ರಾರಂಭಿಸಿತು.

'ಹೂಂ, ನೌಫಾಲ್ ಎಂಬುವವ ಎಲ್ಲಾ ವಿಷಯವನ್ನು ಅವನ ತಂದೆ ತಾಯಿಗೆ ಫೋನ್ ಮಾಡಿ ಹೇಳಿದ್ದಾನೆ. ಅದರಲ್ಲಿ ಬೇರೆ ನೀನು ಕೆಲಸಕ್ಕೆ ಹೋಗಿ ನೋಡಿಕೊಳ್ಳುತ್ತೇನೆ ಅಂತ ಏನೋ ಹೇಳಿದ್ದಿಯಂತೆ. ಅವರು ಅದೂ ಕೇಳಿ ನಿನ್ನೊಡನೆ ಮಾತನಾಡಬಾರದೆಂದು ತಂದೆ-ತಾಯಿ ಇಬ್ಬರು ಆಣೆ ಮಾಡಿಸಿಕೊಂಡಿದ್ದಾರೆ ಅಂತೆ. ರಿಫಾಯಿ ಎಲ್ಲಾ ವಿಷಯವನ್ನು ನನ್ನೊಡನೆ ಫೋನ್ ಮಾಡಿ ಹೇಳಿದ.'

ಅವಳೊಡನೆ ಏನು ಹೇಳಬೇಕೆಂದು ತಿಳಿಯದೆ ಫೋನ್ ಕಟ್ ಮಾಡಿ, ಕಿಟಕಿಯ ಬಳಿ ನಿಂತಿದ್ದ ನಾನು ಪಕ್ಕದಲ್ಲಿದ್ದ ಬೆಂಚಿನ ಮೇಲೆ ಕುಳಿತೆ. ಜೋರಾಗಿ ಬಡಿಯುತ್ತಿರುವ ಎದೆಯ ಜೊತೆಗೆ, ತಲೆಯ ನರಗಳ ಸಿಡಿತ. ಮನಸ್ಸು ಹಿಂಡಿದಂತಹ ಅನುಭವ. ನಡುಗುತ್ತಿರುವ ಕೈಕಾಲುಗಳು. ಬಿಸಿಯೇರಿದ ಶರೀರ. ಕಣ್ಣೀರು ತುಂಬಿದ ಕಣ್ಣುಗಳು. ಒಂದತ್ತು ನಿಮಿಷ ಮೌನವಾಗಿ ಕುಳಿತೆ. ಸೆಲ್ಫ್ ನಲ್ಲಿದ್ದ ನನ್ನ ವಾಟರ್ ಬಾಟಲ್ ತೆಗೆದು ನೀರು ಕುಡಿಯಲೆಂದು ನಿಂತಾಗ, ಕಾಲುಗಳಲ್ಲಿ ಶಕ್ತಿ ಇಲ್ಲದಂತಹ ಅನುಭವ. ಅಲ್ಲೇ ಟೇಬಲ್ ಮೇಲೆ ಇದ್ದ ಪ್ರಮೀಳಳ ವಾಟರ್ ಬಾಟಲ್‌ನಿಂದ ಒಂದು ಗುಟುಕು ನೀರು ಬಾಯಿಗೆ ಹಾಕಿದೆ. ಗಂಟಲಿನಲ್ಲಿದ್ದ ನೀರು ನುಂಗಲಾರದಷ್ಟು ನೋವಿನ ಅನುಭವ.

ಮೊಬೈಲಲ್ಲಿ ಒಮ್ಮೆ ಸಮಯ ನೋಡಿದೆ. 02:45 ಪಿಎಂ ತೋರಿಸಿತು. ಎಲ್ಲರೂ ನಾಲ್ಕು ಗಂಟೆಯ ನಂತರವೇ ಇನ್ನು ರೂಮ್ ಸೇರುವುದು. ಕಣ್ಣೀರ ಕಟ್ಟೆ ಒಡೆದು ಬಿಕ್ಕಿಬಿಕ್ಕಿ ಅತ್ತೆ. ಇದ್ದ ವ್ಯಾಲ್ಯೂಮ್ ಎಲ್ಲಾ ಸೇರಿಸಿ, ಮೊಬೈಲ್‌ನಲ್ಲಿ ಎಫ್.ಎಂ. ಇಟ್ಟು, ಮತ್ತಷ್ಟು ಜೋರಾಗಿ ಅತ್ತೆ. ನನ್ನ ಮನಸ್ಸಿಗೆ ಸಮಾಧಾನ ಸಿಗುವಷ್ಟು ಅದೇನೇನೋ ಹೇಳಿಕೊಂಡು ಅತ್ತು ಬಿಟ್ಟೆ.

ಎಸೈನ್‌ಮೆಂಟ್ ಬರೆದು, ಟೇಬಲ್ ಮೇಲೆ ಬಾಕಿ ಇಟ್ಟ ಪೇಪರ್ ಒಂದನ್ನು ತೆಗೆದು ಅವನಿಗೆ ತೋರಿಸಬೇಕಾದ ಪ್ರೀತಿ, ಹೇಳಬೇಕಾದ ಮಾತು ಎಲ್ಲವನ್ನು ಬರೆದೆ. ನನ್ನ ಮನದಾಳದ ಮಾತನ್ನು, ಕಣ್ಣೀರಿನ ಜೊತೆ ಜೊತೆಯಲಿ ಬರೆದೆ. ಕೆಲವು ಅಕ್ಷರಗಳು ಕಣ್ಣೀರ ಹನಿ ತಾಗಿ ಲೀಕ್ ಆದವು. ಬಿಕ್ಕಿ ಬಿಕ್ಕಿ ಅತ್ತು ಟೇಬಲ್ ಮೇಲೆ ತಲೆಯಿಟ್ಟು ಮಲಗಿದೆ.

ಒಂದರ್ಧ ಗಂಟೆಯ ನಂತರ ನಿಧಾನವಾಗಿ ತಲೆ ಎತ್ತಿದೆ. ತಲೆ ತುಂಬಾ ಭಾರವೆನಿಸಿತು. ನಡುಗುತ್ತಿದ್ದ ಕೈ ಕಾಲುಗಳು ಶಾಂತವಾಗಿದ್ದವು. ಮೆಲ್ಲನೆ

ಎದ್ದು ನಿಂತೆ. ಸಮಯ 04:10. ಬರೆದ ಪತ್ರವನ್ನು ರಾಕ್ ಮೇಲೆ ಇಟ್ಟ ನನ್ನ ಸೂಟ್ಕೇಸ್ ಒಳಗೆ ಹಾಕಿದೆ. ತಲೆಗೆ ತಣ್ಣೀರು ಸುರಿದರೆ ಸರಿಯಾಗಬಹುದೆಂದು ಅನಿಸಿತು. ನನ್ನ ಬಕೆಟ್, ಟವೆಲ್, ಬಟ್ಟೆ ಹಿಡಿದು ಬಾತ್ ರೂಮಿಗೆ ಹೋಗಿ ತಲೆಗೆ ನೀರು ಸುರಿದೆ. ಎಷ್ಟೇ ಪ್ರಯತ್ನಪಟ್ಟರೂ ಕಣ್ಣೀರು ನಿಲ್ಲಲಿಲ್ಲ. ಒಂದತ್ತು ನಿಮಿಷ ಅಳುತ್ತಾ ಕುಳಿತೆ. ಹೊರಗಿನಿಂದ ಬಾಗಿಲು ಬಡಿಯುವ ಶಬ್ದ.

ಕಣ್ಣೀರು ಒರೆಸಿಕೊಂಡು 'ಚಳಿ ಚಳಿ ತಾಳೆನು. ಈ ಚಳಿಯ.' ಹಾಡು ಗುನುಗಿದೆ.

'ಯಾರು ಒಳಗೆ ಫೌಝಿಯಾನಾ?'–ಹೊರಗಿನಿಂದ ಧ್ವನಿ.

ನನ್ನಂತಹ ಹುಚ್ಚರು ಈ ಹಾಸ್ಟೆಲ್‌ನಲ್ಲಿ ಬೇರೆ ಇಲ್ಲ ಅನ್ನೋ ನಂಬಿಕೆನೋ? ಅಥವಾ ಪ್ರತಿದಿನ ಪ್ರೇಯರ್ ಹಾಲಿನಲ್ಲಿ ನಗುವ ನಮ್ಮ ಹೆಸರು ಕರೆದು, ಬೈಯುವ ಅಡುಗೆ ಅಕ್ಕನಿಂದಾಗಿ ನಾವೆಲ್ಲ ಎಲ್ಲರಿಗೂ ಚಿರಪರಿಚಿತರೇ? ಗೊತ್ತಾಗಿಲ್ಲ. ಒಟ್ಟಿನಲ್ಲಿ ಕೆಲವರ ಹೆಸರುಗಳು ನನಗೆ ಗೊತ್ತಿಲ್ಲದಿದ್ದರೂ, ಪ್ರತಿಯೊಬ್ಬರಿಗೂ ನನ್ನ ಹೆಸರು ತಿಳಿದಿತ್ತು.

'ನಿಮ್ಮ ಉತ್ತರ ಸರಿಯಾಗಿದೆ. ನೀವು ಗೆದ್ದಿದ್ದಿರಾ ಒಂದು ಲಕ್ಷ ರೂಪಾಯಿ'–ಹೇಳಿ ತಲೆಗೆ ನೀರು ಸುರಿದೆ.

'ಫೌಝಿಯಾ, ನಾನು ನವ್ಯ. ಇಲ್ಲಿ ಬಕೆಟ್ ಇಟ್ಟಿದ್ದೇನೆ. ನಿನ್ನದು ಆದರೆ ನನ್ನ ಕರೆ' ನಗುತ್ತಾ ಹೇಳಿದಳು.

'ಈಗಲೇ ಬರುವುದಾದರೆ ಬಾ ಒಳಗೆ. ಸೈಜ್, ಬಣ್ಣದಲ್ಲಿ ವ್ಯತ್ಯಾಸವಿರ ಬಹುದು, ಎಲ್ಲಾನೂ ಸೇಮ್ ತಾನೇ?'–ಹೇಳಿದೆ.

'ಚಿ... ಚೀ.' ಹೊರಗಿನಿಂದ ಹೇಳುವುದು ಕೇಳಿತು.

'ಚು. ಚೂ' ಹೇಳಿದೆ.

ಬೇರೆ ವಾಶ್ರೂಮ್‌ನಿಂದ ನಗುವ ಧ್ವನಿ ಕೇಳಿಸಿತು.

***

ತಲೆಯನ್ನು ಚೆನ್ನಾಗಿ ಒರೆಸಿ, ಟವೆಲನ್ನು ಭುಜಕ್ಕೆ ಹಾಕಿ, ಕಟ್ ಮಾಡಿದ ಹಣೆಯ ಮೇಲೆ ಬೀಳುತ್ತಿದ್ದ ಕೂದಲನ್ನು ಎಡಗೈಯಿಂದ ಸವರುತ್ತಾ, ಎಡಬದಿಯಿಂದ ಬಲಬದಿಯ ಕಡೆ ಕೈನಿಂದಲೇ ಸೆಟ್ ಮಾಡಿದೆ.

'ಸಕ್ಕತ್ತಾಗಿದೆ. ಹಾಗೆ ಮಾಡುವಾಗ ಏನ್ ಕ್ಯೂಟ್ ಆಗಿ ಕಾಣಿಸ್ತೀಯಾ'–ಪ್ರಮೀಳಾ ಅಂಗಡಿಯಿಂದ ತಂದ ಚಕ್ಕುಲಿ ತಿನ್ನುತ್ತಾ ಹೇಳಿದಳು.

ನಾನು ಅವಳನ್ನೇ ಗುರಾಯಿಸುತ್ತಾ, ಹೆಗಲ ಮೇಲಿದ್ದ ಟವೆಲಿನಿಂದ ತಲೆಯ ಹಿಂಬದಿ ಒರೆಸಿದೆ.

'ಫೌಝಿ, ನೀನು ಹುಡುಗರಾಗೆ ವರ್ತಿಸುವುದನ್ನು ಮೊದಲು ನಿಲ್ಲಿಸು. ಇಲ್ಲಾಂದ್ರೆ ಇವಳು ನಿನ್ನ ಬಿಡಲ್ಲ'-ಸಾಧನ ಚೂಡಿದಾರ್ ಶಾಲಿನ ಪಿನ್ ತೆಗೆಯುತ್ತಾ ಹೇಳಿದಳು.

ಕ್ಯಾಪ್ರಿ ಪ್ಯಾಂಟ್, ಟೀ-ಶರ್ಟ್ ಹಾಕಿರುವ ನನ್ನನ್ನು ಕೆಳಗಿನಿಂದ ಮೇಲಕ್ಕೆ ಒಂದು ಬಾರಿ ನೋಡಿದಳು.

'ಪ್ರಮೀಳಾ, ನೀನೇನು ಸಲಿಂಗಿಯಾ?' ಕೇಳಿ ಮಮತನ ಕಡೆ ತಿರುಗಿ 'ಮಮತಾ ಜಾಗೃತೆ. ರಾತ್ರಿ ನೀನು ತಾನೇ ಅವಳ ಪಕ್ಕದಲ್ಲಿ ಮಲಗುವವಳು'-ನಾಲಗೆಯನ್ನು ಕೆನ್ನೆಯ ಒಂದು ಭಾಗಕ್ಕೆ ಹಿಡಿದು, ಕಣ್ಣುಹೊಡೆದು ಹೇಳಿದೆ.

'ಹೇ ತೂ... ಹೋಗಲೇ, ನೀ ಈಗ್ ಮಾತಾಡಿದ್ದು ಅದು ಹೆಂಗೈತೆ ಬೇಕಾದ್ರೆ ಸಾಧನನೊಡನೆ ಕೇಳ್ಕೊ. ನಂಗೆ ಸಖತ್ ಇಷ್ಟ ಆಯ್ತು ಕಣೆ'-ಅವಳ ತುಮಕೂರು ಭಾಷೆ ಮಿಕ್ಸ್ ಮಾಡುತ್ತಾ ಹೇಳಿದಳು.

'ಅದು ಹೇಗೆ ಎಲ್ಲಾ ಹೆಣ್ಣುಮಕ್ಕಳಂತೆ ನಾನು ಬದುಕಬೇಕು? ಅದು ಹೇಗೆ ನಾನು ವರ್ತಿಸಬೇಕು? ಯಾವುದೂ ನಾನು ಬೇಕು ಅಂತ ಮಾಡುವುದಲ್ಲ. ಆದರೂ ಪ್ರಮೀಳನ ಹಾಗೆ ಈ ಹಾಸ್ಟೆಲಿನಲ್ಲಿ ಅದೆಷ್ಟು ಮಂದಿ ನನ್ನ ಸ್ಟೈಲ್ ನೋಡಿ ಇಷ್ಟಪಟ್ಟು ನನ್ನೊಡನೆ ಹೇಳಿದ್ದಾರೆ. ಇದರಿಂದಲೇ ನನ್ನ ಪ್ರೀತಿನಾ ನಾನು ಕಳೆದುಕೊಂಡೆನಾ? ನಾ ಹೇಗೆ ಮರೆಯಲಿ ಆತನಾ? ನಾನು ಯಾವ ಮುಖ ತೋರಿಸಿ ಇನ್ನು ಕೃಷ್ಣಾಪುರಕ್ಕೆ ಹೋಗಲಿ?' ಮನಸ್ಸಿನಲ್ಲಿ ಹತ್ತಾರು ಪ್ರಶ್ನೆಗಳನ್ನು ಕೇಳುತ್ತಾ ಕಣ್ಣುಮುಚ್ಚಿ ನಿಧಾನವಾಗಿ ತಲೆ ಒರೆಸುತ್ತಾ ನಿಂತೆ.

'ಒಂದು ಬಾರಿಯೂ ನಾನು ಪ್ರಮೀಳಾಳೊಡನೆ ಪ್ರೀತಿಯಿಂದ ಮಾತನಾಡಿಲ್ಲ. ನಾನು ಅವಳ ಮನ ನೋಯಿಸಿದ್ದಕ್ಕೆ, ದೇವರು ನನ್ನ ಮನಸ್ಸು ನೋಯಿಸಿರಬಹುದೇ?'-ಯೋಚನೆ ಮಾಡಿದೆ.

'ಪ್ರಮೀಳಾ.' ಅವಳ ಕರೆದೆ.

ಏನೆಂದು ಕೇಳದಿದ್ದರೂ ನನ್ನನ್ನೆ ನೋಡುತ್ತಾ ಕುಳಿತಳು.

'ಕೆಲವು ಬಾರಿ ನೀ ನನ್ನ ರೇಗಿಸಿದಾಗ, ನಾ ನಿನಗೆ ಬೈಯುತ್ತೇನೆ ಅಲ್ವಾ? ನೀನೇನು ಮನಸ್ಸಲ್ಲಿ ಇಟ್ಟುಕೊಳ್ಳಬೇಡ ಕಣೆ, ನನಗೆ ಯಾವತ್ತು ನಿನ್ನ ಮೇಲೆ ದ್ವೇಷ ಇಲ್ಲ'-ಒಂದು ಕೈಯನ್ನು ನನ್ನ ಸೆಲ್ಫ್ ಮೇಲೆ ಇಟ್ಟು, ಬಲ ಕೈಯನ್ನು ಪ್ಯಾಂಟ್ ಕಿಸೆಗೆ ಹಾಕಿ, ಓರೆಯಾಗಿ ನಿಂತು ಅವಳ ಕಣ್ಣಲ್ಲಿ ಕಣ್ಣಿಟ್ಟು ಹೇಳಿದೆ.

'ಅಯ್ಯೋ ಫೌಝಿಯಾ, ನನಗೆ ತುಂಬಾ ನಾಚಿಕೆಯಾಗುತ್ತಿದೆ ಕಣೆ. ತುಂಬಾ ರೋಮ್ಯಾಂಟಿಕ್ ಆಗಿ ಹೇಳುತ್ತಿದ್ದೀಯ ನೀನು'-ಚಕ್ಕುಲಿಯನ್ನು ಟೇಬಲ್ ಮೇಲಿಟ್ಟು, ಎರಡು ಕೈಯಿಂದ ಮುಖವನ್ನು ಮುಚ್ಚಿದಳು.

'ಸಾಧನಾ, ಕಿತ್ತೋಗಿರೋ ಚಪ್ಪಲಿ ಇದ್ದರೆ, ತೆಗೆದು ಎರಡು ಬಾರಿಸು ಅವಳಿಗೆ'-ಎರಡು ಕೈಯನ್ನು ಪ್ಯಾಂಟ್ ಕಿಸೆಗೆ ಹಾಕಿ ಹೊರನಡೆದೆ. ಎಲ್ಲಾರೂ ಜೋರಾಗಿ ನಕ್ಕರು.

ಮತ್ತೆಂದೂ ನಾನು ಕೃಷ್ಣಾಪುರಕ್ಕೆ ಹೋಗುವ ಧೈರ್ಯ ಮಾಡಲಿಲ್ಲ. ಎಲ್ಲದರಲ್ಲಿಯೂ ನ್ಯಾಯ ಮಾತನಾಡುವ ನಾನು, ಇದರಲ್ಲೂ ಅವನ ತಪ್ಪೇನಿಲ್ಲ ಅನಿಸಿತು. ಸಾಕಿದ ತಂದೆ-ತಾಯಿಗಿಂತಲೂ ಯಾರು ಯಾರಿಗೂ ಮುಖ್ಯವಲ್ಲ. ಕೇವಲ ಮೊನ್ನೆ ಮೊನ್ನೆಯಷ್ಟೇ ಪರಿಚಯವಾಗಿರುವ ನನಗಾಗಿ, ಅವನ ತಂದೆ ತಾಯಿಯನ್ನು ಅವನು ತಿರಸ್ಕರಿಸುವುದು ಸರಿಯಲ್ಲ ಎಂದು ನನಗನಿಸಿತು. ಅವನ ತಂದೆ ತಾಯಿಗಾಗಿ ತಾನೇ ನಮ್ಮ ಪ್ರೀತಿಯ ತ್ಯಾಗ. ನನ್ನನ್ನು ನಾನೇ ಸಮಾಧಾನ ಪಡಿಸಿಕೊಂಡು, ಮನಸ್ಸಲ್ಲಿ ನೋವಿದ್ದರೂ, ನನ್ನ ಸುತ್ತಲೂ ಇದ್ದವರನ್ನು ನಗಿಸುತ್ತಾ, ನಾನು ನಗುನಗುತ್ತಾ ಮರೆಯಲಾರದ ನೆನಪಿನೊಂದಿಗೆ ದಿನಗಳು ಉರುಳಿ ಹೋದವು.

ಗೆಳೆತನದ ಬಾಂಧವ್ಯ

ಮನೆಯ ಮುಂದೆ ಇರುವ ದೇವಸ್ಥಾನದಲ್ಲಿ ಪ್ರತಿ ವರ್ಷ ನೇಮೋತ್ಸವ ನಡೆಯುತ್ತದೆ. ಗಿರಾಕಿಗಳು ಹೆಚ್ಚಾಗಿ ಇರುವುದರಿಂದ ಮಾವನಿಗೆ ಸಹಾಯಕ್ಕಾಗಿ ನಾನು ಅಂಗಡಿಯಲ್ಲಿ ನಿಲ್ಲುತ್ತಿದ್ದೆ. ಅದಕ್ಕಾಗಿಯೇ ಹಾಸ್ಟೆಲ್‌ನಿಂದ ಮನೆಗೆ ತೆರಳಿದ್ದೆ.

ಎರಡು ದಿವಸಗಳ ನಂತರ ನೇಮೋತ್ಸವ ಮುಗಿದಮೇಲೆ, ನಾನು ಕಾಲೇಜಿಗೆ ಹೋಗಲು ರೆಡಿಯಾದೆ. ಅಂಗಡಿಯ ಡಬ್ಬದಲ್ಲಿದ್ದ ಎರಡು ಸೆಂಟರ್ ಫ್ರೆಶ್ ಚೂಯಿಂಗ್ ಗಮ್ ತೆಗೆದು, ಒಂದನ್ನು ಬಾಯಿಗೆ ಹಾಕುತ್ತಾ ಹೊರನಡೆದಾಗ ಜಗಲಿಯ ಮೇಲೆ ಕುಳಿತಿರುವ ಯುವಕನನ್ನು ನೋಡಿದೆ. ನನ್ನ ನೋಡಿ ನಗೆಯನ್ನು ಬೀರಿದ. ನಾನು ಕೈಯಲ್ಲಿದ್ದ ಮತ್ತೊಂದು ಸೆಂಟರ್ ಫ್ರೆಶ್‌ನ್ನು ಅವನೆಡೆಗೆ ತೋರಿಸಿದೆ. ನಾಚಿಕೆ ಪಡದೆ ಕೊಟ್ಟದ್ದನ್ನು ತೆಗೆದುಕೊಂಡ.

'ಯಾವ ಕಾಲೇಜಿಗೆ ಹೋಗುವುದು?'–ನಾನು ಬುರ್ಖಾ ಹಾಕಿದ್ದರೂ ಬೆನ್ನಿನ ಮೇಲಿರುವ ಬ್ಯಾಗ್ ನೋಡಿ ಕೇಳಿದ.

'ಮಂಗಳೂರು ಯೂನಿವರ್ಸಿಟಿ ಕೊಣಾಜೆ' ಎಂದು ಹೇಳಿದೆ.

'ನಾನು ಪೇಟೆಯ ಕಡೆಗೆ ಹೋಗುತ್ತಿದ್ದೇನೆ' ಎಂದು ಕೂತಲ್ಲಿಂದ ಎದ್ದು ನಿಂತುಕೊಂಡ.

'ಸರಿ ಬಾ' ಅಂತ ಹೇಳಿದೆ.

'ಕಾಲೇಜಿನ ಖರ್ಚು ಯಾರು ನೋಡುವುದು?' ನಡೆಯುವ ಕಾಲು ದಾರಿಯಲ್ಲಿ ನನ್ನ ಹಿಂದೆ ಹೆಜ್ಜೆ ಇಡುತ್ತಾ ಕೇಳಿದ.

ಅಂಗಡಿಯಲ್ಲಿ ಎಲ್ಲರೂ ನನ್ನ ಹೆಸರು ಕೂಗಿ ಕರೆಯುವುದರಿಂದ ಅವನಿಗೂ ನನ್ನ ಹೆಸರು ಗೊತ್ತಿತ್ತು. ಹೆಸರು ಮಾತ್ರವಲ್ಲದೆ, ನಾನು ಅಂಗಡಿಯವರ ಅಕ್ಕನ ಮಗಳು, ತಂದೆ ಇಲ್ಲ, ಇದ್ದ ಒಬ್ಬ ಅಣ್ಣ ತೀರಿ ಹೋಗಿರುವ ವಿಷಯ ಅವನಿಗೂ ಗೊತ್ತಿರುವಂತೆ ಇತ್ತು.

'ತಾಯಿ, ಬೀಡಿ ಕಟ್ಟಿದ ಹಣದಿಂದ ವಾರಕ್ಕೆ ಐವತ್ತು ರೂಪಾಯಿ ಕೊಡುತ್ತಾರೆ. ಸ್ವಲ್ಪ ಸಂಬಂಧಿಕರು ಕೊಟ್ಟರು. ಇನ್ನು ಸ್ವಲ್ಪ ಸ್ಕಾಲರ್‌ಶಿಪ್ ಸಿಗುತ್ತೆ' ಹಿಂದುಗಡೆ ಒಂದು ಬಾರಿ ತಿರುಗಿ ಹೇಳಿದೆ.

'ಯಾರಿವನು? ಈ ಪ್ರಶ್ನೆಗಳನ್ನೆಲ್ಲಾ ಯಾಕೆ ಕೇಳುತ್ತಿದ್ದಾನೆ? ಮೊನ್ನೆ ರಾತ್ರಿ ಅಂಗಡಿಯ ಹೊರಗೆ ಇದ್ದ ನನ್ನನ್ನು ಯಾಕೆ ಒಳಹೋಗಲು ಹೇಳಿದ?' ಮನಸ್ಸಲ್ಲಿ ಹಲವಾರು ಪ್ರಶ್ನೆಗಳು ಉದ್ಭವಿಸಿದವು.

ಸ್ವಲ್ಪ ಮುಂದೆ ನಡೆದೆವು. ಅವನೇನು ಮಾತನಾಡಲಿಲ್ಲ.

'ನಿನ್ನ ಹೆಸರೇನು? ಮೊನ್ನೆ ಯಾಕೆ ನನ್ನನ್ನು ಮನೆಯೊಳಗಡೆ ಹೋಗಲು ಹೇಳಿದೆ?' ನೇರ ನಡೆಯುತ್ತಾ ಕೇಳಿದೆ.

ಹಿಂದೆ ತಿರುಗಿದರೆ ನಾನೆಲ್ಲಿ ಕೆಸರುಗದ್ದೆಗೆ ಬೀಳುತ್ತೇನೋ ಅನ್ನೋ ಭಯದಲ್ಲಿ, ಅವನು ನನ್ನ ಹಿಂದೆ ಇದ್ದಾನೋ ಇಲ್ಲೋ ಎಂಬುದನ್ನು ನೋಡಿಲ್ಲ.

'ಅಲ್ಲಿ ಎಲ್ಲಾ ಯುವಕರು ಕುಡಿದು ನಿಂತಿದ್ದರು. ಅದಕ್ಕೆ ಹೇಳಿದೆ.'

'ನಿನ್ನ ಕಣ್ಣು ಕೆಂಪಾಗಿತ್ತು ಅಲ್ವಾ? ನೀನು ಕುಡಿದಿದ್ದೆ ತಾನೇ?'

'ಹೌದು, ಎರಡು ಗ್ಲಾಸ್ ಬಿಯರ್ ಕುಡಿದಿದ್ದೆ.'

'ಇವನು ಕುಡಿದು ನನ್ನನ್ನೇ ತಾನೇ ನೋಡಿದ್ದು!!! ಆದರೂ ನನ್ನ ಒಳಹೋಗಲು ಹೇಳಿದ ಅಲ್ವಾ? ನೋಟ್ ಬ್ಯಾಡ್, ಒಳ್ಳೆಯವನಾಗಿರಬೇಕು' ಅಂದುಕೊಂಡೆ.

'ನಿನ್ನ ಮನೆ ಎಲ್ಲಿ?' ಅಂತ ಕೇಳಿದೆ.

'ಡ್ರೈವರ್ ಅನಂತ್ ಮನೆ ಗೊತ್ತಿದೆಯಾ? ಅವರು ನನ್ನ ತಂದೆ. ಬೆಳಗ್ಗೆ ಯಾವಾಗಲೂ ಅಂಗಡಿಯಿಂದ ಪೇಪರ್ ತೆಗೆದುಕೊಂಡು ಹೋಗಲು ಬರುತ್ತಾರೆ' ಎಂದು ಹೇಳಿದ.

'ಇಲ್ಲ, ಮನೆಯಲ್ಲಿರುವ ಬೇರೆಯವರ ಹೆಸರು ಹೇಳು?' ಅಂತ ಹೇಳಿದೆ.

'ನನ್ನ ತಾಯಿ ಸುಕನ್ಯಾ, ಅಂಗಡಿಗೆ ಸಾಮಾನು ತೆಗೆದುಕೊಳ್ಳಲು ಬರುತ್ತಾರೆ' ಅಂತ ಹೇಳಿದ.

'ನನಗೆ ಹೆಸರು ಗೊತ್ತಾಗಿಲ್ಲ. ಮೋಸ್ಟ್ಲಿ ನಾನು ನೋಡಿರಬಹುದು. ಬೇರೆ ಯಾರಾದರೂ.'

'ಬೇರೆ ನನ್ನ ದೊಡ್ಡಣ್ಣ ಶೈಲೇಶ್ ರಿಕ್ಷಾ ಡ್ರೈವರ್, ನಂತರದ ಅಣ್ಣ ಲೋಕೇಶ್.'

'ಇಲ್ಲ ಇಬ್ಬರ ಪರಿಚಯನೂ ನನಗೆ ಇಲ್ಲ' ಅಂತ ಹೇಳಿದೆ.

'ಆಮೇಲೆ ರೂಪೇಶ್. ಅದು ನಾನೇ. ನನ್ನ ನಂತರ ಒಬ್ಬಳು ತಂಗಿ ಅನುಶ್ರೀ. ಇನ್ನು ಯಾರೂ ಇಲ್ಲ ಮನೆಯ...'

ಅವನು ಮಾತು ಪೂರ್ತಿ ಮಾಡುವ ಮುಂಚೆ 'ಅನುಶ್ರೀ... ರೋಸಾ ಮಿಸ್ತಿಕಾ ಶಾಲೆಗೆ ಹೋದವಳು ಅಲ್ವಾ?'

'ಹಾ ಹೌದು, ನಿನಗೆ ಅವಳ ಪರಿಚಯ ಇದೆಯಾ? ಅವಳು ನನ್ನ ತಂಗಿ.'

'ಪರಿಚಯವೇನು ಇಲ್ಲ. ಆದರೆ ನನ್ನ ಮಾವನ ಮಗಳು ಮುನೀರಳೊಡನೆ, ಶಾಲೆಗೆ ಹೋಗಿ ಬರುತ್ತಿರುವುದು ನೋಡಿದ್ದೇನೆ. ಅನುಶ್ರೀ ಅಂತ ಅವಳು ನನ್ನೊಡನೆ ಹೇಳಿದ ನೆನಪು.' ಇವನು ಯಾರ ಮನೆಯವನು ಅಂತ ಗೊತ್ತಾದ ಸಂತೋಷದಲ್ಲಿ ಹೇಳಿದೆ.

ಅಷ್ಟರಲ್ಲೇ ನಾವು ಪೇಟೆಗೆ ಸಮೀಪಿಸುತ್ತಿದ್ದಂತೆ, ನನ್ನ ಹಿಂದಿಕ್ಕಿ ಅತೀ ವೇಗದಲ್ಲಿ ಹೆಜ್ಜೆ ಹಾಕಿ ಹೊರಟು ಹೋದ.

'ಮನೆಯಿಂದ ಇಲ್ಲಿಯವರೆಗೆ ನನ್ನೊಡನೆ ಮಾತನಾಡಿಕೊಂಡು ಬಂದಿದ್ದ ಇವನಿಗೆ, ಸಡನ್ನಾಗಿ ಏನಾಯ್ತು?' ಎಂದು ಯೋಚಿಸುತ್ತಲೇ, ನಾನು ಮಂಗಳೂರು ಕಡೆ ಹೋಗುವ ಬಸ್ಸು ಹತ್ತಿದೆ.

ಮಡಿಕೇರಿ

‘ಫೌಜಿ, ನಾನು ಬಿ.ಸಿ. ರೋಡಿಗೆ ಹೋಗಿ ಬರುತ್ತೇನೆ. ಅಂಗಡಿಯಲ್ಲಿ ಕುಳಿತುಕೋ’ ಎಂದು ಮಾವ ಹೇಳಿ, ತಾಜಾಂಟಿಯನ್ನು ಕರೆದುಕೊಂಡು ತವರುಮನೆ ನೋಡಿ ಬರಲು ಹೊರಟು ನಿಂತರು.

‘ಹೂಂ ಆಯಿತು’ ಹೇಳಿ ಅವತ್ತಿನ ನ್ಯೂಸ್ ಪೇಪರ್ ಹಿಡಿದುಕೊಂಡು ಕುಳಿತೆ.

ಒಂದೆರಡು ಗಿರಾಕಿಗಳು ಬಂದು ಹೋದರು. ಮಧ್ಯಾಹ್ನದ ಸಮಯ ಗಿರಾಕಿಗಳು ಕಮ್ಮಿ. ನನಗೆ ತೂಕಡಿಸಲು ಪ್ರಾರಂಭವಾಯಿತು. ಅಷ್ಟರಲ್ಲೇ ರೂಪೇಶ್ ಅಂಗಡಿಗೆ ಬಂದ.

‘ಮಾವ ಎಲ್ಲಿ?’ ಕುತ್ತಿಗೆಯನ್ನು ಎಲ್ಲಾ ಕಡೆ ತಿರುಗಿಸುತ್ತಾ ಕೇಳಿದ.

‘ಅವರಿಲ್ಲ, ಆಂಟಿನ ಕರೆದುಕೊಂಡು ಬಿ.ಸಿ. ರೋಡ್‌ಗೆ ಹೋದರು’– ಸುಡೊಕು ಮಾಡಲು ಪೆನ್ ಹಿಡಿಯುತ್ತಾ ಹೇಳಿದೆ.

‘ಸರಿ ಹಾಗಾದರೆ, ನಾನು ಹೋಗುತ್ತೇನೆ’ ಬೆನ್ನು ತಿರುಗಿಸಿ ನಡೆದ.

‘ನಿಲ್ಲೋ ಸ್ವಲ್ಪ ಹೊತ್ತು. ನನಗೆ ಬೋರು ಆಗುತ್ತಿದೆ’ ಅಂದೆ.

‘ಬೇಡ, ನಾನು ಹೋಗುತ್ತೇನೆ. ಇನ್ನು ಯಾರಾದರೂ ನೋಡಿದರೆ ಅದೇ ಸಾಕು’ ಅಂತ ಹೇಳಿದ.

'ಹೊ, ಹಾಗಾದರೆ ನೀನು ಎಲ್ಲದಕ್ಕೂ ಜನರು ಏನು ಹೇಳುತ್ತಾರೆ ಅಂತ ನೋಡ್ಕೊಂಡು ಬದುಕುವುದಾ?'–ಸಿಟ್ಟಿನಲ್ಲಿ ಕೇಳಿದೆ.

'ಹಾಗಲ್ಲ, ನಿನಗೆ ಯಾರಾದರೂ ಏನಾದರೂ ಹೇಳಿದರೆ?'–ತಲೆ ಕೆರೆದುಕೊಂಡು ಹೇಳಿದ.

'ಹೇಳುವವರು ಹೇಗೂ ಹೇಳುತ್ತಾರೆ ಬಿಡು. ನೀನೀಗ ಕೆಲಸ ಮಾಡದೇ ಕುಳಿತ್ಕೋ, ಅವನು ಯಾವ ಕೆಲಸಕ್ಕೂ ಹೋಗಲ್ಲ ಅಂತಾರೆ. ಅದೇ ದಿನಾಲೂ ಕೆಲಸಕ್ಕೆ ಹೋಗು, ಅವನು ಚೆನ್ನಾಗಿ ದುಡಿದು ಹಣ ಸಂಪಾದಿಸುತ್ತಾನೆ ಅಂತ ಹೇಳ್ತಾರೆ'–ನಗುತ್ತಾ ಹೇಳಿದೆ.

'ಸರಿ, ಇವಾಗ ನನ್ನ ಏನು ಮಾಡು ಅಂತ ಹೇಳ್ತಾ ಇದ್ದೀಯಾ?'–ಕೇಳಿದ.

'ಅಲ್ಲಿ ಕುಳಿತ್ಕೋ, ಸ್ವಲ್ಪ ಹೊತ್ತು ಇದ್ದು ಹೋಗು'–ಹೇಳಿದೆ

'ಸರಿ' ಅಂತ ಹೇಳಿ ಜಗಲಿ ಮೇಲೆ ಕುಳಿತ.

'ನೀನು ಈ ಊರಿನಲ್ಲಿ ಅಲ್ವ ಇರುವುದು, ನಾನು ನಿನ್ನ ಇದಕ್ಕಿಂತ ಮುಂಚೆ ನೋಡಲೇ ಇಲ್ಲ'–ಅಂಗಡಿಯ ಮುಂದಿನ ಮತ್ತೊಂದು ಜಗಲಿಯಲ್ಲಿ ಕುಳಿತ ನಾನು ಅವನೆಡೆಗೆ ಕತ್ತು ಬಗ್ಗಿಸಿ ಕೇಳಿದೆ.

'ಮತ್ತೆ ಮೊನ್ನೆ ನಿನ್ನೊಡನೆ ಪೇಟೆವರೆಗೆ ಮಾತಾಡಿಕೊಂಡು ಬಂದಿರುವುದು ನನ್ನ ಆತ್ಮನಾ?' ಅಂತ ಕೇಳಿದ.

'ಯಾರಿಗೆ ಗೊತ್ತು, ನಿನ್ನ ಶರೀರ ನೋಡಿದರೆ ನಿನ್ನ ಆತ್ಮ ಯಾವುದು? ನೀನು ಯಾವುದು? ಗೊತ್ತಾಗಲ್ಲ, ಒಂದು ಬಾರಿ ತೆಂಗಿನ ಕಾಯಿ ತೆಗೆಯಲು ನಿನ್ನ ಉಪಯೋಗಿಸಬಹುದು'–ಅವನ ತೆಳ್ಳಗಿನ ಶರೀರ ಹಾಗು ಎತ್ತರ ನೋಡಿ ಹೇಳಿದೆ.

'ನಾನು ದುಬೈಯಲ್ಲಿ ಕೆಲಸ ಮಾಡುವುದು, ಇನ್ನು ಹೋಗಲ್ಲ ಆ ಕಡೆಗೆ ಅಂತ ನಿರ್ಧಾರ ಮಾಡಿದ್ದೇನೆ. ಬಿಸಿಲು ಅಂದರೆ ಸಹಿಸಲಾಗದ ಉರಿಬಿಸಿಲು. ಅದು ಸರಿ, ನಾನು ಹೈಸ್ಕೂಲಿನಲ್ಲಿ ಇರುವಾಗ ನೀವೆಲ್ಲ ಪ್ರೈಮರಿ ಅಲ್ಲಿ ಇದ್ದೀರಲ್ವಾ, ನನ್ನ ತಂಗಿಯ ಜೊತೆ, ಆದರೆ ನಾನು ನಿನ್ನ ಯಾವತ್ತು ನೋಡಿಯೇ ಇಲ್ಲ' ಅಂತ ಹೇಳಿದ.

'ಆದರೆ ನಾನು ಮಡಿಕೇರಿಯಲ್ಲಿ ಇದ್ದೆ ದೊಡ್ಡಪ್ಪನ ಮನೆಯಲ್ಲಿ. ನಾಲ್ಕನೇ ತರಗತಿ ಆದ ಮೇಲೆ ನನ್ನ ಮಡಿಕೇರಿಗೆ ಕರೆದುಕೊಂಡು ಹೋಗಿದ್ದರು.'

'ಮತ್ತೆ ಏನು ಈ ಕಡೆ ಬಂದಿರುವುದು?' ಅಂತ ಕೇಳಿದ

'ಅದೊಂದು ದೊಡ್ಡ ಕಥೆ' ಅಂತ ಹೇಳಿದೆ.

'ನಿನಗೆ ನಿದ್ದೆ ಬರುತ್ತಾ ಇದೆ ಅಲ್ವ, ನೀನು ನಿನ್ನ ಕಥೆ ಹೇಳು?–ಹೇಳಿದ.

'ಕೊರೆಯುವ ಚಳಿ, ತಂಪಾದ ಹವಾಮಾನ, ಮಂಜಿನ ವಾತಾವರಣವಿರುವ ಮಡಿಕೇರಿಯ ಬಸ್‌ಸ್ಟಾಪ್‌ನಿಂದ ಸುಮಾರು ಎರಡು–ಮೂರು ಕಿಲೋಮೀಟರ್ ದೂರ ಇರುವ ಗದ್ದಿಗೆ ಎಂಬಲ್ಲಿ ದೊಡ್ಡಪ್ಪನ ಮನೆ. ಇಲ್ಲಿರುವ ಮನೆಯಂತೆ ದೊಡ್ಡದೇನೂ ಆಗಿರಲಿಲ್ಲ. ದೊಡ್ಡಮನೆಯ ಒಂದೇ ಒಂದು ಕೊನೆಯಷ್ಟು ದೊಡ್ಡದಿರುವ ದೊಡ್ಡಪ್ಪನ ಮನೆಯಲ್ಲಿ ಎರಡು ಕೋಣೆಗಳು. ಒಂದು ಬಾಗಿಲು ಇಲ್ಲದ ಅಡುಗೆ ಕೋಣೆ. ಅದರ ಒಂದು ಮೂಲೆಯಲ್ಲಿ ಸ್ನಾನ ಮಾಡಲು ಇರುವ ಜಾಗ. ಸ್ನಾನದ ಕೋಣೆಗೆ ಗೋಡೆ ಬಾಗಿಲುಗಳು ಏನು ಇಲ್ಲ, ಆದರೆ ಕಾಲುಭಾಗದಷ್ಟು ಗೋಡೆ ಕಟ್ಟಲಾಗಿತ್ತು. ಅಡುಗೆ ಕೋಣೆಗೂ ಸಹ ಅರ್ಧ ಗೋಡೆ ಮಾತ್ರ ಅಡ್ಡಲಾಗಿತ್ತು ಮತ್ತೊಂದು ಕೋಣೆ ಅರ್ಧಭಾಗದಷ್ಟು ಮಲಗುವ ಮಂಚ ಬಿಟ್ಟರೆ ಸ್ವಲ್ಪ ಭಾಗ ಮಾತ್ರ ಖಾಲಿಯಾಗಿತ್ತು.

ಮಣ್ಣಿನ ನೆಲ, ಕಾಲು ನೆಲಕ್ಕೆ ಇಟ್ಟರೆ ಕಾಲಿನ ಅಡಿ ಭಾಗಕ್ಕೆ ತಾಗುವ ತಂಪು ತಲೆಯ ಮೇಲೆ ಅನುಭವವಾಗುತ್ತಿತ್ತು. ಕರೆಂಟಿಲ್ಲದ ಮನೆಗೆ ಎರಡು ದೀಪದ ಬತ್ತಿಯೇ ಆ ಮನೆಯ ಬೆಳಕಾಗಿ ಇದ್ದವು. ಇಲ್ಲಿರುವ ಮನೆಯ ಒಂದು ಬಾಗಿಲಿನಿಂದ ಒಳನಡೆದು ಮತ್ತೆ ಯಾವುದೋ ಬಾಗಿಲಿನಿಂದ ಹೊರಬರುತ್ತಿದ್ದ ನನಗೆ ಆ ಮನೆಯಲ್ಲಿರುವ ಒಂದೇ ಒಂದು ಬಾಗಿಲು ಪ್ರತಿಯೊಂದಕ್ಕೂ ಸಾಕ್ಷಿಯಾಯಿತು. ಅದು ಕೇವಲ ದೊಡ್ಡಪ್ಪನ ಮನೆಯ ಪರಿಸ್ಥಿತಿ ಮಾತ್ರವಾಗಿರಲಿಲ್ಲ. ಆ ಸಾಲಿನಲ್ಲಿ ಬರುವ ಪ್ರತಿಯೊಂದು ಮನೆಯ ವಿನ್ಯಾಸವು ಹಾಗೆ ಇತ್ತು. ಯಾಕೆಂದರೆ ಆ ಸಾಲಿನಲ್ಲಿ ಇರುವ ಎಲ್ಲಾ ಮನೆಗಳು ಸರಕಾರದಿಂದ ಮಂಜೂರಾಗಿದ್ದ ಮನೆಗಳಾಗಿದ್ದವು. ಟಾಯ್ಲೆಟ್ ಇಲ್ಲದ ಅಂತಹ ಮನೆಗಳಿಗೆ ಸರಕಾರವು ಕೊನೆಯ ಸಾಲಿನಲ್ಲಿ ಮೂರು ಟಾಯ್ಲೆಟ್‌ಗಳನ್ನು ನಿರ್ಮಿಸಿದ್ದವು. ಆದರೆ ನೀರು ಮತ್ತು ಕರೆಂಟ್ ವ್ಯವಸ್ಥೆ ಇಲ್ಲದ ಆ ಟಾಯ್ಲೆಟ್‌ಗೆ ಹೋಗುವುದು ಒಂದು ದೊಡ್ಡ ಸಾಧನೆಯಾಗಿತ್ತು. ಸ್ವಲ್ಪ ದೂರದಲ್ಲಿ ದೊಡ್ಡಮ್ಮನ ಅಕ್ಕನ ಮನೆಯಲ್ಲಿ ಟಾಯ್ಲೆಟ್ ಇರುವುದರಿಂದ ನಾವು ಆ ಮನೆಯ ಟಾಯ್ಲೆಟ್ಟನ್ನು ಉಪಯೋಗಿಸುತ್ತಿದ್ದೆವು.

ರಾತ್ರಿಯಾದಂತೆ ಮನೆಗೆ ಹೋಗಬೇಕು, ತಾಯಿಯನ್ನು ನೋಡಬೇಕು ಎಂದು ಅಳುತ್ತಿದ್ದ ನನ್ನನ್ನು ದೊಡ್ಡಮ್ಮ ತನ್ನ ಅಕ್ಕನ ಮಕ್ಕಳೊಡನೆ ಆಟವಾಡಲು ಬಿಡುತ್ತಿದ್ದರು. ಅವರಿಗೆ ಮೂರು ಹೆಣ್ಣು ಮಕ್ಕಳು. ತಂದೆ ಇಲ್ಲ. ಕೊನೆಯ ಇಬ್ಬರ ಹೆಸರು ತಂಝಿಯ ಮತ್ತು ರಾಝಿಯ. ಅವರೊಡನೆ ನಾನು ಆಟವಾಡುತ್ತಿದ್ದರೆ, ದೊಡ್ಡವಳನ್ನು ದೀದಿ–ದೀದಿ ಎಂದು ಕರೆಯುತ್ತಿದ್ದೆವು. ಅವರು ಯಾರೂ ಇವರೊಡನೆ ಇರಲು ಇಷ್ಟಪಡದ ಕಾರಣ ನನ್ನನ್ನು ಅಲ್ಲಿಗೆ ಕರೆದುಕೊಂಡು ಹೋದರು. ರಾಝಿಯ ನನಗಿಂತ ಚಿಕ್ಕವಳು, ತಂಝಿಯ

ನನಗಿಂತ ದೊಡ್ಡವಳು. ಅವರ ಮಧ್ಯದಲ್ಲಿ ನಾನು ಇದ್ದರಿಂದ ತಂಝಿಯ ಎಲ್ಲರೊಡನೆ ನನ್ನನ್ನು ಅವಳ ತಂಗಿ ಎಂದು ಹೇಳುತ್ತಿದ್ದಳು. ಅದಕ್ಕೆ ಸಾಕ್ಷಿಯಾಗಿ ಇದ್ದದ್ದು ನಮ್ಮ ಹೆಸರುಗಳು.

'ನಾವು ನಿನ್ನನ್ನು ಕರೆದುಕೊಂಡು ಬಂದಿರುವುದು ಮಕ್ಕಳಿಲ್ಲದ ಈ ಮನೆಯಲ್ಲಿ ಇರುವುದಕ್ಕೆ. ಅದು ಬಿಟ್ಟು ಯಾವಾಗಲೂ ಅಲ್ಲಿ ಹೋಗಿ ಅವರ ಜೊತೆ ಆಟವಾಡಲು ಅಲ್ಲ' ಅಂತ ಹೇಳಿ ನನ್ನನ್ನು ಭಯ ಪಡಿಸಿ ಎಲ್ಲಾ ಸಮಯದಲ್ಲೂ ಆ ಸಣ್ಣ ಮನೆಯಲ್ಲಿ ಇರುವಂತೆ ಮಾಡಿದರು.

ದೊಡ್ಡಪ್ಪನ ಮನೆಯ ಎದುರುಗಡೆ ಸಣ್ಣಸಣ್ಣ ರೂಮುಗಳನ್ನು ಬಾಡಿಗೆಯವರಿಗೆ ಕೊಟ್ಟಿರುವುದರಿಂದ ಬೆಳಗಿನ ಹೊತ್ತಿನಲ್ಲಿ ಅವರನ್ನು ನೋಡುತ್ತಾ ಹೊರಗೆ ಆಟವಾಡುತ್ತಿದ್ದ ನನಗೆ ರಾತ್ರಿಯಾಗುತ್ತಿದ್ದಂತೆ ಒಂಟಿತನ ಕಾಡುತ್ತಿತ್ತು. ಇಲ್ಲಿ ಮನೆಯಲ್ಲಿ ಪ್ರತಿಯೊಂದು ಕೋಣೆಯಲ್ಲೂ ಟ್ಯೂಬ್ ಲೈಟ್ ಬೆಳಕು ಉರಿಯುತ್ತಿದ್ದರೆ, ಅಲ್ಲಿ ದೀಪವಿಟ್ಟ ಜಾಗದ ಸುತ್ತಲೂ ಬೆಳಕು ಬಿಟ್ಟರೆ ಎಲ್ಲವೂ ಕತ್ತಲೆಯಾಗುತ್ತಿತ್ತು. ಅಡುಗೆ ಕೋಣೆಯಲ್ಲಿ ರಾತ್ರಿ ಊಟಕ್ಕೆ ಮಾತ್ರ ದೀಪವನ್ನು ಹಚ್ಚಲಾಗಿತ್ತು. ಮನೆಯೊಳಗಡೆ ಓಡಾಡಲು ಜಾಗವಿಲ್ಲದೆ ನಾನು ಬಾಗಿಲ ಒಂದು ಮೂಲೆಯಲ್ಲಿ ಕುಳಿತು ಬಾಗಿಲ ಒಂದು ಸಣ್ಣ ರಂಧ್ರದ ಮೂಲಕ ಹಾದುಹೋಗುವ ಗಾಳಿಯ ಜೊತೆ ಆಟವಾಡುತ್ತಿದ್ದೆ.

ನನ್ನ ಟಿ.ಸಿ. ಲೇಟಾಗಿ ಸಿಕ್ಕಿದ್ದರಿಂದ, ಅವರಿಬ್ಬರು ಕಲಿಯುವ ಶಾಲೆಯಲ್ಲಿ ಸೀಟು ಸಿಗದೆ, ದೂರದ ಹಿಂದುಸ್ಥಾನಿ ಶಾಲೆಗೆ ಸೇರಿಸಿದರು. ಮೂರು ಕಿಲೋಮೀಟರಿಗಿಂತಲೂ ದೂರವಿರುವ ಶಾಲೆಗೆ ಮೊದಮೊದಲು ನನ್ನನ್ನು ದೊಡ್ಡಪ್ಪ ಶಾಲೆಗೆ ತಲುಪಿಸಿ ನಂತರ ಕೆಲಸಕ್ಕೆ ಹೋಗುತ್ತಿದ್ದರು. ಶಾಲಾ ವಾಹನಕ್ಕೆ ಕೊಡಲು ಹಣ ಇಲ್ಲದಿರುವುದರಿಂದ, ನಂತರದ ದಿನಗಳಲ್ಲಿ ನಾನು ಒಬ್ಬಳೇ ರಸ್ತೆ ಬದಿಯಲ್ಲಿ ನಡೆದುಕೊಂಡು ಹೋಗಿ ಬರುತ್ತಿದ್ದೆ. ವಾಹನಗಳನ್ನೇ ನೋಡದ ನಾನು, ವಾಹನಗಳ ದಟ್ಟಣೆಯೊಂದಿಗೆ ಹೆದರಿಕೊಂಡು ಹೋಗಿ ಬರುತ್ತಿದದ್ದು ಜೀವನದಲ್ಲಿ ಮಾಡಿದ ಮೊದಲನೇ ಸಾಧನೆಯಾಗಿತ್ತು. ಐದನೇ ತರಗತಿ ಸೇರಿರುವುದರಿಂದ ಇಂಗ್ಲಿಷ್ ಹಾಗೂ ಹಿಂದಿ ಎರಡು ಹೊಸ ವಿಷಯಗಳು ನನ್ನ ಬೆನ್ನ ಹಿಂದಿನ ಬ್ಯಾಗಿಗೆ ಹೆಚ್ಚಿನ ಸೇರ್ಪಡೆಯಾಗಿದ್ದವು. ಅದನ್ನು ಹೊತ್ತುಕೊಂಡು ವೇಗವಾಗಿ ಹೋಗುವ ವಾಹನಗಳ ಮಧ್ಯೆ ರಸ್ತೆಯನ್ನು ದಾಟಿಕೊಂಡು ಆ ಪ್ರಾಯದಲ್ಲಿ ಅಷ್ಟು ದೂರ ನಡೆಯುವುದು ಮೊದ ಮೊದಲು ಕಷ್ಟವೆನಿಸಿತು.

ಕಲಿಕೆಯಲ್ಲಿ ಮೊದಲನೇ ಸ್ಥಾನ ಪಡೆದುಕೊಂಡಿದ್ದರೂ ಇಂಗ್ಲಿಷ್ ಹಿಂದಿ ಗೊತ್ತಿಲ್ಲದ ಕಾರಣದಿಂದ, ದೊಡ್ಡಪ್ಪನ ಕೈಯಲ್ಲಿ ತಿಂದ ಪೆಟ್ಟಿಗೆ

ಮಾತ್ರ ಲೆಕ್ಕವಿಲ್ಲ. ಅಂದಿನ ಸರಕಾರಿ ಶಾಲೆಯಲ್ಲಿ ಒಂದರಿಂದ ನಾಲ್ಕನೇ ತರಗತಿಯವರೆಗೆ ಎಬಿಸಿಡಿ ಆಗಲಿ ಹಿಂದಿ ಅ ಆ ಇ ಈ ಆಗಲಿ ಹೇಳಿ ಕೊಡದೆ ಇರುವುದರಿಂದ ಐದನೇ ತರಗತಿಯಲ್ಲಿ ಒಟ್ಟಿಗೆ ಎರಡು ವಿಷಯವನ್ನು ಕಲಿಯುವುದು ಕಷ್ಟಕರವಾಗಿತ್ತು. ದೊಡ್ಡಮ್ಮನಿಗೆ ಓದು-ಬರಹ ಗೊತ್ತಿಲ್ಲದಿರುವುದರಿಂದ ನಾನು ಯಾಕಾಗಿ ಪೆಟ್ಟು ತಿನ್ನುತ್ತಿದ್ದೇನೆ ಎಂಬ ಅರಿವು ಅವರಿಗೆ ಇಲ್ಲ.

ಪಾತ್ರೆ ತೊಳೆಯುವುದು, ದೊಡ್ಡ ದೊಡ್ಡ ಬಿಂದಿಗೆಯಲ್ಲಿ ನೀರು ತರುವುದು, ಕಸ ಗುಡಿಸುವುದು, ಚಿಕ್ಕಪುಟ್ಟ ಬಟ್ಟೆಗಳನ್ನು ತೊಳೆದು ಒಣಗಲು ಹಾಕುವುದು, ಚಾ ಮಾಡುವುದು ಇತ್ಯಾದಿ ಮನೆಕೆಲಸಗಳನ್ನು ದೊಡ್ಡಮ್ಮ ಹೇಳಿಕೊಡುತ್ತಿದ್ದರು. ಕೆಲವು ದಿನಗಳಲ್ಲೇ ಎಲ್ಲಾ ಕಲಿತು ಕರಗತ ಮಾಡಿಕೊಂಡಿರುವುದರಿಂದ ನಂತರದ ದಿನಗಳಲ್ಲಿ ಮನೆಯ ಕೆಲಸಗಳೆಲ್ಲವೂ ನನ್ನದಾಯಿತು. ಐದನೇ ತರಗತಿಯಲ್ಲಿ ಇದ್ದ ನಾನು ಶಾಲೆಗೆ ಹೋಗುವ ಮುಂಚೆ ಬೆಳಗ್ಗೆ ಬೇಗನೆ ಎದ್ದು ಕಸಗುಡಿಸಿ, ಪಾತ್ರೆ ತೊಳೆದು ಹೋಗಬೇಕಾಗಿತ್ತು. ಪುಣ್ಯಕ್ಕೆ ಮಣ್ಣಿನ ನೆಲ ಆಗಿರುವುದರಿಂದ ನೆಲ ಒರೆಸುವ ಕೆಲಸ ಮಾತ್ರವಿರಲಿಲ್ಲ.

ಬೆಳಗ್ಗೆ ಬೇಗ ಎದ್ದು ಎಲ್ಲಾ ಕೆಲಸ ಕಾರ್ಯಗಳನ್ನು ಮಾಡಿ ಮುಗಿಸದಿದ್ದರೆ, ದೊಡ್ಡಮ್ಮನ ಕೈಯಿಂದ ಬೀಳುವ ಪೆಟ್ಟಿಗೆ ಗೊರಕೆ ಹೊಡೆದು ಮಲಗುತ್ತಿದ್ದ ನಾನು ಬೆಚ್ಚಿಬೀಳುತ್ತಿದ್ದೆ. ಮುಂಜಾನೆಯ ಸಿಹಿ ಕನಸುಗಳನ್ನು ಕಾಣುತ್ತಾ ಚಾಪೆ ಹಾಕಿ ನೆಲದ ಮೇಲೆ ಮಲಗಿದ ನನಗೆ ಬೆನ್ನ ಮೇಲೆ ಬೀಳುವ ಏಟಿಗೆ ಕೆಲವು ಸಲ ಚಾಪೆಯಲ್ಲೇ ಅರ್ಧ ಮೂತ್ರ ಮಾಡಿದ ದಿನವೂ ಇದೆ. ಮೂತ್ರ ಮಾಡಿದೆನೆಂದು ಹೇಳಿದರೆ ಎಲ್ಲಿ ಪೆಟ್ಟು ಕೊಡುತ್ತಾರೆ ಎಂಬ ಭಯದಿಂದ, ಹೇಳದೆ ಚಾಪೆ ಹಾಗೂ ಹಾಸಿಗೆಯನ್ನು ಹಾಗೆಯೇ ಮಡಚಿಟ್ಟು ಮರುದಿನ ಅದೇ ಹಾಸಿಗೆಯಲ್ಲಿ ಮೂಗಿಗೆ ಕೈ ಇಟ್ಟು ಬಲವಂತವಾಗಿ ನಿದ್ರೆ ಮಾಡಿದ ದಿನಗಳು ಇದೆ. ರವಿವಾರ ಬರುವವರೆಗೂ ಕಾದು ಶಾಲೆಗೆ ರಜೆ ಸಿಕ್ಕಿದ ದಿನದಂದು ಸರಕಾರಿ ಪೈಪಿನಲ್ಲಿ ಬರುವ ನೀರಿಗಾಗಿ ಹನುಮಾನ್ ಬಾಲದಂತೆ ಇರುವ ಬಿಂದಿಗೆಯ ಸಾಲಿನಲ್ಲಿ ಮೊದಲ ಬಿಂದಿಗೆ ಇಟ್ಟು, ಅಲ್ಲಿಂದ ನೀರನ್ನು ತಂದು ಚಾಪೆ ಹಾಸಿಗೆಯನ್ನು ತೊಳೆದು ಒಣಗಲು ಹಾಕಿದ ನಂತರ ಮನಸ್ಸಿಗೆ ಏನೋ ಸಮಾಧಾನವಾದಂತೆ.

ದೊಡ್ಡಮ್ಮನಿಗೆ ಊಟ-ತಿಂಡಿ ಮಾಡುವ ಕೆಲಸ ಬಿಟ್ಟರೆ, ಬೇರೆ ಎಲ್ಲಾ ಕೆಲಸನೂ ನಾನು ಮಾಡುವುದರಿಂದ, ವಾರಕ್ಕೆ ಸುಮಾರು ಐನೂರು ರೂಪಾಯಿ ಬೀಡಿ ಕಟ್ಟಿ ಹಣ ಸಂಪಾದಿಸುತ್ತಿದ್ದರು. ಅರ್ಧ ಗಂಟೆಗೆ ನಾಲ್ಕು ಕಟ್ಟು ಅಂದರೆ

ನೂರು ಬೀಡಿಗಳನ್ನು ಕಟ್ಟಲು ಒಂದು ಸಣ್ಣದಾದ ಗಡಿಯಾರವನ್ನು ಬೀಡಿ ಕಟ್ಟುವ ಸೂಪಿನ ಮೇಲೆ ಇಡುತ್ತಿದ್ದರು.

ಶಾಲೆಗೆ ರಜೆ ಸಿಕ್ಕಿದ ದಿನ ಮನೆ ಕೆಲಸಗಳನ್ನು ಬೇಗ ಬೇಗ ಮುಗಿಸಿ ಆಟವಾಡಲು ತಂಝಿಯ ಮನೆಗೆ ಓಡುತ್ತಿದ್ದ ನನಗೆ, ಒಂದು ದಿನ ದೊಡ್ಡಮ್ಮ ಅವರ ಪಕ್ಕದಲ್ಲಿ ಕೂರಿಸಿ ಬೀಡಿಗೆ ನೂಲು ಕಟ್ಟುವುದನ್ನು ಹೇಳಿಕೊಟ್ಟರು. ಏನೇ ಹೇಳಿಕೊಟ್ಟರು ಬೇಗ ಕಲಿಯುತ್ತಿದ್ದ ನನಗೆ ಇದೇನು ಕಷ್ಟವಾಗಲಿಲ್ಲ. ಎರಡು ದಿನದಲ್ಲೇ ಸರಿಯಾಗಿ ಕಲಿತೆ. ಅಂದಿನಿಂದ ನನ್ನ ಆಟಕ್ಕೂ ಲಗಾಮು ಹಾಕಿದರು.

ಬೇಗ ಬೇಗ ಕೆಲಸ ಮಾಡಿ ಮುಗಿಸುತ್ತಿದ್ದ ನಾನು ಮತ್ತಷ್ಟು ಬೇಗ ಕೆಲಸ ಮಾಡಿ ಮುಗಿಸದಿದ್ದರೆ ಮತ್ತೆ ಪೆಟ್ಟಿನ ರುಚಿ ನೋಡಬೇಕಿತ್ತು. ಯಾಕೆಂದರೆ ಮನೆಯ ಎಲ್ಲ ಕೆಲಸವನ್ನು ಪೂರ್ತಿಯಾಗಿ ಮುಗಿಸಿದ ನಂತರ ದೊಡ್ಡಮ್ಮನ ಜೊತೆ ಕುಳಿತು ಬೀಡಿಗೆ ನೂಲು ಹಾಕಬೇಕಿತ್ತು. ದೊಡ್ಡಮ್ಮ ಎಷ್ಟು ವೇಗವಾಗಿ ಬೀಡಿ ಕಟ್ಟುತ್ತಾರೆ ಎಂದರೆ ನಾನು ಒಂದು ಬೀಡಿಗೆ ನೂಲು ಕಟ್ಟಿ ಮುಗಿಸುವುದರ ಹೊತ್ತಿಗೆ ನಾಲ್ಕೈದು ಬೀಡಿಕಟ್ಟಿ ಸೂಪಿನಲ್ಲಿ ಸಿಕ್ಕಿಸಿ ಇಡುತ್ತಿದ್ದರು. ನೀರು ಕುಡಿಯಲು ಆಗಲಿ ಅಥವಾ ಮೂತ್ರಕ್ಕೆ ಹೋಗುವುದಾಗಲಿ ಆಗುತ್ತಿರಲಿಲ್ಲ. ಅವರು ಹಾಕಿದ ಯೋಜನೆಯಂತೆ ಅರ್ಧ ಗಂಟೆಗೆ ನೂರರಿಂದ ನೂರಿಪ್ಪತ್ತು ಬೀಡಿ ಆಗುವವರೆಗೆ ಕಾಯಬೇಕಿತ್ತು. ಕೆಲವೊಂದು ಸಲ ಹಾಕುವ ನೂಲು ಸರಿಯಾಗಿ ಕಟ್ಟದಿದ್ದರೆ ಕತ್ತರಿಯಿಂದ ಕೈಯ ಗಂಟು ನೋಡಿ ಪೆಟ್ಟು ಕೊಡುತ್ತಿದ್ದರು. ಗಂಟಿಗಾದ ನೋವಿನಿಂದ ಕೆಲವೊಂದು ಸಲ ಬೀಡಿಗೆ ನೂಲು ಹಾಕುವುದು ಬಿಟ್ಟು ಬೀಡಿಯನ್ನು ಸರಿಯಾಗಿ ಹಿಡಿಯಲು ನನ್ನಿಂದ ಆಗುತ್ತಿರಲಿಲ್ಲ.

ಹೆಚ್ಚು ಹೊತ್ತು ಶಾಲೆಯ ಹೋಂ ವರ್ಕ್ ಮಾಡುತ್ತಾ ಕುಳಿತರೆ, ಓದು ಬರಹ ಅರಿಯದ ದೊಡ್ಡಮ್ಮ 'ಬೀಡಿಗೆ ನೂಲು ಕಟ್ಟಲು ಆಗುತ್ತದೆಯೆಂದು ವಿನಾಕಾರಣ ಬುಕ್ ಹಿಡಿದು ಕೂತಿದ್ದೇನೆ' ಎಂದು ಅದಕ್ಕೂ ಹೊಡೆತ–ಬೈಗುಳ.

ದೊಡ್ಡಪ್ಪ ಕೂಲಿ ಕೆಲಸವನ್ನು ಮಾಡಿ ದಿನದ ಸಂಬಳವನ್ನು ತರುತ್ತಿದ್ದರು. ಕೆಲವೊಂದು ದಿನ ಕೆಲಸ ಸಿಗದೆ, ಕೈಯಲ್ಲಿ ಹಣವೂ ಇಲ್ಲದೆ ಹಸಿದು ಕುಳಿತ ದಿನಗಳಿಗೆ ಏನು ಕಮ್ಮಿ ಇರಲಿಲ್ಲ. ಒಂದು ದಿನ ಹಸಿವು ತಾಳಲಾರದೆ ದೊಡ್ಡಮ್ಮ ಬೀಡಿಕಟ್ಟಿ ಸಂಪಾದಿಸಿದ ಹಣದ ಕಂತೆಯನ್ನು ಇಟ್ಟಿದ್ದ ಸ್ಥಳವನ್ನು ದೊಡ್ಡಪ್ಪನಿಗೆ ತೋರಿಸಿದೆ. ಮಣ್ಣಿನ ಪಾತ್ರೆಗಳನ್ನು ಗೋಡೆಯ ಮೇಲೆ ಫೋಟೋಗಳನ್ನು ತೂಗಿ ಹಾಕುವಂತೆ ಇಡುತ್ತಿದ್ದರು. ಅದರೊಳಗಿದ್ದ ಹಣವನ್ನು ದೊಡ್ಡಪ್ಪ ತೆಗೆದು ಅಕ್ಕಿ ಸಾಮಾನನ್ನು ತಂದರಲ್ಲದೆ, ಉಳಿದ ಹಣವನ್ನು ತನ್ನ ಸ್ವಂತ ಖರ್ಚಿಗೆ

ಹಾಗೂ ಬೇರೆ ಕೆಟ್ಟ ಚಟಗಳಿಗೆ ಉಪಯೋಗಿಸಿದರು. ಇದನ್ನರಿತ ದೊಡ್ಡಮ್ಮ ಜಗಳಕ್ಕೆ ನಿಂತರು. ಕೆಟ್ಟ ಪದಗಳನ್ನು ಬಳಸಿಕೊಂಡು ರಾತ್ರಿಯಾದರೂ ನಿಲ್ಲದ ಜಗಳದಿಂದ ನಾನಂದು ಹೆದರಿ ಹೋದೆ.

ಎರಡು ದಿವಸಕ್ಕೆ ಒಂದು ಬಾರಿ ಕಟ್ಟಿದ ಬೀಡಿಯನ್ನು ಕೊಡಬೇಕೆಂದು ದೊಡ್ಡಮ್ಮ ನನ್ನ ಜಡೆಯನ್ನು ಕಟ್ಟುತ್ತಿರಲಿಲ್ಲ. ಸಣ್ಣ ಪ್ರಾಯವಾಗಿರುವ ನಾನು ಅಂಕುಡೊಂಕಾಗಿ ಜಡೆಯನ್ನು ಕಟ್ಟಿ ಬೆಳಗಿನ ಕೆಲಸ ಮುಗಿಸಿ ಅಷ್ಟು ದೂರ ಶಾಲೆಗೆ ನಡೆದುಕೊಂಡು ಹೋಗುವಾಗ ಯಾವಾಗಲೂ ಲೇಟ್. ಆನೆ ಭಾರ ಬ್ಯಾಗನ್ನು ಹಿಡಿದು ಓಡೋಡಿ ಹೋದರು ಕೆಲವೊಂದು ಸಲ ಅಸ್ಸೆಂಬಲಿಗಾದರೂ ತಲುಪುತ್ತಿದ್ದೆ.

ಹೋಗುವ ದಾರಿಯಲ್ಲಿ ನನ್ನ ಪ್ರೀತಿಯ ಕಾವೇರಿ ಟೀಚರ್‌ನ ಮನೆಯಿದೆ. ಕೊಡಗಿನವರೇ ಆಗಿರುವುದರಿಂದ ಅವರು ಉಡುವ ಸೀರೆ ಯಾವಾಗಲು ಕೊಡಗು ಶೈಲಿಯಲ್ಲಾಗಿತ್ತು. ಕೆಲವೊಂದು ಬಾರಿ ಅವರೊಡನೆ ಶಾಲೆಗೆ ಹೋಗಿಬರುತ್ತಿದ್ದೆ. ಒಂದು ದಿನ ಟೀಚರ್‌ನೊಡನೆ ಶಾಲೆಬಿಟ್ಟು ಬರುವಾಗ ಒಂದು ಅಂಗಡಿಯಲ್ಲಿ ಕುಳಿತ ದೊಡ್ಡಪ್ಪನನ್ನು ಟೀಚರಿಗೆ ತೋರಿಸಿದೆ. ಟೀಚರ್ ನನ್ನ ಕೈಯನ್ನು ಹಿಡಿದು ರಸ್ತೆ ದಾಟಿ ದೊಡ್ಡಪ್ಪನ ಬಳಿ ಬಂದು 'ಈ ಮಗುವನ್ನು ನಾಳೆಯಿಂದ ಶಾಲೆಗೆ ಬೇಗ ಕಳುಹಿಸಿ ಕೊಡಿ' ಎಂದು ನನ್ನ ತಲೆಯನ್ನು ಸವರುತ್ತಾ ಹೇಳಿದರು.

'ಅವಳು ರಸ್ತೆ ಮಧ್ಯೆ ಆಟವಾಡುತ್ತ ನಿಲ್ಲುವುದು ಟೀಚರ್, ಅವಳಿಗೆ ಎಷ್ಟು ಬಾರಿ ಹೇಳಿದ್ದೇನೆ ನೇರ ನಡೆದು ಶಾಲೆಗೆ ಹೋಗಬೇಕೆಂದು'-ಕೈ ತೆಗೆದು ಬೀಸಿದರಾದರೂ ಪೆಟ್ಟು ಸಿಗಲಿಲ್ಲ.

ಓಡೋಡಿಕೊಂಡು ಹೋಗುವಾಗ ಬೆನ್ನ ಮೇಲೆ ಇರುವ ಬ್ಯಾಗ್ ಅಲುಗಾಡುತ್ತದೆ ಎಂದು ಎರಡು ಕೈಯನ್ನು ಹಿಂದೆ ಬ್ಯಾಗಿನ ಮೇಲಿಟ್ಟು ಶಾಲೆಗೆ ಓಡುತ್ತಿದ್ದ ನನ್ನನ್ನು, ರಿಕ್ಷಾದಲ್ಲಿ ಹೋಗುತ್ತಿದ್ದ ಅದೇ ಕಾವೇರಿ ಟೀಚರ್ ಎಷ್ಟೋ ಸಲ ಕರೆದು ರಿಕ್ಷಾ ಹತ್ತಿಸಿದ ಸಾಕ್ಷಿ ಅವರಲ್ಲಿ ಇರುವಾಗ ದೊಡ್ಡಪ್ಪನ ಮಾತಿಗೆ ಮೌನಿಯಾಗಿ ನನ್ನನ್ನು ಕರೆದುಕೊಂಡು ಅಲ್ಲಿಂದ ನಡೆದರು.

ಸ್ಕೂಲ್ ಸ್ಪೋರ್ಟ್ಸ್ ಕಾಂಪಿಟೇಶನ್ ಓಟದ ಸ್ಪರ್ಧೆಯಲ್ಲಿ ಮೂರನೇ ಸ್ಥಾನ ತಲುಪಿದ ನಾನು ಸೆಲೆಕ್ಟ್ ಆದೆ. ಆಯ್ಕೆ ಆದವರು ಮಡಿಕೇರಿಯ 'ರಾಜಾಸೀಟ್ ಮೈದಾನದಲ್ಲಿ ನಡೆಯುವಂತಹ ಇಂಟರ್ ಸ್ಕೂಲ್ ಸ್ಪೋರ್ಟ್ಸ್ ಕಾಂಪಿಟೇಶನ್ ಅಲ್ಲಿ ಸ್ಪರ್ಧಿಸಬೇಕಾಗಿತ್ತು. ಶಾಲೆಯ ಅನೇಕ ವಿದ್ಯಾರ್ಥಿಗಳು ಇತರ ಆಟೋಟ ಸ್ಪರ್ಧೆಗಳಲ್ಲಿ ಭಾಗವಹಿಸುವುದರಿಂದ ಉಳಿದ ಮಕ್ಕಳಿಗೆ ಅಂದು ಶಾಲೆಗೆ ರಜೆ ನೀಡಲಾಗಿತ್ತು. ಈ ವಿಷಯ ನನ್ನ ದೊಡ್ಡಮ್ಮನಿಗೂ ತಿಳಿಯಿತು.

'ಕಾಂಪಿಟೇಶನ್ ಇದೆ, ಪ್ರೈಸ್ ಸಿಗುತ್ತದೆ' ಎಂದು ಹೇಳಿ ನಾನಂದು ಶಾಲೆಗೆ ಹೊರಟೆ.

ಶಾಲೆಯಿಂದ ಟೀಚರ್ ಅವರು ರಾಜಾಸೀಟ್ ಮೈದಾನಕ್ಕೆ ಕರೆದುಕೊಂಡು ಹೋದರು. ಅಲ್ಲಿ ಬಂದ ಇಂಗ್ಲಿಷ್ ಮೀಡಿಯಂ ಮಕ್ಕಳು ನಮಗಿಂತ ಬಲಶಾಲಿಯಾಗಿ ಹಾಗೂ ಸ್ವಲ್ಪ ದೊಡ್ಡವರಾಗಿರುವುದು ಮಾತ್ರವಲ್ಲದೆ ಅವರು ಓಟದ ಸ್ಪರ್ಧೆಗೆ ಬಂದ ರೀತಿ ನಮ್ಮನ್ನು ಬೆರಗುಗೊಳಿಸಿತು. ಕಾಲಿಗೆ ಸರಿಯಾದ ಚಪ್ಪಲಿ ಇಲ್ಲದ ನಾವುಗಳು. ಅವುಗಳು ಓಟಕ್ಕೆಂದೇ ಉಪಯೋಗಿಸಲು ತಂದ ಶೂಗಳು. ಬಾಯಾರಿಕೆಯಾದರೆ ಯಾವುದೋ ಮೂಲೆಯಲ್ಲಿ ನೀರಿನ ಡ್ರಮ್ಮನ್ನು ಹುಡುಕಿಕೊಂಡು ಹೋಗುವ ನಮ್ಮ ಮುಂದೆ, ಅವರುಗಳು ಗ್ಲೂಕೋಸ್ ಹಾಕಿದ ವಿಧವಿಧವಾದ ಬಾಟಲಿ ನೀರು ಕುಡಿಯುತ್ತಿದ್ದರು. ಅವರೊಡನೆ ಓಟದ ಸ್ಪರ್ಧೆಗೆ ಹೋಗುವ ಮುಂಚೆನೇ ಕೆಲವರ ಕಾಲುಗಳು ಓಡುವ ಬದಲು ನಡೆಯುವ ಧೈರ್ಯವನ್ನು ತೋರಿಸಲಿಲ್ಲ. ಬೇರೆ ಕೆಲವು ಸರಕಾರಿ ಶಾಲೆಯ ಮಕ್ಕಳು ಓಟದ ಸ್ಪರ್ಧೆಯ ಗುಂಪಿನಿಂದ ನೀರು ಕುಡಿಯಲು ಹಾಗೂ ಶೌಚಾಲಯದ ನೆಪ ಹೇಳಿ ಹೊರಟು ಹೋದವರು ಮತ್ತೆ ಹಿಂದಿರುಗಲಿಲ್ಲ.

ಪ್ರೈಸ್ ತೆಗೆದುಕೊಂಡು ಹೋಗದಿದ್ದರೆ ದೊಡ್ಡಮ್ಮನ ಕೈಯಿಂದ ಪೆಟ್ಟು ತಿನ್ನಬೇಕು ಎನ್ನುವ ಭಯದಿಂದ ಕಾಲಲ್ಲಿದ್ದ ಚಪ್ಪಲನ್ನು ಬದಿಗೆ ಇಟ್ಟು ನಾನು ಲೈನ್ನಲ್ಲಿ ನಿಂತೆ. ನನ್ನ ನೋಡಿ ಮೊದಲ ಎರಡು ಸ್ಥಾನ ಪಡೆದ ನನ್ನ ಸ್ನೇಹಿತರಿಬ್ಬರು ನಿಂತರು. ವಿಝಿಲಿನ ಶಬ್ದಕ್ಕೆ ದೊಡ್ಡಮ್ಮನ ಪೆಟ್ಟು ನೆನಪಾಗಿ ಕಲ್ಲು ಮುಳ್ಳು ಲೆಕ್ಕಿಸದೆ ಓಡಿದೆ. ಪಕ್ಕದಲ್ಲಿ ಓಡುತ್ತಿದ್ದ ನನ್ನ ಸ್ನೇಹಿತರಿಗಿಂತಲೂ ವೇಗವಾಗಿ ಮೊದಲ ಸ್ಥಾನದಲ್ಲಿ ಓಡುತ್ತಿದ್ದೆ, ಆದರೂ ಜಯದ ಗೆರೆ ತಲುಪುವ ಹೊತ್ತಿಗೆ ಆರನೇ ಸ್ಥಾನ ನನಗೆ. ದೊಡ್ಡಮ್ಮ ಕೊಡುವ ಏಟಿನ ನೆನಪಾಗಿ ಕೈಕಾಲು ನಡುಕದ ಜೊತೆ, ಖಾಲಿ ಕಾಲಿನಲ್ಲಿ ಒಂದು ಹೆಜ್ಜೆಯನ್ನು ಇಡದವಳು ಓಡಿದ ರಭಸಕ್ಕೆ ಕಲ್ಲುಗಳು ತಾಗಿ ಕಾಲ್ಬೆರಳಿನ ಸಿಪ್ಪೆ ಜಾರಿ ಬರುತ್ತಿರುವ ರಕ್ತ. ಒಣಗಿದ ಗಂಟಲು. ನಾನಲ್ಲೇ ಸ್ವಲ್ಪ ಹೊತ್ತು ಕುಳಿತು ಚೇತರಿಸಿಕೊಂಡೆ. ಎಲ್ಲರೂ ಮನೆಯವರು ಕೊಟ್ಟ ಹಣದಿಂದ ಐಸ್ ಕ್ಯಾಂಡಿಯನ್ನು ತಂದು ಗಂಟಲು ತಂಪು ಮಾಡಿಕೊಳ್ಳುತ್ತಿದ್ದರೆ, ಬಿಡಿಗಾಸು ಇಲ್ಲದೆ ನಾನು ಒಣಗಿದ ಗಂಟಲಿಗೆ ಬಾಯಿಯ ನೀರನ್ನು ನುಂಗಿಕೊಂಡು ಕುಳಿತುಕೊಂಡೆ.

ಇತರ ಆಟದಲ್ಲಿ ಸೋತುಹೋದ ಸ್ನೇಹಿತರ ಗುಂಪಿನ ಜೊತೆ ನಾನು ಸೇರಿಕೊಂಡೆ. ಅದರಲ್ಲಿ ಬೇರೆ ಬೇರೆ ಶಾಲೆಯ ವಿದ್ಯಾರ್ಥಿಗಳು ಇದ್ದರೂ ಎಲ್ಲರೂ ಕನ್ನಡ ಮಾಧ್ಯಮದವರು ಆಗಿದ್ದರು. ಎಲ್ಲರೂ ಮೈದಾನದ ಸಮೀಪದಲ್ಲಿ ಇದ್ದ ರಾಜಾಸೀಟ್ ಪಾರ್ಕಿಗೆ ಹೋಗಿ ಆಟ ಆಡುವ ಪ್ಲಾನ್

ಮಾಡಿದ್ದರು. ಪ್ರೈಸ್ ಸಿಗದೆ ಇರುವುದರಿಂದ ಹೇಗೂ ದೊಡ್ಡಮ್ಮನ ಪೆಟ್ಟು ಕಟ್ಟಿಟ್ಟಬುತ್ತಿ. ಅದು ತಿನ್ನಲೇಬೇಕು ಎಂದು ಅರಿತ ನಾನು ಸಂಜೆಯವರೆಗಾದರು ಅದರಿಂದ ತಪ್ಪಿಸಿಕೊಳ್ಳಲು ಉಳಿದವರ ಜೊತೆ ಪಾರ್ಕಿಗೆ ತೆರಳಿದೆ. ಅಂದು ಆ ಪಾರ್ಕ್ ನಮ್ಮಂತಹ ಚಿಕ್ಕಮಕ್ಕಳಿಗೆ ಮಾಡಿದಂತಹ ಪಾರ್ಕ್ ಆಗಿತ್ತು. ಜಾರುಬಂಡಿ, ಜೋಕಾಲಿ, ಕ್ಲೈಂಬಿಂಗ್, ರೈಲು ಎಲ್ಲಾವೂ ಇದ್ದವು. ಚಲಿಸುವ ರೈಲು ಆ ಪಾರ್ಕಿನ ವಿಶೇಷತೆಯಲ್ಲಿ ಒಂದು. ದೊಡ್ಡದಾದ ಪಾರ್ಕಿನ ವೃತ್ತಾಕಾರದಲ್ಲಿ ರೈಲಿನ ಪಟ್ಟಿ. ಶಾಲೆಯ ಮಕ್ಕಳಿಗೆ ಉಚಿತವಾಗಿರುವುದರಿಂದ ರೈಲು ಹೊರಡುವ ಪ್ರತಿ ಪಯಣದಲ್ಲೂ ನಾವು ಹತ್ತುತ್ತಿದ್ದೆವು. ಪ್ರತಿಬಾರಿಯೂ ಮನೆಯಿಂದ ಶಾಲೆಗೆ ಹೊರಡುವಾಗ ಮನಸ್ಸು ನಿರಾಳವಾದ ಅನುಭವ ಹಾಗೂ ಶಾಲೆಯಿಂದ ಮನೆಯ ಮೆಟ್ಟಿಲುಗಳನ್ನು ಹತ್ತುವಾಗ ಹೃದಯದಲ್ಲಿ ಏನೋ ಒಂದು ಹಿಡಿದಂತಹ ಅನುಭವ.

ಅಂದು ಮನೆ ತಲುಪುವ ಮೊದಲೇ ಸಂಜೆಯಾಗುತ್ತಿದ್ದಂತೆ, ಮನಸ್ಸಲ್ಲಿ ಏನೋ ಹಿಡಿತದ ಅನುಭವವಾಯಿತು. ಮೋಸ್ಟ್ಲಿ ಭಯ ಅಂದರೆ ಅದೇ ಆಗಿರಬೇಕು. ಮನೆ ತಲುಪುವವರೆಗೂ ನನ್ನ ಮನಸ್ಸಿನಲ್ಲಾದ ತಳಮಳಕ್ಕೆ ಕೊನೆಯಿರಲಿಲ್ಲ.

'ರಸ್ತೆ ಬದಿಯಲ್ಲಿ ಕಾಣುವ ಪಾತ್ರೆಯ ಅಂಗಡಿಯಿಂದ ಒಂದು ಲೋಟವನ್ನು ತೆಗೆದುಕೊಂಡು ಹೋಗಿ ನನ್ನ ಪ್ರೈಜ್ ಎಂದು ತೋರಿಸಲೇ, ಆದರೆ ಅದಕ್ಕೆ ಹಣವನ್ನು ನಾನು ಎಲ್ಲಿಂದ ತರಲಿ.' ಏನೇನೋ ಆಲೋಚನೆಗಳ ಮಧ್ಯೆ ಗೊತ್ತಿರುವ ಖುರಾನಿನ ಮಂತ್ರವನ್ನು ಪಠಿಸುತ್ತಾ ಮನೆ ತಲುಪಿದೆ.

ಬಾಗಿಲ ಬಳಿ ಕುಳಿತು ಬೀಡಿ ಕಟ್ಟುತ್ತಿದ್ದ ದೊಡ್ಡಮ್ಮ ನನ್ನ ಎರಡು ಕೈಗಳನ್ನು ನೋಡಿದರು 'ಎಲ್ಲಿಯೇ ಪ್ರೈಜ್?' ಬಹಳ ವಿನಮ್ರದಿಂದ ಕೇಳಿದರು.

'ದೊಡ್ಡಮ್ಮ ಅಲ್ಲಿ ಬೇರೆ ಶಾಲೆಯ ಮಕ್ಕಳು ಇದ್ದರಿಂದ ನಾನು ಸೋತು ಹೋದೆ.' ಶಾಲೆಯ ಮೆಟ್ಟಿಲು ಹತ್ತದ ಆ ದೊಡ್ಡಮ್ಮನಿಗೆ ನಾನು ಹೇಳಿದ ವಿಷಯ ಅರ್ಥವಾಗಿಲ್ಲವೇನೋ.

ಮಡಿಲ ಮೇಲಿದ್ದ ಸೂಪನ್ನು ಕೆಳಗಡೆ ಇಟ್ಟು ಅಡುಗೆಮನೆಗೆ ಹೋದರು. ಭಯದಿಂದಲೇ ಅರ್ಧಗೋಡೆ ಕಟ್ಟಿರುವ ಭಾಗದಿಂದ ಇಣುಕಿ ನೋಡಲು ಪ್ರಯತ್ನ ಪಟ್ಟೆ. ಅಷ್ಟರಲ್ಲೇ ದೋಸೆ ಮಗುಚಿ ಹಾಕುವ ಸೌಟ್ ಅನ್ನು ಹಿಡಿದು ಹೊರಬಂದರು. ಅದನ್ನು ನೋಡುತ್ತಲೇ ಹೆದರಿದ ನಾನು ಮನೆಯಿಂದ ಓಡಿ ತಂಝಿಯರವರ ಮನೆಗೆ ಹೋಗುವ ಪ್ಲಾನ್ ಮಾಡಿದೆ. ಆದರೂ ನನ್ನ ಉದ್ದ ಜಡೆಯ ಕೂದಲು ಅವರ ಕೈಗೆ ಸಿಲುಕಿದವು.

ಜಡೆಯನ್ನು ಹಿಡಿದು ಎಳೆದಾಗ ಕುತ್ತಿಗೆಯಲ್ಲಾದ ಟಕ್ ಎಂಬ ಶಬ್ದವು ನನ್ನ ಕಿವಿಗೆ ಬಿದ್ದೊಡನೆ 'ಅಮ್ಮಾ...' ಎಂದು ಜೋರಾಗಿ ಕಿರುಚಿದೆ.

ತುಂಬಾ ದಪ್ಪ ಇರುವ ದೊಡ್ಡಮ್ಮ ಒಂದೇ ಕೈಯಲ್ಲಿ ನನ್ನ ಜಡೆಯನ್ನು ಹಿಡಿದೆಳೆದು ಬಾಗಿಲು ಹಾಕಿದರು. ಯುನಿಫಾರ್ಮ್ ಸ್ಕರ್ಟ್‌ನಲ್ಲಿ ಇದ್ದವಳಿಗೆ ಆ ಸವುಟಿನಿಂದ ತೊಡೆ ಹಾಗೂ ಕಾಲಿಗೆ ಬಿದ್ದ ಪೆಟ್ಟು ಬೆಂಕಿಯ ಉಂಡೆ ತಾಗಿದಂತಹ ಅನುಭವ. ಕಾಲಿಗೆ ಬೀಳುವ ಪೆಟ್ಟನ್ನು ತಪ್ಪಿಸಲು ಅಲ್ಲೇ ಕುಳಿತೆ. ಕಾಲಿನ ಭಾಗಕ್ಕೆ ಬಲವಾಗಿ ಬೀಸಿದ ಆ ಪೆಟ್ಟು ಕಿರುಚುತ್ತಿದ್ದ ನನ್ನ ಬಾಯಿಗೆ ತಾಗಿ ಎದುರಿನ ಅರ್ಧ ಹಲ್ಲು ತುಂಡಾಗಿ ಹೋಯಿತು. ಅವರು ಕೊಟ್ಟ ಪೆಟ್ಟು ಎಷ್ಟು ಘಾಟಿಯಾಗಿತ್ತು ಎಂದರೆ, ಮರುದಿನ ಅವರಿಗೆ ಬೀಡಿ ಕಟ್ಟಲಾಗದೆ, ಅವರ ಕೈಗೆ ಅವರೇ ನೋವಿನ ಎಣ್ಣೆಯನ್ನು ಉಜ್ಜಿದರು.

ಅಂದು ಮೊಬೈಲ್ ಫೋನ್ ಇಲ್ಲದ ಕಾರಣ ಊರಿಗೆ ಇನ್‌ಲ್ಯಾಂಡ್ ಲೆಟರ್‌ನ ಮೂಲಕ ಪತ್ರ ಬರೆಯುತ್ತಿದ್ದೆ. ದೊಡ್ಡಪ್ಪ ಹೇಳಿಕೊಟ್ಟ ರೀತಿಯಲ್ಲಿ ಪತ್ರ ಬರೆಯಬಹುದೇ ಹೊರತು ಬೇರೆ ಏನನ್ನು ತಿಳಿಸಲು ಸಾಧ್ಯವಾಗಲಿಲ್ಲ. ಪತ್ರದಲ್ಲಿ ಬರೆದ ಅಕ್ಷರಗಳು ತಪ್ಪು ಇದ್ದಾಗ ದೊಡ್ಡಪ್ಪ ಅದನ್ನು ಸರಿ ಮಾಡುವಂತೆ ಬೈದು ಪೆಟ್ಟು ಕೊಡುತ್ತಿದ್ದರು.

ಒಂದು ದಿನ ಮಧ್ಯರಾತ್ರಿ ಚಳಿ ತಡೆಯಲಾರದೆ ಬಂದಂತ ಮೂತ್ರ. ಹಾಗಂತ ಹಾಸಿಗೆಯಲ್ಲಿ ಎಲ್ಲೂ ಮಾಡದೆ ಸ್ನಾನದ ಗೃಹದಲ್ಲಿಯೇ ನಿದ್ದೆಗಣ್ಣಿನಲ್ಲಿ ಮಾಡಿದೆ. ಆದರೆ ಮೂತ್ರ ಮಾಡಿ ತೊಳೆಯಲಿಲ್ಲವೆಂದು ಹೇಳಿ ಅದೇ ರಾತ್ರಿಯಲ್ಲಿ ಎಚ್ಚರವಿದ್ದ ದೊಡ್ಡಪ್ಪ ಕೆಳಗೆ ಮಲಗಿದ್ದ ನನಗೆ ಕಾಲಿನಿಂದ ತುಳಿದು ಕೊಟ್ಟಿರುವ ಪೆಟ್ಟು. ಅಂದು ರಾತ್ರಿ ನಾನು ಮುಖದವರೆಗೂ ಹಾಸಿಗೆ ಹಾಕಿ ಮುದುಡಿಕೊಂಡು ಮಲಗಿದ್ದ ಆ ಕ್ಷಣದಲ್ಲೇ, ಬೆನ್ನ ಹಿಂಬದಿಗೆ ಕಾಲಿನಿಂದ ತುಳಿದು ಮೈಮೇಲೆ ಇದ್ದ ಹಾಸಿಗೆಯನ್ನು ಹಿಡಿದೆಳೆದು ಕೊಟ್ಟ ಪೆಟ್ಟು.

ಉಪವಾಸದ ಸಮಯದಲ್ಲಿ ಬೆಳ್ಳಗ್ಗೆ ನಾಲ್ಕು ಗಂಟೆಯ ಊಟಮಾಡಲು ನಾನು ಎದ್ದೇಳಲ್ಲ ಅಂತ ಕೊಡುತ್ತಿದ್ದ ಪೆಟ್ಟು. ಕಟ್ಟಿಗೆ ತರಲು ಕಾಡಿಗೆ ಕಳಿಸಿದಾಗ ರಕ್ತ ಹೀರುವ ಲೀಚ್ ಕಚ್ಚಿತೆಂದು ಕಟ್ಟಿಗೆ ತರದೆ ಓಡಿ ಬಂದಾಗ ಕೊಟ್ಟ ಪೆಟ್ಟು. ಒಟ್ಟಿನಲ್ಲಿ ಪ್ರತಿ ದಿನ ಪೆಟ್ಟಿನ ಸುರಿಮಳೆ ನನಗೆ.

ಮೇಲಿನ ಮನೆಗೆ ಫೋನ್ ಮಾಡಿ ಅಜ್ಜ ಮರಣಹೊಂದಿದ್ದಾರೆ ಎಂಬ ಮರಣದ ವಾರ್ತೆಯು ಇಲ್ಲಿಂದ ಸಿಕ್ಕಿತು. ಅಜ್ಜನನ್ನು ನೋಡಬೇಕೆಂದುಕೊಂಡು ಅಂದು ಯಾರಿಗೂ ಹೆದರದೆ ಊರಿಗೆ ಹೋಗಬೇಕೆಂದು ಹಠ ಹಿಡಿದೆ. ಆದರೆ ನನ್ನನ್ನು ಊರಿಗೆ ಕರೆದುಕೊಂಡು ಹೋಗಲು ಹಣವಿಲ್ಲ ಎಂದು ಹೇಳಿದರು.

ಇಲ್ಲಿ ನನ್ನ ಮನೆಯವರೊಡನೆ ನನಗೆ ಶಾಲೆಯಲ್ಲಿ ಪರೀಕ್ಷೆ ಇದೆ ಎಂದು ಸುಳ್ಳು ಹೇಳಿದರು. ಜಕ್ಕಲಿಕ ಪೋಜಿ ಎಂದು ಕರೆಯುವ ನನ್ನ ಅಜ್ಜನ ಮುಖ ನೋಡಲು ಅವಕಾಶ ಸಿಗದ ಕಾರಣ, ಕೊಡುವ ಪೆಟ್ಟಿಗಿಂತಲೂ ಜಾಸ್ತಿ ನಾನಂದು ಬಿಕ್ಕಿ ಬಿಕ್ಕಿ ಅತ್ತು ಬಿಟ್ಟೆ.

ಏಳನೇ ತರಗತಿಯ ಪಬ್ಲಿಕ್ ಪರೀಕ್ಷೆ ಮುಗಿದ ನಂತರ ದೊಡ್ಡಪ್ಪನನ್ನು ಹುಡುಕುತ್ತ ಪೊಲೀಸರು ಮನೆ ಬಾಗಿಲಿಗೆ ಬಂದರು. ಎರಡು ಮೂರು ದಿವಸದಿಂದ ಮನೆಗೆ ಬಾರದೇ ಇದ್ದ ದೊಡ್ಡಪ್ಪ ಕೆಲಸದ ನಿಮಿತ್ತ ದೂರ ಹೋಗಿದ್ದೇನೆ ಎಂದು ಮೇಲಿನ ಮನೆಯವರಿಗೆ ಫೋನ್ ಮಾಡಿ ತಿಳಿಸಿದರು. ಕೆಲಸ ಮಾಡುತ್ತಿದ್ದ ಅಂಗಡಿಯಿಂದ ಒಂದು ಗೋಣಿ ಕರಿಮೆಣಸನ್ನು ಕದ್ದುಕೊಂಡು ಹೋಗಿರುವ ವಿಷಯ ಪೊಲೀಸರಿಂದಲೇ ತಿಳಿಯಿತು.

'ಇನ್ನು ನಿನ್ನನ್ನು ನೋಡಿಕೊಳ್ಳಲು ನನ್ನಿಂದ ಸಾಧ್ಯವಿಲ್ಲ. ನೀನು ನಿನ್ನ ಮನೆಗೆ ಹೋಗಿ ಬಿಡು' ಎಂದು ಹೇಳಿ ದೊಡ್ಡಮ್ಮ ಚಿನ್ನದ ಬಾಸ್ಕೆಟ್ ರಿಂಗನ್ನು ನನ್ನ ಕಿವಿಗೆ ಹಾಕಿ ಕಳಿಸಿದರು. ಅಲ್ಲಿಗೆ ನನ್ನ ಪ್ರಾಥಮಿಕ ಶಾಲೆಯ ಕೊನೆಯ ಮೂರು ವರ್ಷ ಕಳೆಯಿತು.

ಆ ಮೂರು ವರ್ಷದಲ್ಲಿ ನಾನು ನನ್ನ ತಾಯಿಯನ್ನು ನೋಡಲು ಬಂದಿರುವುದು ಒಂದೇ ಸಲ. ಮೊದಲ ಬಾರಿ ಬಂದಾಗ ನನ್ನ ಅರ್ಧ ಗಂಟೆ ಕಾಲನು ಇರಲು ಬಿಡದೆ ಕರೆದುಕೊಂಡು ಹೋದರು. ನಂತರ ನಾನು ಬಂದಿರುವುದು ಮತ್ತೆಂದೂ ತಿರುಗಿ ಹೋಗಲು ಅಲ್ಲ ಅನ್ನೋ ಸತ್ಯನ ಯಾರಿಗೂ ಹೇಳಲಿಲ್ಲ. ಅವರು ನನಗೆ ಬೇಕಾದ ತಿಂಡಿ ಬಟ್ಟೆಗಳನ್ನೆಲ್ಲಾ ಕೊಟ್ಟು, ನನ್ನನ್ನು ಚೆನ್ನಾಗಿ ನೋಡಿಕೊಂಡಿದ್ದಾರೆ ಎಂಬುದು ನನ್ನ ತಾಯಿ ಈಗಲೂ ನಂಬಿರುವ ಸತ್ಯ. ಎಷ್ಟೋ ದಿವಸಗಳು ಊಟವಿಲ್ಲದೆ ಹಸಿದು ಕುಳಿತಿರುವ ಹಾಗು ಈದ್ ಹಬ್ಬಕ್ಕೆ ಕಷ್ಟ ಪಟ್ಟು ತೆಗೆದು ಕೊಡುವ ವರ್ಷಕ್ಕೆ ಎರಡು ಜೋಡಿ ಬಟ್ಟೆ ಎಂದು ನನ್ನ ತಾಯಿಗೆ ಹೇಳಲು ನನಗೆ ಮನಸ್ಸಾಗಲಿಲ್ಲ.

ಬಾಯಿಯ ಬಳಿ ಕೈ ಇಟ್ಟು ನನ್ನ ಕಥೆ ಕೇಳುತ್ತಿದ್ದ ರೂಪೇಶಿಯ ಕಣ್ಣಲ್ಲಿ ಧಾರಾಕಾರ ಕಣ್ಣೀರು ಸುರಿಯಿತು.

'ನೀ ಯಾಕೋ ಅಳುತ್ತಿದ್ದೀಯ? ಇದುವೇ ನೋಡು ನನ್ನ ತುಂಡಾದ ಹಲ್ಲು. ನನಗೆ ಅಳು ಬರಲ್ಲ, ಆದರೆ ನನ್ನ ಆಟ ಆಡೋಕೆ ಬಿಡಲಿಲ್ಲ ಅವರು.' ಅವನ ಬಳಿ ಹೋಗಿ ನನ್ನ ಎದುರಿನ ತುಂಡಾದ ಹಲ್ಲು ತೋರಿಸಿದೆ.

'ಏನು ರೂಪೇಶ್ ಇಲ್ಲಿ ಕುಳಿತಿರುವುದು? ಮನೆಗೆ ಹೋಗಲ್ವಾ?'–ಜಾಫರ್ ರೋಡಲ್ಲಿ ಹೋಗುತ್ತಾ ಕೇಳಿದರು. ಜಾಫರ್ 40–45 ವರ್ಷ ಪ್ರಾಯವಾಗಿರುವ

ಗಂಡಸು. ನಮ್ಮ ನೆರೆಕರೆಯವರು. ಎಲ್ಲರ ಮನೆಯಲ್ಲೂ ಸಣ್ಣ ಪುಟ್ಟ ಕೃಷಿ ಕಾರ್ಯಗಳ ಕೆಲಸ ಮಾಡಿಕೊಂಡು ಜೀವನ ಸಾಗಿಸುವವರು.

'ನಾನು ನಿನ್ನೊಡನೆ ಹೇಳಿದೆ ಆವಾಗಲೇ ಹೋಗುತ್ತೇನೆಂದು, ಇವಾಗ ನೋಡು ಹೇಗೆ ಹೇಳಿ ಹೋದರು ಅಂತ'-ಬೇಸರ ಅವನ ಮುಖದಲ್ಲಿ ಇತ್ತು.

'ಏನಾಯಿತೋ ಈವಾಗ ಅಂತದು?'-ಒಂದೂ ಅರ್ಥವಾಗದ ನಾನು ಪ್ರಶ್ನೆ ಹಾಕಿದೆ.

'ಅವರು ತಪ್ಪು ತಿಳ್ಕೋತಾರೆ, ಅದರಲ್ಲೂ ನಾನು ಹಿಂದೂ, ನೀನು ಮುಸ್ಲಿಂ. ನಾನು ಹೋಗುತ್ತೇನೆ'-ಹೇಳಿ ಎದ್ದು ಹೋದ.

ಸಾಮಾನು ಕಟ್ಟಲು ಇಟ್ಟ ಹಳೆಯ ಪೇಪರ್ ಒಂದನ್ನು ತೆಗೆದು ನಾನು ಸುಡೊಕು ಮಾಡುತ್ತಾ ಕುಳಿತೆ.

ಮತ್ತೊಮ್ಮೆ ಮಾತಾ

ಎಂ.ಎ. ಪೂರ್ತಿಯಾದ ನಂತರ, ಮತ್ತೆ ಮಾತಾಗೆ ಶಿಕ್ಷಕಿಯಾಗಿ ಸೇರಿಕೊಂಡೆ. ಸಾಧಾರಣ ಕಾಲೇಜಿಗೆ ಸೇರಿದರೆ, ಸಂಜೆ ನಾಲ್ಕು ಗಂಟೆಯ ನಂತರ ಮನೆಗೆ ಹೋಗಬಹುದಿತ್ತು. ಆದರೆ ಮಾತಾದಲ್ಲಿ ಸಂಜೆ ನಾಲ್ಕು ಗಂಟೆಯ ನಂತರ ಟ್ಯೂಷನ್ ಕ್ಲಾಸುಗಳು ಇರುವುದರಿಂದ ಸುತ್ತಮುತ್ತ ಇರುವ ಕಾಲೇಜಿನ ವಿದ್ಯಾರ್ಥಿಗಳು ಟ್ಯೂಷನಿಗೆ ಬರುತ್ತಿದ್ದರಿಂದ, ಕೆಲಸದ ಅವಧಿಯು ಸಂಜೆ ಆರು ಗಂಟೆಯವರೆಗೆ ಆಗಿತ್ತು.

ಎರಡು ವರ್ಷಗಳ ಮುಂಚೆ ಇದ್ದಂತೆ ಯಾವುದೂ ಇರಲಿಲ್ಲ. ಹಲವಾರು ಬದಲಾವಣೆಗಳು ಆಗಿದ್ದವು. ರವಿ ತನ್ನ ಮನೆಯ ಸಮೀಪದಲ್ಲೇ ಹೊಸ ಕಾಲೇಜು ಪ್ರಾರಂಭವಾದ ಕಾರಣ, ಮಾತಾ ಬಿಟ್ಟು ಅಲ್ಲಿ ಕೆಲಸಕ್ಕೆ ಸೇರಿಕೊಂಡ. ಎಂ.ಎ. ಪೂರ್ತಿ ಮಾಡಿದ ನನಗೆ, ಅಲ್ಲಿರುವವರಿಗಿಂತ ಹೆಚ್ಚಿನ ಸಂಬಳ ಸಿಗುತ್ತಿದೆ ಎಂಬ ವಿಷಯ ಗೊತ್ತಾದ ಮೇಲೆ, ನನ್ನ ಮೇಲೆ ಕೆಲವರಿಗೆ ಅಸಮಾಧಾನ ಉಂಟಾಯಿತು.

ಗುರುಪುರ ಪೇಟೆಯಿಂದ, ಮನೆಯವರೆಗೆ ಸುಮಾರು 20–25 ನಿಮಿಷಗಳ ಕಾಲ ಗದ್ದೆಯ ಕಾಲುದಾರಿಯಲ್ಲಿ ಒಬ್ಬಂಟಿಯಾಗಿ ನಡೆಯಲು ಭಯವಾಗುತ್ತಿದ್ದರಿಂದ, ಗೆಳೆಯ ರೂಪೇಶನೊಡನೆ ನನಗಾಗಿ ಕಾಯುವಂತೆ

ಹೇಳುತ್ತಿದ್ದೆ. ಅವನಿಗೆ ಮಂಗಳೂರಿನ ಆಸುಪಾಸಿನಲ್ಲಿ ಕೆಲಸವಿದ್ದರೆ ಮಂಗಳೂರಿನಲ್ಲಿಯೇ ನನಗಾಗಿ ಕಾಯುತ್ತಿದ್ದ. ಅವನಿದ್ದರೆ ನನ್ನ ಬಸ್ಸಿನ ಟಿಕೆಟನ್ನು ಅವನೇ ಕೊಡುತ್ತಿದ್ದ. ಹಸಿವಾಗುತ್ತದೆ ಎಂದಾಗ ಗುರುಪುರದಲ್ಲಿರುವ ಫಾಸ್ಟ್ ಫುಡ್ ಅಂಗಡಿಯಿಂದ ಗೋಬಿ ಅಥವಾ ನೂಡಲ್ಸ್ ತೆಗೆದುಕೊಡುತ್ತಿದ್ದ.

ಹಿಂದೂ ಹುಡುಗ, ಮುಸ್ಲಿಂ ಹುಡುಗಿ ಅನ್ನೋ ಕಾರಣಕ್ಕೆ ಕೆಲವರ ಕೆಂಗಣ್ಣಿಗೆ ನಾವಿಬ್ಬರೂ ಗುರಿಯಾಗಿದ್ದೆವು. ನಮ್ಮ ಪವಿತ್ರ ಸ್ನೇಹವನ್ನು ತಪ್ಪಾಗಿ ಅರ್ಥ ಮಾಡಿಕೊಂಡವರೇ ಹೆಚ್ಚು. ನಾವು ಒಟ್ಟಾಗಿ ಬರುವುದು ನಮ್ಮ ನೆರೆ ಮನೆಯವರಾದ ಜಾಫರಾಕಗೆ ತೀರಾ ಇಷ್ಟವಿರಲಿಲ್ಲ. ಇಡೀ ಗುರುಪುರ ಪೇಟೆಗೆ ನಮ್ಮಿಬ್ಬರ ಬಗ್ಗೆ ಅಪಪ್ರಚಾರ ಮಾಡಿದರು. ವಿಷಯ ನಮ್ಮ ಎರಡೂ ಮನೆಯವರಿಗೆ ತಿಳಿಯಿತು. ಕೆಲವರು ನನ್ನೊಡನೆ ಕೇಳಲು ಹಾಗು ನನಗೆ ಬುದ್ಧಿ ಹೇಳಲೆಂದು ಮನೆಯವರೆಗೂ ಬಂದರು.

'ಒಬ್ಬಾಕೆ ಶಿಕ್ಷಕಿಯಾದ ನನಗೆ, ಧರ್ಮದ ವಿಷಯವನ್ನು ಮುಂದಿಟ್ಟು ಅವನನ್ನು ದೂರ ಮಾಡಲು ಸಾಧ್ಯವಿಲ್ಲ. ಅವನಿಗೆ ಯಾವುದಾದರೂ ಕೆಟ್ಟ ಅಭ್ಯಾಸವಿದ್ದರೆ ಅಥವಾ ಹುಡುಗಿಯರ ಹುಚ್ಚು ಇದ್ದರೆ ಹೇಳಿ. ಅಷ್ಟಕ್ಕೂ ಕತ್ತಲು ಆವರಿಸಿದರೂ ಒಂದು ಬಾರಿಯೂ ನನ್ನೊಡನೆ ಕೆಟ್ಟದಾಗಿ ವರ್ತಿಸಿಲ್ಲ. ಇನ್ನು ನಾನು ಅವನನ್ನು ಪ್ರೀತಿಸುತ್ತೇನೋ, ಇಲ್ಲವೋ ಎಂಬುದು ನನ್ನ ಮನೆಯವರಿಗೆ ಗೊತ್ತಿದೆ. ದಾರಿಯಲ್ಲಿ ಹೋಗೋ ಬರೋರಿಗೆ ಅದರ ಬಗ್ಗೆ ಕ್ಲಿಯರಿಟಿ ಕೊಡಬೇಕಾದ ಅಗತ್ಯ ನನಗೆ ಇಲ್ಲ.'

ರೂಪೇಶ್ ನನ್ನ ಒಳ್ಳೆಯ ಸ್ನೇಹಿತ ಅನ್ನೋ ನಂಬಿಕೆ ಇರುವುದರಿಂದ, ಯಾವುದೇ ಭಯವಿಲ್ಲದೆ ಕೇಳೋಕೆ ಬಂದವರಿಗೆ ಹೇಳಿ ಕಳಿಸಿದೆ.

'ತಂದೆ ಹಾಗು ನನ್ನ ಅಣ್ಣಂದಿರೊಡನೆ ನಮ್ಮಿಬ್ಬರ ಬಗ್ಗೆ ಕೆಲವು ಯುವಕರು ಕೇಳಿದ್ದಾರಂತೆ!!'-ಗದ್ದೆಯ ಕಾಲುದಾರಿಯಲ್ಲಿ ನಡೆದುಕೊಂಡು ಬರುವಾಗ ರೂಪೇಶ್ ನನ್ನೊಡನೆ ಹೇಳಿದ.

'ಹೂಂ. ನಮ್ಮ ಮನೆಗೂ ಬಂದಿದ್ದರು. ಅದು ಬಿಡು. ಇದರ ಬಗ್ಗೆ ನಿಮ್ಮ ಮನೆಯವರು ಏನು ಹೇಳಿದರು?'-ಬುರ್ಖಾವನ್ನು ಮೇಲಕ್ಕೆತ್ತಿ ಹಿಡಿಯುತ್ತಾ ಕೇಳಿದೆ.

'ಯಾರೂ, ಏನೂ ಹೇಳಲಿಲ್ಲ. ಯಾಕೆ ಸುಮ್ಮನೆ ನಿನಗೆ ಕಷ್ಟ. ನಾವು ಮನೆಯ ಹತ್ತಿರ ಬಿಟ್ಟರೆ, ಬೇರೆ ಎಲ್ಲೂ ಮಾತನಾಡುವುದು ಬೇಡ'-ಅವನ ಮಾತಿನಲ್ಲಿ ಬೇಸರ ಅಡಗಿತ್ತು.

'ಹಾಗಂತ ನಿನ್ನ ಮನೆಯವರು ಹೇಳಿದ್ರ?'

'ಇಲ್ಲ, ನಾನೇ ಹೇಳಿದ್ದು. ಹುಡುಗಿಯಾಗಿ ನಿನ್ನ ಬಗ್ಗೆ ಬೇರೆಯವರು ತಪ್ಪು ತಿಳಿದುಕೊಳ್ಳುವುದು ನನಗೆ ಇಷ್ಟವಿಲ್ಲ.'

'ಹಾಗಂತ ಬೇರೆಯವರ ಇಷ್ಟದ ಹಾಗೆ ನನಗೆ ಬದುಕೋಕೆ ಆಗಲ್ಲ. ಅಷ್ಟಕ್ಕೂ ನಾನು ಹೆಣ್ಣು ಅಂತ ನಿನಗೆ ನೀನೇ ಡಿಸೈಡ್ ಮಾಡಿಕೊಂಡರೆ ಆಯ್ತಾ?'

'ಅಂದರೆ ಏನು? ನೀನು ಹೆಣ್ಣು ಅಲ್ವಾ?'

ನಾನು ಮುಂದೆ ನಡೆಯುತ್ತಿದ್ದರೂ, ಅವನು ಬಾಯಿಗೆ ಕೈ ಇಟ್ಟು ನಾಲ್ಕೈದು ಹೆಜ್ಜೆ ಹಿಂದೆ ನಿಂತಿದ್ದ.

'ನಿನ್ನ ತಲೆ. ಹೆಣ್ಣಿಗೆ ಇರೋ ಎಲ್ಲಾ ಪಾರ್ಟ್ಸ್ ಇದೆ. ಬಾಯಿ ಮುಚ್ಕೊಂಡು ಬಾ. ಕಾಲೇಜಿನ ಕೊನೆಯ ಸೆಮಿಸ್ಟರ್ ಕಂಪ್ಲೀಟ್ ಮಾಡಲು, ಅದೆಷ್ಟು ಹಣದ ಸಹಾಯ ಮಾಡಿದ್ದೀಯಾ ನೀನು.'

'ನಾನೇನೂ ಮಾಡಿಲ್ಲ. ನಿನಗೆ, ನಾನು ಸಿಕ್ಕಿರುವುದೇ ನಿನ್ನ ಕಾಲೇಜಿನ ಕೊನೆಯ ಹಂತದಲ್ಲಿ.'

'ನನಗೆ ಒಂದೈದು ಪೈಸೆಯ ಸಹಾಯ ಮಾಡದ ಜನರಿಗಾಗಿ, ಸಹಾಯ ಮಾಡಿದವರನ್ನು ನಾನು ಬಿಟ್ಟುಕೊಡಲ್ಲ. ನೀನು ಬೇಕಾದರೆ ನನ್ನಿಂದ ದೂರ ಹೋಗು' ಕೋಪದಲ್ಲಿ ಹೇಳಿ, ದೊಡ್ಡ ದೊಡ್ಡ ಹೆಜ್ಜೆ ಇಡುತ್ತಾ ಬೇಗಬೇಗನೆ ನಡೆದೆ.

ಅವನು ಮೌನವಾಗಿ ನನ್ನ ಹಿಂದೆ ನಡೆದ.

***

ಫೈನಲ್ ಎಕ್ಸಾಮ್‌ಗೆ ಒಂದೆರಡು ತಿಂಗಳು ಇರುವಾಗಲೇ ರವಿ ಫೋನ್ ಮಾಡಿದ.

'ನಾನು ಕೆಲಸ ಮಾಡುತ್ತಿರುವ ಕಾಲೇಜಿನಲ್ಲಿ ಎಕನಾಮಿಕ್ಸ್ ಪೋಸ್ಟ್ ಖಾಲಿ ಇದೆ. ನೀನು ಇಲ್ಲಿಗೆ ಬಾ' ಎಂದ.

'ಅದು ಹೇಗೆ ರವಿ? ನನ್ನ ಬಿ.ಎಡ್ ಆಗಿಲ್ವಾ ಅಲ್ವಾ?'

'ಪ್ರೈವೇಟ್ ಕಾಲೇಜಿಗೆ ಬಿ.ಎಡ್ ಕಂಪಲ್ಸರಿ ಅಲ್ಲ. ನೀನು ಹೆದರಬೇಡ ಅಪ್ಲೈ ಮಾಡು.'

'ಹಾಗಾದರೆ ಈಗ ಅಲ್ಲಿದ್ದ ಎಕನಾಮಿಕ್ಸ್ ಲೆಕ್ಚರರ್!!!'

'ಈಗ ಯಾರು ಇಲ್ಲ. ಕಾಲೇಜ್ ಹೊಸತಾಗಿ ಪ್ರಾರಂಭವಾಗಿದ್ದರಿಂದ ಫಸ್ಟ್ ಪಿಯುಸಿ ಮಾತ್ರ ಇತ್ತು. ಪ್ರಿನ್ಸಿಪಾಲ್ ಪ್ರೀತಿ ಮಿಸ್, ನಾನು ಹಾಗೂ ಕಲಾ ವಿಭಾಗಕ್ಕೆ ನಳಿನಾಕ್ಷಿ ಮಿಸ್. ನಾವು ಮೂವರೇ ಎಲ್ಲಾ ಸಬ್ಜೆಕ್ಟ್ ಕವರ್ ಮಾಡುತ್ತಿದ್ದೆವು. ಇನ್ನು ನೆಕ್ಸ್ಟ್ ಇಯರ್ ಫಸ್ಟ್ ಪಿಯುಸಿ ಮತ್ತು ಸೆಕೆಂಡ್ ಪಿಯುಸಿ ಇರುವುದರಿಂದ ಕನ್ನಡ, ಎಕಾನೋಮಿಕ್ಸ್ ಹಾಗೂ ಹಿಸ್ಟರಿ ಸಬ್ಜೆಕ್ಟ್‌ಗೆ ಮ್ಯಾನೇಜ್ಮೆಂಟ್ ಕಾಲ್ ಫಾರ್ ಮಾಡಿದ್ದಾರೆ. ನೀನು ಅಪ್ಲೈ ಮಾಡು. ನಾನು ಮಾತನಾಡುತ್ತೇನೆ' ಅಂತ ಹೇಳಿದ.

ಒಂದು ಕಡೆ ಸ್ವರೂಪ ಮಿಸ್ಸಿನ ಕಾರು ಚಾಲಕನಾಗಿ ಕೆಲಸ ಮಾಡುತ್ತಿದ್ದ ಶಶಿ ಹಾಗು ನಾನು ಆತ್ಮೀಯ ಸ್ನೇಹಿತರಾಗಿದ್ದೆವು. ಮಾತಾದಲ್ಲಿ ನಡೆಯುವ ಪ್ರತಿ ಒಂದು ವಿಷಯದ ಬಗ್ಗೆ, ಅವನು ನನ್ನೊಡನೆ ಹೇಳುತ್ತಿದ್ದ. ನನ್ನನ್ನು ಇಷ್ಟಪಡದ ಕೆಲವು ಸಹಶಿಕ್ಷಕರ ಹೆಸರಿನ ಜೊತೆ, ಅಲ್ಲಿ ನಡೆಯುವ ಎಲ್ಲಾ ವಿಷಯಗಳು ನನಗೆ ಅರಿಯುವುದರಿಂದ, ಕೆಲವರಿಗೆ ಅದೊಂದು ದೊಡ್ಡ ತಲೆನೋವಾಗಿತ್ತು.

ಮೊಬೈಲ್ ಉಪಯೋಗಿಸಲು ಇಲ್ಲದಿರುವುದರಿಂದ, ಎಲ್ಲಾ ಶಿಕ್ಷಕರು ಬೆಳಗ್ಗೆ ಮೊಬೈಲ್ ಪ್ರಿನ್ಸಿಪಾಲ್ ಕ್ಯಾಬಿನ್ ಒಳಗೆ ಇಟ್ಟು ಹೋದರೆ, ಸಂಜೆ ಮನೆಗೆ ಹೋಗುವ ಸಂದರ್ಭದಲ್ಲಿ ತೆಗೆಯಲು ಮಾತ್ರ ಅವಕಾಶ. ಅಂದು ಪಾಸ್ವರ್ಡ್ ಸೌಲಭ್ಯ ಇಲ್ಲದ ಮೊಬೈಲ್ ಆಗಿರುವುದರಿಂದ, ನಾನು ಕ್ಲಾಸಿಗೆ ಹೋದ ಸಂದರ್ಭ, ಕೆಲವರು ನನ್ನ ಮೊಬೈಲ್ ತೆಗೆದು ಅದೇನೋ ಹುಡುಕಾಡುತ್ತಿರುತ್ತಾರೆ ಅನ್ನೋ ವಿಷಯವನ್ನು ಶಶಿ ನನಗೆ ತಿಳಿಸಿದ. ಅವನು ಹೇಳಿದ ನಂತರನೇ, ನನಗೆ ಅರಿವಾದದ್ದು ಮೊಬೈಲ್ ಬ್ಯಾಟರಿ ಸಮಸ್ಯೆ ಇದೆ ಅಂದುಕೊಂಡಿರುವುದು ನನ್ನ ತಪ್ಪು ಕಲ್ಪನೆ ಎಂದು.

ಬೇರೆಯವರಿಗೆ ನನ್ನ ಬಗ್ಗೆ ಇರುವ ಅನುಮಾನ ನನಗೆ ಅದರಿಂದಾಗುವ ಅವಮಾನ ಎಲ್ಲದಕ್ಕೂ ಕೊನೆಯಾಗಲಿ ಎಂದು ನಾನು ರವಿ ಹೇಳಿದಂತೆ ನೀರುಮಾರ್ಗದಲ್ಲಿ ಹೊಸದಾಗಿ ಪ್ರಾರಂಭವಾದ ನವಚೇತನ ಪಿಯು ಕಾಲೇಜಿಗೆ ಸೇರಿಕೊಂಡೆ.

ಬದುಕಿನ ತಿರುವು

ನೀರುಮಾರ್ಗದ ಸುಬ್ರಮಣ್ಯ ದೇವಸ್ಥಾನದ ಸಮೀಪದಲ್ಲಿರುವ ನವಚೇತನ ಆಂಗ್ಲಮಾಧ್ಯಮ ಶಾಲೆಯಲ್ಲಿ ಎಲ್ಕೆಜಿ ಇಂದ 10ನೇ ತರಗತಿಯವರಿಗೆ ಇದ್ದ ಇನ್ಸ್ಟಿಟ್ಯೂಷನ್ ಪಿಯುಸಿಯವರೆಗೆ ವಿಸ್ತಾರವಾಯಿತು. ಪ್ರೈಮರಿ ಹಾಗೂ ಹೈಸ್ಕೂಲ್ ಶಿಕ್ಷಕರೊಂದಿಗೆ ಹೆಚ್ಚಿನ ಒಡನಾಟ ಇಲ್ಲದಿದ್ದರೂ, ಕಾಲೇಜಿಗೆ ಶಿಕ್ಷಕರಾಗಿ ಹೊಸದಾಗಿ ಸೇರ್ಪಡೆಗೊಂಡಿರುವ ನಾನು, ಇತಿಹಾಸಕ್ಕೆ ಶೋಭ ಮಿಸ್, ಕನ್ನಡಕ್ಕೆ ರೇಶ್ಮಾ, ರವಿ, ಪ್ರಾಂಶುಪಾಲರಾದ ಪ್ರೀತಿ ಮಿಸ್, ನಳಿನಾಕ್ಷಿ ಮಿಸ್ ನಾವೆಲ್ಲರೂ ಒಗ್ಗಟ್ಟಾಗಿ ಇದ್ದೆವು.

ಪಿ.ಎಫ್. ಹೊರತು ಪಡಿಸಿ, ಪ್ರತಿ ತಿಂಗಳು ಸಿಗುವ 8,400 ರೂ. ಸಂಬಳ, ನನ್ನ ಮನೆಯ ಎಲ್ಲಾ ಖರ್ಚುಗಳನ್ನು ನೋಡಿಕೊಂಡು ಸುಖವಾಗಿ ಜೀವನ ನಡೆಸಲು ಸಾಕಾಗುತ್ತಿತ್ತು. ಮನೆಯ ಎಲ್ಲಾ ಕಿಟಕಿಗಳಿಗೆ ಬಾಗಿಲು ಇಲ್ಲದ ಕಾರಣ, ಸ್ವಲ್ಪ ಹಣ ಉಳಿತಾಯ ಮಾಡಿ ಅರ್ಧಂಬರ್ಧವಾಗಿರುವ ಮನೆಯನ್ನು ಪೂರ್ತಿ ಮಾಡಲು ಪ್ರಾರಂಭಿಸಿದೆ. ಹೇಗಾದರೂ ಉಮ್ರಾ ನಿರ್ವಹಿಸಬೇಕೆಂಬ ಕನಸಿದ್ದರಿಂದ ಪಾಸ್ ಪೋರ್ಟಿಗಾಗಿ ಅಪ್ಲೈ ಮಾಡಿದೆ. ಅಂದು ಪಾಸ್‌ಪೋರ್ಟ್ ಮಾಡಲು, ಬರ್ತ್ ಸರ್ಟಿಫಿಕೇಟ್ ಕಡ್ಡಾಯವಾಗಿರುವುದರಿಂದ, ಅದಕ್ಕಾಗಿ ಒಂಟಿಯಾಗಿ ಕೋರ್ಟಿಗೆ ಅಲೆದೆ.

ಮುಸ್ಲಿಂ ಹೆಣ್ಣಿನ ಹಿಂದೆ ಹೋದವ ಎಂದು ಗೇಲಿ ಮಾಡುವ ಊರ ಜನರ ಹಾಗೂ ಗೆಳೆಯರ ಚುಚ್ಚುಮಾತು ಕೇಳಲಾಗದೆ, ರೂಪೇಶ್ ಈ ಮೊದಲು ಕೆಲಸ ಮಾಡುತ್ತಿದ್ದ ದುಬೈಗೆ ಹೊರಟು ಹೋದ.

'ಬೇಕಾದರೆ ನೀನೆ ನನ್ನಿಂದ ದೂರ ಹೋಗು' ಅವನೊಡನೆ ಹೇಳಿದ ಮಾತು ನನಗೆ ನೆನಪು ಬಂತು.

ವಾರದ ಕೊನೆಯಲ್ಲಿ ಸೋದರ ಸಂಬಂಧಿಗಳ ಜೊತೆ ಮನೆಯಲ್ಲಿ ಲೂಡೋ, ಕಾರ್ಡ್ಸ್, ಜಿಬಿಲಿ ಮುಂತಾದ ಆಟ ಹಾಗೂ ಪೇಪರ್ ಕರೆಕ್ಷನ್, ಪ್ರಿಪರೇಷನ್ ಅಂತ ಬುಕ್ ಹಿಡಿದು ಕುಳಿತುಕೊಳ್ಳುತ್ತೇನೆ ಹೊರತು, ಮನೆಯ ಒಂದು ಕೆಲಸವನ್ನೂ ಮಾಡುತ್ತಿರಲಿಲ್ಲ. ಕೆಲಸದ ಜೊತೆ ಜೊತೆಯಲ್ಲಿಯೇ ಹೇಗಾದರೂ ಬಿ.ಎಡ್ ಮಾಡಬೇಕೆಂದು ಪ್ಲಾನ್ ಹಾಕಿದೆ. ನಾನು ಕೆಲಸ ಬಿಟ್ಟರೆ ಮನೆಯ ಖರ್ಚು ನೋಡಲು ಯಾರಿಲ್ಲ ಎಂಬ ಉದ್ದೇಶದಿಂದ, ಕರೆಸ್ಪಾಂಡೆನ್ಸ್ ಬಿ.ಎಡ್ ಬಗ್ಗೆ ಮಾಹಿತಿ ಪಡೆದು, ಅದಕ್ಕಾಗಿ ಕರಾವಳಿ ಕಾಲೇಜಿನಿಂದ ಬಿ.ಎಡ್ ಅಪ್ಲಿಕೇಶನ್ ತಂದು, ಮನೆಯ ಹೊರಗಿನ ಜಗಲಿಯಲ್ಲಿ ಕುಳಿತು ಫಾರಂ ಭರ್ತಿ ಮಾಡುತ್ತಿದ್ದೆ.

'ನೀನು ಅಜ್ಜಿ ಆಗುವವರೆಗೂ ಕಲಿತು ಮುಗಿಯಲ್ಲ ಅಲ್ವಾ?'–ನನ್ನ ಅಪ್ಲಿಕೇಶನ್ ನೋಡಿ ಫಾಮಿದ ಕೇಳಿದಳು.

'ನಾನು ಕಲಿಯುದರಿಂದ ನಿನಗೆ ಏನು ತೊಂದರೆ?'–ಅಪ್ಲಿಕೇಶನ್ ಬದಿಗಿಟ್ಟು, ಪ್ರಿಪರೇಷನ್ ಮಾಡಲು ಎಕನಾಮಿಕ್ಸ್ ಬುಕ್ ಹಿಡಿದು ಕೇಳಿದೆ.

'ನೀನು ಮದುವೆಯಾಗಲ್ವಾ?'

'ವಯಸ್ಸಿಗೆ ಬಂದ ಮೇಲೆ ಎಲ್ಲರೂ ಇದನ್ನೇ ತಾನೇ ಕೇಳುವುದು? ಮದುವೆಯಾದ ಮೇಲೆ ಗರ್ಭಿಣಿಯಾ? ಗರ್ಭಿಣಿ ಆದಮೇಲೆ ಮಗುವಿಗೆ ಎಷ್ಟು ವಯಸ್ಸು? ಬೇರೆ ಪ್ಲಾನ್ ಇಲ್ಲವೇ?' ಪುಸ್ತಕದ ಪುಟ ತಿರುಗಿಸುತ್ತಾ ಕೇಳಿದೆ.

ಮನೆಯ ಒಳಗಿನಿಂದ ಹೊರಬಂದ ತಾಯಿಯನ್ನು ನೋಡಿ ಏನೋ ಸನ್ನೆ ಮಾಡಿದಳು.

'ಫಿಮೇಲ್ಸ್ ಆರ್ ನಾಟ್ ಚೈಲ್ಡ್ ಬೇರಿಂಗ್ ಮೆಶಿನ್, ಅಂದರೆ ಹೆಣ್ಣು ಕೇವಲ ಮಕ್ಕಳನ್ನು ಹೆರುವ ಯಂತ್ರವಲ್ಲ' ಹಿಂದುಳಿದ ದೇಶಗಳ ಲಕ್ಷಣಗಳಲ್ಲಿ ಒಂದಾಗಿರುವ ಜನಸಂಖ್ಯೆಯ ಹೆಚ್ಚಳ ಪಾಯಿಂಟ್ನಲ್ಲಿ ಕಂಡುಬಂದ ವಾಕ್ಯವನ್ನು ಜೋರಾಗಿ ಓದಿ, ಅಂಡರ್ ಲೈನ್ ಮಾಡುತ್ತಾ ಹೇಳಿದೆ.

ತಾಯಿ ನನ್ನನ್ನೇ ನೋಡುತ್ತಾ ನಿಂತರು.

'ನಿನಗೆ ಏನಾದರೂ ಹೇಳೋಕೆ ಇದೆಯಾ?' ತಾಯಿಯನ್ನು ನೋಡಿ ನಾನೇ ಕೇಳಿದೆ.

'ಇವಳನ್ನು ಮದುವೆಯಾಗಲು ಕುಟುಂಬದಲ್ಲಿ ಒಬ್ಬ ಹುಡುಗ ಒಪ್ಪಿಕೊಂಡಿದ್ದಾನೆ' ನಾನೆಲ್ಲಿ ಕಿರುಚಾಡಿ ಬಿಡುತ್ತೇನೋ ಅನ್ನೋ ಭಯದಲ್ಲೇ ತಾಯಿ ಹೇಳಿದರು.

ಅದಾಗಲೇ ಅರಿವಾಯಿತು ಅವಳ ಮದುವೆಗೆ ನಾನು ತಡೆಗೋಡೆ ಆಗಿದ್ದೇನೆಂದು.

'ಅದಕ್ಕೆ ನಾನು ಮದುವೆಯಾಗಬೇಕೆಂದು ನಿಯಮವೇನು ಇಲ್ಲ ತಾನೇ?' ಕೈಯಲ್ಲಿದ್ದ ಪೆನ್ಸಿಲನ್ನು ಪುಸ್ತಕದ ಒಳಗೆ ಇಟ್ಟು ಬುಕ್ ಮಡಚಿದೆ.

'ಹಾಗಲ್ಲ. ದೊಡ್ಡವಳು ನೀನಿರುವಾಗ ಅವಳಿಗೆ ಹೇಗೆ ಮದುವೆ ಮಾಡಲು ಸಾಧ್ಯ? ನೋಡಿದವರು ಏನು ಅಂದುಕೊಳ್ಳಲ್ಲ!!!' ಅಂತ ಮನೆಯ ಜಗಲಿಯ ದಂಡೆಯಲ್ಲಿ ಕುಳಿತು ತಾಯಿ ಹೇಳಿದರು.

'ಹಾ, ಅದು ಸರಿ. ನಾವು ಕೇಳಿದ್ದನ್ನೆಲ್ಲ ಕೊಟ್ಟು ನಮ್ಮನ್ನು ಸಾಕಿದ್ದು ಜನರಲ್ವಾ? ಈಗಲೂ ಮನೆ ಖರ್ಚಿಗೆಂದು ತಿಂಗಳು ತಿಂಗಳು ನಿನ್ನ ಕೈಗೆ ತಂದುಕೊಡುತ್ತಿದ್ದರೆ, ನೀನು ಜನರು ಹೇಳಿದಾಗೆ ಕೇಳಿಕೊಂಡಿರು. ಆದರೆ ನನಗೆ ಈಗ ಮದುವೆಯಾಗಲು ಇಷ್ಟ ಇಲ್ಲ. ಇನ್ನು ಅವಳು ಮದುವೆಯಾಗುವುದರಲ್ಲಿ ನನಗೆ ಏನು ಅಭ್ಯಂತರವಿಲ್ಲ. ನನ್ನಿಂದ ಅವಳ ಮದುವೆ ನಿಲ್ಲುವುದು ಬೇಡ. ಬೇಕಾದರೆ ಅವಳನ್ನು ನಾಳೇನೇ ಮದುವೆ ಮಾಡಿ ಕಳಿಸು. ಆದರೆ ಇನ್ನೊಂದು ಬಾರಿ ನನ್ನ ವಿಷಯಕ್ಕೆ ಯಾರೂ ಬರುವುದು ಬೇಡ'–ಸಿಟ್ಟಿನಲ್ಲಿಯೇ ಕುಳಿತ ಕುರ್ಚಿಯಿಂದ ಎದ್ದು, ಅದನ್ನು ಬದಿಗೆ ತಳ್ಳಿ, ಮನೆಯ ಮೆಟ್ಟಿಲು ಇಳಿದು ಅಂಗಡಿಯ ಮುಂದೆ ನಡೆದೆ.

***

ಒಂದೆರಡು ವಾರಗಳ ಕಾಲ ಬಿ.ಎಡ್. ಕ್ಲಾಸಿಗೆ ಹೋದೆ. ನಂತರ ಅತೀ ಹೆಚ್ಚು ಡೊನೇಷನ್ ಕೊಟ್ಟವರಿಗೆ ನಮ್ಮ ಸೀಟುಗಳನ್ನು ಕೊಟ್ಟು, ರೆಗ್ಯುಲರ್ ಹೊರತುಪಡಿಸಿ ಕರೆಸ್ಪಾಂಡೆನ್ಸ್ ಇಲ್ಲ ಎಂದರು. ಕರೆಸ್ಪಾಂಡೆನ್ಸ್ ಅಪ್ಲೈ ಮಾಡಿದ ಎಲ್ಲರ ಅಪ್ಲಿಕೇಶನ್ ರಿಜೆಕ್ಟ್ ಮಾಡಿ, ಕಟ್ಟಿದ ಹಣವನ್ನು ವಾಪಾಸ್ ಕೊಟ್ಟು ನಮ್ಮನ್ನು ಮನೆಗೆ ಕಳಿಸಿದರು. ಅಲ್ಲಿಗೆ ಬಿ.ಎಡ್ ಮಾಡುವ ನನ್ನ ಕನಸು ಚೂರಾಯಿತು.

ಮೂರ್ನಾಲ್ಕು ತಿಂಗಳುಗಳ ನಂತರ ದೊಡ್ಡ ಮಾವನ ಮೂರನೇ ಮಗಳು ಸಮೀಮಾಳ ವಿವಾಹದ ಜೊತೆಯಲ್ಲಿ, ಫಾಮಿದಳ ವಿವಾಹವು ನೆರವೇರಿತು. ಮಳೆಗಾಲದಲ್ಲಿ ಕೆಸರು ತುಂಬಿರುವ ಗದ್ದೆಯ ಕಾಲುದಾರಿಯಲ್ಲಿ ಉಟ್ಟಿರುವ ಸೀರೆಯ ಜೊತೆ ಬುರ್ಖಾವನ್ನು ಮೇಲಕ್ಕೆತ್ತಿ, ಮತ್ತೊಂದು ಕೈಯಲ್ಲಿ ಛತ್ರಿ ಹಿಡಿದು ಓಡೋಡಿ ಅರ್ಧ ಶರೀರ ನೆನೆದು, ತುಂಬಿದ

ಬಸ್ಸಿನಲ್ಲಿ ನೇತಾಡಿಕೊಂಡು ಹೋಗಲು ಕಷ್ಟವಾಗಿದ್ದರಿಂದ, ಲೋನ್ ಹಾಕಿ ಹೊಸ ಸ್ಕೂಟಿಯೊಂದನ್ನು ಖರೀದಿಸಿದೆ. ಮೊದಲ ಒಂದು ವರ್ಷ ಎಲ್ಲವೂ ಸರಿಯಾಗಿಯೇ ಇತ್ತು.

ಮುಂದಿನ ಅಕಾಡೆಮಿಕ್ ಇಯರಿನಲ್ಲಿ ಹೈಸ್ಕೂಲಿನ ಮುಖ್ಯೋಪಾಧ್ಯಾಯರಾದ ಭಾಗೀರಥಿ ಮಿಸ್ ಕೆಲಸ ಬಿಟ್ಟ ಕಾರಣ ಆ ಸ್ಥಾನಕ್ಕೆ ಸತ್ಯಶೀಲ ಮಿಸ್ ನೇಮಕಗೊಂಡರು. ಸತ್ಯಶೀಲ ಮಿಸ್ ಗುರುಪುರದವರೇ ಆಗಿರುವುದರಿಂದ, ಬಸ್ ಸ್ಟ್ಯಾಂಡಿನಲ್ಲಿ ಬಸ್ಸಿಗಾಗಿ ಕಾಯುತ್ತಿದ್ದಾಗ, ಹಲವು ಬಾರಿ ನಾನೇ ಅವರನ್ನು ತನ್ನ ಸ್ಕೂಟಿನಲ್ಲಿ ಕರೆದುಕೊಂಡು ಹೋಗುತ್ತಿದ್ದೆ.

ಇತಿಹಾಸದಲ್ಲಿ ಪದವಿ ಪಡೆದುಕೊಂಡಿರುವ ಅವರು ಕಾಲೇಜಿನ ಯಾವುದಾದರೂ ಒಂದು ಕ್ಲಾಸಿಗೆ ಇತಿಹಾಸ ಕ್ಲಾಸ್ ತೆಗೆಯಬೇಕೆಂಬ ಅವರ ಬಯಕೆಯಿಂದಾಗಿ, ಮ್ಯಾನೇಜ್‌ಮೆಂಟ್ ಜೊತೆ ಮಾತನಾಡಿದರು. ಕಾಲೇಜಿನ ಇತಿಹಾಸಕ್ಕೆಂದೇ ಆಯ್ಕೆಯಾದ ಶೋಭ ಮಿಸ್ಸನ್ನು, ಪ್ರೈಮರಿ ಹಾಗು ಹೈಸ್ಕೂಲಿನ ಸಮಾಜ ವಿಜ್ಞಾನದ ತರಗತಿಯನ್ನು ನೀಡಿ ಅದೇಗೋ ಕಾಲೇಜಿಗೆ ಕಾಲಿಟ್ಟರು.

ಕಾಲೇಜಿನ ಎಲ್ಲಾ ಸಹಶಿಕ್ಷಕರಿಗೂ ಇದರ ಬಗ್ಗೆ ಅಸಮಾಧಾನವಿದ್ದರೂ, ಅವರೊಬ್ಬರು ಮುಖ್ಯೋಪಾಧ್ಯಾಯರು ಆಗಿರುವುದರಿಂದ ಹಾಗು ಅವರ ಮಾತುಗಳನ್ನು ಮಾತ್ರ ಕೇಳುವ ಮ್ಯಾನೇಜ್‌ಮೆಂಟ್‌ನವರಿಂದಾಗಿ ಅವರ ತಾಳಕ್ಕೆ ಕುಣಿಯುವಂತಾಯಿತು. ಕಾಲೇಜಿನ ಪ್ರಾಂಶುಪಾಲರ ಜೊತೆ ನಾವೆಲ್ಲರೂ ಅನ್ಯೋನ್ಯವಾಗಿದ್ದರೂ, ಮುಖ್ಯೋಪಾಧ್ಯಾಯರ ನುಸುಳುವಿಕೆಯಿಂದ ವೈಮನಸ್ಸು ಉಂಟಾಗಿ, ನಳಿನಾಕ್ಷಿ ಮಿಸ್ ಕೆಲಸಕ್ಕೆ ರಾಜೀನಾಮೆ ನೀಡಿದರು. ಈ ಎಲ್ಲಾ ಜಂಜಾಟಗಳ ಮಧ್ಯದಲ್ಲಿ ಶೇಕಡಾ ನೂರು ಫಲಿತಾಂಶದೊಂದಿಗೆ ಎರಡನೆಯ ಅಕಾಡೆಮಿಕ್ ಇಯರ್ ಪೂರ್ತಿಯಾಯಿತು.

***

ತನ್ನ ಅಕ್ಕ ಮೈಮುನನ ಮನೆಗೆ ಬಂದ ತಾಯಿರ ಅತ್ತೆ, ಸಂಜೆಯಾಗುವ ಸಮಯದಲ್ಲಿ ನಮ್ಮ ಮನೆಗೆ ಬಂದರು. ನಮ್ಮೆಲ್ಲರ ಒತ್ತಾಯದಿಂದ ಅಂದು ರಾತ್ರಿ ಮನೆಯಲ್ಲೇ ತಂಗಿದ್ದರು. ಮರುದಿನ ಸಂಡೆ ಆಗಿದ್ದರಿಂದ, ನಾನಂದು ಬೆಳಗ್ಗಿನ ನಮಾಜ್ ಮಾಡಿ ಹಾಲಿನಲ್ಲಿಯೇ ಮಲಗಿದ್ದೆ. ಫಾಮಿದ ಹೆಣ್ಣು ಮಗುವಿನ ತಾಯಿಯಾಗಿದ್ದಳು. ಅವಳ ಗಂಡನಿಗೆ ಸರಿಯಾದ ಕೆಲಸ ಇಲ್ಲದಿರುವುದರಿಂದ ಹೆಚ್ಚಾಗಿ ತವರು ಮನೆಯಲ್ಲಿಯೇ ಇರುತ್ತಿದ್ದಳು. ಅಳುವ ಮಗುವಿನ ಶಬ್ದಕ್ಕೆ ಮಲಗಿರುವ ನನಗೆ ಎಚ್ಚರವಾಯಿತು.

'ಈ ಫೌಝಿಯಾ ಏನು ಎದ್ದೇಳಲ್ವಾ?'–ತಾಯಿರತ್ತೆ ನನ್ನ ತಾಯಿಯೊಡನೆ ಕೇಳುವುದು ನನಗೆ ಕೇಳಿಸಿತು.

'ಇವತ್ತು ಅವಳಿಗೆ ಕಾಲೇಜು ಇಲ್ಲ ಅಲ್ವ? ಇನ್ನು ಗಂಟೆ ಒಂಬತ್ತು ಆಗದೆ ಅವಳು ಎದ್ದೇಳಲ್ಲ'–ನನ್ನ ತಾಯಿಯ ಉತ್ತರ.

'ಆದರೆ ನನ್ನ ಮನೆಗೆ ಬಂದರೆ ಅವಳು ಈ ರೀತಿ ಮಲಗಲ್ಲ.'

'ಅಲ್ಲಿ ನಿನ್ನೊಡನೆ ಇರುವ ಸ್ವಭಾವ ಅಲ್ಲ ಇಲ್ಲಿ. ಇಲ್ಲಿ ಬುಕ್ಸ್, ಪೇಪರ್, ಪೆನ್ನು ಹಿಡಿದು ಹೊರಗೆ ಸಿಟ್‌ಔಟಿನಲ್ಲಿ ಕುಳಿತರೆ ಬೇರೆ ಏನೂ ಕೆಲಸ ಇಲ್ಲ ಅವಳಿಗೆ.'

'ಮೂರು ವರ್ಷ ಜಾಸ್ತಿಯಾಯಿತು. ಅವಳು ನಮ್ಮ ಮನೆಗೆ ಬಾರದೆ.'

'ನಿನ್ನದೊಂದು ಮನೆ ಬಿಟ್ಟರೆ ಬೇರೆ ಎಲ್ಲಿಗೂ ಹೋಗುತ್ತಿರಲಿಲ್ಲ. ಈಗ ಅದು ಇಲ್ಲ. ನನ್ನನ್ನು ಎಲ್ಲೂ ಹೋಗೋಕೂ ಬಿಡಲ್ಲ'–ತಾಯಿಯ ಮಾತಿನಲ್ಲಿ ಬೇಸರವಿತ್ತು.

'ಅವರು ರಿಫಾಯಿಗೆ ಮದುವೆ ಮಾಡಿಸಿದರು. ಈಗ ಅವನಿಗೊಂದು ಮಗುವಿದೆ.'

ತಾಯಿರ ಅತ್ತೆಯ ಮಾತಿಗೆ ಬ್ಲಾಂಕೆಟ್ ಒಳಗೆ ಕಣ್ಣು ಮುಚ್ಚಿ ಮಲಗಿ ಎಲ್ಲವನ್ನು ಕೇಳುತ್ತಿದ್ದ ನಾನು ಒಮ್ಮೆಲೇ ಕಣ್ಣು ಬಿಟ್ಟೆ. ನನ್ನ ತಾಯಿಯ ಉತ್ತರವೇನು ಇರಲಿಲ್ಲ. ನನಗೆ ಆಶ್ಚರ್ಯವಾಯಿತು. ನನ್ನಿಂದ ನಂಬಲು ಸಾಧ್ಯವಾಗಲಿಲ್ಲ.

ಅವನಿಗೆ ಮದುವೆಯಾಯಿತು ಎಂಬ ಸುದ್ದಿಯಿಂದಲ್ಲ. ಅವನು ಸಿಗಲ್ಲ ಅಂತ ಗೊತ್ತಾದಮೇಲೆ, ನಾನು ಕೃಷ್ಣಾಪುರಕ್ಕೆ ಹೋಗುವುದನ್ನು ನಿಲ್ಲಿಸಿದೆ. ಟಿವಿಯಲ್ಲಿ ಹುಡುಗಿಯರ ಸೊಂಟ ಕಾಣಿಸಿದರೂ ನೋಡದವ, ಎಲ್ಲಿ ನನ್ನ ಕೈ ತಾಗಬಹುದು ಅನ್ನೋ ಭಯದಲ್ಲಿ ಅದೆಷ್ಟೋ ಬಾರಿ ಸೆಂಟರ್ ಫ್ರೆಶ್ ಕೊಡುವಾಗ ಕೆಳಗೆ ಹಾಕಿದವ. ಇವನಿಗೆ ಮಗುವಾಯಿತು ಎಂಬ ವಿಷಯ ಕೇಳಿ ನನ್ನಿಂದ ನಂಬಲು ಸಾಧ್ಯವಾಗಲಿಲ್ಲ.

'ಅದು ಹೇಗೆ ಮಗು ಮಾಡಿದ?'–ನನ್ನ ಮನಸ್ಸು ಪ್ರಶ್ನೆ ಹಾಕಿತು.

'ಇದೆಂಥ ಪ್ರಶ್ನೆ ಫೌಝಿ? ವಯಸ್ಸಿಗೆ ಬಂದ ಪ್ರತಿಯೊಂದು ಹೆಣ್ಣು ಗಂಡಿಗೂ ಗೊತ್ತಿರುವ ವಿಷಯ ತಾನೇ?'–ಮೆದುಳು ಉತ್ತರಿಸಿತು.

ನನಗರಿಯದಂತೆ, ನನ್ನ ಕಣ್ಣಲ್ಲಿ ನೀರು ತುಂಬಿತು.

'ಹೇ... ಫೌಝಿ ಅಳಬೇಡ. ನಿನ್ನ ಕಣ್ಣೀರ ಹನಿ ಅವನಿಗೆ ಶಾಪವಾಗಬಹುದು. ನೀನು ಪ್ರೀತಿಸಿದ ರಿಫಾಯಿ. ನಿನ್ನ ಕಣ್ಣೀರ ಶಾಪ ಅವನಿಗೆ ತಟ್ಟುವುದು ನಿನಗಿಷ್ಟನಾ?'–ಮನಸ್ಸು ನನ್ನ ಎಚ್ಚರಿಸಿತು.

'ಇಲ್ಲ, ನಾನು ಅಳಲ್ಲ. ಅವನಿಗೆ ಮದುವೆಯಾಗಿ ಮಕ್ಕಳಾದರೇನು? ಅವನ ಮೊದಲ ಪ್ರೀತಿ, ಅವನ ಜೀವನದಲ್ಲಿ ನನ್ನ ನೆನಪು, ಅದೆಂದೂ ಅಳಿಸಿ ಹೋಗಲು ಸಾಧ್ಯವಿಲ್ಲ. ಪ್ರೀತಿಸಿದವರು ದೂರವಾಗಬಹುದು, ಆದರೆ

ಪ್ರೀತಿಯಲ್ಲ. ಅವನ ಜೀವನದ ಪುಟಗಳಲ್ಲಿ ನನ್ನ ಹೆಸರು ಕೆತ್ತಿ ಆಗಿದೆ. ಅವನ ಹೆಸರಿನವರು ನನ್ನ ಎದುರಿಗೆ ಬಾರದೇ ಇರಬಹುದು. ಆದರೆ ನನ್ನ ಹೆಸರಿನವರು ಖಂಡಿತ ಅವನ ಎದುರಿಗೆ ನಿಲ್ಲಬಹುದು. ಅಂದೆಲ್ಲಾ ಅವನಿಗೆ ನನ್ನ ನೆನಪು ಬಂದೇ ಬರಬಹುದು'-ಅದಾಗಲೇ ಹೊರಬಂದಿದ್ದ ಎರಡು ತೊಟ್ಟು ಕಣ್ಣ ಹನಿಯನ್ನು ಹಾಕಿದ ಟಿ ಶರ್ಟಿನಲ್ಲಿ ಒರೆಸಿ ಸ್ವಲ್ಪ ಹೊತ್ತು ನಿದ್ದೆ ಮಾಡಿದವರಂತೆ ನಟಿಸಿ ಎದ್ದೆ.

***

ಕಾಲೇಜಿನ ಪ್ರಾಂಶುಪಾಲರಾಗಿದ್ದ ಪ್ರೀತಿ ಮಿಸ್ ಡೆಲಿವರಿಗೆಂದು 3 ತಿಂಗಳ ರಜೆಯನ್ನು ಪಡೆದುಕೊಂಡರು. ಆ ಸಮಯದಲ್ಲಿ ಕಾಲೇಜಿನ ಉಸ್ತುವಾರಿ ವ್ಯಕ್ತಿಯಾಗಿ ನನಗೆ ವಹಿಸಿದರು. ಕಾಲೇಜಿನ ಒಂದು ಗಂಟೆಯ ಕ್ಲಾಸಿನ ಸಮಯವನ್ನು ಕಡಿಮೆ ಮಾಡಿ, ಹೈಸ್ಕೂಲ್ ತರಗತಿಯ ರೀತಿಯಲ್ಲಿಯೇ 40 ನಿಮಿಷಕ್ಕೆ ತರಗತಿ ನಡೆಯಬೇಕೆಂಬುದು ಮ್ಯಾನೇಜ್‌ಮೆಂಟ್ ನಿರ್ಧಾರ ಎಂದು ಹೇಳಿ ಸತ್ಯಶೀಲ ಮಿಸ್ ಬದಲಾವಣೆ ಮಾಡಲು ಹೊರಟರು. ಕಾಲೇಜು ಇನ್‌ಚಾರ್ಜ್ ಪಡೆದಿರುವ ನಾನು, ಇವರು ಹೇಳುವ ಡೊಂಬರಾಟಕ್ಕೆ ನಿಲ್ಲದೆ, ಆಗುತ್ತಿರುವ ಅನ್ಯಾಯವನ್ನು ಸಹಿಸಲಾಗದೆ, ಸಿಟ್ಟಿನಲ್ಲಿ ಮ್ಯಾನೇಜ್‌ಮೆಂಟ್ ಎದುರಿಗೇನೇ ಹರಿಹಾಯ್ದೆ. ಅದೇ ಅಕಾಡೆಮಿಕ್ ವರ್ಷದ ಕೊನೆಯ ಏಪ್ರಿಲ್ ತಿಂಗಳಿನಲ್ಲಿ ನನಗೆ ಹಾಗು ಪ್ರೀತಿ ಮಿಸ್ಸಿಗೆ ಟರ್ಮಿನೇಷನ್ ಲೆಟರ್ ಸಿಕ್ಕಿತು. ಅಲ್ಲಿಗೆ ಕಾಲೇಜಿನ ನಿಯಂತ್ರಣವನ್ನು ತನ್ನ ಕೈಯಲ್ಲಿ ತೆಗೆದುಕೊಳ್ಳಬೇಕೆಂಬ ಅವರ ಯೋಜನೆ ಹಾಗು ಕಾಲೇಜಿನ ಪ್ರಾಂಶುಪಾಲರಾಗಬೇಕೆಂಬ ಸತ್ಯಶೀಲ ಮೇಡಂನ ಆಸೆ ನೆರವೇರಿತು.

ಸತತವಾಗಿ ಶೇಕಡಾ ನೂರು ಫಲಿತಾಂಶ ಕಾಲೇಜಿಗೆ ತಂದು ಕೊಟ್ಟ ಖುಷಿ ಒಂದು ಕಡೆಯಾದರೆ, ಪ್ರೀತಿಯ ಒಡನಾಟದಲ್ಲಿದ್ದ ರವಿ ಹಾಗು ಶೋಭಾರವರನ್ನು ಬಿಟ್ಟು, ಕೆಲಸ ಕಳೆದುಕೊಂಡ ಬೇಸರದಲ್ಲೇ, ಹತ್ತಿರದಲ್ಲಿದ್ದ ಸುಬ್ರಮಣ್ಯ ದೇವಸ್ಥಾನಕ್ಕೆ ಕೈ ಮುಗಿದು ನಾವಿಬ್ಬರು ಹೊರಟೆವು.

ಸ್ಕೂಟಿ ಹಿಡಿದು ನೇರ ಗುರುಪುರ-ಕೈಕಂಬದ ಮಿಸ್ರಿಯಾ ಟ್ರಾವೆಲ್ ಆಂಡ್ ಟೂರಿಸಂಗೆ ಹೋದೆ. ಮೂರು ತಿಂಗಳ ಹಾಗೂ ಒಂದು ತಿಂಗಳ ದುಬೈ ವಿಸಿಟ್ ವೀಸಾ ಹಾಗೂ ಏರ್ ಟಿಕೆಟ್ ಕುರಿತು ಡೀಟೇಲ್ಸ್ ಕೇಳಿದೆ. ಮೂರು ತಿಂಗಳ ವಿಸಿಟ್ ವೀಸಾ ತೆಗೆದರೆ ಕೈಯಲ್ಲಿರುವ ದುಡ್ಡು ಎಲ್ಲಾ ಖರ್ಚು ಆಗಬಹುದೆಂದು, ಒಂದು ತಿಂಗಳ ವಿಸಿಟ್ ವೀಸಾಗೆ ಅಪ್ಲೈ ಮಾಡಿದೆ. ನಾನೊಂದು ಹುಡುಗಿಯಾಗಿ ಯಾರ ಸಹಾಯವೂ ಇಲ್ಲದೆ ವಿಸಿಟ್ ವೀಸಾದ ಬಗ್ಗೆ ಕೇಳಿದಾಗ, ಅಂಗಡಿಯವನು ನನ್ನನ್ನು ಅನುಮಾನದಿಂದಲೇ

ನೋಡಿದ. ನನ್ನ ಪಾಸ್‌ಪೋರ್ಟ್ ಕೇಳಿದ. ಒಂದು ತಿಂಗಳ ಮುಂಚೆಯಷ್ಟೇ ನನ್ನ ಕೈಗೆ ಸಿಕ್ಕಿದ ಪಾಸ್‌ಪೋರ್ಟಿನಲ್ಲಿರುವ ಡೇಟ್ ನೋಡಿ, ಮತ್ತೊಮ್ಮೆ ನನ್ನ ಮುಖವನ್ನು ತೀಕ್ಷ್ಣವಾಗಿ ಗುರಾಯಿಸಿದ.

'ಏನು? ಏನಾದರೂ ಸಮಸ್ಯೆನಾ?' ನಾನು ಕುತೂಹಲದಲ್ಲಿಯೇ ಕೇಳಿದೆ.

'ವಿಸಿಟ್ ವೀಸಾ ಅಪ್ಲೈ ಮಾಡಬೇಕೆಂದರೆ, ಅಲ್ಲಿರುವವರ ಯಾರಾದರೂ ಒಬ್ಬರ ಹೆಸರನ್ನು ನಮೂದಿಸಬೇಕು. ಅಲ್ಲಿ ಯಾರಿದ್ದಾರೆ?' ಅಂತ ಕೇಳಿದ.

ವಿಸಿಟ್ ವೀಸಾದ ಬಗ್ಗೆ ಹೆಚ್ಚಿನ ಅರಿವು ಇಲ್ಲದ ನಾನು, ಅವನು ಕೇಳಿದ ಪ್ರಶ್ನೆ ಸರಿಯಾಗಿ ಇದೆಯೇ ಎಂದು ಯೋಚಿಸಲು ಹೋಗದೆ 'ಹಾ ಇದ್ದಾನೆ' ಅಂತ ಹೇಳಿದೆ.

ಅವನು ಕಂಪ್ಯೂಟರಿನ ಮೇಲಿದ್ದ ಕಣ್ಣುಗಳೆರಡರ ನೋಟವನ್ನು ನನ್ನೆಡೆಗೆ ತಿರುಗಿಸಿ 'ಏನು ಹೆಸರು?' ಅಂತ ಕಣ್ಣನ್ನು ಅರಳಿಸುತ್ತಾ ಕೇಳಿದ.

'ನನ್ನ ತಮ್ಮ ನಿಜಾಂ. ಅವನ ಕೆರೊಫಿನಲ್ಲಿ ಹೋಗುವುದು' ಅಂದೆ.

ಅಂಗಡಿಯಾತ ಬಲೂನಿನ ಗಾಳಿ ಹೋದಂತೆ ನೆಟ್ಟಗೆ ಕುಳಿತ ಬೆನ್ನನ್ನು ಬಗ್ಗಿಸಿ, ಆನ್ಲೈನ್ ಫಾರ್ಮ್ ಫಿಲ್ ಮಾಡಿದ.

'ಬೇಕಾದರೆ ತಮ್ಮನ ಪಾಸ್‌ಪೋರ್ಟ್ ಕಾಪಿ ಕೊಡಲಾ?'-ಮೊಬೈಲ್ ತೆಗೆದು ಕೈಯಲ್ಲಿ ಹಿಡಿದೆ.

'ಬೇಡ ನಿನ್ನ ಪಾಸ್‌ಪೋರ್ಟಿನ ಜೆರಾಕ್ಸ್ ಕಾಪಿ ಸಾಕು' ಎಂದು ಪ್ರಿಂಟ್ ಮಿಷನ್ನಿನ ಒಳಗೆ ನನ್ನ ಪಾಸ್‌ಪೋರ್ಟ್ ಅನ್ನು ಇಟ್ಟ.

***

ನಾಲ್ಕೈದು ದಿನಗಳ ನಂತರ ನನ್ನ ಒಂದು ತಿಂಗಳ ವಿಸಿಟ್ ವೀಸಾ ಬಂತು. ಫ್ಲೈಟಿಗೆ ಕಡಿಮೆ ಹಣ ಇರುವ ಒಂದು ದಿನ ನೋಡಿ ಟಿಕೆಟ್ ಬುಕ್ ಮಾಡಿ, ಅಲ್ಲೇ ಪಕ್ಕದಲ್ಲಿದ್ದ ಮೋನಾಕನ ಅಂಗಡಿಗೆ ಹೋದೆ. ನನ್ನ ಬರ್ತ್ ಸರ್ಟಿಫಿಕೇಟ್ ಸಿಗುವುದರಿಂದ ಹಿಡಿದು, ನನ್ನ ಕೈಗೆ ಪಾಸ್‌ಪೋರ್ಟ್ ಸಿಗುವವರೆಗೂ, ಪ್ರತಿಯೊಂದು ಹಂತವನ್ನು ಹೇಳಿಕೊಟ್ಟವರು ಈ ಮೋನಾಕ.

'ಮೋನಾಕ ನಾನು ದುಬೈಗೆ ಹೋಗುತ್ತಿದ್ದೇನೆ. ನಿಮ್ಮ ಪರಿಚಯದಲ್ಲಿ ಯಾರಾದರೂ ಇದ್ದರೆ ನನಗೊಂದು ಕೆಲಸ ಕೊಡಿಸುವಂತೆ ಹೇಳಿ ಮೋನಾಕ'-ಗೋಡೆಗೆ ಒರಗಿಸಿಟ್ಟ ಬೆಂಚಿನ ಸ್ಕೂಟಿ ಕೀ ಇಟ್ಟು ಹೇಳಿದೆ.

ಮೋನಾಕನ ಎದುರಿನ ಕುರ್ಚಿಯಲ್ಲಿ ಯಾವುದೋ ಒಂದು ಗಂಡಸು ಕುಳಿತಿದ್ದರಿಂದ, ಅದೇ ಮರದ ಬೆಂಚಿನಲ್ಲಿ ನಾನು ಕುಳಿತುಕೊಂಡೆ.

'ಟಿಕೆಟ್ ಬುಕ್ ಆಯ್ತಾ ಫೌಝಿಯಾ?' ಅಂತ ಕೇಳಿದರು.

ಎಲ್‌ಐಸಿ ಪಾಲಿಸಿ ಇಂದ ಹಿಡಿದು ವಿದ್ಯಾರ್ಥಿಗಳ ಸ್ಕಾಲರ್‌ಶಿಪ್ ಅಪ್ಲಿಕೇಶನ್ ಕೊಡುವವರೆಗೂ ಪ್ರತಿಯೊಂದು ಸೇವೆಯನ್ನು ಒದಗಿಸುವ ಮೋನಾಕನಿಗೆ, ನನ್ನ ಟಿಕೆಟ್ ಬುಕ್ಕು ಮಾಡುವ ಸೇವೆಯು ಇತ್ತು.

'ಹಾ ಮೋನಾಕ, ಟಿಕೆಟ್ ಎಲ್ಲಾ ದುಬೈಯಿಂದಲೇ ತಮ್ಮ ಕಳಿಸಿದ್ದಾನೆ'–ಅವರ ಮನಸ್ಸಿಗೆ ನೋವಾಗಬಾರದೆಂದು ಸುಳ್ಳು ಹೇಳಿದೆ.

'ಹೌದಾ ಒಳ್ಳೇದಾಯ್ತು. ಇವರು ದುಬೈಯಲ್ಲಿಯೇ ಇರುವುದು. ಒಂದು ವಾರದ ಮುಂಚೆ ಊರಿಗೆ ಬಂದವರು. ಒಂದು ತಿಂಗಳ ನಂತರ ಮತ್ತೆ ದುಬೈಗೆ ಹೋಗುತ್ತಿದ್ದಾರೆ'–ಅವರ ಎದುರಲ್ಲಿ ಕುಳಿತ ಗಂಡಸನ್ನು ತೋರಿಸಿ ಮೋನಾಕ ಹೇಳಿದರು.

ನನಗೆ ಬೆನ್ನು ಹಾಕಿ ಕುಳಿತಿರುವ ಆ ಗಂಡಸು, ನಾನು ಯಾರೆಂದು ನೋಡಲು ಕೈಯನ್ನು ಕುರ್ಚಿಯ ಮೇಲೆ ಇಟ್ಟು ತಿರುಗಿ ನೋಡಿತು. ಎರಡು ಬೆರಳಿನಲ್ಲಿ ಹಾಕಿದ ಚಿನ್ನದ ಉಂಗುರ, ಕೈಯಲ್ಲಿರುವ ಅಗಲವಾದ ಬ್ರ್ಯಾಸ್ಲೈಟ್. ಸುಮಾರು 55ರಿಂದ 65 ವರ್ಷ ಪ್ರಾಯವಿರುವ ಆ ಗಂಡಸು 'ನೀನಾ ಮಗು ದುಬೈಗೆ ಹೋಗುವುದು?' ಅಂತ ಕೇಳಿತು.

'ಹೌದು ಅಂಕಲ್, ಕೆಲಸವೇನಾದರೂ ಇದ್ದರೆ ಹೇಳಿ. ನಮ್ಮ ಮನೆಯಲ್ಲಿ ನಾನು ಒಬ್ಬಳೇ ದುಡಿಯುವುದು.'

'ಯಾವಾಗ ಮಗು ದುಬೈಗೆ?' ತಿರುಗಿ ಮಾತನಾಡುತ್ತಿದ್ದ ಆ ಗಂಡಸಿನ ಸಮೀಪಕ್ಕೆ ನಾನು ಹೋದೆ.

'ಇದೇ ತಿಂಗಳು ಮೇ 19ಕ್ಕೆ ಅಂಕಲ್' ಅಂತ ಹೇಳಿದೆ.

'ನನ್ನ ದುಬೈ ನಂಬರ್ ಬರೆದುಕೋ ಬಾಲೆ. ನೆಸ್ಟ್ ಮಂತ್ ನಾನು ದುಬೈಗೆ ಹೋಗುತ್ತಿದ್ದೇನೆ. ಅದಕ್ಕಿಂತ ಮುಂಚೆ ಕೆಲಸ ಸಿಕ್ಕಿದರೆ ಒಳ್ಳೆಯದು. ಇಲ್ಲಾಂದ್ರೆ ನಾನು ದುಬೈ ಬಂದಮೇಲೆ ನಿನ್ನ ಸಿವಿ ಕೊಡು ಬಾಲೆ'–ಪ್ರೀತಿಯಲ್ಲೇ ಮಾತನಾಡಿಸಿತು.

ಅವರ ಮೊಬೈಲ್ ನಂಬರ್ ಸೇವ್ ಮಾಡುತ್ತಾ 'ಅಂಕಲ್, ನಿಮ್ಮ ಹೆಸರು?' ಅಂತ ಕೇಳಿದೆ.

'ವಾಮನ. ಬಾಲೆ ವಾಮನ ಅಂಕಲ್ ಅಂತ ಸೇವ್ ಮಾಡು' ಅಂತ ಹೇಳಿತು.

'ದೇವರೇ ಆದಷ್ಟು ಬೇಗ ಕೆಲಸ ಸಿಗಲಿ'–ಮನಸ್ಸಲ್ಲೇ ಬೇಡಿಕೊಂಡೆ.

ಪ್ರವಾಸಿ

ವಿಮಾನದಲ್ಲಿ ಹೋಗುವ ಭಯ ಇಲ್ಲದಿದ್ದರೂ, ಮೊದಲ ಬಾರಿ ಒಂಟಿಯಾಗಿ ದೇಶಬಿಟ್ಟು ಹೋಗುವ ಭಯ ನನ್ನನ್ನು ಆವರಿಸಿತ್ತು. ಅಷ್ಟೇ ಅಲ್ಲದೇ ಒಂದು ಹೆಣ್ಣಾಗಿ ವಿದೇಶಕ್ಕೆ ನಾನು ಹೋಗುವುದು ಕುಟುಂಬದಲ್ಲಿ ಯಾರಿಗೂ ಇಷ್ಟವಿಲ್ಲದಿದ್ದರೂ, ನಾನು ನನ್ನ ನಿರ್ಧಾರದಲ್ಲಿ ಹೊರಟವಳು. ಏನಾದರು ಹೆಚ್ಚು ಕಡಿಮೆಯಾದರೂ ಎಲ್ಲರೂ ನನ್ನನ್ನು ಬೊಟ್ಟು ಮಾಡಿ ಮಾತನಾಡುವವರೇ ಹೆಚ್ಚು ಎಂಬ ಭಯ ನನ್ನ ದೇಹ ಪೂರ್ತಿ ಆವರಿಸಿತು. ದೊಡ್ಡ ಮಾವನ ಮಗ ಆಸ್ಬಕ್ ಕೊಟ್ಟ 40 ದಿರಾಮ್ ಹಾಗೂ ನನ್ನ ಕೈಯಲ್ಲಿದ್ದ ಸ್ವಲ್ಪ ಹಣವನ್ನು ಹಿಡಿದು ನಾನು ದುಬೈ ತಲುಪಿದೆ.

ಲಗೇಜ್ ಹಿಡಿದು ಹೊರಬಂದ ನನ್ನ ಕರೆದುಕೊಂಡು ಹೋಗಲು ರೂಪೇಶ್ ಬಂದಿದ್ದ. ನಿಜಾಮ್ ಅಬುದಾಬಿಯಲ್ಲಿರುವುದರಿಂದ ವೀಕೆಂಡಿಗೆ ಬರುತ್ತೇನೆಂದು ಮೊದಲೇ ತಿಳಿಸಿದ್ದ. ನಿಜಾಮ್ ಗೆಳೆಯ ಅಫೀಝಿಗೆ ಹೇಳಿ ಅದಾಗಲೇ ಎಂಟು ಮಂದಿ ಇರುವ ರೂಮಿನಲ್ಲಿ ನನಗೂ ಒಂದು ಬೆಡ್ ಸ್ಪೇಸ್ ಹುಡುಕಿ ಇಟ್ಟಿದ್ದರಿಂದ ರೂಪೇಶ್ ನೇರವಾಗಿ ಅಲ್ಲಿಗೆ ಕರೆದುಕೊಂಡು ಹೋದ.

ಅರ್ಥಶಾಸ್ತ್ರಕ್ಕೆ ಸಂಬಂಧಪಟ್ಟಂತೆ ಅಭಿವೃದ್ಧಿ ಹೊಂದಿದ ದೇಶ ಹಾಗೂ ಅಭಿವೃದ್ಧಿ ಹೊಂದುತ್ತಿರುವ ದೇಶಗಳ ಬಗ್ಗೆ ತರಗತಿಯಲ್ಲಿ ಮಕ್ಕಳಿಗೆ

ಹೇಳಿಕೊಡುವ ನನಗೆ, ಅಭಿವೃದ್ಧಿ ಹೊಂದಿದ ದೇಶದ ಎಲ್ಲಾ ಲಕ್ಷಣಗಳು ದುಬಾಯಿಯಲ್ಲಿ ಕಂಡವು.

ರೂಪೇಶ್ ಕೆಲಸಕ್ಕೆ ರಜೆ ಹಾಕಿದ್ದರಿಂದ ಅಂದು ಸಂಜೆನೇ ಬುರ್ಜ್ ಖಲೀಫಾ ತೋರಿಸಲು ನನ್ನ ಕರೆದುಕೊಂಡು ಹೋದ.

'ರೂಪೇಶ್, ನನಗೆ ತುಂಬಾ ಟೆನ್ಶನ್ ಆಗುತ್ತಿದೆ ಕಣೋ. ಕೆಲಸ ಸಿಗಬಹುದು ಅಲ್ವಾ? ಆಲ್ರೆಡಿ ಮನೆಯಿಂದ ಹೊರಡುವಾಗ ಎಲ್ಲರ ಮುಖನು ವಿರುದ್ಧ ದಿಕ್ಕಿಗೆ ತಿರುಗಿತ್ತು. ಇನ್ನು ಕೆಲಸ ಸಿಗದೇ ಹಿಂದಿರುಗಿ ಹೋದರೆ, ಹತ್ತರಷ್ಟು ನನ್ನ ಬಗ್ಗೆ ಮಾತಾಡಿಕೊಳ್ಳೋರು ಇನ್ನು ನೂರುಪಟ್ಟು ನನ್ನ ಹಿಂದೆ ಹೇಳಬಹುದು'-ಕತ್ತು ಎತ್ತಿ ಬುರ್ಜ್ ಖಲೀಫಾ ನೋಡುತ್ತಿದ್ದರೂ, ನನ್ನ ತಲೆಯಲ್ಲಿ ಏನೇನೋ ಯೋಚನೆಗಳು ಓಡಾಡುತ್ತಿದ್ದವು.

'ಏನೂ ಹೆದರಬೇಡ. ಇನ್ನೂ ಒಂದು ತಿಂಗಳು ಇದೆ ಅಲ್ವಾ? ಎಲ್ಲಿಯಾದರೂ ಕೆಲಸ ಸಿಗಬಹುದು'-ಬುರ್ಜ್ ಖಲೀಫಾ ನೋಡುವ ಕುತೂಹಲವಿಲ್ಲದಂತೆ ನನ್ನ ಮುಖ ನೋಡಿ ಹೇಳಿದ.

'ಹಾ ಇನ್ನೊಂದು ವಿಷಯ. ನಾನು ಊರಲ್ಲಿ ಇರುವಾಗಲೇ ಕೆಲಸಕ್ಕೆ ಅಪ್ಲೈ ಮಾಡಿದ್ದೆ. ಅದರಲ್ಲೊಬ್ಬರು ದಿನಾಲೂ ಕಾಲ್ ಮಾಡಿ ಯಾವಾಗ ಬರುವುದೆಂದು ಕೇಳುತ್ತಿದ್ದರು. ಮೋಸ್ಟ್ಲಿ ಅವರು ಕೆಲಸ ಕೊಡಬಹುದೇನೋ?'- ವಾಟರ್ ಪಾಂಡ್ ನೋಡುತ್ತಾ ಹೇಳಿದೆ.

'ಮತ್ತೆ ಯಾಕೆ ಟೆನ್ಶನ್? ನಂಬರ್ ಇದ್ದರೆ ಫೋನ್ ಮಾಡಿ ಹೇಳು, ದುಬಾಯಿಗೆ ಬಂದಿರುವ ವಿಷಯ'-ಅವನ ಫೋನ್ ತೆಗೆದು ಕೊಟ್ಟ.

ಊರಲ್ಲಿರುವಾಗ ಅವರು ಫೋನ್ ಮಾಡುತ್ತಿದ್ದ ನಂಬರಿಗೆ ಕಾಲ್ ಮಾಡಿ ವಿಷಯ ತಿಳಿಸಿದೆ. ಆ ಗಂಡಸು ನಾಳೇನೇ ಇಂಟರ್‌ವ್ಯೂ ಬಾ ಎಂದು ತಿಳಿಸಿದ ವಿಷಯವನ್ನು ರೂಪಿಗೆ ತಿಳಿಸಿದೆ.

'ನಾಳೆ ಫ್ರೈಡೆ ಅಲ್ವಾ? ಅವರು ಹೇಗೆ ಇಂಟರ್ವ್ಯೂ ತೆಗಿತಾರೆ?' ನನ್ನೊಡನೆ ಕೇಳಿದ.

'ಗೊತ್ತಿಲ್ಲ ಕಣೋ. ಅದು ನಮಗೆ ಯಾಕೆ? ಕೆಲಸವೊಂದು ಸಿಕ್ಕಿದರೆ ಸಾಕಲ್ವಾ?'-ಹಾಕಿರುವ ಜೀನ್ಸ್ ಪ್ಯಾಂಟ್ ಕಿಸೆಯಿಂದ ನನ್ನ ಮೊಬೈಲ್ ತೆಗೆದು ಅವನ ಕೈಗೆ ಇಟ್ಟು ದುಬೈ ಸಿಮ್ ಹಾಕಿ ಕೊಡುವಂತೆ ಹೇಳಿದೆ.

ರಾತ್ರಿ ಎಂಟು ಗಂಟೆಯಾಗುತ್ತಿದ್ದಂತೆ ಹೋಟೆಲೊಂದರಲ್ಲಿ ಊಟ ಮುಗಿಸಿ ನನ್ನನ್ನು ಸೂಪರ್ ಮಾರ್ಕೆಟ್‌ಗೆ ಕರೆದುಕೊಂಡು ಹೋದ.

'ಅದೇನೋ ಲೇಡೀಸ್ ಐಟಮ್, ಊರಿನ ಬ್ರಾಂಡ್ ಸಿಗುತ್ತಾ ಇಲ್ಲಿ ಕೇಳುತ್ತಿದ್ದೆ ಅಲ್ವಾ ನೀನು? ಇಲ್ಲಿ ಇದೆಯಾ ನೋಡು'-ಸೂಪರ್ ಮಾರ್ಕೆಟಿನ ಒಳ ನಡೆದಂತೆ ನನ್ನ ಬಿಟ್ಟು ಬೇರೊಂದು ಸೆಕ್ಷನ್ ಕಡೆ ನಡೆದ.

ನಾನು ಊರಲ್ಲಿರುವ ವಿಸ್ಪರ್, ಸ್ಟೇಫ್ರೀ, ಸೋಫಿ ಇದೆಯಾ ಎಂದು ನೋಡಲು ಪ್ಯಾಡಿನ ಸೆಕ್ಷನ್ ಕಡೆ ನಡೆದೆ. ಆ ಬ್ರಾಂಡ್ ಸಿಗದಿದ್ದರೂ ಆಲ್ವೇಸ್, ಕೋಟೆಸ್ ಇರುವುದನ್ನು ನೋಡಿ ಅವನ ಹುಡುಕುತ್ತಾ ನಡೆದೆ.

ಒಂದು ಬ್ಲಾಂಕೆಟ್, ಮಗ್, ಸೋಪ್, ಬ್ರಷ್, ಬ್ರೆಡ್, ಜಾಮೂ, ಟೂತ್‌ಪೇಸ್ಟ್ ಎಲ್ಲಾ ಒಂದು ಟ್ರಾಲಿಗೆ ಹಾಕಿಕೊಂಡು ನಿಂತಿದ್ದವ ನನ್ನ ಕೈಯನ್ನು ನೋಡಿ 'ಏನೂ ತೆಗೀಲಿಲ್ವಾ? ಅಥವಾ ಇಲ್ಲಿ ಇಲ್ಲವಾ?' ಕೇಳಿದ.

'ಇದೆ. ಬಟ್ ನನಗೆ ಈಗ ಬೇಡ. ಇಂಡಿಯನ್ ಬೀಫ್ ಇಲ್ಲಿ ಇದೆ ಕಣೋ. ನಾನು ನೋಡಿದೆ'–ಆಶ್ಚರ್ಯದಲ್ಲಿ ಹೇಳಿದೆ.

'ಹೂಂ, ಇಲ್ಲಿ ಎಲ್ಲಾನು ಸಿಗುತ್ತೆ.'

'ಮತ್ತೆ ಊರಲ್ಲಿ ಜನರು, ಸಿಕ್ಕಿದವರನ್ನು ಹಿಡಿದು ಬಡಿಯುತ್ತಾರೆ? ಎಕ್ಸ್‌ಪೋರ್ಟ್ ಮಾಡಿದರೆ ಏನು ಸಮಸ್ಯೆ ಇಲ್ಲವಾ?'

'ನಿನ್ನ ಎಕನಾಮಿಕ್ಸ್ ವರ್ಕ್ ಆಗಲ್ಲ, ಇದು ಪೊಲಿಟಿಕ್ಸ್.'

'ಅದು ಸರಿ, ಎಕನಾಮಿಕ್ಸ್ ಜನಗಳಿಗೆ ಅರ್ಥ ಆಗಿದ್ದರೆ, ಪೊಲಿಟಿಕ್ಸ್ ಬೆಲೆ ಇರುತ್ತಿರಲಿಲ್ಲ. ಅದು ಬಿಡು. ಇದೆಲ್ಲಾ ಯಾರಿಗೆ?' ಕೈಯಲ್ಲಿ ಹಿಡಿದ ಟ್ರಾಲಿಯನ್ನು ನೋಡಿ ಕೇಳಿದೆ.

'ನಿನಗೆನೇ, ಬೇರೆ ಏನೂ ಬೇಡ ಅಂದರೆ ಬಿಲ್ ಮಾಡಿಸುತ್ತೇನೆ'–ಎಂದು ಹೇಳಿದ.

ನಾನು ಅವನನ್ನೇ ನೋಡುತ್ತಾ ನಿಂತೆ.

***

ಶುಕ್ರವಾರ ಮಧ್ಯಾಹ್ನ ಇಂಟರ್ವ್ಯೂ ಕರೆದ ಗಂಡಸು ಹೇಳಿದ ಜಾಗಕ್ಕೆ ನಾನು ಹಾಗೂ ರೂಪೇಶ್ ಇಬ್ಬರೂ ಹೊರಟೆವು.

'ಏನಿದು? ಇಂಟರ್ವ್ಯೂ ಅಂದಮೇಲೆ ಯಾವುದಾದರೂ ಆಫೀಸ್ ಇರುವ ಬಿಲ್ಡಿಂಗ್ ಹೇಳುವ ಬದಲು, ನಮ್ಮನ್ಯಾಕೆ ರಸ್ತೆಯಲ್ಲಿ ನಿಲ್ಲೋಕೆ ಹೇಳಿದರು?'– ರೂಪೇಶ್ ಏನೂ ಅರ್ಥವಾಗದಂತೆ ಕೇಳಿದ.

'ಮೋಸ್ಟ್ಲಿ ಅವರು ನಮ್ಮನ್ನು ಕರೆದುಕೊಂಡು ಹೋಗಬಹುದೇನೋ?'– ಹೊಸ ದೇಶದ ಬಗ್ಗೆ ಹೆಚ್ಚಿನ ಜ್ಞಾನ ಇಲ್ಲದ ನಾನು ಹೇಳಿದೆ.

'ಹಾಗಾದರೆ ಅವರು ಕಂಪನಿಯ ಓನರ್ ಅಲ್ವಾ?' ಅಂತ ಕೇಳಿದ.

'ಗೊತ್ತಿಲ್ಲ.'

ಅಷ್ಟರಲ್ಲಿ ರೂಪೇಶ್ ಮೊಬೈಲ್‌ಗೆ ಅವರ ಫೋನ್ ಬಂತು. ನಾವಿದ್ದ ಜಾಗವನ್ನು ಹೇಳಿದ. ಒಂದು ಕಾರು ನಮ್ಮ ಮುಂದೆ ತಲುಪಿತು. ರೂಪೇಶ್ ಮುಂದೆ ಸೀಟಿನಲ್ಲಿ ಕುಳಿತ. ನಾನು ಹಿಂದಿನ ಸೀಟಿಗೆ ಹತ್ತಿದೆ.

ಬುರ್ಖಾ ಹಾಕಿದ ನನ್ನನ್ನು ನೋಡಿ 'ಇಲ್ಲಿ ಇಂಟರ್ವ್ಯೂಗೆ ಹೀಗೆ ಹೋದರೆ ಯಾರು ಕೆಲಸ ಕೊಡಲ್ಲ'–ಆ ಗಂಡಸು ಇಂಗ್ಲಿಷ್‌ನಲ್ಲಿ ಹೇಳಿತು.

'ಸರ್ ಡ್ರೆಸ್‌ಕೋಡ್ ಇದ್ದರೆ ಪರವಾಗಿಲ್ಲ. ನಿನ್ನೆಯಷ್ಟೇ ತಲುಪಿದೆ. ಸಾರಿ ಸರ್, ಹೇಗೆ ಬರಬೇಕೆಂದು ಗೊತ್ತಾಗಲಿಲ್ಲ'–ಹಿಂದೆ ಕುಳಿತರೂ ಅವರ ಮುಖ ನೋಡಿ ನೇರ ಮಾತನಾಡಿದೆ.

ಕಾರನ್ನು ಸ್ವಲ್ಪ ಮುಂದೆ ಚಲಾಯಿಸಿ ಪಾರ್ಕ್ ಮಾಡಿದರು. ಅವರ ಸಮೀಪದಲ್ಲಿದ್ದ ಒಂದು ಸಣ್ಣ ಬಾಕ್ಸಿನಲ್ಲಿ ಇರುವ ಹಲವಾರು ಕೀಯ ಮಧ್ಯಕ್ಕೆ ಕೈಹಾಕುತ್ತಾ ಯಾವುದೋ ಒಂದನ್ನು ಹುಡುಕುವಂತೆ ಮಾಡಿ 'ಆಫೀಸ್ ಕ್ಯಾಬಿನ್ ಕಿ ಮನೆಯಲ್ಲೇ ಬಿಟ್ಟು ಬಂದೆ ಅನಿಸುತ್ತೆ' ಅಂತ ಅವರಷ್ಟಕ್ಕೆ ಅವರು ಹೇಳುವುದನ್ನು ಕೇಳಿ, ಎದುರಿನಲ್ಲಿ ಕೂತಿದ್ದ ರೂಪೇಶ್ ಹಿಂದೆ ತಿರುಗಿ ನನ್ನ ಮುಖ ನೋಡಿದ.

'ಏನಾಯಿತು?' ಎಂದು ನಾನು ಕೇಳಿದೆ.

'ಜನ ಯಾಕೋ ಸರಿ ಇಲ್ಲದಂತೆ ಕಾಣುತ್ತೆ. ಯಾವುದೋ ರೂಮಿನ ಕೀ ಹುಡುಕುತ್ತಾ ಇದೆ' ಎಂದು ತುಳು ಭಾಷೆಯಲ್ಲಿ ಅವರಿಗೆ ಅರ್ಥವಾಗದಂತೆ ಹೇಳಿದ

'ಅದಕ್ಕೆ ಏನಾಯಿತು?'–ನಾನು ತುಳು ಭಾಷೆಯಲ್ಲೇ ಕೇಳಿದೆ.

'ಜನ ಸರಿ ಇಲ್ಲ. ಅದೆಲ್ಲಾ ನಿನಗೆ ಅರ್ಥವಾಗಲ್ಲ. ಇಲ್ಲಿಂದ ಜಾಗ ಖಾಲಿ ಮಾಡೋಣ' ಅಂತ ಹೇಳಿ ನನ್ನ ಉತ್ತರಕ್ಕೂ ಕಾಯದೆ, ಅವರ ಮುಖ ನೋಡಿ 'ಸರ್, ನಾವು ನಾಳೆ ನಿಮ್ಮ ಆಫೀಸಿಗೆ ಬರುತ್ತೇವೆ. ಫೋನ್ ಮಾಡಿ ತಿಳಿಸಿದರೆ ಸಾಕು.' ಅವರ ಉತ್ತರಕ್ಕೂ ಕಾಯದೆ ಕಾರಿನ ಡೋರ್ ಓಪನ್ ಮಾಡಿ ನನ್ನ ಕಡೆ ತಿರುಗಿದ.

ನಾನು ಹಿಂಬದಿಯಿಂದ ಕೆಳಗಿಳಿದ ನಂತರ ಅವನು ಕೆಳಗಿಳಿದು ಗಂಡಸಿನ ಉದ್ದೇಶವೇನೆಂದು ನನಗೆ ಅರ್ಥ ಆಗುವಂತೆ ಹೇಳಿದ. ನನ್ನ ಕೈಕಾಲುಗಳು ನಡುಗಲಾರಂಭಿಸಿದವು. ಅವನೊಡನೆ ಮಾತನಾಡಲು ಧ್ವನಿ ಬಾರದೆ ಗಂಟಲು ಕಟ್ಟಿದಂತಾಯಿತು. ಪಕ್ಕದಲ್ಲಿದ್ದ ಗ್ರೋಸರಿಗೆ ಹೋಗಿ ಒಂದು ಬಾಟಲ್ ನೀರು ತಂದು ಕೊಟ್ಟ.

'ಇದು ಕುಡಿ. ಈ ರೀತಿಯಾಗಿ ಇನ್ನು ಮುಂದೆ ಯಾರಾದರೂ ನಿನ್ನೊಡನೆ ಮಾತನಾಡಿದರೆ ಮಂಗನ ಹಾಗೆ ಮಾಡುವುದಲ್ಲ. 999 ಕಾಲ್ ಮಾಡಿದರೆ ಸಾಕು'–ಸಿಟ್ಟಿನಲ್ಲಿ ಹೇಳಿದ. ನಾನು ಹೂಂ ಎಂದು ತಲೆಯಾಡಿಸಿದೆ. ಅವನ ಫೋನ್ ರಿಂಗಾಯಿತು.

'ನಿಜಾಮ್ ಹಾಗು ಅಫೀಜ್ ನಿನ್ನ ರೂಮ್ ಬಳಿ ಬರುತ್ತಿದ್ದಾರಂತೆ, ಹೋಗುವ ನಡಿ.'

ಕೆಲಸ ಕನ್‌ಫಾರ್ಮ್ ಅಂದುಕೊಂಡವಳಿಗೆ ಅನಿರೀಕ್ಷಿತ ಘಟನೆಯಿಂದಾಗಿ, ನನ್ನ ಉತ್ಸಾಹವೆಲ್ಲ ಕುಗ್ಗಿ ಹೋಯಿತು.

***

ನನ್ನಲ್ಲಿದ್ದ ಲ್ಯಾಪ್ ಟಾಪಿನಿಂದ ಹಲವಾರು ಕಡೆ ಕೆಲಸಕ್ಕೆ ಅಪ್ಲೈ ಮಾಡಿದೆ. ನನ್ನ ರೂಮಿನಲ್ಲಿ ಇದ್ದವರು ಅವರಿಗೆ ಪರಿಚಯವಿರುವ ಕಡೆ ನನ್ನ ಬಗ್ಗೆ ವಿವರಿಸಿ ಕೆಲಸ ಇದ್ದರೆ ಹೇಳುವಂತೆ ತಿಳಿಸಿದರು. ಕೆಲಸದ ಒತ್ತಡದಿಂದ ಅಬುಧಾಬಿಯಿಂದ ದುಬಾಯಿವರೆಗೆ ಬರಲು ಕಷ್ಟವಾಗುತ್ತೆ ಎಂದು ನಿಜಾಮ್ ಮತ್ತೆ ನನ್ನನ್ನು ಕಾಣಲು ಬರಲಿಲ್ಲ. ರೂಪೇಶ್ ದುಬಾಯಿನಲ್ಲಿಯೇ ಕೆಲಸ ಮಾಡುತ್ತಿದ್ದರಿಂದ, ಪ್ರತಿ ವೀಕೆಂಡಿನಲ್ಲಿಯೂ ನನಗಾಗಿ ಊಟ ತಯಾರು ಮಾಡಿ ತರುತ್ತಿದ್ದ.

ಉಳಿದ ದಿನಗಳಲ್ಲಿ ರೂಮಿನಲ್ಲಿರುವವರು ಕೊಟ್ಟರೆ ತಿನ್ನುತ್ತಿದ್ದೆ ಹೊರತು, ಬೇರೆ ಏನೂ ನನ್ನ ಕೈಯಲ್ಲಿ ಇರಲಿಲ್ಲ. ತುಂಬಾ ಹಸಿವಾದಾಗ ಪಕ್ಕದಲ್ಲಿರುವ ಸೂಪರ್ ಮಾರ್ಕೆಟಿನಿಂದ ಮೂರು ದಿರಾಮಿಗೆ ಸಿಗುವ ಬ್ರೆಡ್ಡನ್ನು ತಂದು ಜಾಮ್ ಸೇರಿಸಿ ತಿನ್ನುತ್ತಿದ್ದೆ. ಹಲವು ಬಾರಿ ಆಹಾರವಿಲ್ಲದೆ ಹಸಿವಿನಿಂದ ಕುಳಿತೆ. ಕುಡಿಯುವ ನೀರಿಗೂ ದುಡ್ಡು ಕೊಡಬೇಕಾಗಿರುವ ಪರಿಸ್ಥಿತಿ ಆದ್ದರಿಂದ ಕೈಯಲ್ಲಿರುವ ಹಣವನ್ನು ಖರ್ಚು ಮಾಡಿ ಊಟ ಮಾಡಲು ಭಯ. ರೂಮಿನಲ್ಲಿರುವ ಎಲ್ಲ ವಯಸ್ಸಾದ ಮಹಿಳೆಯರು ಇದ್ದರೂ, ಯಾರು ಯಾರಿಗಾಗಿಯೂ ಅನ್ನ-ನೀರು ಕೊಡುತ್ತಿರಲಿಲ್ಲ.

ರಾಧಾ ಅನ್ನೋ ನನ್ನ ರೂಮಿನ ಮಹಿಳೆ, ರೂಮನ್ನು ಬಾಡಿಗೆಗೆ ಕೊಟ್ಟ ರಿಯಲ್ ಎಸ್ಟೇಟ್ ಏಜೆಂಟ್ ಜೊತೆ ಒಂದು ಕೆಲಸ ಮಾಡಿಕೊಡುವಂತೆ ಹೇಳಿ ನನ್ನನ್ನು ಅವರಿಗೆ ಪರಿಚಯಿಸಿದರು.

'ಆಪ್ಕಾ ನಾಮ್ ಕ್ಯಾ ಹೇ? ಆಪ್ ಕಿದರ್ ಸೆ ಹೋ?'-ಆ ಗಂಡಸು ನನ್ನೊಡನೆ ಹಿಂದಿಯಲ್ಲಿ ಕೇಳಿತು.

'ಫೌಝಿಯಾ, ಮಂಗಳೂರು ಸೆ.' ನನಗೆ ಹಿಂದಿ ಬರದಿದ್ದರೂ ಅವರು ಮಾತನಾಡುವುದು ಅಲ್ಪಸ್ವಲ್ಪ ಅರ್ಥವಾಗುತ್ತಿತ್ತು.

'ಮಂಗಳೂರು ಮೆ ಕೌಂಸ ಜಗ.'

'ಏರ್‌ಪೋರ್ಟ್‌ಕೆ ಸಾಮುನೆ ಗುರುಪುರ, ಅಪ್ಕೋ ಪತಾಹೇ'-ಕೇಳಿದೆ.

'ಹಾ, ಮೇ ಹೂ ಮಂಗಳೂರು ಬಂದರ್ ಸೆ.'

'ಹಾ ನನಗೆ ಗೊತ್ತಿದೆ. ನಾನು ಮಾತಾದಲ್ಲಿ ಶಿಕ್ಷಕಿಯಾಗಿ ಕೆಲಸ ಮಾಡುತ್ತಿರುವಾಗ ನನ್ನ ಹೆಚ್ಚಿನ ವಿದ್ಯಾರ್ಥಿಗಳು ಬಂದರಿನವರಾಗಿದ್ದರು' ಅಂತ ಹೇಳಿದೆ.

'ಹೋ ಹೌದ!! ಅಂದರೆ ಊರಲ್ಲಿ ಶಿಕ್ಷಕಿಯಾಗಿ ಕೆಲಸ ಮಾಡಿರುವುದಾ?'– ಆ ಗಂಡಸು ಕೇಳಿತು.

'ಹೌದು ಸರ್. ನನಗೆ ತುಂಬಾ ಖುಷಿಯಾಯಿತು, ಊರಿನವರೇ ಸಿಕ್ಕಿರುವುದು. ನಿಮ್ಮ ಹೆಸರೇನು ಸರ್?' ಅಂತ ಕೇಳಿದೆ.

'ನನ್ನ ಹೆಸರು ಇಫ್ತಿಕರ್. ನನ್ನ ಹೆಂಡತಿ ಹಾಗೂ ಮಗಳು ಇಲ್ಲೇ ಇರುವುದು. ನನ್ನ ಅಣ್ಣ ರಫೀಕ್. ಅವನು ಬಾಡಿಗೆ ಕೊಟ್ಟ ರೂಮ್ ಅದು. ಅವನ ರೂಮ್ ನೀನಿರುವ ರೂಮಿನ ಮೇಲಿನ ಫ್ಲೋರ್.'

'ಹೌದಾ ಸರ್. ಅಲ್ ಹಮ್ದುಲಿಲ್ಲಾಹ್. ಈಗ ಸ್ವಲ್ಪ ಮನಸ್ಸಿಗೆ ಸಮಾಧಾನ.'

'ನನ್ನ ಸರ್ ಅಂತ ಕರಿಬೇಡ. ಅಣ್ಣ ಅಂತ ಕರೆ. ಊಟ, ತಿಂಡಿ ಹೇಗೆ?' ಅವರದೇ ಊರಿನವಳು ಹಾಗು ಒಂದೇ ಭಾಷೆಯವರು ಅನ್ನೋ ಸಂತೋಷ ಅವರ ಮುಖದಲ್ಲಿಯೂ ಕಂಡೆ.

'ರಾಧಕ್ಕ ಕೆಲವು ಬಾರಿ ಕೊಡುತ್ತಾರೆ. ಕೆಲವು ಬಾರಿ ಹಾಗೇನೇ ಇರುತ್ತೇನೆ. ಕೆಲಸ ಇನ್ನೂ ನನಗೆ ಸಿಗದೇ ಇರುವುದರಿಂದ, ಆಹಾರ ಬೇಯಿಸಲು ನನ್ನೊಡನೆ ಏನೂ ಇಲ್ಲ' ಅಂತ ಹೇಳಿದೆ.

'ಯಾ ಅಲ್ಲಾ!! ಇನ್ನು ಹಸಿವಿನಿಂದ ಇರುವುದೇನು ಬೇಡ. ನನ್ನ ಹೆಂಡತಿ ಇದ್ದಾಳೆ. ಏನಾದರೂ ಬೇಕಿದ್ದರೆ ಅವಳೊಡನೆ ಕೇಳು. ನಾನು ರಫೀಕಿಗೂ ನಿನ್ನ ಬಗ್ಗೆ ಹೇಳುತ್ತೇನೆ. ಈಗ ನನ್ನೊಡನೆ ಬಾ' ಅಂತ ಹೇಳಿ ಕಾರ್ ಪಾರ್ಕಿಂಗ್ ಮಾಡುವ ಕಡೆ ನಡೆದರು.

ಪಾರ್ಕಿಂಗ್ ಕೊನೆಯ ಒಂದು ಮೂಲೆಯಲ್ಲಿ ಇರುವ ಕೋಣೆಯ ಬಾಗಿಲು ಬಡಿದರು. ಸುಂದರವಾದ ಹಾಗು ಬಿಳುಪಾದ ಒಂದು ಮಹಿಳೆ ಬಾಗಿಲು ತೆರೆಯಿತು.

'ಇದು ನನ್ನ ಹೆಂಡತಿ, ಹೆಸರು ರೈಫ.' ನನಗೆ ಪರಿಚಯಿಸಿ, ಅವರ ಕಡೆ ತಿರುಗಿ 'ಇವಳು ಮಂಗಳೂರಿನವಳೇ ಕೆಲಸಕ್ಕಾಗಿ ಇಲ್ಲಿಗೆ ಬಂದಿದ್ದಾಳೆ.' ನಮ್ಮಿಬ್ಬರ ಪರಿಚಯ ಮಾಡಿಸಿದರು.

ನಾನು ಸೋಫಾದಲ್ಲಿ ಕುಳಿತು ನನ್ನ ಮನೆಯ ಎಲ್ಲಾ ವಿಷಯವನ್ನು ತಿಳಿಸಿದೆ. ಗಂಡ–ಹೆಂಡತಿ ಇಬ್ಬರಿಗೂ ಕನಿಕರ ಹುಟ್ಟಿತು.

'ನಿನ್ನ ಸಿವಿ ಕೊಡು'–ಇಫ್ತಿ ಅಣ್ಣ ನನ್ನೊಡನೆ ಕೇಳಿದರು.

'ಮೊಬೈಲಿನಲ್ಲಿ ಇದೆ. ನೆಟ್ ಇಲ್ಲ, ರೂಮಿಗೆ ಹೋಗಿ ಕಳಿಸುತ್ತೇನೆ' ಅಂತ ಹೇಳಿದೆ.

ಮೊಬೈಲ್‌ಗೆ ವೈಫೈ ಪಾಸ್‌ವರ್ಡ್ ಹಾಕಿ ಕೊಟ್ಟು, ಅವರೇ ನನ್ನ ಸಿವಿಯನ್ನು, ಅವರ ಮೊಬೈಲಿಗೆ ಸೆಂಡ್ ಮಾಡಿ, ಅಲ್ಲಿರುವ ಪ್ರಿಂಟರಿನಿಂದ 10–15 ಕಾಪಿ ತೆಗೆದಿಟ್ಟರು. ರಫೀಕ್ ಅನ್ನುವವರಿಗೆ ಫೋನ್ ಮಾಡಿ

ನನ್ನ ವಿಷಯದ ಬಗ್ಗೆ ತಿಳಿಸಿದರು. ಸ್ವಲ್ಪ ಹೊತ್ತಿನಲ್ಲಿ ಅವರು ರೂಮ್ ತಲುಪಿದರು.

'ಆ ರೂಮಿನಲ್ಲಿ ಏನು ಸಮಸ್ಯೆ ಇಲ್ಲ ತಾನೇ? ಆ ರೂಮಿನಲ್ಲಿ ಇರೋರು ದುಡ್ಡಿಗಾಗಿ ಏನು ಬೇಕಾದರೂ ಮಾಡುತ್ತಾರೆ ಹೊರತು, ಒಂದ್ಯೆದು ಪೈಸೆಯ ಸಹಾಯ ಮಾಡಲ್ಲ.' ನಾನು ಮೊದಲೇ ಪರಿಚಯವಿರುವ ಹಾಗೆ ರಫೀಕಣ್ಣ ನನ್ನೊಡನೆ ಮಾತನಾಡಿದರು.

'ಸಮಸ್ಯೆ ಏನು ಇಲ್ಲ. ನೆಲದಲ್ಲಿ ಸ್ವಲ್ಪನೂ ಜಾಗ ಇಲ್ಲದ ಕಾರಣ, ನಮಾಜ್ ಮಾಡಲು ಆ ರೂಮಿನಲ್ಲಿ ಆಗುತ್ತಿಲ್ಲ. ನನಗೆ ಬಂಕರಿನ ಅಪ್ಪರ್ ಸೈಡ್ ಕೊಟ್ಟಿರುವುದರಿಂದ ಅದರಲ್ಲಿ ನಿಂತು ನಮಾಜ್ ಮಾಡೋಕು ಆಗಲ್ಲ'– ಬೇಸರದಲ್ಲೇ ಹೇಳಿದೆ.

'ಅಷ್ಟೇ ತಾನೇ!!! ನಮಾಜ್ ಮಾಡಲು ನೀನು ನನ್ನ ರೂಮಿಗೆ ಬೇಕಾದರೆ ಹೋಗು. ಅಲ್ಲಿ ಯಾರು ಇರಲ್ಲ. ನಾನು ರಾತ್ರಿ ಮಲಗಲು ಮಾತ್ರ ಹೋಗುವುದು. ಟಿವಿ ಇದೆ ಅಲ್ಲಿ. ರೈಫ ಅವಳಿಗೆ ನನ್ನ ರೂಮ್ ತೋರಿಸು' ಎಂದು ಹೇಳಿ ಸಿಗರೇಟ್ ಹತ್ತಿಸಲು ಹೊರ ನಡೆದರು.

ನಾವಿಬ್ಬರು ರಫೀಕ್ ಅಣ್ಣನ ರೂಮಿಗೆ ಹೋದೆವು. ದೊಡ್ಡದಾದ ಎರಡು ರೂಮ್. ಒಂದು ರೂಮಿನಲ್ಲಿ ಮಾಸ್ಟರ್ ಬೆಡ್ ರೂಮ್ ಮತ್ತೊಂದು ಖಾಲಿ ಇರುವ ಹಾಲ್. ಗೋಡೆಗೆ ಇಟ್ಟ ಟಿವಿ ಹಾಗು ಅದರ ಮುಂದೆ ಸೋಫಾ ಹಾಗೂ ಸಣ್ಣ ಟೇಬಲ್ ಬಿಟ್ಟರೆ ಆ ರೂಮಿನಲ್ಲಿ ಬೇರೆ ಏನೂ ಇರಲಿಲ್ಲ.

'ಇಲ್ಲೊಬ್ಬ ಬಂಗಾಳಿ ಹುಡುಗ ಬರುತ್ತಾನೆ, ರೂಮ್ ಕ್ಲೀನ್ ಮಾಡಲು. ಅವನ ಹೆಸರು ಏನೆಂದು ಗೊತ್ತಿಲ್ಲ. ಬಂದು ಎಂದು ಎಲ್ಲರೂ ಕರೆಯುತ್ತಾರೆ'– ರೈಫ ಅತ್ತಿಗೆ ನನ್ನೊಡನೆ ಹೇಳಿದರು.

'ಹಾ ಎಲ್ಲ ಸೆಟ್ ಆಯಿತಲ್ವಾ. ಊಟ ತಿಂಡಿಗೆ ಮನೆಗೆ ಬಾ'–ಹಿಂದಿನಿಂದ ಬಂದ ಇಫ್ತಿ ಅಣ್ಣ ಹೇಳಿದರು.

'ಅಣ್ಣ. ಕೆಲಸವೊಂದು ಸಿಕ್ಕರೆ...'

'ಹುಡುಕುವ. ಟೆನ್ಶನ್ ಮಾಡಬೇಡ'–ನಗುತ್ತಾ ಹೇಳಿದರು.

***

ಒಂದು ತಿಂಗಳು ಮುಗಿಯಲು ನಾಲ್ಕೈದು ದಿನಗಳು ಬಾಕಿ ಇದೆ. ಆದರೆ ಇನ್ನು ನನಗೆ ಕೆಲಸವಾಗಿರಲಿಲ್ಲ. ನನಗೆ ಟೆನ್ಶನ್ ಶುರುವಾಗಲು ಪ್ರಾರಂಭವಾಗಿತ್ತು. ನಮಾಜು ಮಾಡಲು ಮೇಲೆ ರೂಮಿಗೆ ಹೋಗುತ್ತಿದ್ದೆ ಹೊರತು, ಆಹಾರಕ್ಕಾಗಿ ಕೆಳಗೆ ಮನೆಗೆ ಹೋಗುತ್ತಿರಲಿಲ್ಲ. ಹಲವು ಬಾರಿ ಅವರು ಫೋನ್ ಮಾಡಿ ನನ್ನ ಕರೆದು ಊಟ ತಿಂಡಿ ಕೊಡುತ್ತಿದ್ದರು. ಅವರು

ಮಾಡುವ ಸಹಾಯ ನೋಡಿ ರೂಮಿನಲ್ಲಿರುವವರು, ಮತ್ತೆ ನನಗೆ ಸಹಾಯ ಮಾಡಲು ಮುಂದೆ ಬರಲಿಲ್ಲ.

'ಅಣ್ಣ ಕೆಲಸ ಎಲ್ಲಿಯಾದರೂ ಇದ್ದರೆ, ಒಂದು ಕೆಲಸ ಹೇಗಾದರೂ ಮಾಡಿ ಕೊಡಿ'-ಊಟ ತರಲು ಹೋದಾಗ ಹೇಳಿದೆ.

ನನ್ನ ಕಣ್ಣಲ್ಲಿ ನೀರು ಜಿನುಗಿತು.

'ನಾನು ಎಲ್ಲಾ ಕಡೆಯಲ್ಲಿಯೂ ನಿನ್ನ ಸಿವಿ ಕೊಟ್ಟಿದ್ದೇನೆ. ಎಲ್ಲರಿಗೂ ದುಬೈ ಅನುಭವ ಇರುವವರು ಬೇಕು ಅಂತ ಹೇಳುತ್ತಿದ್ದಾರೆ.' ನನ್ನ ಕಣ್ಣ ಹನಿ ನೋಡಿ, ಬೇರೆ ಯಾರಿಗೋ ಫೋನ್ ಮಾಡಿದರು.

ಅದೇನೋ ಫೋನಿನಲ್ಲಿ ಮಾತನಾಡಿ 'ನೀನು, ನಾಳೆ ರೆಡಿಯಾಗಿರು. ಒಂದು ಸ್ಕೂಲಿನಲ್ಲಿ ಕೆಲಸವಿದೆ. ಇಂಟರ್ವ್ಯೂ ಕೊಟ್ಟು ನೋಡು' ಎಂದು ಹೇಳಿದರು.

ನಾನು ಅಲ್ಪ ಸಮಾದಾನದಲ್ಲಿ ಊಟದ ತಟ್ಟೆ ಹಿಡಿದು ರೂಮ್‌ಗೆ ನಡೆದೆ.

ಮರುದಿನ ಯಾವುದೋ ಒಂದು ದೊಡ್ಡ ಬಿಲ್ಡಿಂಗ್ ಮುಂದೆ ಕಾರು ನಿಲ್ಲಿಸಿ 'ಆಫೀಸ್ ನಂಬರ್ 706, ಸೆವೆನ್ತ್ ಫ್ಲೋರಿಗೆ ಹೋಗು. ಇಂಟರ್‌ವ್ಯೂ ಮುಗಿದ ಮೇಲೆ ಫೋನ್ ಮಾಡು, ನಾನು ಬಂದು ಪಿಕ್ ಮಾಡುತ್ತೇನೆ'-ನನ್ನ ಡ್ರಾಪ್ ಮಾಡಿ ಇಷ್ತಿ ಅಣ್ಣ ಹೋದರು.

ಆಫೀಸಿನ ಒಳ ಹೋದಂತೆ, ಸೂಟಿನಲ್ಲಿರುವ ಒಂದು ಗಂಡಸು 'ಆರ್ ಯು ಫೌಝಿಯಾ' ಕೈ ತೋರಿಸಿ ಕೇಳಿತು.

'ಯಸ್ ಸರ್, ಹೌ ಆರ್ ಯು ಸರ್'-ಧೈರ್ಯದಲ್ಲಿಯೇ ಕೇಳಿದೆ.

'ಐಯಾಮ್ ಗುಡ್, ಹೌ ಆರ್ ಯು ಫೌಝಿಯಾ. ಪ್ಲೀಸ್ ಟೇಕ್ ಯುವರ್ ಸೀಟ್'-ಅವರ ಮುಂದೆ ಇರುವ ಕುರ್ಚಿಯನ್ನು ತೋರಿಸಿದರು.

'ಐಯಾಮ್ ಗುಡ್ ಸರ್, ಥಾಂಕ್ ಯು.' ಸೀಟಿನಲ್ಲಿ ಕುಳಿತುಕೊಂಡೆ

'ಫೌಝಿಯಾ, ಟೆಲ್ ಮಿ ಅಬೌಟ್ ಯುವರ್ ಸೆಲ್ಫ್ ಅಂಡ್ ಯುವರ್ ಸಿವಿ ಪ್ಲೀಸ್.'

ನಾನು ಸಿವಿ ತೆಗೆದುಕೊಟ್ಟು, ನನ್ನ ಸ್ಟಡೀಸ್ ಹಾಗು ಟೀಚಿಂಗ್ ಎಕ್ಸ್‌ಪೀರಿಯನ್ಸ್ ಬಗ್ಗೆ ಹೇಳಿದೆ.

ಸಿವಿಯನ್ನು ಪೂರ್ತಿಯಾಗಿ ಓದಿ 'ನೀನು ಬಿಎಡ್ ಕಂಪ್ಲೀಟ್ ಮಾಡಿಲ್ವಾ? ಆ ಗಂಡಸು ನನ್ನೊಡನೆ ಕೇಳಿತು

'ಇಲ್ಲ ಸರ್. ನಾಟ್ ಅಟ್.'

'ಸೊ ಸೋರಿ ಫೌಝಿಯಾ, ಹಿಯರ್ ಬಿ.ಎಡ್. ಕಂಪಲ್ಸರಿ. ಬಿ.ಎಡ್ ಇಲ್ಲದೆ ಇಲ್ಲಿ ಕೆಲಸ ಸಿಗಲ್ಲ, ಇದು ಇಲ್ಲಿಯ ರೂಲ್ಸ್'-ತುಸು ಬೇಸರದಲ್ಲಿಯೇ ಆ ಗಂಡಸು ಹೇಳಿತು.

ನನ್ನ ಕಣ್ಣಲ್ಲಿ ನೀರು ಹರಿಯಿತು

'ನೀವು ದುಬೈಗೆ ಮೊದಲಾ?'

'ಯಸ್ ಸರ್!!'

'ಬಟ್ ಐ ಹ್ಯಾವ್ ಸೀನ್ ಸಂವೇರ್'–ತೋರ್ಬೆರಳಿನಲ್ಲಿ ಹಣೆಗೆ ಬೌನ್ಸ್ ಮಾಡುತ್ತಾ ಆ ಗಂಡಸು ಹೇಳಿತು.

'ನೋ ಸರ್, ನೋ ಚಾನ್ಸ್, ನಾನು ನಿಮ್ಮನ್ನು ಇದೇ ಮೊದಲ ಬಾರಿ ನೋಡುತ್ತಿರುವುದು' ಅಂತ ಹೇಳಿದೆ.

ಒಂದೆರಡು ನಿಮಿಷ ಆಳವಾಗಿ ಯೋಚಿಸಿ, ಕೊನೆಗೆ ಮೊಬೈಲ್ ತೆಗೆದು ನೋಡಿತು.

'ಹಾ. ನಾನು ಒಂದು ವಾಟ್ಸಪ್ ಮೆಸೇಜಿನಲ್ಲಿ ನಿನ್ನ ಫೋಟೋ ನೋಡಿದ್ದೇನೆ.'

ನನಗೊಂದೂ ಅರ್ಥವಾಗಿಲ್ಲ. ಅವರು ಹೇಳಿದ ಇಂಗ್ಲಿಷ್ ನನಗೆ ಅರ್ಥ ಆಗದ ಹಾಗೆ ಕಣ್ಣು ಬಾಯಿ ಬಿಟ್ಟು ಅವರನ್ನೇ ನೋಡಿದೆ.

'ಐ ಥಿಂಕ್, ನಾನು ಹೇಳಿದ್ದು ನಿನಗೆ ಅರ್ಥವಾಗಿಲ್ಲ ಅನಿಸುತ್ತೆ'–ನನ್ನ ನೋಡಿ ಹೇಳಿತು

'ಎಸ್ ಸರ್, ಐ ಡಿಡುಂಟ್ ಗೆಟ್ ಯು'–ಕುತೂಹಲದಲ್ಲಿಯೇ ಹೇಳಿದೆ.

'ಬೇರೊಂದು ಧರ್ಮದ ಹುಡುಗನನ್ನು ಪ್ರೀತಿಸಿ, ಅವನಿಗಾಗಿ ಇಲ್ಲಿ ಓಡಿ ಬಂದಿದ್ದೀಯಾ ಎಂಬುವುದು ವಾಟ್ಸಾಪಲ್ಲಿ ಹರಿದಾಡುತ್ತಿರುವ ಸುದ್ದಿ.'

ನಾನು ಕಣ್ಣರಳಿಸಿ ಅವರನ್ನೇ ನೋಡಿದೆ. ಒಮ್ಮೆಲೇ ಸಿಡಿಲು ಬಡಿದಂತ ಅನುಭವ. ಕಣ್ಣಲ್ಲಿ ನೀರು ಹರಿಯಿತು.

'ನನ್ನ ಮನೆಯಲ್ಲಿ ತಾಯಿ ಹಾಗೂ ನನ್ನ ಇಬ್ಬರು ತಂಗಿಯಂದಿರು. ಒಬ್ಬಳಿಗೆ ಮೂರು ಹೆಣ್ಣು ಮಕ್ಕಳು. ಅವಳ ಗಂಡನಿಗೆ ಸರಿಯಾದ ಕೆಲಸವಿಲ್ಲ. ನನ್ನಿಂದ ಮನೆಯ ಖರ್ಚು ನಡೆಯುತ್ತಿತ್ತು. ಆದರೆ ಕೆಲಸ ಕಳೆದುಕೊಂಡು ನಾನು ಇಲ್ಲಿ ಬಂದೆ ಸರ್. ನನಗೆ ಯಾವ ಪ್ರೀತಿ ಪ್ರೇಮನೂ ಇಲ್ಲ.' ನನ್ನ ಕಣ್ಣೀರು, ಹಾಕಿರುವ ಬುರ್ಖಾದ ಮೇಲೆ ಬೀಳುವುದನ್ನು ಕಂಡು, ಟಿಶ್ಯು ಬಾಕ್ಸ್ ನನ್ನ ಮುಂದೆ ಇಟ್ಟರು.

'ನಾನಿರುವುದು ನನ್ನ ಅಣ್ಣ ರಫೀಕ್ ಬಾಡಿಗೆ ಕೊಟ್ಟ ರೂಮಿನಲ್ಲಿ. ಅದರಲ್ಲಿ ಏಳೆಂಟು ಮಂದಿ ಮಹಿಳೆಯರೇ ಹೊರತು ಬೇರೆ ಯಾರೂ ಇಲ್ಲ.' ಬಿಕ್ಕಿ ಬಿಕ್ಕಿ ಅತ್ತೆ.

'ನನಗೆ ರಫೀಕ್ ಹಾಗು ಇಫ್ತಿಕರ್ ಇಬ್ಬರ ಪರಿಚಯನೂ ಇದೆ. ಆದರೆ ಆ ಹುಡುಗಿ ನೀನು ಎಂಬುದು ಗೊತ್ತಿರಲಿಲ್ಲ. ಐ ಕ್ಯಾನ್ ಅಂಡರ್ ಸ್ಟಾಂಡ್ ಯುವರ್ ಫೀಲಿಂಗ್. ಯು ಆರ್ ಬ್ರಿಲಿಯಂಟ್. ಐಯಾಮ್ ಸಾರೀ ಇಫ್

ಐ ಹರ್ಟೆಡ್ ಯು.' ಅವರ ವಾಲೆಟಿನಿಂದ ಐನೂರು ದಿರಾಮಿನ ಎರಡು ನೋಟನ್ನು ನನಗೆ ತೋರಿಸಿದರು.

'ಸರ್, ನನಗೆ ಇದು ಬೇಡ, ಕೆಲಸ ಬೇಕು'–ಹಣ ಬೇಡವೆಂದು ತಲೆಯಾಡಿಸಿದೆ.

'ಸೋರಿ ಫೌಝಿಯಾ, ಬಿ.ಎಡ್ ಇಲ್ಲದ ಕಾರಣ ಈ ಕೆಲಸ ನಿನಗೆ ಕೊಡಲು ಆಗಲ್ಲ. ಇದು ಇಲ್ಲಿಯ ರೂಲ್ಸ್. ಬೇರೆ ಕೆಲಸ ಏನಾದರು ಇದ್ದರೆ ಖಂಡಿತಾ ತಿಳಿಸುತ್ತೇನೆ.' ನನ್ನ ಸಮಾಧಾನಪಡಿಸಿ ಅದೇ ಹಣವನ್ನು ನನ್ನ ಕೈಗೆ ಕೊಟ್ಟು ಕಳಿಸಿದರು.

ಬಿಲ್ಡಿಂಗ್ ಕೆಳಗೆ ಬಂದು ಇಫ್ತಿ ಅಣ್ಣನಿಗೆ ಫೋನ್ ಮಾಡಿದೆ. ಒಂದತ್ತು ನಿಮಿಷದಲ್ಲಿ ಕಾರು ಬಂತು. ಕಣ್ಣೊರೆಸಿಕೊಂಡು ಏನು ಆಗದಂತೆ ಕಾರು ಹತ್ತಿದೆ.

'ಇಂಟರ್ವ್ಯೂ ಏನಾಯ್ತು?'–ಕಾರು ಚಲಾಯಿಸುತ್ತಲೇ ಕೇಳಿದರು.

'ಆ ಕೆಲಸ ಸಿಗಲ್ಲ ಅಣ್ಣ. ಅದಕ್ಕೆ ಬಿ.ಎಡ್ ಕೋರ್ಸ್ ಕಂಪಲ್ಸರಿ ಅಂತೆ. ಅದು ನಾನು ಮಾಡಿಲ್ಲ'–ನನ್ನ ಮಾತಿನ ಧ್ವನಿ ಬದಲಾಗಿತ್ತು.

'ಅದಕ್ಕೆ ಯಾಕೆ ಬೇಸರ ಪಡುವುದು? ಬೇರೆ ಕೆಲಸ ಹುಡುಕಿದರೆ ಆಯ್ತು.'

'ಹೂಂ' ಹೇಳಿ ಕಾರಿನ ಹೊರಗೆ ನೋಡುತ್ತಾ ಕುಳಿತೆ.

'ಯಾಕಾಗಿ ಹೆಣ್ಣಾಗಿ ಹುಟ್ಟಿದೆ? ಯಾರ ವಿಷಯಕ್ಕೂ ಹೋಗದ ನನ್ನ ಬಗ್ಗೆ ಯಾಕೆ ಈ ಜನರಿಗೆ ಇಷ್ಟೊಂದು ದ್ವೇಷ? ಯಾವುದೇ ಧರ್ಮದ ಜನರ ಸಹಾಯವಿಲ್ಲದೆ, ಇವರೆಲ್ಲಾ ಜೀವನ ಸಾಗಿಸುತ್ತಿದ್ದಾರಾ? ಅದು ಹೇಗೆ ಸಾಧ್ಯ? ನಮ್ಮ ದೇಶನೇ ಇತರ ದೇಶಗಳೊಡನೆ ಹೊಂದಿಕೊಂಡು ಸಾಮರಸ್ಯದಲ್ಲಿ ಬದುಕುತ್ತಿದೆ ತಾನೇ? ನಾನು ಎಕನಾಮಿಕ್ಸ್ ಕಲಿತಿರುವುದರಿಂದ ಆ ರೀತಿಯಲ್ಲೇ ಯೋಚಿಸುತ್ತಿದ್ದೇನೆ. ಹಾಗಾದರೆ ನನ್ನ ಬಗ್ಗೆ ಏನೇನೋ ಹೇಳಿ ಪುಕಾರು ಹಬ್ಬಿಸಿದವರು ಅದು ಯಾವ ರೀತಿಯಲ್ಲಿ ಯೋಚಿಸಿರಬಹುದು?' ಕಣ್ಣೀರು ಧಾರಾಕಾರವಾಗಿ ಹರಿಯುತ್ತಲೇ ಇತ್ತು.

'ಯಾಕೆ ಅಳುತ್ತಿದ್ದೀಯಾ? ಬೇರೆ ಆಫೀಸ್ ಕೆಲಸ ಯಾವುದಾದರೂ ನೋಡುವ. ಎಲ್ಲಿಯಾದರೂ ಒಂದು ಕೆಲಸ ಸಿಕ್ಕೇ ಸಿಗುತ್ತೆ' ನನ್ನ ಸಮಾಧಾನ ಮಾಡಲು ಪ್ರಯತ್ನಿಸಿದರು.

'ನಾನಿನ್ನು ಎಲ್ಲಿಗೂ ಇಂಟರ್ವ್ಯೂ ಹೋಗಲ್ಲ ಅಣ್ಣ'–ಜೋರಾಗಿ ಅಳುತ್ತಾ ಹೇಳಿದೆ.

'ನೀನು ಮೊದಲು ಅಳು ನಿಲ್ಲಿಸು. ಯಾರಾದರೂ ನೋಡಿದರೆ ತಪ್ಪು ತಿಳಿದುಕೊಳ್ಳಬಹುದು. ಅವರು ಏನಾದರೂ ಹೇಳಿದರಾ? ನಾನು ಫೋನ್ ಮಾಡಿ ಕೇಳುತ್ತೇನೆ'–ಫೋನ್ ತೆಗೆದು ಹಿಡಿದರು.

‘ಇಲ್ಲ ಅಣ್ಣ, ಫೋನ್ ಮಾಡಬೇಡಿ. ಅವರು ತುಂಬಾ ಒಳ್ಳೆಯವರು. ನನ್ನ ಕಷ್ಟ ಕೇಳಿ ಒಂದು ಸಾವಿರ ದಿರಾಮ್ ಕೊಟ್ಟರು.’

‘ಮತ್ತೆ ಏನಾಯ್ತು?’ ನಾನು ಯಾಕಾಗಿ ಇಷ್ಟೊಂದು ಅಳುತ್ತಿದ್ದೇನೆ ಗೊತ್ತಾಗದೆ, ನನ್ನ ಮುಖವನ್ನು ಹಲವು ಬಾರಿ ನೋಡಿದರು.

‘ನಾನು ಪ್ರೀತಿಸಿ ದುಬೈಗೆ ಓಡಿ ಬಂದಿರುವುದೆಂದು ಯಾರೋ ವಾಟ್ಸಾಪ್ನಲ್ಲಿ ಹಾಕಿದ್ದಾರೆ.’

‘ಓಹ್ ಅದುವಾ!! ಆ ವಿಷಯ ನನಗೂ ಈ ಮೊದಲೇ ಗೊತ್ತಿದೆ. ಆದರೆ ನಿನ್ನ ನೋಡಿದ ಮೇಲೆ, ನಮ್ಮೊಡನೆ ಕೇಳಿದವರಿಗೆ ಹಾಗೇನು ಇಲ್ಲವೆಂದು ಹೇಳಿದ್ದೇವೆ. ನೀನು ಆ ವಿಷಯ ಬಿಡು’ ಅಂತ ಕೂಲಾಗಿ ಹೇಳಿದರು.

ಕೆಲಸಕ್ಕಾಗಿ ನನ್ನ ಅಲೆದಾಟ, ಬಿ.ಎಡ್. ಮಾಡಲು ಸಾಧ್ಯವಾಗಿಲ್ಲ ಅನ್ನುವ ಬೇಸರ, ವಾಟ್ಸಾಪಿನಲ್ಲಿ ಹರಿದಾಡುತ್ತಿರುವ ಸುಳ್ಳು ಸುದ್ದಿ ಎಲ್ಲವೂ ನನ್ನ ಮನಸ್ಸನ್ನು ನುಚ್ಚುನೂರು ಮಾಡಿತು.

***

‘ಈ ವಾರದಲ್ಲಿ ನಿನ್ನ ವೀಸಾ ಮುಗಿಯುತ್ತೆ. ಏನಾದರೂ ಕೆಲಸ ಆಯ್ತಾ?’–ರೂಪೇಶ್ ಫೋನ್ ಮಾಡಿ ಕೇಳಿದ.

‘ಇಲ್ಲ ಕಣೋ. ನಾನು ಇಲ್ಲಿಂದ ಎಕ್ಸಿಟ್ ಆಗುತ್ತೇನೆ. ನೀನು ಮೂರು ತಿಂಗಳ ವಿಸಿಟ್ ವೀಸಾಕ್ಕೆ ಹಣ ಕೊಡು.’

‘ಎಲ್ಲಿಗೆ ಹೋಗುತ್ತೀಯಾ? ಸುಮ್ಮನೆ ತೊಂದರೆ ಅನುಭವಿಸಿದ್ದು ಸಾಕು. ಬಾಯಿ ಮುಚ್ಚಿ ಊರಿಗೆ ಹೋಗು’ ಅಂತ ತುಸು ಕೋಪದಲ್ಲಿ ಹೇಳಿದ.

‘ಕೆಲಸ ಸಿಗದೆ ನಾನು ಊರಿಗೆ ಹೋಗುವ ಮಾತೇ ಇಲ್ಲ. ಬೇಕಾದರೆ ಇಲ್ಲೇ ಬಿದ್ದು ಸಾಯುತ್ತೇನೆ.’ ವಾಟ್ಸಪಿನಲ್ಲಿ ಇರುವ ವಿಷಯ ತಿಳಿಸದೆ, ಊರಿಗೆ ಹೋಗಲ್ಲವೆಂದು ಹಠ ಹಿಡಿದೆ.

‘ಸರಿ ಸ್ವಲ್ಪ ದುಡ್ಡಿದೆ ಕೊಡುತ್ತೇನೆ. ಆದರೆ ಟಿಕೆಟಿಗೆ ಹಣ ಏನು ಮಾಡುತ್ತೀಯಾ?’

‘ನಿನ್ನೆ ಇಂಟರ್ವ್ಯೂ ಹೋದಾಗ ಒಬ್ಬರು ಒಂದು ಸಾವಿರ ದಿರಾಮ್ ಕೊಟ್ಟರು. ಐನೂರು ಮನೆಗೆ ಕಳಿಸಿದೆ. ಮನೆಯಲ್ಲಿ ಏನು ಇಲ್ಲ ಎಂದು ತಾಯಿ ಫೋನ್ ಮಾಡಿದಾಗ ಹೇಳಿದರು. ಬಾಕಿ ಇರುವ ಹಣದಲ್ಲಿ ರಫೀಕ್ ಅಣ್ಣನ ಜೊತೆ ಹೋಗಿ ಟಿಕೆಟ್ ಬುಕ್ ಮಾಡಿಸುತ್ತೇನೆ.’

‘ಸರಿ. ವೀಸಾ ಅಪ್ಲೈ ಮಾಡು. ಹಣ ಕೊಡುತ್ತೇನೆ. ಜಾಗ್ರತೆ’ ಅಂತ ಹೇಳಿದ.

ಸ್ವಲ್ಪ ಹೊತ್ತಿನ ನಂತರ ಅನ್ನೋನ್ ನಂಬರಿನಿಂದ ‘ಹಾಯ್’ ಮೆಸೇಜ್ ಬಂತು.

ಯಾವುದೇ ಸೋಶಿಯಲ್ ಮೀಡಿಯಾದಲ್ಲಿಯೂ ಇಲ್ಲದ ನಾನು ವಾಟ್ಸಪಿನಲ್ಲಿ ಗೊತ್ತಿಲ್ಲದ ನಂಬರುಗಳಿಂದ ಮೆಸೇಜ್ ಮಾಡಿದರೆ ರಿಪ್ಲೈ ಮಾಡುತ್ತಿರಲಿಲ್ಲ. ಆದರೆ ಇದು ಯಾವುದಾದರೂ ಕಂಪನಿಯ ಇಂಟರ್ವ್ಯೂ ಆಗಿರಬಹುದು ಎಂದು ಬೇಗನೆ ಹಾಯ್ ಎಂದು ರಿಪ್ಲೈ ಮಾಡಿದೆ.

'ನಿಮ್ಮ ಹೆಸರು ಫೌಝಿಯನ?'

'ಹೌದು. ನೀವು...?'

'ನಾನು ಝುಬೈರ್. ನನಗೆ ನಿನ್ನೊಡನೆ ಒಂದು ವಿಷಯದ ಬಗ್ಗೆ ಮಾತನಾಡಬೇಕಿತ್ತು.'

ಮೆಸೇಜ್ ನೋಡಿ ಕೆಲಸದ ವಿಷಯ ಅಲ್ಲ ಎಂಬುದು ನನಗೆ ಮನದಟ್ಟಾಯಿತು.

'ಹೇಳು ಏನು ವಿಷಯ?'–ಧೈರ್ಯದಲ್ಲಿಯೇ ಮೆಸೇಜ್ ಕಳಿಸಿದೆ.

'ನಿನ್ನ ಈ ನಂಬರ್ ಜೊತೆ, ನೀನೊಬ್ಬ ಹಿಂದೂ ಹುಡುಗನ ಪ್ರೀತಿಸಿ ದುಬೈಗೆ ಬಂದಿರುವ ವಿಷಯ ತಿಳಿಯಿತು. ಅದರ ಬಗ್ಗೆ ಮಾತನಾಡಲು.'

ಅವನ ಮೆಸೇಜ್ ನೋಡಿ ನನ್ನ ದೇಹವಿಡೀ ಉರಿಯಿತು. ನನ್ನ ದುಬೈ ನಂಬರ್ ಕೊಟ್ಟು ಫೋನ್ ಮಾಡುವಂತೆ ಹೇಳಿದೆ. ಅದೇ ಕ್ಷಣದಲ್ಲಿ ಫೋನ್ ಮಾಡಿದ.

'ನೀನಾ ಝುಬೈರ್?'–ಸಿಟ್ಟಿನಲ್ಲಿ ಕೇಳಿದೆ.

'ಹೌದು. ನೋಡು, ನೀನು ಮಾಡುತ್ತಿರುವುದು ತಪ್ಪು' ಅಂತ ಹೇಳಿದ.

'ನಿನಗೆ ನನ್ನ ಇಂಡಿಯನ್ ನಂಬರ್ ಕೊಟ್ಟವರು ಯಾರು? ಅವರ ನಂಬರ್ ಕೊಡೋ ಧೈರ್ಯ ನಿನಗಿದೆಯಾ?'–ಜೋರು ಧ್ವನಿಯಲ್ಲಿ ಕೇಳಿದೆ.

'ಹಾಗೆಲ್ಲ ಕೊಡೋಕೆ ಆಗಲ್ಲ. ನಿನಗೆ ಮುಸ್ಲಿಂ ಹುಡುಗರು ಯಾರು ಸಿಗಲಿಲ್ವಾ?'

'ಇಷ್ಟರವರೆಗೆ ಸಿಕ್ಕಿಲ್ಲ. ಈಗ ನೀನು ಸಿಕ್ಕಿದೆ ಅಲ್ವಾ? ಹೇಳು ಏನು ಮಾಡಬೇಕು?'

'ನೀನು ಬೇರೆ ಧರ್ಮದವರನ್ನು ಪ್ರೀತಿಸಿದ್ದು ಎಷ್ಟು ಸರಿ?'

'ನಾನು ಪ್ರೀತಿಸುತ್ತಿದ್ದೇನೆ ಅಂತ ನನ್ನ ಮನೆಯವರು ನಿನ್ನೊಡನೆ ಹೇಳಿದರಾ?'

'ಇಲ್ಲ. ವಿಷಯ ಬೇರೆ ಕಡೆಯಿಂದ ಸಿಕ್ಕಿತು. ನೀನು ಮಾಡೋದು ತಪ್ಪು ಎಂದು ಬುದ್ಧಿ ಹೇಳಲು, ನಿನ್ನೊಡನೆ ಮಾತಾಡೋಕೆ ಒಬ್ಬರು ಹೇಳಿದರು.'

'ಹೌದು, ನಾನು ಮಾಡುವುದು ತಪ್ಪು ಎಂದು ನನಗೆ ಇಲ್ಲಿಗೆ ಬಂದ ಮೇಲೆ ಗೊತ್ತಾಯಿತು. ಆದರೆ ಈಗ ನನಗೆ ಸಹಾಯ ಮಾಡಲು ಯಾರಿದ್ದಾರೆ?'

'ನಿಮಗೆಲ್ಲಾ ಅನ್ಯ ಧರ್ಮದ ಹುಡುಗರೇ ಬೇಕಲ್ವಾ? ಈಗ ಗೊತ್ತಾಯಿತಾ ಅವರ ಹಣೆಬರಹ? ನಮ್ಮ ಹುಡುಗಿಯರು ಹಾಳಾಗಬಾರದೆಂಬುದು ನಮ್ಮ ಉದ್ದೇಶ. ಅವನ ಬಿಟ್ಟು ಊರಿಗೆ ಹೋಗು. ಅದಕ್ಕೇನು ಸಹಾಯ ಬೇಕೋ ನಾವಿದ್ದೇವೆ.'

'ಒಳ್ಳೆಯ ಉದ್ದೇಶ. ನನಗೂ ಖುಷಿಯಾಯಿತು. ನೋಡು ನಮ್ಮ ಮನೆಯಲ್ಲಿ ದುಡಿಯುವವಳು ನಾನೊಬ್ಬಳೇ. ನನಗೆ ತಂದೆ ಇಲ್ಲ. ಇದ್ದ ಒಬ್ಬ ಅಣ್ಣನೂ ತೀರಿಹೋದ. ನೀನು ತಿಂಗಳು ತಿಂಗಳು ಮನೆ ಖರ್ಚಿಗೆಂದು ಹದಿನೈದು ಸಾವಿರ ರೂಪಾಯಿ ಕೊಡು. ನೀನೊಬ್ಬನೆ ಕೊಡಬೇಕೆಂದು ಇಲ್ಲ. ನನಗೆ ಬುದ್ಧಿ ಹೇಳೋಕೆ ನಿನ್ನೊಡನೆ ಹೇಳಿದವರೊಡನೆ ಸ್ವಲ್ಪ ಕೇಳು. ಇನ್ನು ನನ್ನ ಮದುವೆಯಾಗಲು ಒಬ್ಬ ಹುಡುಗನನ್ನು ನೀವೇ ಹುಡುಕಿ. ನನಗೆ ಮದುವೆಗೆಂದು ನೂರು ಪವನ್ ಬಂಗಾರ ಮತ್ತು ಹತ್ತು ಲಕ್ಷ ಹಣ ಕೊಟ್ಟರೆ ಸಾಕು. ಹುಡುಗ ಕಳ್ಳನೋ-ಸುಳ್ಳನೋ ಐ ಡೋಂಟ್ ಕೇರ್. ನನಗೆ ಒಳ್ಳೆಯ ವಿದ್ಯಾಭ್ಯಾಸ ಇದೆ. ಹೇಗೂ ನಾನು ದುಡಿಯೋಕೆ ಹೋಗಿದ್ದರೆ ಹಣ ಬಂಗಾರ ಮಾಡುತ್ತಿದ್ದೆ. ಇವಾಗ ನಿಮಗೆ ಅದೇ ಸಮಸ್ಯೆ ಆಯಿತಲ್ವಾ? ನಾನು ಇಲ್ಲಿ ಬಂದಿರುವ ಉದ್ದೇಶ ದುಡಿದು ಸಂಪಾದಿಸಲು. ನೀವು ಇಷ್ಟೆಲ್ಲಾ ಕೊಡುತ್ತೀರಾ ಅಂದ ಮೇಲೆ, ನೀವು ಹೇಳಿದಾಗೆ ಕೇಳೋಕೆ ನಾನು ರೆಡಿ'-ಇದ್ದ ಸಿಟ್ಟನ್ನು ಸೇರಿಸಿ, ಹಲ್ಲುಕಚ್ಚಿ ಮಾತನಾಡಿದೆ.

ಅವನ ಕಡೆಯಿಂದ ಒಂದು ಶಬ್ದನೂ ಕೇಳಲಿಲ್ಲ.

'ಹಲೋ ಬುದ್ಧಿ ಹೇಳೋಕೆ ಬಂದವನಿಗೆ ಏನು ಕಿವಿ ಕೇಳಲ್ವಾ?'-ಕೇಳಿದೆ,

'ಮತ್ತೆ ನೀನು ಪ್ರೀತಿಸಿ ಇಲ್ಲಿಗೆ ಬಂದಿದ್ದೀಯಾ ಅಂತ...'

ಅವನು ಮಾತು ಪೂರ್ತಿಮಾಡುವ ಮೊದಲೇ 'ನಾನು ಒಬ್ಬನನ್ನು ಪ್ರೀತಿಸುತ್ತಿದ್ದೇನೆ ಎಂದು ಹೇಳಿದವನ ಮಾತು ಕೇಳಿ, ನನ್ನೊಡನೆ ಕೇಳೋಕೆ ಬಂದವನು ಅಲ್ವಾ ನೀನು? ಮೊದಲು ನನ್ನ ಮನೆಯ ಪರಿಸ್ಥಿತಿ ಬಗ್ಗೆನೂ ಕೇಳಿ ತಿಳಿದುಕೋ. ಈಗ ನಿನಗೆ ನನ್ನ ದುಬೈ ನಂಬರ್ ಸಿಕ್ಕಿದೆ ಅಲ್ವಾ? ನನ್ನ ಲೋಕೇಶನ್ ನಿನ್ನ ವಾಟ್ಸಪಿನಲ್ಲಿ ಕಳಿಸುತ್ತೇನೆ. ನೀವು ಸಹಾಯ ಮಾಡುತ್ತೀರಾ ಅಂದಮೇಲೆ ನಾನು ಯಾಕೆ ಇಲ್ಲಿ ಕೆಲಸಕ್ಕಾಗಿ ಅಲೆದಾಡಿ ಕಷ್ಟಪಡಲಿ?'

'ಸಾರಿ, ನೀನು ಕೆಲಸಕ್ಕಾಗಿ ಬಂದಿರುವ ವಿಷಯ ಗೊತ್ತಿರಲಿಲ್ಲ. ನಾನು ನಿನಗೆ ಆಮೇಲೆ ಫೋನ್ ಮಾಡುತ್ತೇನೆ'-ಫೋನ್ ಕಟ್ ಮಾಡಿದ.

ನಾನು ದೀರ್ಘವಾದ ನಿಟ್ಟುಸಿರೊಂದನ್ನು ಬಿಟ್ಟು, ಒಂದೇ ಗುಟುಕಿಗೆ ಅರ್ಧ ಬಾಟಲ್ ನೀರು ಕುಡಿದೆ.

***

ಕಿಶ್ ಐಲ್ಯಾಂಡಿಗೆ ಯಾವುದೇ ವೀಸಾದ ಅವಶ್ಯಕತೆ ಇಲ್ಲದಿರುವುದರಿಂದ, ನಾನು ದುಬಾಯಿಂದ ಕಿಶ್ ಐಲ್ಯಾಂಡಿಗೆ ಹೋದೆ. ಅಲ್ಲಿಗೆ ಹೋದವರು ಹಾಗು ಅಲ್ಲಿರುವ ಎಲ್ಲಾ ಮಹಿಳೆಯರು ಬುರ್ಖಾ ಅಥವಾ ಪೂರ್ತಿ ಮೈ ಮುಚ್ಚುವ ಸಡಿಲವಾದ ಬಟ್ಟೆಗಳನ್ನು ಹಾಕಲು ಮಾತ್ರ ಅವಕಾಶ. ಇಲ್ಲದಿದ್ದರೆ ಮನೆಯ ಅಥವಾ ನಾವಿರುವ ಹೋಟೆಲಿನ ಹೊರಗಡೆ ಕಾಲಿಡಲು ಅವಕಾಶವಿಲ್ಲ. ನಾನು ಮತ್ತೆ ಮೂರು ತಿಂಗಳ ವಿಸಿಟಿನಲ್ಲಿ ದುಬೈಗೆ ಕಾಲಿಟ್ಟೆ.

ಅಷ್ಟರಲ್ಲಿ ಊರಲ್ಲಿ ಪರಿಚಯವಾದ ವಾಮನ ಅಂಕಲ್ ದುಬೈ ತಲುಪಿದ್ದರು. ಅವರನ್ನು ಭೇಟಿಯಾಗಿ ನನ್ನ ಸಿವಿ ಕೊಟ್ಟೆ. ತನ್ನ ಕನ್ನಡಕ ಸರಿ ಮಾಡುವ ಉಪ್ಪಿನಂಗಡಿಯ ಯುವಕನೊಬ್ಬನ ಶಾಪಿಗೆ ತೆರಳಿ ನನ್ನ ಸಿವಿ ಕೊಟ್ಟು, ಕೆಲಸ ನೋಡುವಂತೆ ಹೇಳಿದರು. ಅವನು ಸಿವಿಯಲ್ಲಿದ್ದ ನನ್ನ ನಂಬರಿಗೆ ಕಾಲ್ ಮಾಡಿದ.

'ಹಾಲೋ. ನಾನು ಸರ್ಫ್ರಾಜ್. ವಾಮನ ಅಣ್ಣ ನಿನ್ನ ಸಿವಿ ಕೊಟ್ಟರು.'

'ಹೌದು ಸರ್, ನಾನು ಕೆಲಸ ಹುಡುಕುತ್ತಿದ್ದೇನೆ. ನಾನೀಗ ಮೂರು ತಿಂಗಳ ವಿಸಿಟ್ ವೀಸಾದಲ್ಲಿದ್ದೇನೆ.'

ನನ್ನ ಎಲ್ಲಾ ವಿಷಯಗಳನ್ನು ಹೇಳಿದಾಗ ಒಂದು ಬಾರಿ ಶಾಪಿಗೆ ಬರುವಂತೆ ಹೇಳಿದ. ಬನಿಯಾಸ್ ಸ್ಕ್ವಯರ್ ಮೆಟ್ರೋ ಸ್ಟೇಶನ್ ಸಮೀಪದಲ್ಲಿ ಅವನ ಆಪ್ಟಿಕ್ಸ್ ಶಾಪ್ ಇರುವುದರಿಂದ ನನಗೂ ಅವನೆಡೆಗೆ ಹೋಗಲು ಸುಲಭವಾಯಿತು.

ಸಾಧಾರಣ ಎತ್ತರ ಹಾಗು ದಪ್ಪ ಇರುವ ಸುಂದರ ಯುವಕ. ಕೈಯಲ್ಲೊಂದು ಬೆಳ್ಳಿ ಉಂಗುರ ಇರುವ ಬಿಳುಪಾದ ಯುವಕ ಶಾಪಿನಿಂದ ಹೊರ ಬಂದು 'ನೀನೇ ಅಲ್ವ ಫೌಝಿಯಾ?' ಅಂತ ಕೇಳಿದ.

'ಹೌದು. ಸರ್ಫ್ರಾಜ್ ನೀವೇನಾ?'

'ಹೌದು. ಬಾ ಎಲ್ಲಿಯಾದರೂ ಕೂತು ಮಾತನಾಡೋಣ' ಅಂತ ಹೇಳಿ ಎದುರಿನಲ್ಲಿರುವ ಮ್ಯಾಕ್ ಡೊನಾಲ್ಡ್ಸ್ ಅಂಗಡಿಯಿಂದ ಎರಡು ಬರ್ಗರ್ ಆರ್ಡರ್ ಮಾಡಿದ.

'ಸರ್, ದಯವಿಟ್ಟು ಎಲ್ಲಿಯಾದರೂ ಕೆಲಸವಿದ್ದರೆ ಹೇಳಿ.'

'ಶಾಪಿಗೆ ಬರುವ ಕಸ್ಟಮರಿಗೆಲ್ಲಾ ನಿನ್ನ ರೆಸೂಮ್ ಕೊಡುತ್ತಿದ್ದೇನೆ. ಎಲ್ಲಿಯಾದರೂ ಒಂದು ಕಡೆ ಕೆಲಸ ಸಿಗಬಹುದು, ನೋಡುವ.' ಆರ್ಡರ್ ಮಾಡಿದ ಬರ್ಗರ್ ತಂದು ಟೇಬಲ್ ಮೇಲೆ ಇಟ್ಟ.

'ನಾನು ಇದುವರೆಗೂ, ಇದನ್ನು ತಿನ್ನಲಿಲ್ಲ. ಇದನ್ನು ಹೇಗೆ ತಿನ್ನಬೇಕೆಂದು ನನಗೆ ಗೊತ್ತಿಲ್ಲ.' ಬನ್ನಿನ ಒಳಗೆ ಅದೇನೇನೋ ತುಂಬಿಸಿಟ್ಟ ವಸ್ತು ಯಾವುದೆಂದು ಎಡೆಬಿಡದೆ ನೋಡುತ್ತಾ ಹೇಳಿದೆ.

ಅವನು ನಕ್ಕು ಬರ್ಗರ್ ತಿನ್ನೋದನ್ನು ತೋರಿಸಿಕೊಟ್ಟ. ಹಿಡಿದು ತಿಂದೆಯಾದರೂ ಮತ್ತೊಂದು ಕಡೆಯಿಂದ ಅದರೊಳಗಿದ್ದ ಟೊಮೆಟೋ, ಸಲಾಡ್, ಕ್ರೀಮ್, ಕೆಚಪ್ ಕೆಲವು ಹೊರಗೆ ಬಂದವು.

'ಎಲ್ಲೂ ಕೆಲಸ ಸಿಗದಿದ್ದರೆ, ನನ್ನ ಶಾಪಿನಲ್ಲಿ ಒಂದು ಕೆಲಸ ಕೊಡುತ್ತೇನೆ. ನೀನೇನು ಟೆನ್ಶನ್ ಮಾಡಬೇಡ'–ಅವನು ಅಚ್ಚುಕಟ್ಟಾಗಿ ಹಿಡಿದು ತಿನ್ನುತ್ತಾ ಹೇಳಿದ.

'ಸದ್ಯಕ್ಕೆ ಇರುವ ಟೆನ್ಶನ್ ಈ ಬರ್ಗರ್ ಹೇಗೆ ತಿಂದು ಮುಗಿಸಲಿ ಎಂಬುದು!!' ಮನಸ್ಸಲ್ಲಿ ಅಂದುಕೊಂಡು 'ಹೂಂ' ಎಂದು ತಲೆಯಾಡಿಸಿ ಒಂದು ಫ್ರೆಂಚ್ ಫ್ರೈಸ್ ಅನ್ನು ಬಾಯಿಗೆ ಹಾಕಿದೆ.

ಕೊನೆಗೂ ಒಂದರ್ಧ ಗಂಟೆಯ ಸಮಯ ಹಿಡಿದು ತಿಂದು ಮುಗಿಸಿದೆ. ಮ್ಯಾಕ್ ಡೊನಾಲ್ಡ್ಸ್‌ನಿಂದ ಹೊರಬಂದ ನಂತರ ನನ್ನನ್ನು ಅಲ್ಲೇ ಪಕ್ಕದಲ್ಲಿದ್ದ ಜಿಯೋರ್ಡಾನೋ ಶಾಪಿಗೆ ಕರೆದುಕೊಂಡು ಹೋಗಿ ನಾಲ್ಕೈದು ಟೀ–ಶರ್ಟು ಹಾಗೂ ಜೀನ್ಸ್ ಪ್ಯಾಂಟು ತೆಗೆದುಕೊಟ್ಟ.

***

ನಾಲ್ಕೈದು ದಿನಗಳು ಕಳೆಯಿತು. ಇಷ್ಟಿ ಅಣ್ಣನ ಮನೆಯ ಊಟ–ತಿಂಡಿ, ಸರ್ಫ್ರಾಝಿನ ಸಾಂತ್ವನದ ಮಾತು ಮತ್ತು ಉದ್ಯೋಗದ ಭರವಸೆ ಹಾಗೂ ರಫೀಕ್ ಅಣ್ಣನ ತಂಗಿ ಎಂದು ನೋಡಿದವರು ನನ್ನೊಡನೆ ಮಾತನಾಡಲು ಭಯಪಡುತ್ತಿದ್ದ ರೀತಿ, ಆಗಾಗ್ಗೆ ರಫೀಕ್ ಅಣ್ಣ ಕ್ಯಾಫಿಟೇರಿಯಕ್ಕೆ ಕರೆದುಕೊಂಡು ಹೋಗಿ ತೆಗೆದುಕೊಡುತ್ತಿದ್ದ ಸ್ವಾರ್ಮ, ಜ್ಯೂಸು ಅವರು ತೋರಿಸುವ ಪ್ರೀತಿ ಒಂದು ಕಡೆ ಇತ್ತಾದರೂ, ಕೆಲಸ ಹಾಗೂ ವಾಟ್ಸಪಿನಲ್ಲಿ ಹರಿದಾಡುತ್ತಿದ್ದ ಸುದ್ದಿ ನನ್ನ ಮನಸ್ಸನ್ನು ಘಾಸಿ ಮಾಡಿತ್ತಲ್ಲದೆ, ಒಬ್ಬರ ಮುಂದೆ ನಿಂತು ಧೈರ್ಯವಾಗಿ ಮಾತನಾಡಲು ಭಯಪಡುತ್ತಿದ್ದೆ.

'ಒಂದು ಕಸ್ಟಮರ್ ಇಂದು ಸಂಜೆ ಶಾಪಿಗೆ ಬಂದಿದ್ದರು. ಅವರಿಗೆ ರೆಸೂಮ್ ಕೊಟ್ಟಾಗ, ಅವರ ಅಣ್ಣನ ಆಫೀಸಿನಲ್ಲಿ ಕೆಲಸಕ್ಕಾಗಿ ಒಂದು ಹುಡುಗಿಯನ್ನು ಹುಡುಕುತ್ತಿದ್ದಾರೆ ಎಂದು ಹೇಳಿದರು. ನಿನ್ನ ರೆಸೂಮ್ ಕೊಟ್ಟು ಮಾತಾಡೋಕೆ ಹೇಳಿದ್ದೇನೆ' ಸರ್ಫ್ರಾಜ್ ಫೋನ್ ಮಾಡಿ ವಿಷಯ ತಿಳಿಸಿದ.

'ಹೌದಾ ಅಳಿಯ, ಕೆಲಸ ಸಿಗಬಹುದು ಅಲ್ವಾ?' ಸರ್ಫ್ರಾಝುನನ್ನು ನಾನು ಅಳಿಯ ಎಂದೇ ಕರೆದು ಮಾತನಾಡಿಸುತ್ತಿದ್ದೆ.

'ನಿನ್ನ ಕತೆಯೆಲ್ಲಾ ಹೇಳಿದ್ದೇನೆ. ಆ ಕೆಲಸ ನಿನಗೇನೆ ಕೊಡಲು ಅವರು ಅಣ್ಣನ ಜೊತೆ ಮಾತನಾಡಿ ನೋಡುತ್ತೇನೆ ಎಂದು ಹೇಳಿ ಹೋಗಿದ್ದಾರೆ.'

'ಎಲ್ಲಿಯವರು? ಇನ್ನು ನನ್ನ ವಾಟ್ಸಪ್ ಸುದ್ದಿ ಅವರಿಗೆ ಹೋಗಿರಬಹುದಾ?' ಮುಂಚೆ ಆದ ಘಟನೆಯನ್ನು ಅದಾಗಲೇ ಅವನಿಗೆ ನಾನು ತಿಳಿಸಿದ್ದೆ.

'ಕೇರಳದವರು. ಮೊದಲು ಆ ವಿಷಯವನ್ನು ನಿನ್ನ ತಲೆಯಿಂದ ಕಿತ್ತು ಬಿಸಾಕು. ಈ ಲೋಕದಲ್ಲಿ ಏನೇನೋ ಸಂಭವಿಸುತ್ತಿರುವಾಗ, ನಿನ್ನದೊಂದು ವಾಟ್ಸಪ್ ವಿಷಯ'–ಸಿಟ್ಟಿನಲ್ಲಿಯೇ ಹೇಳಿದ.

'ಅದು ಯಾಕೋ ಆ ನೋವು ನನ್ನ ಮನಸ್ಸಿನಿಂದ ಮರೆಯಾಗುತ್ತಿಲ್ಲ'– ತುಸು ಬೇಸರದಲ್ಲಿಯೇ ಹೇಳಿದೆ.

'ಎಲ್ಲಾ ಓಕೆ ಆದರೆ, ಅವರೇ ನಿನ್ನ ನಂಬರಿಗೆ ಫೋನ್ ಮಾಡುತ್ತೇನೆ ಅಂತ ಹೇಳಿದ್ದಾರೆ. ನಿನಗೆ ಫೋನ್ ಬಂದರೆ ಕೆಲಸ ಆಯಿತು ಎಂದರ್ಥ'– ಸಂತೋಷದಲ್ಲಿ ಹೇಳಿದ.

'ಸರಿ ನಾನು ಮನೆಗೆ ಫೋನ್ ಮಾಡಿ ತಾಯೊಡನೆ ಪ್ರಾರ್ಥಿಸಲು ಹೇಳುತ್ತೇನೆ. ಮತ್ತೆ ಮಿಸ್ ಕಾಲ್ ಕೊಡುತ್ತೇನೆ' ಅಂತ ಹೇಳಿ ಅವನ ಫೋನ್ ಕಟ್ ಮಾಡಿದೆ.

ಎರಡು ಗಂಟೆಯ ನಂತರ ಅನ್ನೋನ್ ನಂಬರಿನಿಂದ ಫೋನ್ ಬಂತು.

'ಯಾ ಅಲ್ಲಾ... ಈ ಫೋನ್ ಅವರದ್ದೇಯಾಗಿರಲಿ'–ಪ್ರಾರ್ಥಿಸಿ ಫೋನ್ ರಿಸೀವ್ ಮಾಡಿದೆ.

'ಹಲೋ ಇದು ಫೌಜಿಯಾನ?' ಆ ಕಡೆಯಿಂದ ಮಲಯಾಳಂ ಭಾಷೆಯಲ್ಲಿ ಒಂದು ಗಂಡಸಿನ ಧ್ವನಿ.

'ಹೌದು ಸರ್. ನೀವು...'

'ನನ್ನ ಹೆಸರು ನವಾಜ್. ಸರ್ಫ್ರಾಜ್ ನಿನ್ನ ಬಯೋಡೇಟಾ ಕೊಟ್ಟ.'

'ಅವನು ನನ್ನ ಸೋದರ ಅಣ್ಣ ಸರ್.'

'ಹಾ. ಅವನು ಹೇಳಿದ. ನನ್ನ ಅಣ್ಣನ ಕಂಪನಿಯಲ್ಲಿ ಒಂದು ಕೆಲಸ ಇದೆ. ಅಣ್ಣನೊಡನೆ ಮಾತನಾಡಿದೆ. ನಿನಗೆ ನಾಳೆ ಇಂಟರ್ವ್ಯೂಗೆ ಹೋಗಬಹುದಾ?'

'ಹೋಗುತ್ತೇನೆ ಸರ್. ಅದು ಆಫೀಸ್ ಎಲ್ಲಿ ಸರ್?'

'ಆಫೀಸ್ ಇರುವುದು ಬಿಸಿನೆಸ್ ಬೇಯಲ್ಲಿ. ಬಿಲ್ಡಿಂಗ್ ಹೆಸರು, ಆಫೀಸ್ ನಂಬರ್ ನಿನಗೆ ಮೆಸೇಜ್ ಮಾಡುತ್ತೇನೆ.'

'ಸರಿ ಸರ್. ಆದರೆ ನನಗೆ ಸರಿಯಾದ ದಾರಿ ಗೊತ್ತಿಲ್ಲ. ನಾನು ಅಣ್ಣನ ಕರೆದುಕೊಂಡು ಹೋಗುತ್ತೇನೆ.'

'ಹೌದಾ. ಹಾಗಾದರೆ ಒಂದು ಕೆಲಸ ಮಾಡು. ನಾಳೆ ನೀನು ಸರ್ಫ್ರಾಜ್ ಶಾಪಿಗೆ ಬಾ. ನಿನಗೇನೂ ಸಮಸ್ಯೆ ಇಲ್ಲ ಅಂದರೆ ಅಲ್ಲಿಂದ ನಾನು ಕರೆದುಕೊಂಡು ಹೋಗುತ್ತೇನೆ. ಹೇಗು ನಾನು ನಾಳೆ ಆ ಕಡೆಗೆನೇ ಹೋಗುತ್ತಿದ್ದೇನೆ.'

'ಸರಿ ಸರ್. ನಿಮ್ಮಿಂದ ತುಂಬಾ ಉಪಕಾರವಾಯಿತು.'

ಆ ಗಂಡಸು ಫೋನಿಟ್ಟ ತಕ್ಷಣ, ನಾನು ಸರ್ಫ್ರಾಝಿಗೆ ವಿಷಯ ತಿಳಿಸಿದೆ. ನನ್ನ ಮೊದಲ ಇಂಟರ್ವ್ಯೂನಲ್ಲಿ ಅದೊಂದು ಗಂಡಸು ಕೀ ಹುಡುಕುವುದನ್ನು ನೆನಪಿಸಿ 'ಅಳಿಯ ನೀನು ನನ್ನೊಡನೆ ಬಾ' ಎಂದು ಸರ್ಫ್ರಾಝುನ್ನು ಒತ್ತಾಯಪಡಿಸಿದೆ.

'ಅವನು ನನಗೆ ಪರಿಚಯವಿರುವವನೇ. ಧೈರ್ಯವಾಗಿ ಹೋಗು. ಏನಾದರೂ ಇದ್ದರೆ ನನಗೆ ಫೋನ್ ಮಾಡು' ಅಂತ ಧೈರ್ಯ ತುಂಬಿದ.

***

ಕಾರು ಬ್ಯುಸ್ನೆಸ್ ಬೇ ಮೆಟ್ರೋ ಸ್ಟೇಷನ್ ಸಮೀಪವಿರುವ ಸಿಂಗಲ್ ಬಿಸಿನೆಸ್ ಟವರ್ ಬಿಲ್ಡಿಂಗ್ ಸಮೀಪ ನಿಂತಿತು. ನವಾಜ್ ನನ್ನ ರಿಸೆಪ್ಶನ್ ಭಾಗದಲ್ಲಿರುವ ಸೋಫಾದಲ್ಲಿ ಕುಳಿತುಕೊಳ್ಳಲು ಹೇಳಿ ಆಫೀಸಿನ ಒಳಗಡೆ ನಡೆದರು. ಜೋರಾದ ಎದೆ ಬಡಿತದೊಂದಿಗೆ, ನನ್ನ ಕೈ ಕಾಲುಗಳು ನಡುಗಲು ಪ್ರಾರಂಭಿಸಿದವು. ಆಫೀಸ್ ಬಾಯ್ ಬಂದು 'ಟೀ ಕಾಫಿ ಏನಾದರೂ ಕೊಡಲಾ?' ಅಂತ ಕೇಳಿದ.

'ನೋ ಥ್ಯಾಂಕ್ಸ್' ಎಂದು ಅವನ ಕಳುಹಿಸಿದೆ.

ಭಯ ದೂರ ಮಾಡಲೆಂದು ನನ್ನ ಮುಂದೆ ಇದ್ದ ಟೇಬಲಿನ ಮೇಲಿರುವ ನ್ಯೂಸ್ ಪೇಪರ್ ಒಂದನ್ನು ಕೈಗೆತ್ತಿಕೊಂಡೆ. ನಡುಗುವ ಕೈಯಿಂದಾಗಿ ಪೇಪರ್ ನಡುಗಲು ಪ್ರಾರಂಭಿಸಿತು. ಮಡಚಿ ಹಾಗೇನೆ ಇಟ್ಟೆ, ನೆಟ್ ಇಲ್ಲದ ಮೊಬೈಲ್ ಹಿಡಿದು ಅದೇನೇನೋ ಬ್ರೌಸ್ ಮಾಡಲು ತೊಡಗಿದೆ.

ಒಂದತ್ತು ನಿಮಿಷದ ನಂತರ ನವಾಜ್ ಹೊರಗಡೆ ಬಂದು 'ಅಣ್ಣ ನಿನ್ನನ್ನು ಕರೆಯುತ್ತಿದ್ದಾರೆ. ನೀನು ಹೋಗು, ನೇರ ಹೋಗಿ ಬಲಕ್ಕೆ ತಿರುಗು' ಅಂತ ಹೇಳಿ, ನಾ ಕುಳಿತ ಸೋಫಾದ ಮತ್ತೊಂದು ತುದಿಯಲ್ಲಿ ಕುಳಿತರು.

ನನ್ನ ಡಾಕ್ಯುಮೆಂಟ್ಸ್ ಹಿಡಿದು ಕ್ಯಾಬಿನ್ ಒಳಗಡೆ ನಡೆದೆ. ಕೋಟ್, ಟೈ ಹಾಕದಿರುವ ಒಂದು ಸಾಮಾನ್ಯ ಗಂಡಸು. ಅದಾಗಲೇ ನನ್ನ ಸಿವಿ ಅವರ ಮುಂದೆ, ಟೇಬಲ್ ಮೇಲೆ ಇತ್ತು.

'ಮಲಯಾಳಂ ಬರುತ್ತಾ?' ಆ ಗಂಡಸು ಕೇಳಿತು.

'ನನಗೆ ಮಾತನಾಡೋಕೆ ಸ್ವಲ್ಪ ಕಷ್ಟವಾಗುತ್ತೆ. ಆದರೆ ಮಾತು ಪೂರ್ತಿಯಾಗಿ ಅರ್ಥವಾಗುತ್ತೆ ಸರ್' ಅಂತ ಹೇಳಿದೆ.

'ನವಾಜ್ ಹೇಗೆ ಪರಿಚಯ ನಿನಗೆ?'

'ಮೋಸ್ಟ್ಲಿ, ಇವರೇ ಆಗಿರಬೇಕು ನವಾಜ್ ಹೇಳುತ್ತಿದ್ದ ಅಣ್ಣ'-ಮನಸ್ಸಲ್ಲೇ ಅಂದುಕೊಂಡೆ.

ಇಂಟರ್ವ್ಯೂ ಸಂಬಂಧಪಟ್ಟ ಪ್ರಶ್ನೆಗಳು ಬಿಟ್ಟು, ಅವರ ಬಗ್ಗೆ ಕೇಳುವಾಗ ಮತ್ತಷ್ಟು ದೃಢವಾಯಿತು.

'ನನಗೆ ಪರಿಚಯವಿಲ್ಲ ಸರ್. ನಾನು ಅವರನ್ನು ಇದೇ ಮೊದಲ ಬಾರಿ ನೋಡಿದೆ. ನನ್ನ ಅಣ್ಣ ಸರ್ಫ್ರಾಜ್ ಮತ್ತು ಇವರು ಫ್ರೆಂಡ್ಸ್ ಎಂದು ಅಣ್ಣ ಹೇಳಿದ'–ಮೆಲುಧ್ವನಿಯಲ್ಲೇ ಹೇಳಿದೆ.

'ಕಿರುಚಿ, ಬೊಬ್ಬೆ ಹೊಡೆದು ಪಾಠಮಾಡುವ ನಾನೇನಾ ಈ ರೀತಿಯಾಗಿ ಮಾತನಾಡುತ್ತಿರುವುದು?' ಎಂಬ ಅನುಮಾನ ನನಗೆ ಒಂದು ಕ್ಷಣ ಬಂದು ಹೋಯಿತು.

'ನವಾಜ್ ಹೇಳಿದ, ನಿನ್ನ ತಂದೆ ತೀರಿ ಹೋಗಿದ್ದಾರೆಂದು!!! ಐಯಾಮ್ ಸಾರಿ ಫೋರ್ ದಟ್.'

ಅವರು ಹೇಳಿದ ಸಾರಿ ಕೇಳಿ ಕಣ್ಣರಳಿಸಿ ಅವರನ್ನೇ ನೋಡಿದೆ. ಎಲ್ಲಿ ಕೆಲಸ ಇಲ್ಲ ಎಂದು ಹೇಳಿಬಿಡುತ್ತಾರೋ ಅನ್ನೋ ಯೋಚನೆಯಲ್ಲಿ. ಮರುಕ್ಷಣದಲ್ಲಿ ಗೊತ್ತಾಯ್ತು ಸಾರಿ ಹೇಳಿರುವ ಅರ್ಥ ತಂದೆ ಇಲ್ಲ ಎಂಬ ಕಾರಣಕ್ಕೆ ಎಂದು.

'ಇಟ್ಸ್ ಓಕೆ ಸರ್. ನನಗೆ ನನ್ನ ತಂದೆಯನ್ನು ನೋಡಿದ ನೆನಪಿಲ್ಲ. ನಾವು ಸಣ್ಣವರಿರುವಾಗಲೇ ಅವರು ತೀರಿಕೊಂಡರು.' ತಂದೆಯಿಲ್ಲದ ನೋವು ನನಗೆ ಇಲ್ಲದಿದ್ದರೂ, ಆ ಗಂಡಸಿನ ಮುಖದಲ್ಲಿ ಮಾತ್ರ ನನ್ನ ಬಗ್ಗೆ ಕರುಣೆ ಇತ್ತು.

'ನಾಳೆಯಿಂದ ನೀನು ಕೆಲಸಕ್ಕೆ ಬರಬಹುದು. ಒಂದು ವಾರ ನಿನ್ನ ಕೆಲಸ ನೋಡಿ ಆಮೇಲೆ ತೀರ್ಮಾನಿಸುತ್ತೇನೆ'–ನನ್ನ ಸಿವಿ ಪಕ್ಕಕ್ಕಿಟ್ಟು ಹೇಳಿದರು.

ಅವರ ಮಾತು ಕೇಳಿ ನನ್ನ ಮನಸ್ಸು ಹಗುರವಾದಂತೆ ಭಾಸವಾಯಿತು. ಅದೇನೋ ನೋವು, ನನ್ನನ್ನು ಬಿಟ್ಟು ಬಲು ದೂರ ಓಡಿ ಹೋದಂತೆ ಅನುಭವ. ನನ್ನ ಸಂತೋಷಕ್ಕೆ ಎಲ್ಲೆ ಇರಲಿಲ್ಲ. ಅಲ್ಲೇ ಎದ್ದುನಿಂತು ಕುಣಿಯಬೇಕು ಅನಿಸುವಷ್ಟು ಕೈಕಾಲುಗಳು ಚಡಪಡಿಸಿದವು.

'ಕೆಲಸದ ಸಮಯ ಬೆಳಿಗ್ಗೆ ಒಂಬತ್ತರಿಂದ ಸಂಜೆ ಆರು ಗಂಟೆಯವರೆಗೆ. ಶನಿವಾರದಿಂದ ಗುರುವಾರದವರೆಗೆ. ನಾಳೆ ಒಂಬತ್ತು ಗಂಟೆಗೆ ಇಲ್ಲಿರಬೇಕು.'

'ಸರಿ ಸರ್, ಥ್ಯಾಂಕ್ ಯೂ ಸೋ ಮಚ್.'

'ನೀನಿನ್ನು ಹೋಗು. ನಾಳೆ ಸರಿಯಾದ ಸಮಯಕ್ಕೆ ಇಲ್ಲಿರಬೇಕು. ರೂಮ್ ಎಲ್ಲಿ?'

'ಕಿಸ್ಸೈಸ್ ಸರ್. ಮೆಟ್ರೋ ಹತ್ತಿರದಲ್ಲಿದೆ.'

'ಇಲ್ಲೂ ಮೆಟ್ರೋ ಸ್ಟೇಷನ್ ಹತ್ತಿರದಲ್ಲೇ ಇದೆ. ಹೋಗಿ ಬರೋಕೆ ಸುಲಭವಾಯಿತಲ್ವಾ?'

'ಯಸ್ ಸರ್.'

'ಸರಿ. ನವಾಝನ್ನು ಬರ ಹೇಳು.' ನನ್ನೊಡನೆ ಹೋಗುವಂತೆ ಕೈ ತೋರಿಸಿದರು.

'ಸರ್ ನಿಮ್ಮನ್ನು ಕರೆಯುತ್ತಿದ್ದಾರೆ'–ನಗುತ್ತಾ, ಸ್ವಲ್ಪ ಜೋರು ಧ್ವನಿಯಲ್ಲಿ ಹೇಳಿ ಮತ್ತೆ ಅದೇ ಜಾಗದಲ್ಲಿ ಕುಳಿತೆ.

ಭಯದಲ್ಲಿ ಯಾರ ಮುಖವನ್ನು ನೋಡಿರದ ನಾನು, ಕುಳಿತ ಜಾಗದಿಂದ ಸುತ್ತಲೂ ಕಣ್ಣು ಹಾಯಿಸಿದೆ. ರಿಸೆಪ್ಶನ್ ಅಲ್ಲಿ ಕುಳಿತ ಹುಡುಗಿಯನ್ನು ನೋಡಿ ನಗೆಬೀರಿದೆ. ಖಲೀಜ್ ಟೈಂಸ್ ನ್ಯೂಸ್ ಪೇಪರ್ ತೆಗೆದು ಓದಿದೆ. ಸರ್ಫ್ರಾಝಿಗೆ ಮಿಸ್ ಕಾಲ್ ಕೊಟ್ಟೆ.

'ಏನಾಯಿತು?' ಆ ಕ್ಷಣದಲ್ಲೇ ಫೋನು ಮಾಡಿ ಕೇಳಿದ.

'ಕೆಲಸ ಆಯಿತು. ನಾಳೆಯಿಂದ ಬರೋಕೆ ಹೇಳಿದರು. ಬಾಕಿ ವಿಷಯ ಆಮೇಲೆ ಮಾತನಾಡುತ್ತೇನೆ.'

'ಅಲ್ ಹಮ್ದುಲಿಲ್ಲಾ, ನವಾಜ್ ಎಲ್ಲಿ?' ಅಂತ ಕೇಳಿದ.

'ಸರ್ ಜೊತೆ ಮಾತಾಡುತ್ತಿದ್ದಾರೆ.'

'ಸರಿ ಆಯ್ತು. ಊಟ ಪಾರ್ಸೆಲ್ ತೆಗೆದುಕೊಂಡು ಹೋಗು. ಅವನ ಹತ್ತಿರ ಹೇಳುತ್ತೇನೆ, ಊಟ ತೆಗೆದುಕೊಡಲು.'

'ಅಳಿಯ, ಹೊಟ್ಟೆ ತುಂಬಾ ಬಿರಿಯಾನಿ ತಿಂದಷ್ಟು ಖುಷಿ. ನನಗೇನು ಬೇಡ' ಅಂತ ಹೇಳಿದೆ.

ಅವನು ಫೋನಿಟ್ಟ. ಒಂದೆರಡು ನಿಮಿಷದಲ್ಲಿ ನವಾಜ್ ಹೊರ ಬಂದರು.

ಬಿಲ್ಡಿಂಗ್ ಕೆಳಗಡೆ ತಲುಪುತ್ತಿದ್ದಂತೆ 'ಅಣ್ಣ ನಾನು ಮೆಟ್ರೋದಲ್ಲಿ ಹೋಗುತ್ತೇನೆ. ಈಗ ದಾರಿ ನೋಡಿಕೊಂಡು ಹೋದರೆ, ನಾಳೆ ಆಫೀಸಿಗೆ ಬರಲು ಸುಲಭವಾಗುತ್ತದೆ'–ಸ್ವಲ್ಪ ದೂರದಲ್ಲಿ ಕಾಣುತ್ತಿದ್ದ ಮೆಟ್ರೋ ಸ್ಟೇಷನ್ ನೋಡಿ ಹೇಳಿದೆ.

'ಸರ್ಫ್ರಾಜ್ ನಿನಗೆ ಊಟ ತೆಗೆದುಕೊಡೋಕೆ ಹೇಳಿದ್ದಾನೆ.'

'ಬೇಡ ಅಣ್ಣ ಊಟ, ನಾನು ಹೊರಡುತ್ತೇನೆ.'

'ಊಟ ಹಿಡಿದುಕೊಂಡು ಹೋಗು. ಕೆಲಸ ಆಯ್ತಲ್ವಾ? ಇನ್ನಾದರೂ ಸರಿಯಾಗಿ ಊಟ ಮಾಡು'–ಕಾರು ಹತ್ತುವಂತೆ ಹೇಳಿದರು.

ಹತ್ತಿರದಲ್ಲಿರುವ ರೆಸ್ಟೋರೆಂಟ್ ಒಂದರಲ್ಲಿ ಬಿರಿಯಾನಿ ತೆಗೆದುಕೊಟ್ಟು, ಮತ್ತೆ ಮೆಟ್ರೋ ಸ್ಟೇಷನ್ ಬಳಿ ಡ್ರಾಪ್ ಮಾಡಿದರು.

***

ಅಲ್ಪ ಸ್ವಲ್ಪ ಕಲಿತ ಎಕ್ಸೆಲ್ ಜೊತೆಗೆ, ಸರ್ ಹೇಳಿಕೊಟ್ಟ ಕೆಲವೊಂದು ಕೀವರ್ಡ್ಸ್ ಅರ್ಥಮಾಡಿಕೊಂಡು ನಾಲ್ಕೈದು ದಿನಗಳಲ್ಲಿ ಪೂರ್ತಿಯಾಗಿ ಕೆಲಸ

ಕಲಿತುಕೊಂಡೆ. ಕೆಲಸ ಕನ್ಫರ್ಮ್ ಆಯಿತು. ಎರಡೂವರೆ ತಿಂಗಳ ವಿಸಿಟ್ ವೀಸಾ ಬಾಕಿ ಇರುವುದರಿಂದ ಕಂಪನಿಯಲ್ಲಿ ನನ್ನ ವೀಸಾ ಪ್ರೊಸೆಸ್ಸನ್ನು ನಿಧಾನಗತಿಯಲ್ಲಿ ಮಾಡಿದರು.

ಕೊನೆಗೂ ವೀಸಾ ಸ್ಟೇಟಸ್ ಬದಲಾಯಿಸಲು ನಾನು ಎರಡನೇ ಬಾರಿ ಕಿಶ್ ಹೋದೆ. ಮೂರ್ನಾಲ್ಕು ದಿನಗಳಾದರೂ ನನಗೆ ಎಂಪ್ಲಾಯ್ಮೆಂಟ್ ವೀಸಾ ಸಿಗಲಿಲ್ಲ. ದಿನಾಲು ಐವತ್ತು ದಿರಾಮ್ ರೂಮ್ ಬಾಡಿಗೆ ಜೊತೆ ಊಟ ತಿಂಡಿಗೆಂದು ಹಣ ಕೊಡಬೇಕಾಗಿರುವುದರಿಂದ ಕೈಯಲ್ಲಿದ್ದ ಹಣವು ಖಾಲಿಯಾಗುತ್ತಾ ಬಂದಾಗ ಬೇರೆ ದಾರಿ ಕಾಣದೆ ಕಂಪನಿ ಮಾಲೀಕರಿಗೆ ಮೆಸೇಜ್ ಮಾಡಿದೆ.

'ಸರ್ ನನ್ನ ವೀಸಾ ಏನಾಯ್ತು? ನನ್ನ ವೀಸಾ ಅಪ್ಲೈ ಮಾಡಲು ವಿಳಂಬ ಮಾಡಿದ ಕಾರಣ ನಾನು ಇಲ್ಲಿರಬೇಕಾದ ಪರಿಸ್ಥಿತಿ ಬಂತು'–ಸ್ವಲ್ಪ ಖಾರವಾಗಿಯೇ ಮೆಸೇಜ್ ಹಾಕಿದೆ.

'ನಾಳೆ ಸಿಗಬಹುದು, ನೀನು ವೈಟ್ ಮಾಡು'–ಮೆಸೇಜ್ ಬಂತು.

ಮರುದಿನ ಸಂಜೆವರೆಗೂ ಕಾದುಕುಳಿತೆ. ವೀಸಾ ಬರಲಿಲ್ಲ. ಭಯ, ಚಿಂತೆ ಪ್ರಾರಂಭವಾಗತೊಡಗಿತು. ರಾತ್ರಿಯಾಗುತ್ತಿದ್ದಂತೆ ಮೆಸೇಜ್ ಮಾಡಿದೆ.

'ಸರ್ ಇನ್ನು ಎರಡು ದಿವಸ ಹೋದರೆ ನನ್ನ ಕೈಯಲ್ಲಿರುವ ಹಣವೆಲ್ಲ ಖಾಲಿ ಆಗುತ್ತೆ. ದಯವಿಟ್ಟು ನನ್ನ ವೀಸಾದ ಬಗ್ಗೆ ಮಾಹಿತಿ ಕೊಡಿ ಸರ್.'

ನನಗೆ ಉತ್ತರವೇನು ಸಿಗಲಿಲ್ಲ. ನಾನು ಅತ್ತು ಅತ್ತು ಸೊರಗಿ ನಿದ್ದೆಗೆ ಜಾರಿದೆ.

ಮರುದಿನ ಮಧ್ಯಾಹ್ನದ ಹೊತ್ತಿಗೆ ನನ್ನ ವೀಸಾ ದೊರೆಯಿತು. ವೀಸಾದಲ್ಲಿರುವ ಹೆಸರು ನೋಡಿ ಸ್ವಲ್ಪ ಇರುಸುಮುರುಸು ಆಯಿತಾದರೂ, ವೀಸಾ ಸಿಕ್ಕಿದ ನೆಮ್ಮದಿ. ಟಿಕೆಟ್ ಓಪನ್ ಬುಕ್ಕಿಂಗ್ ಆಗಿರುವುದರಿಂದ, ವೀಸಾ ಕಾಪಿ ಹಿಡಿದು ಸಮೀಪದಲ್ಲಿರುವ ಕಿಶ್ ಏರ್ಪೋರ್ಟಿಗೆ ಹೋದೆ. ಮಾರನೇ ದಿನದ ಫ್ಲೈಟ್ ಟಿಕೆಟ್ ದೊರೆಯಿತು. ಕೊನೆಗೂ ಎರಡು ವರ್ಷದ ಎಂಪ್ಲಾಯ್ಮೆಂಟ್ ವೀಸಾದಲ್ಲಿ ದುಬೈಗೆ ಕಾಲಿಟ್ಟಾಗ ಮನಸ್ಸು ನಿರಾಳವಾಯಿತು.

ಮರುದಿನ ಆಫೀಸಿಗೆ ಹೋದೆ. ನನ್ನನ್ನು, ಸರ್ ಕ್ಯಾಬಿನ್‌ಗೆ ಹೋಗುವಂತೆ ಸೂಚಿಸಿದರು.

'ಫೌಝಿಯಾ, ನೀನು ಅಲ್ಲಿ ಕುಳಿತು ನನಗೆ ಮೆಸೇಜ್ ಮಾಡಿದ ರೀತಿ ಸರಿಯಾಗಿದೆಯಾ?'–ಕೋಪ ಅವರ ಮುಖದಲ್ಲಿ ಎದ್ದು ಕಾಣುತ್ತಿತ್ತು.

'ಸರ್ ನನ್ನೊಡನೆ ಹಣವಿರಲಿಲ್ಲ'–ಧೈರ್ಯವನ್ನೆಲ್ಲಾ ಒಟ್ಟುಗೂಡಿಸಿ ಹೇಳಿದೆ.

'ನಿನ್ನೊಡನೆ ಹಣವಿಲ್ಲದಿದ್ದರೆ ಅದು ನಿನ್ನ ಸಮಸ್ಯೆ. ಈಗಲೇ ಇಷ್ಟೊಂದು ಅಹಂಕಾರ ಇರುವ ಅವಳಿಗೆ ವೀಸಾ ಕೊಡುವುದು ಬೇಡವೆಂದು ಕೆಲವರು ನನ್ನೊಡನೆ ಹೇಳಿದರು.'

'ಸಾರಿ ಸರ್. ಮೂರ್ನಾಲ್ಕು ದಿನಗಳಾದರೂ ವೀಸಾ ಸಿಗದೇ ಇದ್ದಾಗ ಆ ಟೆನ್ಶನ್ ಅಲ್ಲಿ ನಾನು ಹಾಗೆ ಮಾತಾಡಿದೆ.'

'ನಿನ್ನ ವೀಸಾ ಬಾರದೆ ಇರಲು ಕಾರಣ ನಾವ್ಯಾರು ಅಲ್ಲ. ನಿನಗೆ ಸಿಂಗಲ್ ಹೆಸರು ಇರುವುದರಿಂದ ನಿನ್ನ ಹೆಸರನ್ನು ಬ್ಲಾಕ್ ಲಿಸ್ಟಿನಲ್ಲಿ ಹಾಕಿದ್ದರು. ಕೊನೆಗೆ ನಾನು ಹೋಗಿ ನಿನ್ನ ತಂದೆ ಹೆಸರನ್ನು ಸೇರಿಸಿ ಕೊಟ್ಟೆ.'

'ನನಗೆ ಇಷ್ಟವಾಗಲಿಲ್ಲ' ತುಸು ಕೋಪದಲ್ಲಿ ಪಿಸುಗುಟ್ಟಿದೆ. ಆ ಕ್ಷಣದಲ್ಲಿ ಭಯ ನನ್ನೊಡನೆ ಇರಲಿಲ್ಲ.

ಸರ್ ನನ್ನ ಮುಖವನ್ನೇ ಕುತೂಹಲದಿಂದ ನೋಡಿ 'ಏನಾಯಿತು?' ಅಂತ ಕೇಳಿದರು.

ನಾನು ಅವರ ಮುಖ ನೋಡದೆ ಬೇರೆಲ್ಲೋ ನೋಡುತ್ತಾ ಕುಳಿತೆ. ಅವರ ಪ್ರಶ್ನೆಗೆ ಉತ್ತರ ಕೊಡಲಿಲ್ಲ.

'ಫೌಝಿಯಾ, ನಾನು ನಿನ್ನೊಡನೆ ಮಾತನಾಡುತ್ತಿರುವುದು. ಒಬ್ಬರು ಮಾತನಾಡುವಾಗ ಮುಖಕ್ಕೆ ಮುಖ ಕೊಟ್ಟು ಮಾತನಾಡಬೇಕೆಂಬ ಅರಿವು ಇಲ್ಲವೇ? ನೀನು ಎಂ.ಎ. ಕಲಿತವಳು ತಾನೇ?'–ನನಗೆ ಸರಿಯಾಗಿ ಬೈಯ್ಯುತ್ತಿದ್ದಾರೆ ಎಂದು ಅರ್ಥ ಮಾಡಿಕೊಳ್ಳಲು ಹೊರಗೆ ಕುಳಿತವರಿಗೆ ಸಾಕಾಗಿತ್ತು. ಅವರ ಮಾತಿನ ಧಾಟಿ ಅಷ್ಟೊಂದು ಕಠೋರವಾಗಿತ್ತು.

'ಏನು ಇಷ್ಟವಾಗಲಿಲ್ಲ ನಿನಗೆ? ನಿನ್ನ ಇಷ್ಟ–ಕಷ್ಟಗಳನ್ನು ನೋಡಲು ಅಲ್ಲ ನಾವಿಲ್ಲಿ ಇರುವುದು'–ಕೈಯನ್ನು ಟೇಬಲ್ ಮೇಲೆ ಬಡಿದರು.

'ನನಗೆ ಆ ಹೆಸರು ಬೇಕಾಗಿಲ್ಲ'–ನನ್ನ ಕಣ್ಣಲ್ಲಿ ನೀರು ಹರಿಯಿತು.

'ಯಾಕೆ? ಅವರು ನಿನ್ನ ತಂದೆ ಅಲ್ವಾ?'

'ಹೆಸರಿಗೆ ಮಾತ್ರ.' ಜೋರಾಗಿ ಅತ್ತುಬಿಟ್ಟೆ.

ನನ್ನ ಕಣ್ಣನ್ನೇ ತೀಕ್ಷ್ಣವಾಗಿ ನೋಡಿ 'ಯಾಕೆ? ಏನಾಯಿತು?'–ಕೇಳಿದರು.

'ಕೋಪದಲ್ಲಿ ಅವರಾಗಿಯೇ ಜೀವ ತೆತ್ತರು. ನಮ್ಮನ್ನು ನೋಡಲೇ ಇಲ್ಲ. ಅವರಿದ್ದರೆ ನಾನು ಯಾಕೆ ಇಲ್ಲಿ ಬಂದು ಕಷ್ಟ ಅನುಭವಿಸಬೇಕಿತ್ತು?'– ಜೋರಾಗಿ ಅಳುತ್ತಾ ಕಣ್ಣ ನೀರು ಒರೆಸಿದೆ.

'ಕೋಪ, ಅದು ಅವರ ಮುತ್ತಾತನ ಆಸ್ತಿ, ಅದೊಂದು ನನಗೆ ಕೊಟ್ಟು ಹೋಗಿದ್ದಾರೆ. ಅದರಿಂದ ಊರಲ್ಲೂ ಕೆಲಸ ಕಳೆದುಕೊಂಡೆ. ಈಗ ಇಲ್ಲಿ ಹೀಗೆ...' ದುಃಖ ಕೋಪದ ಮಧ್ಯೆ ಭಯ ಅನ್ನುವುದು ನನ್ನಲ್ಲಿ ಇರಲಿಲ್ಲ.

ಟೇಬಲ್ ಮೇಲೆ ಎರಡೂ ಕೈಯನ್ನು ಜೋಡಿಸಿ, ಗಲ್ಲದ ಅಡಿಭಾಗಕ್ಕೆ ಇಟ್ಟು ನನ್ನನ್ನೇ ನೋಡಿದರು. ನನ್ನ ಮಾತಿಗೆ ಕಿರುನಗು ಬಂದರೂ ಅದನ್ನು ಅವರ ಕೈಯಿಂದಲೇ ಒತ್ತಿ ಹಿಡಿದರು.

'ಐಯಾಮ್ ಸೋರಿ ಸರ್'-ಟೇಬಲ್ ಮೇಲಿದ್ದ ಟಿಶ್ಯು ಬಾಕ್ಸಿನಿಂದ ಎರಡು ಮೂರು ಟಿಶ್ಯೂ ತೆಗೆದು ಕಣ್ಣೀರು ಒರೆಸಿದೆ. ಆದರೂ ನನ್ನ ಕಣ್ಣ ನೀರು ನಿಂತಿರಲಿಲ್ಲ.

ನೂರು ದಿರಾಮಿನ ನೋಟೊಂದನ್ನು ನನಗೆ ಕೊಟ್ಟು 'ನಾಲ್ಕೈದು ದಿವಸದ ನಿನ್ನ ಕೆಲಸ ಬಾಕಿ ಇದೆ. ಅದನ್ನು ಪೂರ್ತಿ ಮಾಡಿ ರಿಪೋರ್ಟ್ ಕೊಡು' ಅಂತ ಹೇಳಿದರು.

ಬಿಡಿಗಾಸು ಇಲ್ಲದ ನಾನು, ಹಣ ಬೇಡವೆನ್ನದೆ ತೆಗೆದುಕೊಂಡು ಕ್ಯಾಬಿನ್ ಹೊರಗಡೆ ನಡೆದೆ.

ನನ್ನ ಮುಖಕ್ಕೆ ಸಿಕ್ಕಾಪಟ್ಟೆ ಮರ್ಯಾದಿ ಸಿಕ್ಕಿದೆ ಎಂಬುದು ಕೆಂಪಾಗಿರುವ ನನ್ನ ಕಣ್ಣುಗಳಿಂದ ಉಳಿದವರಿಗೆ ಅರ್ಥವಾಗಿತ್ತು.

ಕಾಲಾಯ ತಸ್ಮೈ ನಮಃ

ಮೂರ್ನಾಲ್ಕು ತಿಂಗಳಿನ ನಂತರ ಎಂದಿನಂತೆ ಕೆಲಸ ಬಿಟ್ಟು ರೂಮಿಗೆ ಹೋಗಿ ನಮಾಜ್ ಮಾಡಿ ಮೆಟ್ಟಿಲು ಇಳಿದು ಬರುವ ಸಮಯದಲ್ಲಿ ಒಬ್ಬ ಯುವಕನನ್ನು ಕಂಡೆ. ಅವನು ನನ್ನನ್ನೇ ನೋಡುತ್ತಾ ಮೆಟ್ಟಿಲು ಹತ್ತಿದ.

'ನಾನೆಲ್ಲೋ ಅವನನ್ನು ಈ ಮೊದಲೇ ನೋಡಿದ್ದೇನೆ' ಎಂದು ಮನಸ್ಸು ಹೇಳಿತು.

ಹೌದು ಅದೇ ಹುಡುಗ. ಅಂದು ನಾನು ಸಿಕ್ಕಿದ ರಜೆಯಲ್ಲಿ ಕೆಲಸಕ್ಕೆಂದು ಬಟ್ಟೆ ಅಂಗಡಿಗೆ ಹೋಗುತ್ತಿದ್ದಾಗ ನನ್ನ ಅವಮಾನಪಡಿಸುತ್ತಿದ್ದ ಯುವಕ. ನನ್ನ ಗೆಸ್ ಸರಿಯಾಗಿದ್ದರೆ ಅವನ ಹೆಸರು ಫೈಸಲ್ ಎಂಬುದು ಸರಿಯಾಗಿರುತ್ತೆ. ನನ್ನಲ್ಲಿರುವ ಅನುಮಾನವನ್ನು ಬಗೆಹರಿಸಲು ನಾನು ನನ್ನ ರೂಮಿಗೆ ಹೋಗದೆ ನೇರ ಇಷ್ಟಿ ಅಣ್ಣನ ಮನೆಗೆ ಹೋಗಲು ತೀರ್ಮಾನಿಸಿದೆ.

ಹೋಗುವ ದಾರಿಯಲ್ಲಿ ರಫೀಕ್ ಅಣ್ಣ ಕಾರಿನಲ್ಲಿ ಕುಳಿತು ನನ್ನ ಕರೆದರು. 'ಫೌಝಿಯಾ, ಇಲ್ಲಿ ಬಾ. ಕೆಲಸ ಆದ ಮೇಲೆ ಕೆಳಗಡೆ ಬರುವುದೇ ಇಲ್ಲ.'

'ಸಮಯ ಸಿಗಲ್ಲ ಅಣ್ಣ. ಬೇಗ ಬಂದು ಫುಡ್ ರೆಡಿ ಮಾಡಿಲ್ಲ ಅಂದರೆ ಮತ್ತೆ ಕಿಚನ್ ಒಳಗಡೆ ಕಾಲಿಡಲು ಜಾಗವಿರಲ್ಲ'–ಕಾರಿನ ಬಳಿ ನಡೆದೆ.

'ಹೊ... ಹಾಗಾದರೆ ಅಡುಗೆ ಮಾಡಲು ಕಲಿತುಕೊಂಡೆಯಾ?'

'ಹಾ ಅಣ್ಣ. ಸ್ವಲ್ಪ ಎಣ್ಣೆಗೆ ನೀರುಳ್ಳಿ ಟೊಮೆಟೊ ಹಾಕಿ, ಸ್ವಲ್ಪ ಶುಂಠಿ ಬೆಳ್ಳುಳ್ಳಿ ಪೇಸ್ಟು, ಸ್ವಲ್ಪ ಮೆಣಸಿನ ಹುಡಿ, ಸ್ವಲ್ಪ ಕೊತ್ತಂಬರಿ ಪುಡಿ, ಸ್ವಲ್ಪ ಗರಂ ಮಸಾಲಾ ಪೌಡರ್, ಸ್ವಲ್ಪ ಹಳದಿ ಪೌಡರ್, ರುಚಿಗೆ ತಕ್ಕಷ್ಟು ಉಪ್ಪು ಹಾಕಿ, ಮೀನು ಹಾಕಿದರೆ ಮೀನು ಪದಾರ್ಥ, ಚಿಕನ್ ಹಾಕಿದರೆ ಚಿಕನ್ ಪದಾರ್ಥ, ಮಟನ್ ಹಾಕಿದರೆ ಮಟನ್ ಪದಾರ್ಥ ಒಟ್ಟಿನಲ್ಲಿ ನನ್ನ ಫುಡ್ ರೆಡಿಯಾಗುತ್ತೆ.'

ಅವರು ಜೋರಾಗಿ ನಕ್ಕರು. 'ಬಾ ಕಾರು ಹತ್ತು. ನಾನು ಚಾ ಕುಡಿಯೋಕೆ ಹೋಗುತ್ತಿದ್ದೇನೆ.'

'ಇನ್ನು ಆ ಶ್ವರ್ಮ ತಿನ್ನಬೇಕಾ!!!' ಮನಸ್ಸಲ್ಲಿ ಅಂದುಕೊಂಡು ಕಾರು ಹತ್ತಿದೆ.

'ಅಣ್ಣ, ನಾನು ನಮಾಜ್ ಮಾಡಿ ಬರುವಾಗ ಒಬ್ಬ ನಿಮ್ಮ ರೂಮಿನ ಕಡೆ ಹೋದ. ಇಷ್ಟರವರೆಗೆ ನಾನು ಅವನ ಕಾಣಲೇ ಇಲ್ಲ'–ಅವರ ಮುಖ ನೋಡುತ್ತಾ ಸೀಟು ಬೆಲ್ಟು ಹಾಕಿದೆ.

ಮುಂಚೆ ತೀರಾ ಹಳ್ಳಿಯ ರೀತಿಯಲ್ಲಿ ವರ್ತಿಸುತ್ತಿದ್ದ ನಾನು, ಅಲ್ಪಸ್ವಲ್ಪ ಬದಲಾಗಿರುವುದನ್ನು ಕಂಡು ಅವರೆಲ್ಲರ ಮುಖದಲ್ಲಿ ಸಂತೋಷ.

'ಯಾರ ಬಗ್ಗೆ ಕೇಳುತ್ತಿದ್ದೀಯಾ ನೀನು? ಲವ್ ಏನಾದರೂ ಆಯ್ತಾ ನಿನಗೆ?'–ಕಾರು ಮೂವ್ ಮಾಡಿದರು.

'ಛೆ. ಹಾಗೇನಿಲ್ಲ ಅಣ್ಣ. ಜಸ್ಟ್ ಈಗಷ್ಟೇ ಲಿಫ್ಟಿನಿಂದ ಹೊರಬಂದು ಮೆಟ್ಟಿಲು ಹತ್ತಿ ಹೋದ. ಸ್ವಲ್ಪ ಎತ್ತರ ಹಾಗೂ ಬಿಳಿ ಬಣ್ಣ. ಮುಖ ತುಂಬಾ ಮೊಡವೆಗಳಿವೆ.'

'ಹೊ. ಅವನಾ ಫೈಝುಲ್. ವಿಸಿಟ್ನಲ್ಲಿ ಬಂದಿದ್ದಾನೆ. ಅವನಿಗೆ ಏನಾದರೂ ಕೆಲಸವಿದ್ದರೆ ಹೇಳು.'

'ಯಾವ ಫೀಲ್ಡ್ ಅಲ್ಲಿ ಕೆಲಸದ ಅನುಭವ ಇರುವುದು?'

'ಮಂಗಳೂರಿನ ಬಟ್ಟೆ ಅಂಗಡಿಯೊಂದರಲ್ಲಿ ಇದ್ದ. ಅಷ್ಟಾಗಿ ಓದು-ಬರಹವೇನು ತಿಳಿದಿಲ್ಲ. ಇವರಿಗೆಲ್ಲ ಇಲ್ಲಿ ಯಾವುದಾದರೂ ಹೋಟೆಲ್ ಅಥವಾ ಶಾಪ್‌ಗಳಲ್ಲಿ ಕೆಲಸ ನೋಡಬೇಕಷ್ಟೆ.'

'ಹೂಂ. ನನ್ನ ಅರಿವಿಗೆ ಎಲ್ಲಿಯಾದರೂ ಕೆಲಸ ಇರುವುದು ಗೊತ್ತಾದರೆ ಹೇಳುತ್ತೇನೆ ಅಣ್ಣ.'

'ಹೌದು ಅವನೇ ಇವನು. ಅಂದು ಯಾರಾದರೂ ಇಂಗ್ಲೀಷಿನಲ್ಲಿ ಮೆಸೇಜ್ ಮಾಡಿದರೆ ನನ್ನೊಡನೆ ಓದಿ ಹೇಳಲು ಹೇಳುತ್ತಿದ್ದ. ಆದರೆ ಇಂಗ್ಲಿಷ್ ಸರಾಗವಾಗಿ ಮಾತನಾಡಬಲ್ಲ.' ಯೋಚಿಸುತ್ತಿರುವಾಗಲೇ ಕಾರು ಕೆಫೆಟೇರಿಯಾ ಮುಂದೆ ನಿಂತಿತು.

'ನಿನಗೆ ಶ್ವರ್ಮ ಯಾವುದು ಸ್ಪೈಸಿ ಅಥವಾ ನಾರ್ಮಲ್?' ಅಣ್ಣನ ಪ್ರಶ್ನೆಗೆ ವಾಸ್ತವಕ್ಕೆ ಬಂದೆ.

'ನನಗೆ ಶ್ವರ್ಮ ಬೇಡ. ಆವಕಾಡೊ ಜ್ಯೂಸು ಸಾಕು.'

'ನೀನು ಹೋಗಿ ಒಂದು ಚಾ, ಒಂದು ಆವಕಾಡೊ ಜ್ಯೂಸು, ಎರಡು ಸ್ಪೈಸಿ ಶ್ವರ್ಮ ತಾ'-ಆರ್ಡರ್ ತೆಗೆಯಲು ಕಾರಿನ ಬಳಿ ಬಂದ ಯುವಕನಿಗೆ ಹೇಳಿ ಕಳಿಸಿದರು.

ಶ್ವರ್ಮ ಹಾಗೂ ಜ್ಯೂಸು ಹಿಡಿದು ಕಾರಿನಿಂದ ಇಳಿದು ಲಿಫ್ಟ್ ಕಡೆ ನಡೆದಾಗ ಮತ್ತೆ ಅವನನ್ನು ನೋಡಿದೆ. ಅಷ್ಟರಲ್ಲಿ ರಫೀಕ್ ಅಣ್ಣನೊಡನೆ ಯಾವುದೋ ಒಂದು ಗಂಡಸು ಸಿಗರೇಟು ಕೇಳಿತು. ಅವನ ಬಳಿ ಸಮೀಪಿಸುತ್ತಿದ್ದಂತೆ ತಿರುಗಿ ಅಣ್ಣನ ಕಡೆ ನೋಡಿದೆ. ಇಬ್ಬರು ಸೇರಿ ಸಿಗರೇಟು ಸೇದುತ್ತ ಮಾತನಾಡಲು ಪ್ರಾರಂಭಿಸಿದ್ದರು.

ನಾನು ಅವನ ಬಳಿ ಹೋಗಿ 'ನೀವು ಮಂಗಳೂರಿನ ಬಟ್ಟೆ ಅಂಗಡಿಯೊಂದರಲ್ಲಿ ಕೆಲಸ ಮಾಡಿದ್ದೀರಾ?'-ಕೇಳಿದೆ.

'ಹೌದು. ಕಂಕನಾಡಿ ಶಾಪ್ ಒಂದರಲ್ಲಿ'-ಹೇಳಿದ.

'ಹಾ.!! ನಿಮ್ಮನ್ನು ಅಲ್ಲಿ ಎಲ್ಲೋ ನೋಡಿದ ನೆನಪು.'

ಅವನು ದೀನನಾಗಿ ನನ್ನ ನೋಡಿದ. 'ವಿಸಿಟ್ ಅಲ್ಲಿ ಇದ್ದೇನೆ. ಕೆಲಸವೇನಾದರೂ ಇದ್ದರೆ ತಿಳಿಸಿ'-ಮಾತು ಮೃದುವಾಗಿತ್ತು.

'ಹುಡುಗಿಯರೊಡನೆ ಜಂಭ ತೋರಿಸಿ ಮಾತನಾಡುತ್ತಿದ್ದವ ಇವನೇನಾ!!!, ನನ್ನೊಡನೆ ಕೆಲಸ ಕೇಳುವುದು?'-ಮನಸ್ಸು ನನ್ನೊಡನೆ ಕೇಳಿತು.

'ಖಂಡಿತ ಹೇಳುತ್ತೇನೆ. ಅಣ್ಣ ಹೇಳಿದ್ದಾರೆ'-ರಫೀಕ್ ಅಣ್ಣನ ತೋರಿಸಿ ಹೇಳಿದೆ.

ನನ್ನ ಕೈಯಲ್ಲಿದ್ದ ಶ್ವರ್ಮ ಅವನೆಡೆಗೆ ತೋರಿಸಿದೆ. ಅವನು ರಫೀಕ್ ಅಣ್ಣನ ಕಡೆ ಕತ್ತು ತಿರುಗಿಸಿದ.

'ಇಲ್ಲಿ ತಿನ್ನಬೇಡ. ಸ್ಟೇರ್ ಕೇಸ್ ಬಳಿ ಎಲ್ಲಿಯಾದರೂ ತಿನ್ನು'-ಶ್ವರ್ಮ ತೋರಿಸುತ್ತಾ ಹೇಳಿದೆ.

ಅವನು ತಲೆಯಾಡಿಸಿ ಶ್ವರ್ಮ ತೆಗೆದುಕೊಂಡು ಹೋದ.

'ವಿಸಿಟ್‌ನಲ್ಲಿ ಇದ್ದಾಗ ನಾನು ಅಷ್ಟೇ ತಾನೇ? ಯಾರಾದರೂ ಏನಾದರೂ ಕೊಡುತ್ತಾರೋ ನೋಡುತ್ತಿದ್ದೆ.' ನಾನಿದ್ದ ಪರಿಸ್ಥಿತಿಯನ್ನು ನೆನಪಿಸಿಕೊಂಡೆ.

'ನಾ ಕಳೆದ ಆ ದಿನಗಳನ್ನು ಯೋಚಿಸಿ, ಅವನಿಗೆ ಅದನ್ನು ಕೊಟ್ಟೆ ಹೊರತು ಅವನ ಮೇಲಿರುವ ಪ್ರೀತಿ ಆಗಲಿ ಅಥವಾ ಶ್ವರ್ಮ ನನಗೆ ಬೇಡ

ಅನ್ನುವ ನೆಪವಾಗಲಿ ಇರಲಿಲ್ಲ' ಲಿಫ್ಟ್ ಒಳಗೆ ಕನ್ನಡಿಯ ಮುಂದೆ ನಿಂತು ನನ್ನೊಡನೆ ನಾನು ಹೇಳಿಕೊಂಡೆ.

***

ಒಂದೂವರೆ ವರ್ಷದ ನಂತರ ಸಿಕ್ಕಿದ ಒಂದು ತಿಂಗಳ ರಜೆಗೆ ನಾನು ಊರಿಗೆ ಹೋದೆ. ಮಾವನ ಅಂಗಡಿಯ ಮುಂದೆ ಸದ್ದು, ಗದ್ದಲ, ಮಾತು ಜೋರಾಗಿಯೇ ಕೇಳುತ್ತಿತ್ತು. ಮನೆಯ ಜಗಲಿಯಲ್ಲಿ ಇದ್ದ ನಾನು ನೇರ ಅಂಗಡಿಯ ಮುಂದೆ ಹೆಜ್ಜೆ ಹಾಕಿದೆ.

'ಹಾ. ಫೌರ್‍ಝಿಯಾ ಏಪ ಬೈದಿನಿ ದುಬೈಡ್ದ್ (ದುಬಾಯಿಂದ ಯಾವಾಗ ಬಂದದ್ದು?)'–ಸಾಧಾರಣ ವಯಸ್ಸಾಗಿರುವ ತಿಮ್ಮಣ್ಣ ಕೇಳಿದರು.

'ಅವಳು ನಿನ್ನೆ ಸಂಜೆ ಬಂದಿದ್ದಾಳೆ. ನನ್ನವರೇ ನಿನ್ನೆ ಏರ್ಪೋರ್ಟಿಗೆ ಹೋಗಿರುವುದು'–ಪಕ್ಕದ ಮನೆಯ ಲತಾ ಅಕ್ಕ ನಗುತ್ತಾ ಹೇಳಿದರು.

'ಹೌದು ತಿಮ್ಮಣ್ಣ. ಮನೆಗೆ ಬನ್ನಿ'–ಕರೆದೆ.

'ಅಯಿತಾಯಿತು. ಮತ್ತೆ ಬರ್ತೇನೆ'–ಸಂತೋಷದಲ್ಲಿ ಹೇಳಿದರು.

'ಚೊಕ್ಲೆಟ್ಸ್ ನಮ್ಮ ಮನೆಗೆ ಬಂದಿದೆ'–ಜಗಲಿಯಲ್ಲಿ ಕುಳಿತ ಕರ್ಣ ನನ್ನ ನೋಡಿ ನಗುತ್ತಾ, ಮನೆಗೆ ಕರೆದ ಉದ್ದೇಶ ಅರ್ಥವಾದಂತೆ ಹೇಳಿದರು.

ನಾನು ನಗುವೊಂದು ಬೀರಿದೆ.

'ಹಾ... ಲತಕ್ಕ, ರವಿ ಅಣ್ಣನೊಡನೆ ಹೇಳಿ, ನಾಲ್ಕು ದುಬೈಗೆ ಹೋಗಲು ಕಾರು ಬಾಡಿಗೆ ಬೇಕೆಂದು. ಈ ಸಲ ಇಡೀ ಊರಿಗೆ ತಿಳಿಸಿ, ಮೆರವಣಿಗೆ ಮೂಲಕ ಹೋಗಬೇಕು ಅಂದುಕೊಂಡಿದ್ದೇನೆ. ಕಾರು ಸ್ವಲ್ಪ ಬೇಗನೆ ಬರಲಿ. ಇಲ್ಲಾಂದ್ರೆ ನಾನು ಓಡಿ ಹೋದೆ ಎಂದು ಜನ ಹೇಳಬಹುದು'–ಸ್ವಲ್ಪ ಜೋರು ಧ್ವನಿಯಲ್ಲಿಯೇ ಹೇಳಿದೆ.

ಕೆಲವು ಮುಗ್ಧ ಮುಖಗಳಲ್ಲಿ ನಗು ಕಂಡರೂ, ಇನ್ನು ಕೆಲವರ ಮುಖಕ್ಕೆ ನಾನು ಚಪ್ಪಲಿಯಲ್ಲಿ ಹೊಡೆದಂತಹ ರೀತಿಯಾಗಿತ್ತು. ನನ್ನ ಬಗ್ಗೆ ಅಪಪ್ರಚಾರ ಮಾಡಿದ ಅದೇ ಜನಗಳು ಇಂದು ನನ್ನ ಮುಂದೆ ತಲೆ ಬಗ್ಗಿಸಿದರು. ನಾನು ತಲೆ ಎತ್ತಿ ನಿಂತೆ.

***

ದುಬೈಗೆ ಹೋಗಿ ವಿಸಿಟಿನಲ್ಲಿ ಇದ್ದು, ಕೆಲಸ ಸಿಗದೆ ಕಷ್ಟಪಡುತ್ತಿದ್ದಾಗ ನನ್ನ ಸಹಶಿಕ್ಷಕಿಯಾಗಿದ್ದ ಶೋಭಾರವರು ನನಗೆ ಆದಷ್ಟು ಬೇಗ ಕೆಲಸ ಸಿಗಲಿ ಎಂದು ಪೊಳಲಿಯ ಶ್ರೀ ರಾಜರಾಜೇಶ್ವರಿ ದೇವಿಗೆ ಹರಕೆ ಇಟ್ಟಿದ್ದರು.

ನಾನು ಪೊಳಲಿ ದೇವಸ್ಥಾನಕ್ಕೆ ಹೋಗಲು ಯಾವೆಲ್ಲ ನಿಯಮಗಳನ್ನು ಅನುಸರಿಸಬೇಕೆಂದು ದುಬೈಯಲ್ಲಿರುವ ರೂಪೇಶಿಗೆ ಫೋನ್ ಮಾಡಿದೆ.

'ಹೇ ನನಗೆ ಪೊಳಲಿ ದೇವಸ್ಥಾನಕ್ಕೆ ಹೋಗಲು ಇದೆ. ದೇವಸ್ಥಾನಕ್ಕೆ ಹೋಗಿ ಬರುವವರೆಗೆ ನಾನ್-ವೆಜ್ ಮುಟ್ಟಲ್ಲ ಅದು ಓಕೆ. ಇನ್ನು ಬೇರೆ ಏನು ಇದೆ ಹೇಳೋ'-ಫೋನಿನಲ್ಲಿ ಕೇಳಿದೆ.

'ನೀನು ದೇವಸ್ಥಾನಕ್ಕೆ ಹೋಗುತ್ತಿದ್ದೀಯಾ?'-ಆಶ್ಚರ್ಯದಲ್ಲಿ ಕೇಳಿದ.

'ಯಾಕೆ ಹೋಗಬಾರದ? ಶಾಲೆಯಲ್ಲಿ ಇರುವಾಗ ದೇವಸ್ಥಾನಕ್ಕೆ ಹೋಗಿ ಊಟ ಮಾಡಿಲ್ವಾ? ಇವಾಗ ಏನು?' ಅಂತ ಕೇಳಿದೆ.

'ಅಲ್ಲ ನಿಮ್ಮವರು ನೋಡಿದರೆ...'

'ಯಾರೋ ನಮ್ಮವರು? ನನಗೊಂದು ಕೆಲಸ ಸಿಗಲಿ ಎಂದು ನನಗಾಗಿ ಹರಕೆ ಇಟ್ಟವರು ನಮ್ಮವರು. ಶೋಭಾ ಮಿಸ್ ಸಂಜೆ ಮನೆಗೆ ಬಂದು ಕರೆದುಕೊಂಡು ಹೋಗುತ್ತೇವೆ ಎಂದು ಹೇಳಿದ್ದಾರೆ. ಅಧಿಕಪ್ರಸಂಗ ಬಿಟ್ಟು ಕೇಳಿದಕ್ಕೆ ಉತ್ತರ ಕೊಡು ಸಾಕು.'

'ಆಯಿತು ಹೋಗಿ ಬಾ. ನಿನಗೆ ಸ್ನಾನ ಮಾಡುವ ಅಭ್ಯಾಸ ಇಲ್ಲ ಅಲ್ವ? ಅಟ್ ಲೀಸ್ಟ್ ಇವತ್ತಾದರೂ ಸ್ನಾನ ಮಾಡಿ ದೇವಸ್ಥಾನಕ್ಕೆ ಹೋಗು'-ತಮಾಷೆ ಮಾಡಿದ.

ಸಂಜೆಯಾಗುತ್ತಿದ್ದಂತೆ ಗಂಡ-ಮಗನ ಜೊತೆ ಶೋಭಾರವರು ಮನೆ ತಲುಪಿದರು. ತನ್ನ ಮಗಳ ಕೆಲಸಕ್ಕಾಗಿ ಅವರು ಹರಕೆ ಇಟ್ಟಿದ್ದಾರೆ ಎಂಬ ವಿಷಯ ಕೇಳಿ ನನ್ನ ತಾಯಿಗೂ ಅವರ ಮೇಲೆ ಅಭಿಮಾನ.

'ಮಿಸ್ ನಾನು ಬುರ್ಖಾ ಹಾಕಿರುವುದನ್ನು ನೋಡಿ, ಇನ್ನು ಅಲ್ಲಿ ಎಲ್ಲರು ನನ್ನನ್ನೇ ನೋಡಬಹುದಲ್ವಾ?'-ಬುರ್ಖಾ ಹಾಕುತ್ತಾ ಕೇಳಿದೆ.

'ನಿಮ್ಮವರು ತುಂಬಾ ಮಂದಿ ಬರುತ್ತಾರೆ ಮಿಸ್. ಯಾಕೆ ಭಯ? ನೋಡುವವರ ಕಣ್ಣಿಗೆ ಬಟ್ಟೆ ಕಟ್ಟಲು ಸಾಧ್ಯ ಇಲ್ಲ ಅಲ್ವಾ? ಯಾರಾದರೂ ಕೇಳೋಕೆ ಬಂದರೆ ಮತ್ತೆ ನೋಡುವ. ನೀವು ಬೇಗ ರೆಡಿಯಾಗಿ'-ಶೋಭಾ ಮಿಸ್ ಹೇಳಿದರು.

'ಸಮಸ್ಯೆಗಳು ಬಂದಾಗ ಮಾತ್ರ ಮನುಷ್ಯರಿಗೆ ಜಾತಿ ಧರ್ಮ ಬೇಕಾಗಿಲ್ಲ. ಆ ಸಮಯದಲ್ಲಿ ಅವರಿಗೆ ಬಂದಿರುವ ಸಮಸ್ಯೆಗಳು ಬಗೆಹರಿದರೆ ಸಾಕು ಅನ್ನುವ ಮನಸ್ಥಿತಿ ಅಷ್ಟೇ ಇರುತ್ತೆ ಅಲ್ವಾ ಮಿಸ್'-ಕೈಗೆ ವಾಚ್ ಕಟ್ಟಿಕೊಂಡು ಹೇಳಿದೆ.

'ಹಾಗಂತ ನೀವು ಆ ಕೆಟಗರಿಗೆ ಸೇರಿಲ್ಲ ಬಿಡಿ. ಬನ್ನಿ ಹೋಗೋಣ, ಮಾತನಾಡುತ್ತಾ ಕುಳಿತರೆ ಸಮಯ ಹೋಗುವುದು ತಿಳಿಯಲ್ಲ' ಶೋಭಾ ಮಿಸ್ ಕುಳಿತ ಕುರ್ಚಿಯಿಂದ ಎದ್ದು ಮನೆ ಹೊರಗಡೆ ನಡೆದರು.

'ಮೇಲು ಜಾತಿ, ಕೀಳು ಜಾತಿ, ಆ ಧರ್ಮ–ಈ ಧರ್ಮ ಎಂದು ನೋಡದೆ ಪ್ರತಿಯೊಬ್ಬರನ್ನು ಸ್ಪರ್ಶಿಸಿರುವ ಗಾಳಿ, ಅದನ್ನೇ ಉಸಿರಾಡಿ ಬದುಕುತ್ತಿರುವ ನಮಗೆ ಇನ್ನು ಯಾವ ಜಾತಿ? ಯಾವ ಧರ್ಮ? ಕೊಲೆ, ದರೋಡೆ, ಅತ್ಯಾಚಾರ, ಸುಲಿಗೆ, ಮೋಸ, ಅನ್ಯಾಯ, ನಂಬಿಕೆ ದ್ರೋಹ ಇದೆಲ್ಲವೂ ಅಧರ್ಮವೇ ಹೊರತು ಮತ್ತೊಂದು ಧರ್ಮವನ್ನು ಅವಮಾನಿಸಿ, ನಿಂದಿಸಿ ತನ್ನ ಧರ್ಮವನ್ನು ಎತ್ತಿ ಹಿಡಿಯುವುದು ಅಲ್ಲ. ಎಲ್ಲದಕ್ಕಿಂತಲೂ ಮುಖ್ಯ ಮಾನವೀಯತೆ. ಹಸಿದವನಿಗೆ ಅನ್ನ ಕೊಡು. ಬಡವನಿಗೆ ದಾನ ನೀಡು. ಆಗಲೇ ಈ ಬಡತನದ ಪಿಡುಗು ದೂರವಾಗಲು ಸಾಧ್ಯ'–ಕಾರಿನಲ್ಲಿ ಕುಳಿತು ನನ್ನಷ್ಟಕ್ಕೆ ನಾನು ಯೋಚಿಸತೊಡಗಿದೆ.

'ಫೌಝಿ ಸಾಕು ನಿಲ್ಲಿಸು ನಿನ್ನ ಎಕನಾಮಿಕ್ಸ್ ಸ್ಪೀಚ್. ಈ ರೀತಿಯಾಗಿ ಯೋಚಿಸಿಯೇ ಎಲ್ಲರ ಕಣ್ಣಿಗೂ ಕೆಟ್ಟವಳಾಗಿರುವುದು'–ನನ್ನ ಮನಸ್ಸು ನನ್ನೊಡನೆ ತುಸು ಮುನಿಸು ತೋರಿಸಿತು.

ಕಾರಿನಿಂದ ಇಳಿದು ದೇವಸ್ಥಾನಕ್ಕೆ ಕಾಲಿಟ್ಟಾಗ ಅಲ್ಲಿದ್ದ ಕೆಲವರು ನನ್ನನ್ನೇ ನೋಡಲು ಪ್ರಾರಂಭಿಸಿದರು. ಅವರ ಜೊತೆಯಲ್ಲಿರುವವರು ಬೇರೆ ಎಲ್ಲೋ ನೋಡುತ್ತಿರುವವರಿಗೆ ಕೈ ಕಾಲನ್ನು ತಾಗಿಸಿ ನನ್ನ ಕಡೆ ನೋಡುವಂತೆ ಸನ್ನೆ ಮಾಡಿದರು. ನಾನು ಎಲ್ಲರನ್ನು ನೋಡಿ ನಗು ಬೀರಿದೆ. ಅವರ ಮುಖದಲ್ಲಿಯೂ ಸಂತೋಷದ ಮಂದಹಾಸ ಕಂಡಿತು.

'ಅರ್ಚಕರೇ, ಒಂದು ಹರಕೆ ತೀರಿಸಲು ಇತ್ತು, ಇವರಿಗೆ ದುಬೈಯಲ್ಲಿ ಕೆಲಸ ಸಿಕ್ಕಿದರೆ ಇವರನ್ನು ಕರೆದುಕೊಂಡು ಬಂದು, ಈ ತಾಯಿಗೆ ಪೂಜೆ ಸಲ್ಲಿಸುತ್ತೇವೆ ಎಂದು ಹರಕೆ ಇಟ್ಟಿದೆವು'–ಶೋಭಾ ಮಿಸ್ ದೇವರಿಗೆ ಕೈ ಮುಗಿಯುತ್ತಾ ಹೇಳಿದರು.

'ಕೆಲಸ ಸಿಕ್ಕಿತಮ್ಮಾ?'–ನನ್ನ ನೋಡಿ ಅರ್ಚಕರು ಕೇಳಿದರು.

'ಹೌದು ಅರ್ಚಕರೇ, ಈ ತಾಯಿಯ ದಯೆಯಿಂದ ಯಾವ ಕಷ್ಟನೂ ಇಲ್ಲದಂಥ ಸುಲಭವಾದ ಕೆಲಸ ಸಿಕ್ಕಿದೆ'–ದೇವರನ್ನು ನೋಡುತ್ತಾ ಹೇಳಿದೆ.

'ನಂಬಿದವರನ್ನು ಯಾವತ್ತು ಈ ತಾಯಿ ಕೈ ಬಿಡಲ್ಲ. ಧರ್ಮ ಎಂಬುದನ್ನು ಈಗ ಜನರು ತಮ್ಮ ಸ್ವಾರ್ಥಕ್ಕೆ ಉಪಯೋಗಿಸುತ್ತಿದ್ದಾರೆ ಅಷ್ಟೇ. ಆದರೆ ದೇವರಿಗೆ ಯಾವ ಭೇದಭಾವನೂ ಇಲ್ಲ. ಭಕ್ತಿಯಿಂದ, ಶ್ರದ್ಧೆಯಿಂದ ಕೇಳಿದರೆ ದೇವರು ಎಲ್ಲರ ಬೇಡಿಕೆಯನ್ನು ನೆರವೇರಿಸುತ್ತಾರೆ. ಈ ತಾಯಿಯ ಸನ್ನಿಧಿಗೆ ಬಂದಿದ್ದೀಯಾ ಅಂದಮೇಲೆ, ತಾಯಿ ಯಾವತ್ತು ನಿನ್ನ ಕೈ ಬಿಡಲ್ಲಮ್ಮ. ಆ ದೇವರು ನಿನಗೆ ಒಳ್ಳೆದು ಮಾಡಲಿ'–ನಗು ಮುಖದಿಂದ ನನ್ನ ಹರಸಿ ಸ್ವಲ್ಪ ಹೊತ್ತು ಮಾತನಾಡಿ, ದೇವರಿಗೆ ಆರತಿ ಎತ್ತಿ ತೀರ್ಥ ಪ್ರಸಾದ ಕೊಟ್ಟರು.

'ಅರ್ಚಕರು ನಿಮ್ಮೊಡನೆ ಮಾತನಾಡುತ್ತಾ ಇದ್ದರಿಂದ ನಮಗೂ ತುಂಬಾ ಹೊತ್ತು ದೇವರ ನೋಡುವ ಭಾಗ್ಯ ದೊರೆಯಿತು'-ಶೋಭಾ ಮಿಸ್ ಹೇಳಿದರು.

ಗಂಡ-ಹೆಂಡತಿಯ ಮುಖದಲ್ಲಿ ಸಂತೋಷ ಕಾಣುತ್ತಿದ್ದರೂ ಯಾಕೆ ಎಂಬುದು ನನಗೆ ಅರ್ಥವಾಗಲಿಲ್ಲ.

'ತುಂಬಾ ಒಳ್ಳೆಯ ಅರ್ಚಕರು ಮಿಸ್. ಅವರು ನನ್ನೊಡನೆ ಅಷ್ಟೊಂದು ಪ್ರೀತಿಯಿಂದ ಮಾತನಾಡಿದಾಗ ನನಗೆ ತುಂಬಾ ಖುಷಿ ಆಯಿತು. ದೇವಸ್ಥಾನಕ್ಕೆ ಹೋಗುವ ಮುಂಚೆ ಇದ್ದ ಭಯ ಇವಾಗ ಇಲ್ಲ. ಮನಸ್ಸು ತುಂಬಾ ನಿರಾಳವಾಯಿತು'-ನನಗಿಷ್ಟವಾದ ಮಲ್ಲಿಗೆ ಹೂವು ಪ್ರಸಾದ ರೂಪದಲ್ಲಿ ಸಿಕ್ಕಿದಾಗ ಮತ್ತಷ್ಟು ಖುಷಿ.

'ದೇವಸ್ಥಾನದಲ್ಲಿ ಭಕ್ತರು ಜಾಸ್ತಿ ಇದ್ದಾಗ, ಯಾವ ಭಕ್ತಾದಿಗಳಿಗೂ ತುಂಬಾ ಹೊತ್ತು ದೇವರ ಮುಂದೆ ನಿಲ್ಲುವ ಭಾಗ್ಯ ಸಿಗಲ್ಲ. ಅರ್ಚಕರು ನಿಮ್ಮೊಡನೆ ಮಾತನಾಡುತ್ತಿದ್ದ ಕಾರಣ ನಮಗೂ ದೇವರನ್ನು ಕಣ್ಣು ತುಂಬಿಕೊಳ್ಳುವ ಭಾಗ್ಯ ಸಿಕ್ಕಿತು'-ಶೋಭಾ ಮಿಸ್ ಗಂಡ, ರಾಜ್ ಅಣ್ಣ ನನ್ನ ನೋಡಿ ಹೇಳಿದರು.

'ಮನಸ್ಸು ಒಳ್ಳೆದು ಇದ್ದರೆ, ಎಲ್ಲಾನು ಒಳ್ಳೆಯದೇ ಆಗುತ್ತೆ ಅಣ್ಣ'-ಮಲ್ಲಿಗೆಯ ಹೂವನ್ನು ತಲೆಗೆ ಮುಡಿಯುತ್ತಾ ಹೇಳಿದೆ.

***

ತಾಯಿಯ ಒತ್ತಾಯದ ಮೇರೆಗೆ ಕುಟುಂಬದ ಎಲ್ಲರ ಮನೆಗೆ ಹೋಗಿ ಬರುವ ತೀರ್ಮಾನ ತೆಗೆದುಕೊಂಡೆ. ಅದೆಷ್ಟೋ ವರ್ಷಗಳ ನಂತರ ನಾನು ಮತ್ತೆ ತಾಯಿರತ್ತೆಯ ಮನೆಗೆ ಹೋದೆ. ಶಹನಾಜ್ ಮೂರು ಮಕ್ಕಳ ತಾಯಿಯಾಗಿದ್ದಳು. ಕಲಂದರಿಗೂ ಮದುವೆಯಾಗಿತ್ತು.

'ಕೈರು ನಿನಗೆ ಸಲಾಂ ಹೇಳೋಕೆ ಹೇಳಿದಳು' ತಾಯಿರತ್ತೆಯ ಮಾತು ನನ್ನ ದೇಹವಿಡೀ ಕರೆಂಟ್ ಹೊಡೆದ ಅನುಭವ. ಬಿಟ್ಟಕಣ್ಣು ಬಿಟ್ಟಂತೆ ನಿಂತು ತಾಯಿರತ್ತೆಯನ್ನು ನೋಡಿದೆ.

'ನೀನು ಮನೆಗೆ ಬರುತ್ತಿರುವ ವಿಷಯ ಹೇಳಿದಾಗ, ನಿನಗೆ ಸಲಾಂ ತಿಳಿಸೋಕೆ ಹೇಳಿದಳು'-ಅವರ ಮಾತಿನಲ್ಲಿ ಬೇಸರ ಅಡಗಿತ್ತು.

'ವಾಲೈಕುಂ ಸಲಾಂ. ಅಸ್ಸಲಾಂ ಅಲೈಕುಂ ಕೈರಾಂಟಿ. ನಾನು ಸಲಾಂ ತಿಳಿಸಿದೆ ಅಂತ ಹೇಳಿ ಚೆರುದಾದ' ಅಂತ ಹೇಳಿದೆ.

ಒಂದು ಕಾಲದಲ್ಲಿ ಅವರು ನನ್ನೊಡನೆ ಮಾತನಾಡಬೇಕೆಂದು ಹಂಬಲಿಸುತ್ತಿದ್ದವಳು ನಾನು. ಒಂದೇ ಒಂದು ಪದ ನನಗಾಗಿ ಏನಾದರು ಹೇಳಲಿ ಎಂದು ಅದೆಷ್ಟೋ ದಿನಗಳು ಬಕ ಪಕ್ಷಿಯಂತೆ ಕಾಯುತ್ತಿದ್ದೆ.

ಇಂದು ಅದು ಯಾವುದನ್ನೂ ನಾನು ಬಯಸಲಿಲ್ಲ. ಪ್ರೀತಿ ಸಿಗದಿದ್ದರೂ, ನಾನು ಬಯಸಿದ ಜೀವನ ಹಾಗು ಉದ್ಯೋಗ ನನ್ನ ಪಾಲಿಗೆ ಸಿಕ್ಕಿತ್ತು. ಅವರ ಮನಸ್ಸಿನಲ್ಲಿ ಏನಿದೆ ಎಂಬುದು ನನಗೆ ತಿಳಿಯದಿದ್ದರೂ, ನನ್ನೊಡನೆ ಅವರಿಗೆ ಬೇಸರವಿಲ್ಲ ಎಂಬ ಸಮಾಧಾನ ನನ್ನ ಮನಸ್ಸಿಗೆ.

'ದೇವರು ಎಲ್ಲರಿಗು ಎಲ್ಲವನ್ನೂ ಕೊಡದೆ ಇರುವುದರಿಂದ ಜನರು ದೇವರಿಗೂ ಒಂದು ಬೆಲೆ ನೀಡುವುದಲ್ಲವೇ?'-ಮನಸ್ಸು ನನ್ನೊಡನೆ ಹೇಳಿತು.

***

ಬಾಲ್ಯದ ಜೀವನ ಕಳೆದ ಮಡಿಕೇರಿಯ ಮನೆಯನ್ನು ಹಾಗು ನನಗೆ ತಂಗಿಯ ಸ್ಥಾನ ಕೊಟ್ಟು ನೋಡಿಕೊಂಡ ತಂಝಿಯಾಳ ಮನೆಯವರನ್ನು ನೋಡಬೇಕೆಂದು, ನನ್ನ ಮನೆಯವರನ್ನು ಕರೆದುಕೊಂಡು ಮಡಿಕೇರಿ ಮನೆಗೆ ಹೋದೆ.

ಊರು-ಪ್ರದೇಶ ಗುರುತಿಸಲಾಗದಷ್ಟು ಬದಲಾವಣೆಗಳು ಆಗಿದ್ದವು. ಸುತ್ತ ಮುತ್ತ ಹಲವಾರು ಹೊಸ ಮನೆಗಳು, ಮೆಡಿಕಲ್ ಕಾಲೇಜು, ಹೊಸ ರಸ್ತೆಗಳು, ಚರಂಡಿ ವ್ಯವಸ್ಥೆ ಎಲ್ಲಾ ರೀತಿಯಲ್ಲಿ ಅಭಿವೃದ್ಧಿಯಾಗಿದ್ದವು. ಆದರೆ ದೊಡ್ಡಪ್ಪನ ಮನೆಯಲ್ಲಿ ಬಾಗಿಲು ಇಲ್ಲದ ಟಾಯ್ಲೆಟ್ ಹಾಗೂ ಕರೆಂಟ್ ಬಿಟ್ಟರೆ ಬೇರೇನೂ ಹೊಸದಾಗಿ ಸೇರ್ಪಡೆಯಾಗಿರಲಿಲ್ಲ.

ಅಲ್ಲಿ ತಲುಪಿದ ತಕ್ಷಣ ದೊಡ್ಡಮ್ಮ ಸಫಿಯಾ ನಿಂಬೆ ಪಾನಕವನ್ನು ಕೊಟ್ಟರು. 'ನಾನು ತಂಝಿಯಾ ಮನೆಗೆ ಹೋಗಿ ಬರುತ್ತೇನೆ'-ಒಂದು ಗುಟುಕು ನಿಂಬೆ ಪಾನಕ ಕುಡಿಯುತ್ತಾ ಹೇಳಿದೆ.

'ಈಗ ಅವರು ಇಲ್ಲಿ ಇಲ್ಲ. ಇಲ್ಲಿಂದ ಬೆಂಗಳೂರಿಗೆ ಶಿಫ್ಟ್ ಆಗಿದ್ದಾರೆ' ಅಂತ ದೊಡ್ಡಮ್ಮ ಹೇಳಿದಾಗ ನನ್ನ ಸಂತೋಷ ಉತ್ಸಾಹವೆಲ್ಲ ಬಾಡಿಹೋಯಿತು.

ಅವರನ್ನು ನೋಡುವ ನನ್ನ ಕನಸು ನನಸಾಗದೇ ಉಳಿಯಿತು. ರಜೆ ಮುಗಿದ ನಂತರ ಸಂತೋಷದಲ್ಲಿಯೇ ನಾನು ದುಬೈ ಫ್ಲೈಟ್ ಹತ್ತಿದೆ.

***

ಒಂದೆರಡು ವರ್ಷಗಳು ಕಳೆಯಿತು. ನನ್ನನ್ನು ನೋಡಬೇಕು, ನನ್ನೊಡನೆ ಮಾತನಾಡಬೇಕೆಂದು ನನ್ನ ಪ್ರೀತಿಯ ವಿದ್ಯಾರ್ಥಿಯಾದ ಅಝರ್ ನನ್ನನ್ನು ಹುಡುಕಿಕೊಂಡು ದುಬೈಗೆ ಬಂದ. ನನ್ನ ನೋಡಿದ ತಕ್ಷಣ ಬಾಯಿಗೆ ಕೈ ಇಟ್ಟು, ಕಣ್ಣುಗಳನ್ನು ಅರಳಿಸಿ ನೋಡಿಯೇ ನಿಂತು ಬಿಟ್ಟ.

'ಏನಾಯಿತೋ ನಿನಗೆ?'-ನಗುತ್ತಾ ಕೇಳಿದೆ.

'ಮಿಸ್ ನೀವು ನನ್ನ ಫೌಝಿಯಾ ಮಿಸ್ ತಾನೇ!!!?'

'ಹೌದು ಅದೇ ಮಿಸ್. ನಿನ್ನ ತುಟಿ ಒಡೆದು ರಕ್ತ ಬರಿಸಿದ ಅದೇ ಮಿಸ್, ಡೌಟ್ ಕ್ಲಿಯರ್ ಆಯಿತಾ?' ಅಂತ ಕೇಳಿದೆ.

'ನೀವು ತುಂಬಾ ಬಿಳಿಯಾಗಿದ್ದೀರಾ. ಮಾಷ ಅಲ್ಲಾ. ಸೌಂದರ್ಯ ಜಾಸ್ತಿಯಾಗಿದೆ'-ನಗುತ್ತಾ ಹೇಳಿದ.

'ಹೂಂ. ಸತ್ಯ ಹೇಳು, ಅಂದು ನೀವೆಲ್ಲಾ ನನಗೆ ಎಷ್ಟು ತಮಾಷೆ ಮಾಡಿದ್ದೀರಾ ನಾನು ಕಪ್ಪು ಎಂದು?'-ತಮಾಷೆಯಾಗಿಯೇ ಕೇಳಿದೆ.

'ಇಲ್ಲ ಮಿಸ್. ನೀವು ತುಂಬಾ ಜೋರು ಎಂದು ಹೇಳುತ್ತಿದ್ದೇವೆ ಹೊರತು, ಮೈ ಬಣ್ಣ ಕಪ್ಪು ಎಂದು ಯಾರು ತಮಾಷೆ ಮಾಡಿಲ್ಲ. ಹಾಗೆ ಯಾರಾದರೂ ಮಾಡಿದರೂ ನಾನು ಸುಮ್ಮನೆ ಇರುತಿದ್ದೆನಾ?'-ಸ್ವಲ್ಪ ಮುಂಗೋಪ ಅವನ ಮಾತಿನಲ್ಲಿತ್ತು.

'ನನ್ನ ಪುಣ್ಯ, ನನಗೆ ಪೆಟ್ಟು ಸಿಗದೆ ಇದ್ದದ್ದು'-ನಾನು ಮೆಲ್ಲನೆ ಹೇಳಿದರೂ, ಅದು ಅವನ ಕಿವಿಗೆ ಬಿತ್ತು.

'ನನ್ನ ಜೀವನದಲ್ಲಿ ನನಗೆ ಕಲಿಸಿದ ಶಿಕ್ಷಕರನ್ನು ಪ್ರೀತಿಸುತ್ತಿದ್ದೇನೆ ಅಂದರೆ ಅದು ನೀವು ಮಾತ್ರ. ಅದಕ್ಕಾಗಿ ದುಬೈವರೆಗೆ ಹುಡುಕಿಕೊಂಡು ಬಂದೆ. ನಿಮ್ಮಿಂದ ನನಗೆ ಒಂದು ಒಳ್ಳೆಯ ಜೀವನ ಸಿಕ್ಕಿದೆ.' ಅವನು ನನ್ನ ಬಗ್ಗೆ ಸ್ವಲ್ಪ ಹೊತ್ತು ಮಾತನಾಡಿ, ನನ್ನಿಂದ ಅವನ ಜೀವನದಲ್ಲಾದ ಬದಲಾವಣೆ ಬಗ್ಗೆ ತಿಳಿಸಿದ.

ಕೆಟ್ಟ ದಾರಿಯಲ್ಲಿ ಹೋಗುತ್ತಿದ್ದವನಿಗೆ ಒಳ್ಳೆಯ ದಾರಿ ತೋರಿಸಿ, ಅವನ ಜೀವನಕ್ಕೊಂದು ಅರ್ಥ ಕೊಟ್ಟಿರುವ ನಾನು ಅವನ ಪಾಲಿಗೆ ಎಂದೂ ಮರೆಯಲಾಗದ ನೆನಪು. ಪ್ರತಿಬಾರಿಯೂ ನನಗೆ ಧನ್ಯವಾದ ಹೇಳುವುದನ್ನು ನಿಲ್ಲಿಸಿರಲಿಲ್ಲ. ಸೆಪ್ಟೆಂಬರ್ 5 ಶಿಕ್ಷಕರ ದಿನಾಚರಣೆಯ ಪ್ರಯುಕ್ತ ನನಗಾಗಿಯೇ, ಅವನದೇ ಸುಮಧುರ ಧ್ವನಿಯಲ್ಲಿ ಹಾಡಿನ ಮೂಲಕ ಧನ್ಯವಾದ ಅರ್ಪಿಸಿದ ಏಕೈಕ ವಿದ್ಯಾರ್ಥಿ. ನನ್ನ ಅಚ್ಚುಮೆಚ್ಚಿನ ವಿದ್ಯಾರ್ಥಿಯೂ ಹೌದು.

***

ತಾಯಿಯ ಮಿಸ್ ಕಾಲ್ ನೋಡಿ ನಾನು ಮನೆಗೆ ಫೋನ್ ಮಾಡಿದೆ.

'ನಿನ್ನದೊಂದು ಸುದ್ದಿಯೇ ಇರಲ್ಲ, ಒಂದು ಫೋನ್ ಮಾಡಿದರೆ ಏನು ನಿನಗೆ?'-ಫೋನ್ ರಿಸೀವು ಮಾಡಿದಷ್ಟೇ, ತಾಯಿಯ ಬೈಗುಳ ಶುರುವಾಯಿತು.

'ನೀನು ಯಾಕೆ ಮಿಸ್ ಕಾಲ್ ಕೊಟ್ಟೆ?' ನನ್ನಲ್ಲಿರುವ ಭಯ, ನನ್ನ ದೇಹವಿಡೀ ಆವರಿಸಿತು.

ನೌಷಾದಿನ ಮರಣದ ನಂತರ ಮನೆಯಿಂದ ಒಂದು ಸಣ್ಣ ಮಿಸ್ ಕಾಲ್ ಬಂದರೂ ಈಗಲೂ ಅದು ಯಾಕೋ ಭಯ. ಇಂದಿಗೂ ಅದು ನನ್ನಿಂದ ದೂರವಾಗಿಲ್ಲ.

'ಸಂಬಂಧಿಕರೊಬ್ಬರು ನಿನ್ನ ಫೋನ್ ನಂಬರ್ ಕೇಳಿದರು, ನಂಬರ್ ಕೊಡಲಾ ಕೇಳಲು ಫೋನ್ ಮಾಡಿದೆ.'

'ಬೇಕಾಗಿಲ್ಲ, ನನ್ನ ಕ್ಷೇಮ ಸಮಾಚಾರ ಕೇಳುವವರು ಯಾರೂ ಇಲ್ಲ. ಯಾರಿಗೂ ನನ್ನ ಫೋನ್ ನಂಬರ್ ಕೊಡಬೇಡ'–ಸಿಟ್ಟಿನಲ್ಲಿಯೇ ಹೇಳಿದೆ.

'ಅವರು ತುಂಬಾ ಬೇಸರದಲ್ಲಿ ಮಾತನಾಡಿ ನಿನ್ನ ನಂಬರ್ ಕೇಳಿದರು. ಏನು ಅರ್ಜೆಂಟ್ ಇದೆಯೋ ಏನೋ?'

'ಮತ್ತೆ ದುಡ್ಡು ಸಹಾಯ ಕೇಳೋರು ನಿನ್ನೊಡನೆ ಸಂತೋಷದಲ್ಲಿ ಕೇಳುತ್ತಾರಾ? ಇದಕ್ಕಿಂತ ಮುಂಚೆ ಅದೆಷ್ಟು ಮಂದಿಗೆ ನನ್ನ ನಂಬರ್ ಕೊಟ್ಟಿದ್ದೀಯ ಗೊತ್ತಿದೆ ತಾನೇ? ಮೆಸೇಜು ಮಾಡಿದವರೆಲ್ಲ ದುಡ್ಡೇ ಕೇಳಿರೋದು ಹೊರತು, ನನ್ನ ಕಷ್ಟ ಸುಖವನ್ನಲ್ಲ.'

ಅಂದು ನನ್ನ ಬಗ್ಗೆ ಊರಿಗೆ ಅಪಪ್ರಚಾರ ಮಾಡುತ್ತಿದ್ದ ಅದೇ ಜನರು, ಇಂದು ತಾಯಿಯೊಡನೆ ನನ್ನ ಫೋನ್ ನಂಬರ್ ಕೇಳಿ ತೆಗೆದು ಹಣದ ಸಹಾಯ ಅಥವಾ ಸಾಲ ಕೇಳುವಾಗ, ನನ್ನ ದೇಹ, ಮನಸ್ಸು ಕೋಪದಲ್ಲಿ ಕುದಿಯತೊಡಗಿತು.

'ಸರಿ ಕೊಡಲ್ಲ, ಏನಾದರು ಹೇಳಿ ಬಿಡುತ್ತೇನೆ, ಅದಕ್ಕೆ ಯಾಕೆ ಕೋಪ ತೋರಿಸುವುದು ನೀನು?'–ತಾಯಿ ಬೇಸರದಲ್ಲೇ ಕೇಳಿದರು.

'ಕೋಪವೇನು ಇಲ್ಲ ಅಮ್ಮ. ಸಂಬಂಧಗಳೆಲ್ಲ ಸಂದರ್ಭಕ್ಕೆ ತಕ್ಕಂತೆ ಸದುಪಯೋಗ ಪಡಿಸುವವರು. ಅಂದು ನನ್ನ ಬಗ್ಗೆ ಏನೆಲ್ಲಾ ಹೇಳಿಕೊಂಡು ಬಂದವರೇ ಇವರೆಲ್ಲಾ. ನನ್ನನ್ನು ನನ್ನ ಪಾಡಿಗೆ ಇರಲು ಬಿಡಮ್ಮ'–ಸಮಾಧಾನದಲ್ಲಿಯೇ ಹೇಳಿದೆ.

'ಹೂಂ, ಬೇರೆ ಇನ್ನೊಂದು ವಿಷಯವಿದೆ.'

'ಏನಮ್ಮಾ ಅದು?'

'ನಿನ್ನ ದೊಡ್ಡಮ್ಮ, ಮಡಿಕೇರಿಯ ಸಫಿಯಾ ಈಗ ಜೈನುನ ಮನೆಯಲ್ಲಿ ಇದ್ದಾರೆ. ಅವರಿಗೆ ಪಾರ್ಶ್ವವಾಯು ಆಗಿದೆ ಅಂತೆ.'

'ಏನು?'–ಫೋನನ್ನು ಮತ್ತಷ್ಟು ಕಿವಿಯ ಹತ್ತಿರಕ್ಕೆ ಹಿಡಿದೆ.

'ಹೌದು, ಹುಷಾರಿಲ್ಲ ಅವರಿಗೆ. ಮಡಿಕೇರಿಯಲ್ಲಿ ನೋಡಲು ಯಾರು ಇಲ್ಲವೆಂದು, ಇಲ್ಲಿಗೆ ಬಂದಿದ್ದಾರೆ. ನಿನ್ನಿಂದ ಏನಾದರು ಸಹಾಯ ಸಿಗಬಹುದೆಂದು ಆಗಿರಬಹುದು, ನನಗೆ ಫೋನ್ ಮಾಡಿ ತಿಳಿಸಿದರು.'

'ನಾ ಹೇಗೆ ಹೇಳಲಿ ಅಮ್ಮ, ನಾ ಕಳೆದ ಆ ದಿನಗಳನ್ನು, ಅನುಭವಿಸಿದ ಆ ನೋವುಗಳನ್ನು'-ನನ್ನೊಡನೆ ನಾನು ಹೇಳಿಕೊಂಡೆ.

'ಸರಿ ನಾನು ನಿನಗೆ ಆಮೇಲೆ ಫೋನ್ ಮಾಡುತ್ತೇನೆ. ನಿನ್ನ ಮಿಸ್ ಕಾಲ್ ನೋಡಿ ಫೋನ್ ಮಾಡಿದೆ. ಆಫೀಸಿನಲ್ಲಿ ಇದ್ದೇನೆ.'

'ಸರಿ, ಎರಡು ದಿವಸಕ್ಕೊಮ್ಮೆಯಾದರು ಫೋನ್ ಮಾಡು'-ತಾಯಿ ಫೋನ್ ಕಟ್ ಮಾಡಿದರು.

***

ಶುಕ್ರವಾರ ಮಧ್ಯಾಹ್ನ ಊಟ ಮಾಡಿ ಮೊಬೈಲ್ ಹಿಡಿದು ಕ್ಯಾಂಡಿ ಕ್ರಶ್ ಆಡುತ್ತಾ ಕುಳಿತೆ. ರೂಪೇಶ್ ಕಾಲ್. ಫೋನ್ ಕಟ್ ಮಾಡಿದೆ. ಲೆವೆಲ್ ಕಂಪ್ಲೀಟ್ ಆದ ಮೇಲೆ ಅವನಿಗೊಂದು ಮಿಸ್ ಕಾಲ್ ಕೊಟ್ಟೆ. ತಿರುಗಿ ಫೋನ್ ಮಾಡಿದ.

'ಹೇಳೋ ಮಂಗಾ'-ಹೇಳಿದೆ.

'ಏನು ಕ್ಯಾಂಡಿ ಕ್ರಶ್ ಆಡುವುದಾ?'-ಕೇಳಿದ.

'ಹೌದು, ಆವಾಗಲೇ ತಾನೇ ನಿನಗೆ ಫೋನ್ ಮಾಡಲು ನೆನಪು ಆಗುವುದು.'

'ಜಾಸ್ತಿ ವಟ ವಟ ಮಾಡಿದರೆ, ಎಫ್‌ಬಿ ಫಾಸ್‌ವರ್ಡ್ ಚೇಂಜ್ ಮಾಡುತ್ತೇನೆ.' ನನಗೆ ಫೇಸ್‌ಬುಕ್ ಅಕೌಂಟ್ ಇಲ್ಲ. ಅವನ ಐಡಿಯಲ್ಲಿ ನಾನು ಕ್ಯಾಂಡಿ ಕ್ರಶ್ ಆಡುವುದರಿಂದ ಹಾಗೆ ಹೇಳಿದ.

'ಮತ್ತೆ ದೊಡ್ಡ ಜನರ ಹಾಗೆ ನನಗೆ ಚಾಲೆಂಜ್ ಹಾಕಿದ್ದೀಯಾ? ತಂಗಿಯ ಎಫ್‌ಬಿ ಉಪಯೋಗಿಸಿ ಕ್ಯಾಂಡಿ ಕ್ರಶ್‌ನಲ್ಲಿ ನನ್ನ ಬೀಟ್ ಮಾಡುತ್ತೇನೆ ಅಂತ.'

'ಹೊ ಅದು ಹಾಗಲ್ಲ ತುಂಬ ಕಷ್ಟ ಇದೆ ಲೆವೆಲ್, ಒಂದು ವಾರದಿಂದ ಇನ್ನು ಆ ಒಂದು ಲೆವೆಲ್ ಪಾಸ್ ಆಗಿಲ್ಲ'-ಮೆಲ್ಲನೆ ಹೇಳಿದ.

'ಎಲ್ಲಿಯಾದರೂ ನೀರಿಲ್ಲದ ಬಾವಿ ನೋಡಿ ಹಾರು'-ತಮಾಷೆಯಾಗಿ ಹೇಳಿದೆ.

'ನೀನು, ನಿನ್ನ ಒಂದು ಕ್ಯಾಂಡಿ ಕ್ರಶ್, ನಾನು ಫೋನ್ ಮಾಡಿರುವುದು ಬೇರೆ ವಿಷಯಕ್ಕೆ, ವಿಷಯ ಕೇಳಿದರೆ ನೀನು ಫುಲ್ ಖುಷಿಯಾಗುತ್ತೀಯ?'

'ಮತ್ತೆ ಅದನ್ನು ಬೊಗಳು ಫಸ್ಟ್'-ಹೇಳಿದೆ.

'ಹಿಗೆಲ್ಲ ಬೈದರೆ ನಾನು ಹೇಳಲ್ಲ, ಹೋಗೆ, ಫೋನ್ ಇಡುತ್ತೇನೆ.'

'ಮತ್ತೇನೋ ನಿಂದು, ಅದೆಂತ ವಿಷಯ ಹೇಳು, ಅದು ನಾನು ಸಂತೋಷ ಪಡುವಂತದ್ದು'-ಕುತೂಹಲದಲ್ಲಿ ಕೇಳಿದೆ.

'ನಿನ್ನ ಶತ್ರು ಜಾಫರ್ ಅಣ್ಣ ಇಲ್ವಾ?, ಅವರ ವಿಷಯ ಪೇಪರಿನಲ್ಲಿ ಬಂದಿದೆ.'

'ಏನಂತ'–ನನ್ನ ಕುತೂಹಲ ಮತ್ತಷ್ಟು ಹೆಚ್ಚಾಯಿತು.

'ಯಾವುದೋ ಹುಡುಗಿಯನ್ನು ಚುಡಾಯಿಸಿದರೆಂದು...'

'ಹೋಗೋ, ನಾನು ನಂಬಲ್ಲ ಈ ವಿಷಯ, ಅದು ನಮ್ ಇಬ್ಬರ ಬಗ್ಗೆ ಗಾಸಿಪ್ ಹರಡಿದವರು, ಅವರು ಹೇಗೆ ಈ ರೀತಿ ಮಾಡಲು ಸಾಧ್ಯ?'–ಆಶ್ಚರ್ಯ ಆದರೂ, ನನಗೆ ನಂಬಿಕೆ ಬರಲಿಲ್ಲ.

'ನನಗೆ ಗೊತ್ತಿತ್ತು, ನಿನಗೆ ನಂಬಿಕೆ ಬರಲ್ಲ ಅಂತ, ಇರು ನ್ಯೂಸ್ ಪೇಪರಿನಲ್ಲಿ ಬಂದ ವಿಷಯ ವಾಟ್ಸಪ್ನಲ್ಲಿ ಹಾಕಿದ್ದಾರೆ, ನಿನಗೆ ಸೆಂಡ್ ಮಾಡುತ್ತೇನೆ'–ಫೋನ್ ಕಟ್ ಮಾಡಿದ.

ನಾನು ವಾಟ್ಸಾಪ್ ಓಪನ್ ಮಾಡಿದೆ.

'ಚಪಲ ಚೆನ್ನಿಗ ಮುದಿಯನಿಗೆ ತಾಯಿ–ಮಗಳಿಂದ ಗೂಸಾ' ಶೀರ್ಷಿಕೆ ಅಡಿಯಲ್ಲಿ ಯುವತಿಗೆ ಕಿರುಕುಳ ನೀಡಿರುವುದರಿಂದ ಚಪಲ ಚೆನ್ನಿಗ ಮುದಿಯನಿಗೆ ಹಿಗ್ಗಾಮುಗ್ಗಾ ಬಾರಿಸಿ ಕಳಿಸಿರುವ ವಿಷಯವನ್ನು ಪೇಪರಿನಲ್ಲಿ ಸವಿವರವಾಗಿ ಬರೆಯಲಾಗಿತ್ತು. ಪೂರ್ತಿಯಾಗಿ ಓದಿ ಮುಗಿಸುವಷ್ಟರಲ್ಲಿ ರೂಪೇಶ್ ಫೋನ್ ಮಾಡಿದ.

'ನಿನ್ನ ಲಿಸ್ಟಿನಲ್ಲಿ ಇನ್ನು ಯಾರಾದರೂ ಬಾಕಿ ಇದ್ದಾರಾ?'–ಸಂತೋಷದಲ್ಲಿ ಕೇಳಿದ.

ಜಾಫರ್ ಅಣ್ಣನ ವಿಷಯ ಪೇಪರಿನಲ್ಲಿ ನೋಡಿ, ನನಗೆ ನನ್ನನ್ನೇ ನಂಬಲು ಸಾಧ್ಯವಾಗಲಿಲ್ಲ. 'ಹೇ ಮಂಗಾ ಇದು ಕನಸಲ್ಲ ತಾನೇ?'

'ನಿನಗೇನೂ ಹುಚ್ಚಾ? ಮಾಡಿದ್ದುಣ್ಣೋ ಮಹರಾಯ ಅಷ್ಟೇ. ನನಗೆ ಗೊತ್ತು ನಮ್ಮ ಬಗ್ಗೆ ಊರಿಡೀ ಹೇಳಿಕೊಂಡು ತಿರುಗಿದವರು ಅವರೇ ಎಂದು. ತುಂಬಾ ಜನರು, ನನ್ನ ತಂದೆ ಹಾಗು ಅಣ್ಣನೊಡನೆ ಹೇಳಿದ್ದಾರೆ. ಅಲ್ಲದೆ ಈಗ ಅದು ಮತ್ತಷ್ಟು ದೃಢವಾಯಿತು. ಇವರ ವಿಷಯ ಹೀಗೆ ಬಂದ ಮೇಲೆ, ಅಂದು ನಮ್ಮ ಬಗ್ಗೆ ಏನೆಲ್ಲಾ ಹೇಳಿದ್ದು ಇವರೇ ಎಂದು ಜನ ಆಡಿಕೊಳ್ಳುತ್ತಿದ್ದಾರೆ ಅಂತೆ.'

'ನೀನಿನ್ನು ಊರಿನ ಜನರ ಬಗ್ಗೆ ಹೊಗಳುವುದೇನು ಬೇಡ. ಕೆಟ್ಟದ್ದಾದರೆ ಮತ್ತಷ್ಟು ಕೆಟ್ಟದನ್ನು ಸೇರಿಸಿ ಹೇಳಿ, ಒಳ್ಳೆಯದ್ದಾದರೆ ಅಲ್ಪಸ್ವಲ್ಪ ಒಳ್ಳೇದನ್ನು ಹೇಳಿಕೊಂಡು ಬರೋರು.' ನಾನು ಪೇಪರಿನಲ್ಲಿ ಓದಿದ್ದು, ಅದೊಂದು ಸತ್ಯಘಟನೆ ಎಂಬುದು ನನ್ನಿಂದ ಅರಗಿಸಿಕೊಳ್ಳಲಾಗದ ಪರಿಸ್ಥಿತಿಯಾಗಿತ್ತು ನನ್ನ ಮಾತಿನ ಧಾಟಿ.

'ನೀನೇನು ಗರಬಡಿದವರಾಗೆ ಮಾತನಾಡುವುದು?'–ನನ್ನ ಮಾತಿನ ಧಾಟಿ ಅರ್ಥವಾದಂತೆ ಕೇಳಿದ.

'ಅಲ್ಲ ಕಣೋ, ಎರಡು ದಿವಸ ಮುಂಚೆ ರವಿ ಮೆಸೇಜು ಮಾಡಿದ್ದ, ಇಲ್ಲಿ ಕೆಲಸ ಏನಾದರು ಇದ್ದರೆ ಹೇಳು, ನೀರುಮಾರ್ಗ ಕಾಲೇಜು ಕ್ಲೋಸ್ ಆಯಿತಂತೆ.'

'ಅದು ಯಾವ ದೇವರಿಗೆ ಅಪೀಲು ಹಾಕಿದ್ದು ನೀನು? ನನಗೆ ಭಯ ಆಗುತ್ತೆ ನಿನ್ನ ಜೊತೆ ಮಾತನಾಡಲು'–ಆಶ್ಚರ್ಯದಲ್ಲಿ ಹೇಳಿದ.

'ಇಲ್ಲ ಕಣೋ, ಹಾಗೇನು ಇಲ್ಲ. ಜಸ್ಟ್ ಟರ್ಮಿನೇಷನ್ ಲೆಟರ್ ಕೈಯಲ್ಲಿ ಇಟ್ಕೊಂಡು ಹತ್ತಿರದಲ್ಲಿರುವ ಸುಬ್ರಮಣ್ಯ ದೇವಸ್ಥಾನಕ್ಕೆ ಕೈ ಮುಗಿದು ಬಂದಿದ್ದೇನೆ ಹೊರತು, ನಾನೇನು ಬೇಡಿಕೊಳ್ಳಲಿಲ್ಲ'–ಗಂಭೀರವಾಗಿ ಹೇಳಿದೆ.

'ನನ್ನಿಂದ ಏನೂ ಬೇಸರ ಇಲ್ಲ ತಾನೇ? ನನ್ನಿಂದಾಗಿ ಜನ ನಿನಗೆ ಅದು ಏನೇನೋ ಎಲ್ಲ ಹೇಳಿದ್ದಾರೆ ಅಲ್ವಾ?'–ಬೇಸರದಲ್ಲಿ ಹೇಳಿದ.

'ನನಗೆ ಯಾಕೋ ನಿನ್ನ ಮೇಲೆ ಬೇಸರ? ನಾನು ಈ ಒಂದು ಹಂತಕ್ಕೆ ಬರಲು ಕಾರಣನೇ ನೀನು. ಯಾವ ಜನರ ಚುಚ್ಚು ಮಾತುಗಳಿಲ್ಲದೆ ನೆಮ್ಮದಿಯಿಂದ ಇದ್ದೇನೆ ಕಣೋ. ತಂದೆ ದೂರ ಹೋದಾಗ ಬಡತನ ಏನೆಂದು ಅರಿತೆ. ಅಣ್ಣ ದೂರ ಹೋದಾಗ ಜವಾಬ್ದಾರಿ ಏನೆಂದು ಅರಿತೆ. ಪ್ರೀತಿ ದೂರ ಹೋದಾಗ ಒಂಟಿತನ ಏನೆಂದು ಅರಿತೆ. ಈಗ ನಾನೇ ಎಲ್ಲರಿಂದ ದೂರ ಬಂದಾಗ ಬದುಕುವುದನ್ನೇ ಕಲಿತೆ'–ನನ್ನ ಕಣ್ಣಲ್ಲಿ ನೀರು ಹರಿಯಿತು.

'ನಾನು ಫೋನ್ ಇಡುತ್ತೇನೆ. ನೀನು ಅತ್ತರೆ ನನಗೂ ಅಳು ಬರುತ್ತೆ'–ಅವನ ಧ್ವನಿ ಬದಲಾಗಿತ್ತು.

'ಸರಿ, ಅಳುಬುರುಕ' ಅಂತ ಹೇಳಿದೆ.

ಫೋನ್ ಕಟ್ ಮಾಡಿದ. ಪೇಪರಿನಲ್ಲಿ ಬಂದ ವಿಷಯವನ್ನು ಮತ್ತೊಂದು ಬಾರಿ ನಿಧಾನವಾಗಿ ಓದಿದೆ.

ವೀರಲೋಕದ ಪ್ರಕಟಣೆಗಳು

1. ಕೈ ಹಿಡಿದು ನೀ ನಡೆಸು ತಂದೆ–ವಿಶ್ವೇಶ್ವರ ಭಟ್........250/–
2. ವಿಶ್ವಸುಂದರಿ–ಕುಂ. ವೀರಭದ್ರಪ್ಪ........160/–
3. ನಿಮಗೆಷ್ಟು ಹಣ ಬೇಕು?–ಅನಂತ ಹುದೆಂಗಜೆ........250/–
4. ಆರ್ಟ್ ಆಫ್ ಸಕ್ಸಸ್–ರಮೇಶ್ ಅರವಿಂದ್........120/–
5. ಮನಿ ಮನಿ ಎಕಾನಮಿ–ರಂಗಸ್ವಾಮಿ ಮೂಕನಹಳ್ಳಿ........160/–
6. ಇವರು ಅವರು ದೇವರು–ಜೋಗಿ........200/–
7. ಲಾಸ್ಟ್ ಡೇಸ್ ಆಫ್ ಲೆಜೆಂಡ್ಸ್–ಗಣೇಶ್ ಕಾಸರಗೋಡು........225/–
8. ಒಳ್ಳೆಯ ಬದುಕಿನ ಸೂತ್ರಗಳು–ರವಿ ಕೃಷ್ಣಾರೆಡ್ಡಿ........150/–
9. ಸೋಲೆಂಬ ಗೆಲುವು–ದೀಪಾ ಹಿರೇಗುತ್ತಿ........150/–
10. ಬೆಳ್ಳಿತೆರೆಯ ಬಂಗಾರದ ಗೆರೆ–ಗಣೇಶ್ ಕಾಸರಗೋಡು........150/–
11. ನಟನ ಕಥೆ–ಮಂಡ್ಯ ರಮೇಶ್–ಎನ್. ಧನಂಜಯ........250/–
12. ತ್ಯಾಗಕ್ಕಿಲ್ಲ ನೂಕುನುಗ್ಗಲು–ಡಾ. ಗವಿಸ್ವಾಮಿ ಎನ್. 140/–
13. ಬದುಕೇ ಭಗವಂತ–ಡಾ. ಡಿ.ಎಸ್. ಶ್ರೀನಿವಾಸ ಪ್ರಸಾದ್........170/–
14. ಮಾದಕ ದೊರೆ–ಸಂತೋಷಕುಮಾರ ಮೆಹೆಂದಳೆ........375/–
15. ದ್ವೈತ–ರಾಘವ್........140/–
16. ಹೃದಯದ ಮಾತು ಕೇಳಿ–ಮಂಜುನಾಥ್ ಚಾಂದ್........150/–
17. ಹಿಂದಿನ ನಿಲ್ದಾಣ–ಶುಭಶ್ರೀ ಭಟ್ಟ........120/–
18. ಪ್ರೀತ್‌ಸು–ರಾಜೀವ ನಾರಾಯಣ ನಾಯಕ........170/–
19. ಕೃಷಿ ಯಾಕೆ ಖುಷಿ?–ನರೇಂದ್ರ ರೈ ದೇರ್ಲ........140/–
20. ಕ್ಷಯ–ಡಾ. ವಾಸುದೇವ ಶೆಟ್ಟಿ........120/–
21. ಅರ್ಧ ಬಿಸಿಲು ಅರ್ಧ ಮಳೆ...–ಸದಾಶಿವ ಸೊರಟೂರು........120/–
22. ಯಾರೂ ಹೇಳದ ಕಥೆಗಳು–(ಸಂ.) ಸುದರ್ಶನ ಚೆನ್ನಂಗಿಹಳ್ಳಿ........150/–
23. ಕಥಾ ಸಾಗರಿ–ನಾಗವೇಣಿ ವೆಂ. ಹೆಗಡೆ ಹೆಗ್ಗರ್ಸಿಮನೆ........120/–
24. ಮೆಮರೀಸ್ ಆಫ್ ಬಾಸರ್ಾ–ರಂಗಸ್ವಾಮಿ ಮೂಕನಹಳ್ಳಿ........160/–
25. ಮೇರುನಟ–ಡಾ. ಶರಣು ಹುಲ್ಲೂರು........120/–
26. ನಾ ಸೆರೆಹಿಡಿದ ಕನ್ಯಾಸ್ತ್ರೀ–ಶಶಿಧರ ಹಾಲಾಡಿ........200/–

27. ಟ್ರಾಯ್–ಗಾಯಿತ್ರಿ ರಾಜ್ 200/–

28. ಫಾರೆಸ್ಟರ್ ಪೊನ್ನಪ್ಪ–ನೌಶಾದ್ ಜನ್ನತ್ 300/–

29. ವಿಶ್ವಯಾನಕ್ಕೆ ಗಣಿತವಾಹನ–ಎಸ್.ವಿ. ಶ್ರೀನಿವಾಸಮೂರ್ತಿ 200/–

30. ಲೆಟ್ಸ್ ಮೇಕ್ ಎ ಶಾರ್ಟ್ ಫಿಲಂ–ಜಯರಾಮಾಚಾರಿ 120/–

31. ಕುಣಿಗಲ್ ಟು ಕಂದಹಾರ್–ಮಂಜುನಾಥ್ ಕುಣಿಗಲ್ 260/–

32. ಗದಾಯುದ್ಧಂ–ಡಾ. ಎಂ.ಎ. ಜಯರಾಮ್ ರಾವ್ 350/–

33. ಫೀನಿಕ್ಸ್–ದೀಪಾ ಹಿರೇಗುತ್ತಿ 120/–

34. ಹಿಟ್ಲರ್ ಲವ್ ಪಾಲಿಟಿಕ್ಸ್–ಸತೀಶ ಬಳೆಗಾರ 170/–

35. ಭಾನುಮತಿಯ ಪರಿವಾರ–ಕುಮಾರಸ್ವಾಮಿ ತೆಕ್ಕುಂಜ 140/–

36. ನೀ ದೂರ ಹೋದಾಗ–ಫೌಝಿಯ ಸಲೀಂ 220/–

37. ವ್ಯಗ್ರ ಮತ್ತು ಇತರ ಕಾದಂಬರಿಗಳು–ಕುಮಾರ ಬೇಂದ್ರೆ 180/–

38. ಸತ್ಯದ ಅನಾವರಣ–ಕೆ.ಎಸ್. ರಮಾಸುಂದರಿ 100/–

39. ಅಂತಾರಾಷ್ಟ್ರೀಯ ಕುಂಬಳಕಾಯಿ ಮತ್ತು ಇತರ ಕಥೆಗಳು
–ಅಬ್ದುಲ್ ರಶೀದ್ 120/–

40. ಅನಾಥ ಪ್ರೀತಿಯ ಅನುಬಂಧ
–ಬಿ. ಮಂಜುನಾಥ್ ಕಾಮತ್ ಹಾಲಾಡಿ 140/–

41. ಹಕ್ಕಿ ಮತ್ತು ಹುಡುಗಿ (ಕವನ ಸಂಕಲನ)–(ಸಂ.) ಪ್ರಜಾವಾಣಿ ಬಳಗ..... 150/–

42. ಹಾವಿನ ಮನೆ–ಅನು ಬೆಳ್ಳೆ (ರಾಘವೇಂದ್ರ ಬಿ. ರಾವ್) 250/–

43. ಈಗಲ್ಸ್ ಲೈನ್–ರಾಜೇಶ್ ಕುಮಾರ್ ಕಲ್ಯಾ 220/–

44. ನಂಬಿಕೆಯೆಂಬ ಗಾಳಿಕೊಡೆ–ಡಾ. ಪ್ರೇಮಲತ ಬಿ. 180/–

45. 10 ಕುಟುಂಬ 18 ಗೋತ್ರದ
ಗೌಡ ಪರಂಪರೆ–ಪುತ್ತೂರು ಅನಂತರಾಜ ಗೌಡ 300/–

www.ingramcontent.com/pod-product-compliance
Lightning Source LLC
LaVergne TN
LVHW100819051026
849519LV00006B/2132
* 9 7 8 9 3 9 4 9 4 2 3 6 3 *